ട്രാൻസ്ജന്റർ

ചരിത്രം സംസ്കാരം പ്രതിനിധാനം

Transgender: Charithram Samskaram Prathinidhanam
Study

Dr. Resmi G, Anilkumar K S

CHINTHA PUBLISHERS
Thiruvananthapuram

First Edition
July 2016

Second Impression
April 2018

Second Edition
November 2021

Published & Typesetting
Chintha Publishers, Thiruvananthapuram

Printed at
Time offset printers, Thiruvananthapuram

Cover Design
Vinod Mangoes

ISBN : 978-93-86112-57-6

CR - 1854 / 5713

Email: chinthapublishers@gmail.com
Website: www.chinthapublishers.com

Distribution
DESHABHIMANI BOOKHOUSE
H O Thiruvananthapuram 695035

Branch
Head Office Kunnukuzhi • Statue Thiruvananthapuram •
KSRTC Bus Station Thiruvananthapuram
KSRTC Bus Station Alappuzha • KSRTC Bus Station Ernakulam •
Machingal Lane Thrissur • IG Road Kozhikode •
Mavoor Road Kozhikode • NGO Union Building Kannur •
Central Bus Terminal Complex Thavakkara Kannur

ട്രാൻസ്ജൻഡർ
ചരിത്രം സംസ്കാരം പ്രതിനിധാനം

ഡോ. രശ്മി ജി
അനിൽകുമാർ കെ എസ്

ചിന്ത പബ്ലിഷേഴ്സ്
തിരുവനന്തപുരം-695 035

ഡോ. രശ്മി ജി

തിരുവനന്തപുരം നേമത്ത് വിജയകുമാരൻ നായരുടെയും ഗിരിജ കുമാരിയുടെയും മകൾ. സ്വാമി വിവേകാനന്ദ സെൻട്രൽ സ്കൂൾ, ഗവൺമെന്റ് ഗേൾസ് ഹയർ സെക്കന്ററി സ്കൂൾ കരമന എന്നിവിടങ്ങളിൽ സ്കൂൾ വിദ്യാഭ്യാസം. കരമന എൻ എസ് എസ് വിമൻസ് കോളേജിൽനിന്നും മലയാളത്തിൽ ബിരുദം. കാര്യവട്ടം മലയാള വിഭാഗത്തിൽനിന്ന് എം എ, എംഫിൽ ബിരുദങ്ങൾ. കേരള സർവ്വകലാശാലയിൽ നിന്നും ഡോ. വത്സലാ ബേബിയുടെ മേൽനോട്ടത്തിൽ ലെസ്ബിയനിസം കലയിലും സാഹിത്യത്തിലും എന്ന പഠനത്തിൽ ഡോക്ടറേറ്റ്. സബ് എഡിറ്റർ (പത്രം ദ്വൈവാരിക), സബ് എഡിറ്റർ (പതിനൊന്നാമത് ഐ ഡി എസ് എഫ് കെ ഒഫീഷ്യൽ ഡെയ്‌ലി ബുള്ളറ്റിൻ 2018), ചീഫ് സബ് എഡിറ്റർ (ഇരുപത്തി മൂന്നാമത് ഐ എഫ് എഫ് കെ ഒഫീഷ്യൽ ഡെയ്‌ലി ബുള്ളറ്റിൻ, 2018) സബ് എഡിറ്റർ, ഈസ്റ്റ് കോസ്റ്റ് ഡെയ്‌ലി എന്നീ നിലകളിൽ പ്രവർത്തിച്ചു.

അനിൽകുമാർ കെ എസ്

കോട്ടയം കറുകച്ചാലിൽ കെ ആർ സുകുമാരന്റെയും പൊന്നമ്മയുടെയും മകൻ. എൻ എസ് എസ് ഹൈസ്കൂൾ പരിപ്പ്, ഗവൺമെന്റ് മോഡൽ ഹയർ സെക്കന്ററി സ്കൂൾ കോട്ടയം, ഗവൺമെന്റ് കോളേജ് നാട്ടകം, എൻ എസ് എസ് ഹിന്ദു കോളേജ് ചങ്ങനാശ്ശേരി, കാര്യവട്ടം കാമ്പസ്, ശ്രീനാരായണ കോളേജ് ഓഫ് എഡ്യൂക്കേഷൻ മൂവാറ്റുപുഴ, എം ജി സർവ്വകലാശാല, കേരള സർവ്വകലാശാല എന്നിവിടങ്ങളിൽ വിദ്യാഭ്യാസം. റിപ്പോർട്ടർ (കേരള ഭൂഷണം ദിനപ്പത്രം), സബ് എഡിറ്റർ (പതിനൊന്നാമത് ഐ ഡി എസ് എഫ് എഫ് കെ ഒഫീഷ്യൽ ബുള്ളറ്റിൻ, 2018), അസോസിയേറ്റ് എഡിറ്റർ (ഇരുപത്തിമൂന്നാമത് ഐ എഫ് എഫ് കെ ഒഫീഷ്യൽ ഡെയ്‌ലി ബുള്ളറ്റിൻ, 2018) എന്നീ നിലകളിൽ പ്രവർത്തിച്ചു.

സെക്സ്/ജന്റർ/സെക്ഷ്വാലിറ്റി/ക്വീയർ പൊളിറ്റിക്സ് മേഖലകളെ കേന്ദ്രീകരിച്ച് 7 വർഷമായി ഗവേഷണ പഠനങ്ങൾ നിർവ്വഹിച്ചു വരുന്നു

പുരസ്കാരങ്ങൾ:

2014 ലെ മികച്ച ചലച്ചിത്രലേഖനത്തിനുള്ള ഫിലിം ക്രിറ്റിക്സ് അവാർഡ്, 2017 ലെ മികച്ച ചലച്ചിത്രലേഖനത്തിനുള്ള സംസ്ഥാന അവാർഡ് (സ്പെഷ്യൽ ജൂറി), ചലച്ചിത്രഅക്കാദമി നവതി ഫെലോഷിപ്പ്.

കൃതികൾ: *മലയാളം റാങ്ക്ഫയൽ, കഥയുടെ കാലാന്തരങ്ങൾ, ചെറുകഥയുടെ രാഷ്ട്രീയം.*

ചലച്ചിത്ര പഠനഗ്രന്ഥങ്ങൾ: *ജനകീയ സിനിമ, തിരക്കാഴ്ചകളുടെ സൗന്ദര്യദർശനങ്ങൾ – ലെനിൻ രാജേന്ദ്രന്റെ ചലച്ചിത്രം, ജീവിതം, രാഷ്ട്രീയം (എഡി), സുവർണ്ണ ചലച്ചിത്രങ്ങൾ, തിരവെളിച്ചം – കാലം ജീവിതം സമൂഹം, വെള്ളിത്തിരയുടെ രാഷ്ട്രീയം, തിരയും കാമനയും രതിഭേദങ്ങളുടെ വർത്തമാനങ്ങൾ.*

മാധ്യമപഠനഗ്രന്ഥങ്ങൾ: *ടെലിവിഷൻ–ജനപ്രിയ കാഴ്ചകളുടെ രാഷ്ട്രീയം, കാഴ്ചയുടെ സാംസ്കാരിക പാഠങ്ങൾ*

ക്വീയർപൊളിറ്റിക്സ് ഗ്രന്ഥപരമ്പര: *വിമതലൈംഗികത: ചരിത്രം സിദ്ധാന്തം രാഷ്ട്രീയം, ട്രാൻസ്ജന്റർ: ചരിത്രം സംസ്കാരം പ്രതിനിധാനം, ലെസ്ബോസ് – മലയാളത്തിലെ ലെസ്ബിയൻ കഥകൾ* (എഡി.), *കനി– മലയാളത്തിലെ ഗേ കഥകൾ* (എഡി).

വിലാസം	:	വിജയഗിരി, കൊടുവാറ, ഇടയ്ക്കോട്, നേമം പി ഒ തിരുവനന്തപുരം 695020
ഫോൺ	:	9605421086,9645600692
email/fb	:	resmianil2009@gmail.com

ഉള്ളടക്കം

പലായനങ്ങളിൽനിന്നും അതിജീവനത്തിന്റെ
രാഷ്ട്രീയത്തിലേക്ക് 9
സാങ്കേതിക പദങ്ങൾ 14

ഭാഗം ഒന്ന്
ട്രാൻസ്ജന്ററുകൾ

ട്രാൻസ്ജന്ററുകൾ – ചരിത്രം, സിദ്ധാന്തം 23
ട്രാൻസ്ജന്ററുകളും മതങ്ങളും 25
സമൂഹം, ജീവിതം, സംസ്കാരം 29
ജീവിത ആചാരങ്ങൾ– ഹൽദിമെഹന്തിയും ജൽസയും 32
ആഘോഷങ്ങളും വിനോദങ്ങളും 35
ട്രാൻസ്ജന്ററുകളും ഉപജീവന മാർഗ്ഗങ്ങളും 38
ട്രാൻസ്ജന്ററുകളും ഭരണകൂടവും 41
ട്രാൻസ്ജന്ററുകളും നിയമവും 45
ട്രാൻസ്ജന്ററുകളും മാധ്യമങ്ങളും 49
ട്രാൻസ്ജന്ററുകളുടെ വെല്ലുവിളികൾ അതിജീവനങ്ങൾ 55
ട്രാൻസ്ജന്റർ – ചരിത്രമായ നേട്ടങ്ങൾ അഭിമാനങ്ങൾ 60
ട്രാൻസ്ജന്റർ – സാഹിത്യം 63
ട്രാൻസ്ജന്റർ– ചലച്ചിത്രങ്ങൾ 78

അഭിപ്രായങ്ങൾ /നിലപാടുകൾ 94

പെണ്ണിൽനിന്നും ആണിലേക്കുള്ള അല്ലെങ്കിൽ
ആണിൽനിന്നും പെണ്ണിലേക്കുള്ള ഒരു ട്രാൻസിഷനിലാണ്
സെക്ഷ്വാലിറ്റി നിലനില്ക്കുന്നത് 95
ജീവൻ ജോബ് തോമസ്
ഭരണരംഗത്ത് ട്രാൻസ്ജന്റർ പ്രാതിനിധ്യം ലഭിക്കണം 102
അനിൽ (ചില്ല)

അനുഭവം/ജീവിതം

"ഈ സമൂഹത്തിൽ ജീവിക്കുവാൻ
ഞങ്ങൾക്കും അവകാശമുണ്ട്" 113
ഷിബു (രുദ്ര)
ഞങ്ങളുടെ രാഷ്ട്രീയം നിലനില്പിന്റെ രാഷ്ട്രീയമാണ് 118
ശീതൾ

ഭാഗം രണ്ട്
ട്രാൻസ്സെക്ഷ്വൽസ്

ട്രാൻസ്സെക്ഷ്വൽസ് – ചരിത്രം, സിദ്ധാന്തം 130

ലിംഗമാറ്റ ശസ്ത്രക്രിയ (Sex Reassignment therapy) 133
ട്രാൻസ്‌വുമൺ/ട്രാൻസ്‌മെൻ-അഭിലാഷ പൂർത്തീകരണങ്ങൾ 138
ട്രാൻസ്‌സെക്ഷ്വൽസ് നേരിടുന്ന വെല്ലുവിളികൾ 145
ട്രാൻസ്‌സെക്ഷ്വൽ ചലച്ചിത്രങ്ങൾ 148

അനുഭവം/ജീവിതം

ആക്ടിവിസം ഒരു പ്രതിരോധ തന്ത്രമാണ് 154
കൽക്കി സുബ്രഹ്മണ്യം (ട്രാൻസ്‌വുമൺ)

കവലപ്രസംഗങ്ങളും ഫീച്ചറെഴുത്തുകളും കൊണ്ട്
ട്രാൻസ്ജന്ററുകളുടെ അവസ്ഥ മാറുന്നില്ല 161
സൂര്യ (ട്രാൻസ്‌വുമൺ)

ജീവിച്ചിരിക്കുന്നുവെന്ന തെളിവില്ലാത്ത വ്യക്തിയാണ് ഞാൻ 181
ഹരിണി (ട്രാൻസ്‌വുമൺ)

ഒന്നുകിൽ ആത്മഹത്യ ചെയ്യുക അല്ലെങ്കിൽ ജീവിക്കുക 191
മായ (തൃശൂർ)

കേരളം യാഥാസ്ഥിതികവാദികളുടെ ഭ്രാന്താലയമാണ് 199
സോനു (ബാംഗ്ലൂർ- ട്രാൻസ്‌മെൻ)

ഭാഗം മൂന്ന്
ബൈസെക്ഷ്വൽസ്

ബൈസെക്ഷ്വൽസ് - ചരിത്രം, സിദ്ധാന്തം 206
അനുഭവം/ ജീവിതം 208
സങ്കീർണ്ണമാണ് ഈ ജീവിതം 209
അജയ് (കൊല്ലം)

നീതിലഭിക്കാത്ത വർഗ്ഗമാണ് ഞങ്ങൾ 216
നവാസ് (എറണാകുളം)

ഭാഗം നാല്
ഇന്റർസെക്ഷ്വൽസ്

ഇന്റർസെക്ഷ്വൽസ്-ചരിത്രം, സിദ്ധാന്തം 222
ഇന്റർസെക്ഷ്വൽസ് നേരിടുന്ന വെല്ലുവിളികൾ 225
ഇന്റർസെക്ഷ്വൽ ചലച്ചിത്രം 229
അനുഭവം/ജീവിതം 221

വൈവിദ്ധ്യങ്ങൾ അംഗീകരിക്കപ്പെടുന്നതുവരെയും
പോരാട്ടങ്ങൾ തുടരും 232
ചിഞ്ചു അശ്വതി

അനുബന്ധം

ഹിജഡ സമൂഹത്തിലെ ബന്ധങ്ങൾ - പദങ്ങൾ 244
Selected Bibiliography

പ്രസാധകക്കുറിപ്പ്

ആണിനും പെണ്ണിനുമുള്ളതാണ് ഈ ലോകം എന്ന വിശ്വാസത്തിനു മുന്നിൽ ആണോ പെണ്ണോ അല്ലാതെ പിറവിയെടുക്കുന്ന അല്ലെങ്കിൽ വളർച്ചയുടെ ഘട്ടത്തിൽ മറ്റൊന്നായിമാറുന്ന വ്യക്തിത്വങ്ങളെ സമൂഹത്തിൽ എവിടെയാണ് പ്രതിഷ്ഠിക്കുക? നമ്മുടെ സമൂഹത്തിൽ നമ്മോടൊപ്പമുള്ള ഇവരെ അറിയില്ല എന്ന മട്ടാണ് പൊതുവിൽ എല്ലാവരും പ്രകടിപ്പിക്കുക.

ആണിന്റേതു മാത്രമാണെന്ന അവകാശം സ്ഥാപിച്ചെടുത്തിരുന്ന ലോകത്ത് നിരവധി അവകാശ സമര പോരാട്ടങ്ങളിലൂടെയാണ് പെണ്ണ് അവളുടെ സ്ഥാനം നേടിയെടുത്തത്. സുരക്ഷ, സമത്വം മുതലായ കാര്യങ്ങളിൽ ഈ പോരാട്ടങ്ങൾ വിവിധ രൂപത്തിൽ ഇന്നും തുടരുകയുമാണ്.

പുരുഷന്റെയും സ്ത്രീയുടെയും ക്രമീകൃത ഘടനയ്ക്കു പുറത്തുള്ളവർ നമ്മുടെ സമൂഹത്തിലുണ്ട് അവരാണ് ട്രാൻസ്ജന്റർ എന്ന വ്യക്തിത്വങ്ങൾ. കുടുംബത്തിന്റെ അധികാര വിധേയത്വ ഘടനാസംവിധാനങ്ങൾക്ക് അനുപേക്ഷണീയരായ ആൺ/പെൺ രൂപങ്ങളെ ഉൾക്കൊള്ളുന്നവർ അതിൽനിന്നും വിഭിന്നരായവരെ പുറന്തള്ളുന്നു. പുറന്തള്ളലിനു മുന്നോടിയായി ഇവരെ ആണായോ പെണ്ണായോ പരിവർത്തിപ്പിക്കാൻ ഏതെങ്കിലും ഒന്ന് ആക്കുവാൻ കുടുംബം ശ്രമിക്കുന്നു. ഈ പ്രക്രിയയുടെ സമ്മർദ്ദങ്ങൾ സഹിക്കാൻ കഴിയാതെ പലരും കുടുംബം വിട്ടു പോകുന്നു.

പ്രതിസന്ധികളെ മറികടന്നുകൊണ്ട് അതിജീവനത്തിന്റെ ചരിത്രപാഠ നിർമ്മിതിക്കൊരുങ്ങുന്ന ട്രാൻസ്ജന്ററുകളുടെ യാഥാർത്ഥ്യങ്ങളെ വസ്തുനിഷ്ഠമായി സമീപിച്ചുകൊണ്ട് ഒരു പഠനം പൂർത്തിയാക്കിയിരിക്കുകയാണ് സാംസ്കാരിക ചരിത്ര ഗവേഷകരായ ജി രശ്മിയും കെ എസ് അനിൽകുമാറും. ട്രാൻസ്ജന്റർ, ട്രാൻസ്സെക്ഷ്വൽസ്, ഇന്റർസെക്ഷ്വൽസ്, എന്നിവരെക്കുറിച്ചുള്ള മലയാളത്തിലെ പ്രഥമ സമഗ്രപഠനമാണ് ഇവർ തയ്യാറാക്കിയ *ട്രാൻസ്ജന്റർ ചരിത്രം സംസ്കാരം പ്രതിനിധാനം* എന്ന ഈ ഗ്രന്ഥം. ഇത് മനുഷ്യവിഭാഗത്തിലെ വൈവിദ്ധ്യങ്ങളെക്കുറിച്ചുള്ള അന്വേഷണപഠനങ്ങൾക്കു മുതൽക്കൂട്ടാവും എന്നതിനു സംശയമില്ല.

തികച്ചും ആധികാരികതയുള്ള ഈ കനത്ത പഠനഗ്രന്ഥം അഭിമാനത്തോടെ ഞങ്ങൾ വായനക്കാരിൽ എത്തിക്കുന്നു.

ചിന്ത പബ്ലിഷേഴ്സ്

സമർപ്പണം

സമൂഹത്തിനും കുടുംബത്തിനും വേണ്ടാതെ പുറന്തള്ളപ്പെട്ട, ചൂഷണങ്ങളാലും പീഡനങ്ങളാലും പൊറുതിമുട്ടി പലായനം ചെയ്യേണ്ടി വന്ന, സാമൂഹ്യവിരുദ്ധരാൽ കൊല്ലപ്പെടുകയും പ്രതിസന്ധികളെ അതിജീവിക്കാനാകാതെ ആത്മഹത്യ ചെയ്യുകയും ചെയ്ത ട്രാൻസ്ജന്ററുകൾക്ക്........
ട്രാൻസ്ജന്ററുകളുടെ അവകാശപോരാട്ടങ്ങൾക്കുവേണ്ടി പ്രവർത്തിക്കുന്ന കൽക്കിസുബ്രഹ്മണ്യത്തിന്, ശീതളിന്, സൂര്യക്ക്, ഹരിണിക്ക്, സോനുവിന്,...........
ഇന്റർസെക്ഷ്വൽസിന്റെ അവകാശങ്ങൾക്കുവേണ്ടി പ്രവർത്തിക്കുന്ന ചിഞ്ചുവിന്.............

പലായനങ്ങളിൽനിന്നും അതിജീവനത്തിന്റെ രാഷ്ട്രീയത്തിലേക്ക്

കുട്ടി ഏതാ – ആണോ പെണ്ണോ? ഗർഭിണിയായ ഒരു സ്ത്രീയുടെ പ്രസവം കഴിഞ്ഞയുടനെ പരിചിത വലയത്തിൽപ്പെട്ടവരുടെ സ്വാഭാവികമായ അന്വേഷണമാണത്. ഈ ഭൂമിയിലെ പുതിയൊരു പിറവിയിൽ അത് ആൺ/പെൺ ആയിരിക്കുമെന്ന പൊതുബോധത്തെ സമൂഹം മനുഷ്യനെന്ന സാമൂഹ്യജീവിയിൽ രൂഢമൂലമാക്കിയിരിക്കുന്നു. ആണിനും പെണ്ണിനും മാത്രമുള്ളതാണ് ഈ ലോകമെന്ന വിശ്വാസങ്ങൾക്കുമുമ്പിൽ ആണും പെണ്ണും അല്ലാതെ പിറവികൊള്ളുന്ന, അല്ലെങ്കിൽ വളർച്ചയുടെ ഘട്ടത്തിൽ മറ്റൊന്നായി മാറുന്ന വ്യക്തികളെ, വ്യക്തിത്വങ്ങളെ എവിടെയാണ് പ്രതിഷ്ഠിക്കുക? എവിടെയാണ് അവർക്ക് ഇടം കണ്ടെത്തുക? ഈ ഭൂമി എല്ലാവരുടേതും കൂടിയാണ് എന്നുള്ള ആപ്തവാക്യങ്ങളും മഹദ്സന്ദേശങ്ങളും പാറിപ്പറന്നു നടക്കുന്നുവെങ്കിലും ഈ ഭൂമി എല്ലാവരുടേതും കൂടിയല്ല എന്നാണ് നമ്മുടെ മുമ്പിലുള്ള യാഥാർത്ഥ്യങ്ങൾ നമ്മെ ബോദ്ധ്യപ്പെടുത്തുന്നത്. അല്ലെങ്കിൽ എല്ലാവരും എന്ന നിർവ്വചനത്തിൽ ഉൾപ്പെടുന്നതും ഉൾപ്പെടാത്തതുമായ ആളുകൾ ഉണ്ടാകുമെന്ന് അത്തരമൊരു നിർവ്വചനത്തെ ക്രമീകരിച്ചവർ വിശ്വസിക്കുന്നുണ്ടാകും. അപ്പോൾ സ്വാഭാവികമായും എല്ലാവരിലുമുൾപ്പെടുന്നത് ആണും പെണ്ണുമാണ്. ആണിന്റേയും പെണ്ണിന്റേയും സമൂഹത്തെക്കുറിച്ച് മുഖ്യധാരാ സമൂഹം വാചാലമാകുന്നുവെങ്കിലും അതിനു പിന്നിലുണ്ടായ ചരിത്രകാപട്യങ്ങളെക്കുറിച്ച് നമ്മൾ അറിയേണ്ടതുണ്ട്. ആണിന്റേതു മാത്രമെന്നു പറഞ്ഞിരുന്ന, അത്തരത്തിൽ സ്ഥാപിച്ചെടുത്തിരുന്ന ലോകത്ത് പെണ്ണിന്റെ സ്ഥാനം നിരവധി അവകാശപ്പോരാട്ടങ്ങളിലൂടെ അവൾ നേടിയെടുത്തപ്പോഴാണ് ഈ ഭൂമി അവളുടേതും കൂടിയായത്. അവന്റെയും അവളുടെയും ക്രമീകൃതഘടനയ്ക്ക് പുറത്തുള്ളവർ, ആൺ പെൺ പരികല്പനകളുടെ രീതിശാസ്ത്രങ്ങളിൽനിന്നു മാറിനില്ക്കു

ന്നവർ നമ്മുടെ മനുഷ്യ സമൂഹത്തിലുണ്ട്. അവരാണ് ട്രാൻസ്ജന്ററുകൾ എന്ന സാമൂഹിക യാഥാർത്ഥ്യങ്ങൾ അഥവാ വ്യക്തിത്വങ്ങൾ.

നമ്മുടെ സമൂഹത്തിൽ നമ്മളോടൊപ്പമുള്ളവരാണ് ട്രാൻസ്ജന്ററുകൾ. അവരെ ഞങ്ങൾ അറിയില്ല, ഞങ്ങൾ കണ്ടിട്ടില്ല, കേരളത്തിൽ ഇങ്ങനെയുള്ളവർ ഉണ്ടോ എന്നിങ്ങനെ ഇവരെ അറിയില്ലായെന്ന നയം സ്വീകരിക്കുന്ന നിലപാടിനു പിന്നിലുള്ളവർ യാഥാർത്ഥ്യങ്ങളെ കണ്ണടച്ചിരുട്ടാക്കി പ്രതീതി യാഥാർത്ഥ്യത്തിന്റെ ലോകത്തു ജീവിക്കുന്നവരാണ് എന്നു പറയേണ്ടിവരും. ശിഖണ്ഡി, നപുംസകം, ഹിജഡ, ചാന്ത്പൊട്ട് എന്നിത്യാദി പേരുകളിൽ അപഹസിക്കപ്പെടുന്ന ട്രാൻസ്ജന്ററുകളെ പൊതുസമൂഹത്തിനറിയില്ല എന്നുപറയുന്നതിൽപ്പരം അല്പത്തരം വേറെയുണ്ടോ? നമ്മൾ മാന്യതയുടെ ചട്ടക്കൂടുകൾക്കുള്ളിൽ കയറിക്കൂടി നില്ക്കുമ്പോൾ ട്രാൻസ്ജന്ററുകൾ അപരിഷ്കൃതരോ അസ്പൃശ്യരോ അമാന്യരോ നികൃഷ്ടജീവികളോ ആയി മാറുന്നു. പകൽ വെളിച്ചത്തിൽ അവരെ പരിഹസിച്ച് ആട്ടിയകറ്റുന്നുവെങ്കിലും ഇരുളിന്റെ മറവിൽ അസംതൃപ്തലൈംഗികതയുടെ പൂർത്തീകരണത്തിന് അവരെ ഉപയോഗിക്കുന്നു. ഇന്ത്യൻസമൂഹമെപ്പോഴും കാപട്യത്തിന്റെ പ്രകടനപരതയിൽ നില്ക്കുന്നവരാണ്. ഒരുഭാഗത്ത് ട്രാൻസ്ജന്ററുകളെ ആട്ടിയകറ്റുമ്പോൾ മറുഭാഗത്ത് സ്വീകരിക്കുന്നത് വിചിത്രമായ കാഴ്ചയാണ്.

നൂറ്റാണ്ടുകളായി നമ്മുടെ സമൂഹത്തിലുണ്ടായിരുന്ന ജനവിഭാഗങ്ങളിലൊന്നായ ട്രാൻസ്ജന്ററുകളെ മാന്യമായൊരു സ്ഥാനം നല്കുവാനുതകുന്ന, അഭിസംബോധന ചെയ്യുവാൻ പര്യാപ്തമായ ഒരു പദവും മലയാളത്തിലില്ല. മലയാള ഭാഷയിലഭിമാനം കൊള്ളുകയും സഹജീവികളോട് സഹാനുഭൂതിയും ദയയും കാട്ടുന്നവരെന്നും അഭിമാനിക്കുന്ന മലയാളി വികലമായ പദപ്രയോഗങ്ങളിലൂടെ ട്രാൻസ്ജന്ററുകളെ അവഹേളിക്കുന്നു. വ്യവസ്ഥാപിതമായ ആൺ, പെൺ രൂപത്തെ കണ്ട് ശീലിച്ച മലയാളികൾക്ക് ആൺ രൂപത്തിലെ പെണ്ണിനെയും പെൺ രൂപത്തിനുള്ളിലെ ആണിനെയും ഏതോ വിചിത്രരൂപമായിട്ടാണ് തോന്നിയത്. ആൺപെൺ ശരീരശാസ്ത്രത്തെ സംബന്ധിച്ചു ധാരണകളുള്ള മനുഷ്യൻ ട്രാൻസ്ജന്ററിന്റെ ശരീരശാസ്ത്ര സംബന്ധമായ അജ്ഞതയാൽ ഒളിഞ്ഞുനോട്ടത്തിന്റെ ശീലക്കേടുകൾ ട്രാൻസ്ജന്ററുകളുടെ അടുത്ത് പ്രകടിപ്പിച്ചിരുന്നു.

മതപുരാണ ഗ്രന്ഥങ്ങളിൽ ആധുനികശാസ്ത്രത്തിന്റെ കണ്ടെത്തലുകളുണ്ടായിരുന്നു (പുഷ്പക വാഹനം - വിമാനം, കൗരവരുടെ പിറവി-ക്ലോണിങ്, വ്യത്യസ്ത അസ്ത്രങ്ങൾ - മിസൈലുകൾ) എന്നു വാദിക്കുന്ന അഭിനവ ഇന്ത്യൻ പണ്ഡിതർ ട്രാൻസ്ജന്ററുകളെക്കുറിച്ചുള്ള പരാമർശങ്ങൾ, അവർക്കു ലഭിച്ചിരുന്ന സാമൂഹിക അംഗീകാരങ്ങൾ, സ്ഥാനങ്ങൾ എന്നിവ ബോധപൂർവ്വമോ അബോധപൂർവ്വമോ കണ്ടെത്താതെ വിട്ടുകളഞ്ഞു. പരിഷ്കൃതമെന്നും പുരോഗമനപരമെന്നും വിശേഷിപ്പിക്കുന്ന നമ്മുടെ സമൂഹം യാഥാസ്ഥിതികതയിലേക്കും അപരിഷ്

കൃതത്തിലേക്കും കയറിക്കൂടി നില്ക്കുന്നു. അതുകൊണ്ട് തന്നെയാണ് ട്രാൻസ്ജന്ററുകളെ പോലെയുള്ളവർ അരികുവല്ക്കരിക്കപ്പെടുന്നതും.

ഒരാൺകുട്ടി/പെൺകുട്ടി ട്രാൻസ്ജന്റർ ഐഡന്റിറ്റി, മാനസിക വ്യാപാരങ്ങൾ എന്നിവ തിരിച്ചറിഞ്ഞ് പെരുമാറുമ്പോൾ അവനിലെ അവളെ, അവളിലെ അവനെ കുടിയിറക്കി ബാഹ്യരൂപം ഏതാണോ അതിനെ സ്ഥാപിച്ചെടുക്കാൻ കുടുംബം ഉൾപ്പെടെയുള്ള സാമൂഹ്യ സ്ഥാപനഘടകങ്ങൾ ഉദ്യമിക്കുന്നു. കുടുംബത്തിന്റെ അധികാര, വിധേയത്വ ഘടനാ സംവിധാനങ്ങൾക്കനുപേക്ഷണീയരായ ആൺ/പെൺരൂപങ്ങളെ നിർമ്മിച്ചെടുക്കുന്ന സമൂഹം അതിൽനിന്നും വിഭിന്നരായവരെ പുറംതള്ളുന്നു. ഇത്തരത്തിലുള്ള പുറംതള്ളലുകൾക്കു മുന്നോടിയായി ആണിലെ പെണ്ണിനെയും പെണ്ണിലെ ആണിനേയും പരിവർത്തിപ്പിച്ച് ഏതേലും ഒന്നിൽ ചുരുക്കാൻ കുടുംബക്കാർ ശ്രമിക്കുന്നു. ഈ പ്രക്രിയയുടെ സാമൂഹ്യസമ്മർദ്ദങ്ങൾ സഹിക്കാനാകാതെയും കുടുംബത്തിനുള്ളിൽ തിരസ്കൃതരാകുന്നതിന്റെ വേദനയിലും അയൽ നാടുകളിലേക്ക് ഇത്തരക്കാർ പലായനം ചെയ്യുന്നു. കുടുംബ സാമൂഹ്യ വ്യവസ്ഥകൾക്കുള്ളിൽ അംഗീകാരം ലഭിച്ചിരുന്നെങ്കിൽ ഇത്തരം പലായനം ഇവരിൽ പലർക്കും നടത്തേണ്ടിവരില്ലായിരുന്നുവെന്ന യാഥാർത്ഥ്യം ഇനിയും നമ്മൾ മനസ്സിലാക്കേണ്ടതുണ്ട്.

അതിജീവനത്തിനായി പിടയുന്ന ഒരു ജനതയെ, ഒരു സമൂഹത്തെ അപമാനിച്ചും അപഹസിച്ചും മർദ്ദിച്ചും ഒതുക്കിത്തീർക്കുന്ന മേൽക്കോയ്മാ മനോഭാവത്തെ മാറ്റിയെടുക്കേണ്ടതാണ്. പൊതുജനത്തെപ്പോലെ മാധ്യമങ്ങൾ, നീതിന്യായ വ്യവസ്ഥിതികൾ, ഭരണകൂടങ്ങൾ എന്നിവയും ട്രാൻസ്ജന്ററുകളോട് സാമാന്യ മര്യാദ കാട്ടുന്നില്ല. ദുർബ്ബലരെ ആക്രമിച്ച് ഇല്ലാതാക്കുന്ന കാട്ടുനീതിയുടെ ഇരകളാകേണ്ടിവന്ന ട്രാൻസ്ജന്ററുകൾ ജീവിതവും അഭിമാനവും സംരക്ഷിച്ചു പിടിക്കാനുള്ള സമരപോരാട്ടത്തിലാണ്.

മനുഷ്യവർഗ്ഗത്തിലെ വൈവിദ്ധ്യങ്ങളെ സങ്കുചിത ചിന്താഗതികൾ മാറ്റിവെച്ചുകൊണ്ട് തുറന്ന മനസ്സോടുകൂടി അംഗീകരിക്കുവാൻ പൊതുസമൂഹത്തിനു കഴിഞ്ഞാൽ നിലവിലുള്ള പ്രശ്നങ്ങൾ അവസാനിക്കുക തന്നെ ചെയ്യും. പക്ഷേ, സെക്ഷ്വൽ/ജന്റർ ന്യൂനപക്ഷങ്ങളുടെ അവസ്ഥകളെ അംഗീകരിക്കാതെ, മുഖ്യധാരയുടെ നടപ്പുശീലങ്ങളിൽനിന്നും വ്യതിരിക്തരായ വ്യക്തിത്വങ്ങളെ പ്രശ്നക്കാർ എന്നു ചാപ്പ കുത്തുന്ന ക്രിമിനൽ മനോഭാവം നമ്മുടെ സമൂഹത്തിനുണ്ട്. ലൈംഗികതയെ കേന്ദ്രസ്ഥാനത്തു നിർത്തിക്കൊണ്ടുള്ള ശുദ്ധിയും വൃത്തിയും സാമാന്യ മര്യാദയും സ്വാഭാവികതയും പ്രത്യുല്പാദനപരവുമായ സംഗതികളെ കുലങ്കഷമായി വിലയിരുത്തുന്ന സമൂഹത്തിന്റെ അത്തരം ചിന്താഗതികളെ മതസ്ഥാപനങ്ങൾ അതിവേഗം പങ്കുവയ്ക്കുന്നു. ആദർശനിഷ്ഠമെന്നു പറയുന്ന, മൂഢത്വത്തിലൂന്നിക്കൊണ്ടുള്ള അത്തരം വ്യവസ്ഥിതികൾക്കെതിരെയാണ് ജന്റർ/സെക്ഷ്വൽ ന്യൂനപക്ഷങ്ങൾ രാഷ്ട്രീയ

മായി സംഘടിക്കുന്നതും. ചവിട്ടേറ്റു തളർന്നു വീഴുന്നവരുടെ ഉയിർത്തെഴുന്നേല്പിനായി ഇത്തരം കൂട്ടായ്മകളുദ്യമിക്കുന്നു. അസ്പൃശ്യരെന്നു മുദ്രകുത്തി പൊതുധാരയിൽ നിന്നും മാറ്റിനിർത്തപ്പെട്ടവർ അതേ മുദ്രകളെ അഭിമാനപൂർവ്വം ഏറ്റെടുത്ത് അവരുടെ രാഷ്ട്രീയത്തെ പങ്കുവയ്ക്കുന്നു. അഭിമാനമില്ലായ്മയുടെ ചെളിക്കുണ്ടിൽ നിന്നും അഭിമാനബോധത്തിന്റെ പാതയിലൂടെ ട്രാൻസ്ജന്റർ ഉൾപ്പെടെയുള്ളവർ നടന്നുവരുമ്പോൾ പൊതുസമൂഹത്തിന്റെ സങ്കുചിത മനോഭാവങ്ങൾ അട്ടിമറിക്കപ്പെടും.

ട്രാൻസ്ജന്ററുകളെക്കുറിച്ച് മുൻകാലങ്ങളിൽ പ്രസിദ്ധീകരിക്കപ്പെട്ട പഠനങ്ങൾ, ലേഖനങ്ങൾ ട്രാൻസ്ജന്ററുകളുടെ ജീവിതത്തെ കൗതുകങ്ങളായും ഫാന്റസിയായും നോക്കി കാണുക മാത്രമായതുകൊണ്ടുതന്നെ ഒട്ടനവധി അബദ്ധങ്ങളും അപൂർണ്ണതകളും അവയിൽ കടന്നുകൂടിയിരുന്നു. ജന്റർ ന്യൂനപക്ഷങ്ങളെയും ലൈംഗികന്യൂനപക്ഷങ്ങളെയും കൃത്യമായ അടിത്തറയിൽ തിരിച്ചറിഞ്ഞ് വിലയിരുത്താത്തതിന്റെ പ്രശ്നങ്ങളും അത്തരം പഠനങ്ങളിൽ മുഴച്ചു നില്ക്കുന്നു. ട്രാൻസ്ജന്ററുകളെക്കുറിച്ച് ഞങ്ങൾ നടത്തുന്ന ഈ പഠനം കേവലം കൗതുകത്തിന്റെയോ ഫാന്റസിയുടേയോ തലത്തിലല്ല, മറിച്ച് പ്രതിസന്ധികളെ മറികടന്നുകൊണ്ട് അതിജീവനത്തിന്റെ ചരിത്രപാഠ നിർമ്മിതിക്കൊരുങ്ങുന്ന ട്രാൻസ്ജന്ററുകളുടെ യാഥാർത്ഥ്യങ്ങളെ വസ്തുനിഷ്ഠമായി സമീപിച്ചുകൊണ്ടാണ് പൂർത്തിയാക്കിയിരിക്കുന്നത്. ജന്റർന്യൂനപക്ഷങ്ങളുടെ ജനാധിപത്യാവകാശങ്ങൾക്കു വേണ്ടി പുരോഗമന ജനാധിപത്യ സംഘടനകൾ പ്രതികരിച്ചു തുടങ്ങുന്ന കാലത്ത് അവരുടെ നിലപാടുകളെ ബലപ്പെടുത്തുവാനും അവർക്ക് സാമൂഹ്യമായൊരു അംഗീകാരം ലഭിക്കുവാനും ഇത്തരമൊരു പഠനത്തിനു കഴിയുമെന്ന് ഞങ്ങൾ വിശ്വസിക്കുന്നു. ജന്റർ ന്യൂനപക്ഷങ്ങളുടെ യഥാർത്ഥപ്രതിസന്ധികൾ തിരിച്ചറിയുന്ന ജനാധിപത്യ വിശ്വാസികൾക്ക് അവരോട് അനുഭാവം പ്രകടിപ്പിക്കാതിരിക്കാനാവില്ല. കാരണം അവരും മനുഷ്യജീവികൾ തന്നെയാണ്. നമ്മുടെ സ്വകാര്യതകളെ അവർ ഹനിക്കാത്തിടത്തോളം കാലം നമ്മൾ എന്തിനു അവരുടെ സ്വകാര്യതകളിലേക്ക്, സമാധാനങ്ങളിലേക്ക് കടന്നുകയറണം. അതിനുള്ള ഒരവകാശവും മനുഷ്യനില്ല.

ഈയൊരുപഠനത്തിൽ ജന്റർ ന്യൂനപക്ഷങ്ങളായ ട്രാൻസ്ജന്ററുകൾ, ട്രാൻസ്സെക്ഷ്വൽ, ഇന്റർസെക്സ് തുടങ്ങിയ വിഭാഗങ്ങളുടെ ചരിത്രവും സിദ്ധാന്തവും വിശകലനം ചെയ്യുന്നു. അതിനോടൊപ്പം തന്നെ ട്രാൻസ്ജന്ററുകളെ സംബന്ധിച്ചുള്ള 'അകം-പുറം കാഴ്ചകൾ' കൂടി അവതരിപ്പിക്കുന്നു. ആനുകാലികങ്ങളിൽ ശാസ്ത്രലേഖനങ്ങളെഴുതുന്ന ജീവൻജോബ് തോമസ്, ലൈംഗിക ന്യൂനപക്ഷങ്ങൾക്കുവേണ്ടി പോരാടിക്കൊണ്ടിരിക്കുന്ന ചില്ല അനിൽ തുടങ്ങിയവർ ട്രാൻസ്ജന്റർ ജീവിതത്തിന്റെ പുറംകാഴ്ചകൾ അവതരിപ്പിച്ചപ്പോൾ, ശ്യാം ശീതൾ, രുദ്ര തുടങ്ങിയവർ ചുട്ടുപൊള്ളുന്ന അനുഭവങ്ങളുടെ അകക്കാഴ്ചകൾ

പങ്കുവെച്ചു. ഇവയോടൊപ്പം ട്രാൻസ്സെക്ഷ്വൽസ് ഇന്റർസെക്ഷ്വൽസ്, ബൈസെക്ഷ്വൽസ് തുടങ്ങിയ വിഭാഗത്തിൽപ്പെടുന്നവരും തങ്ങളുടെ അനുഭവങ്ങൾ തുറന്നു പറയുന്നു.

മനുഷ്യവിഭാഗത്തിലെ വൈവിദ്ധ്യങ്ങളെക്കുറിച്ചുള്ള അന്വേഷണ പഠനങ്ങൾക്ക് മുതൽക്കൂട്ടാവുന്ന ഈ ഗ്രന്ഥം ട്രാൻസ്ജന്റർ, ട്രാൻസ്സെക്ഷ്വൽസ്, ഇന്റർസെക്ഷ്വൽസ്, ബൈസെക്ഷ്വൽസ് തുടങ്ങിയ വിഭാഗങ്ങളെക്കുറിച്ചുള്ള ഭാഷയിലെ പ്രഥമ സമഗ്രപഠനമാണ്. ഇത്തരമൊരു ഗ്രന്ഥത്തിന്റെ പ്രസാധനം ഏറ്റെടുത്ത ചിന്താ പബ്ലിഷേഴ്സിനോടും ഈയൊരു പ്രോജക്ടിനു അംഗീകാരം നല്കിയ വി കെ ജോസഫ് (ചിന്ത), ഡോ. ഡി ജയദേവദാസ് (ചിന്ത), രാജേഷ് ചിറപ്പാട് (ചിന്ത) എന്നിവരോടുമുള്ള നന്ദി രേഖപ്പെടുത്തുന്നു. ഒട്ടനവധി തിരക്കുകൾക്കിടയിലും ഞങ്ങളുടെ അന്വേഷണങ്ങൾക്കുവേണ്ടി സമയം മാറ്റിവച്ച അനിലേട്ടൻ (ചില്ല അനിൽ), സൂര്യ, രുദ്ര, ശീതൾ, ഹരിണി, ചിഞ്ചു, ഞങ്ങളുടെ സംശയങ്ങൾക്കെല്ലാം മുഷിപ്പില്ലാതെ മറുപടികൾ തന്ന ജീവൻജോബ് തോമസ് എന്നിവരോടുള്ള നന്ദി രേഖപ്പെടുത്തുന്നു. അക്കാദമിക് രംഗത്തെ അവഹേളനങ്ങൾക്കിടയിൽ ഞങ്ങൾക്കൊപ്പം നില്ക്കുകയും പിന്തുണയ്ക്കുകയും ചെയ്ത ഹരിദാസൻമാഷിനു (പ്രൊഫസർ, മലയാള വിഭാഗം, കാര്യവട്ടം കാമ്പസ്) കൂടി അവകാശപ്പെട്ടതാണ് ഇതിന്റെ സമഗ്രത. ഈയൊരു ഗ്രന്ഥത്തിന്റെ നിർമ്മിതിക്കും പൂർണ്ണതയ്ക്കും അദ്ദേഹം നല്കിയ സഹായത്തെ ആദരവോടെ ഓർമ്മിക്കുന്നു.

രശ്മി ജി, അനിൽകുമാർ കെ എസ്

സാങ്കേതിക പദങ്ങൾ

Sexuality – ലൈംഗികത

ഒരു വ്യക്തിക്ക് മറ്റൊരു വ്യക്തിയോടുണ്ടാകുന്ന വൈകാരികത നിറഞ്ഞ ലൈംഗിക ആകർഷണമാണ് ലൈംഗികചോദന. ലൈംഗിക ആകർഷണം എതിർലിംഗത്തിൽപ്പെട്ടവർ തമ്മിലും സ്വവർഗ്ഗത്തിൽപ്പെട്ട വർക്കിടയിലും ഉണ്ടാകാറുണ്ട്. എതിർലിംഗത്തിൽപ്പെട്ടവർ തമ്മിലുണ്ടാ കുന്ന ബന്ധം ഭിന്നവർഗ്ഗലൈംഗികത (Heterosexuality) യെന്നും ഒരേ ലിംഗവർഗ്ഗത്തിൽപ്പെട്ടവർ തമ്മിലുണ്ടാകുന്ന ബന്ധം സ്വവർഗ്ഗലൈംഗി കത (Homosexuality) യെന്നും അറിയപ്പെടുന്നു.

Sexual Orientation – ലൈംഗിക ആഭിമുഖ്യം

ലിംഗഭേദത്തിന്റെ അടിസ്ഥാനത്തിൽ ഒരു വ്യക്തിക്ക് മറ്റൊരാളോട് ശാരീരികവും വൈകാരികവുമായി ആകർഷണമുണ്ടാകുന്നതെങ്ങിനെ യാണോ അതാണ് അയാളുടെ ലൈംഗിക ആഭിമുഖ്യം നിർണ്ണയിക്കു ന്നത്. ഓരോ വ്യക്തിയുടെയും ലൈംഗികാഭിമുഖ്യം ഒന്നിനൊന്നു വ്യത്യ സ്തമായിരിക്കും. ചിലർക്ക് ഭിന്നവർഗ്ഗത്തിൽപ്പെട്ടവരോടായിരിക്കും താല്പര്യമെങ്കിൽ മറ്റു ചിലർക്ക് സ്വവർഗ്ഗത്തിൽ ഉൾപ്പെടുന്നവരോടായി രിക്കും താല്പര്യം. സ്വവർഗ്ഗത്തിൽ ഉൾപ്പെടുന്നവരോടും ഭിന്നവർഗ്ഗത്തിൽ ഉൾപ്പെടുന്നവരോടും ആകർഷണമുണ്ടാകുന്ന (Bisexual) ആളുകളുമു ണ്ട്.

Gender – ലിംഗഭേദം

ജന്റർ ഒരു സ്വത്വബോധമാണ്. ലൈംഗികതയിൽ നിന്നു വിഭിന്ന മായി ശരീരവുമായി ബന്ധപ്പെട്ടിരിക്കുന്ന മനസ്സിന്റെ അവസ്ഥ കൂടിയാ

ണത്. ലിംഗസ്വത്വബോധം (Gender Identity) ഒരാൾക്ക് സ്വയം തീരുമാനിച്ച് പ്രഖ്യാപിക്കുവാൻ കഴിയുന്നതല്ല. അത് ഒരു സാമൂഹ്യനിർമ്മിതി കൂടിയാണ്. ലിംഗ സ്വത്വബോധത്തെ 'ദ്വന്ദ്വ'മായി വർഗ്ഗീകരിക്കുന്ന പ്രവണത മനുഷ്യവർഗ്ഗത്തിൽ നിലനില്ക്കുന്നു. ആൺ പെൺ വർഗ്ഗീകരണങ്ങൾക്കപ്പുറത്ത് ട്രാൻസ്ജന്റർ സ്വത്വബോധവും വർത്തമാനകാലത്ത് അംഗീകരിക്കപ്പെടുന്നു.

Gender Expression– ലിംഗസ്വത്വാവിഷ്കരാം

ഒരു വ്യക്തി ഞാൻ ഒരു സ്ത്രീ/പുരുഷൻ/ട്രാൻസ്ജന്റർ എന്നു പ്രഖ്യാപിക്കുമ്പോൾ അയാളുടെ സ്വത്വബോധത്തെയാണ് പ്രകടിപ്പിക്കുന്നത്. ആണത്തം/പൗരുഷം, പെണ്ണത്തം/സ്ത്രൈണത എന്നിവയെ സംബന്ധിച്ച് സമൂഹത്തിൽ നിർമ്മിതമായ പൊതുബോധങ്ങളുണ്ട്. വ്യക്തിയുടെ ശരീരഭാഷ, പെരുമാറ്റരീതികൾ, വസ്ത്രധാരണം, സംഭാഷണരീതികൾ എന്നിവയെയെല്ലാം അടിസ്ഥാനപ്പെടുത്തിയാണ് ലിംഗസ്വത്വാവിഷ്കാരം രൂപപ്പെടുന്നത്.

Gender Minorities – ജന്റർ ന്യൂനപക്ഷങ്ങൾ

ജന്ററിൽ ന്യൂനപക്ഷമായ വിഭാഗങ്ങളെക്കുറിക്കുന്ന പദമാണിത്. ട്രാൻസ്ജന്റർ, ട്രാൻസെക്ഷ്വൽസ്, ട്രാൻസ്മെൻ, ട്രാൻസ് വുമൺ, ഇന്റർസെക്ഷ്വൽസ് തുടങ്ങിയവരാണ് ജന്റർന്യൂനപക്ഷങ്ങളായി അറിയപ്പെടുന്നത്. മുഖ്യധാരാ സമൂഹത്തിൽനിന്നും ഇക്കൂട്ടർ കടുത്ത വിവേചനങ്ങൾ നേരിടുന്നു.

Sexual minorities – ലൈംഗിക ന്യൂനപക്ഷങ്ങൾ

ഭിന്നവർഗ്ഗ ലൈംഗികതയിൽ നിന്നു വിഭിന്നമായി സ്വവർഗ്ഗ ലൈംഗികതാല്പര്യങ്ങൾ പുലർത്തുന്നവരെയാണ് സെക്ഷ്വൽ മൈനോറിറ്റി എന്നു വിളിച്ചുവരുന്നത്. ഗേ, ലെസ്ബിയൻ തുടങ്ങിയവരാണ് പൊതുവിൽ ലൈംഗിക ന്യൂനപക്ഷങ്ങളായി അറിയപ്പെടുന്നത്. ഇക്കൂട്ടർ മുഖ്യധാരാ സമൂഹത്തിൽനിന്നും വിവേചനങ്ങൾ നേരിടുന്നവരാണ്. ഐ പി സി 377–ാം വകുപ്പ് പ്രകാരം സ്വവർഗ്ഗാനുരാഗികൾ ക്രിമിനൽ കുറ്റവാളികളാണ്. 2018 സെപ്തംബർ 6 ന് സുപ്രീംകോടതി ഉഭയ സമ്മതപ്രകാരമുള്ള സ്വവർഗ്ഗരതിയെ ക്രിമിനൽ കുറ്റത്തിന്റെ പരിധിയിൽനിന്ന് ഒഴിവാക്കി.

Hetero sexuality – ഭിന്നവർഗ്ഗ ലൈംഗികത

മനുഷ്യരുൾപ്പെടെയുള്ള ജന്തുജീവജാലങ്ങളിലെ ആണും പെണ്ണും തമ്മിലുള്ള ലൈംഗികബന്ധത്തെയാണ് ഭിന്നവർഗ്ഗലൈംഗികതയെന്ന് സൂചിപ്പിക്കുന്നത്. കുടുംബ സാമൂഹ്യ ബന്ധങ്ങൾ ഭിന്നവർഗ്ഗ ലൈംഗികതയുടെ അടിസ്ഥാനത്തിലാണ് നിർമ്മിക്കപ്പെട്ടിരിക്കുന്നത്. പ്രത്യുല്പാ

ദനം അടിസ്ഥാനമാക്കിയുള്ള സ്ത്രീ–പുരുഷ ബന്ധങ്ങളെ ജാതി– മത സ്ഥാപനങ്ങൾ സ്വാഭാവികമായി പ്രതിഷ്ഠിക്കുന്നു.

Homo sexuality– സ്വവർഗ്ഗ ലൈംഗികത

ഒരേ ലിംഗവർഗ്ഗത്തിൽപ്പെട്ടവർ തമ്മിലുണ്ടാകുന്ന വൈകാരികമായ ബന്ധത്തെയാണ് സ്വവർഗ്ഗലൈംഗികത എന്നതുകൊണ്ട് വിവക്ഷിക്കുന്നത്. സ്വവർഗ്ഗരതി/സ്വവർഗ്ഗാനുരാഗം എന്നീ പദങ്ങളും ഇതിനെ സൂചിപ്പിക്കുന്നതിനായി പൊതുവേ ഉപയോഗിച്ചുവരാറുണ്ട്. ഭിന്നവർഗ്ഗ ലൈംഗികതയുടെ പ്രയോക്താക്കളുടെ മുഖ്യശത്രുവാണ് സ്വവർഗ്ഗലൈംഗികത. മനുഷ്യരുൾപ്പെടെയുള്ള ജന്തുമൃഗാദികളിൽ സ്വവർഗ്ഗരതി സ്വാഭാവികമായി നിലനില്ക്കുന്നു. ലിംഗാടിസ്ഥാനത്തിൽ സ്വവർഗ്ഗരതി വെവ്വേറെ നാമധേയങ്ങളിൽ അറിയപ്പെടുന്നു.

Gay-ഗേ –പുരുഷ സ്വവർഗ്ഗാനുരാഗി

പുരുഷൻമാർ തമ്മിലുണ്ടാകുന്ന മാനസികവും ശാരീരികവുമായ അടുപ്പത്തെയാണ് പുരുഷ സ്വവർഗ്ഗാനുരാഗം/പുരുഷ സ്വവർഗ്ഗലൈംഗികത എന്നു ക്രമപ്പെടുത്തിയിരിക്കുന്നത്. സ്വവർഗ്ഗരതിയിൽ താല്പര്യം പ്രകടിപ്പിക്കുന്ന പുരുഷൻ ഗേ, പുരുഷസ്വവർഗ്ഗാനുരാഗി എന്നീ സംജ്ഞകളിൽ അറിയപ്പെടുന്നു. കേരളീയ സമൂഹത്തിൽ പ്രാദേശികമായി കുണ്ടൻ എന്ന പദമാണ് പുരുഷ സ്വവർഗ്ഗാനുരാഗികളെ സൂചിപ്പിക്കുന്നത്. ഇത് മ്ലേച്ഛവും പുരുഷ സ്വവർഗ്ഗാനുരാഗികളെ അവഹേളിക്കുന്നതുമാണ്.

Lesbian- ലെസ്ബിയൻ– സ്ത്രീ സ്വവർഗ്ഗാനുരാഗി

സ്ത്രീകൾ തമ്മിലുള്ള ശാരീരികവും വൈകാരികവുമായ അടുപ്പത്തെയാണ് ലെസ്ബിയനിസം അഥവാ സ്ത്രീ സ്വവർഗ്ഗരതിയെന്നതുകൊണ്ട് അർത്ഥമാക്കുന്നത്. സ്വവർഗ്ഗരതിയിലേർപ്പെടുന്ന സ്ത്രീയെക്കുറിക്കുന്ന പദമാണ് ലെസ്ബിയൻ. ലെസ്ബോസ് എന്ന ദ്വീപിൽ നിന്നാണ് ലെസ്ബിയൻ എന്ന പദം ആവിർഭവിച്ചത്. കേരളീയസമൂഹത്തിൽ ലെസ്ബിയനുകൾ അദൃശ്യരാണ്.

Transgenders– ട്രാൻസ്ജെന്റേഴ്സ്

ഒരു ലിംഗവിഭാഗത്തിൽ ജനിക്കുകയും അപരലിംഗവിഭാഗത്തിന്റെ താല്പര്യങ്ങളും ചേഷ്ടകളും പ്രകടിപ്പിക്കുകയും ചെയ്യുന്ന വ്യക്തികളെയാണ് ട്രാൻസ്ജെന്റർ എന്നു പറയുന്നത്. പുരുഷ രൂപത്തിനുള്ളിലെ സ്ത്രൈണത, സ്ത്രീരൂപത്തിനുള്ളിലെ പൗരുഷം എന്നിവയുടെ പ്രകടനപരതകൾ ട്രാൻസ്ജെന്ററുകളെ പൊതുസമൂഹത്തിൽ അതിവേഗം ദൃശ്യരാക്കുന്നു. ട്രാൻസ്ജെന്ററുകളിൽ ഒരു വിഭാഗം വ്യക്തികൾ ലിംഗമാറ്റ ശസ്ത്രക്രിയ നടത്തുവാൻ താല്പര്യമുള്ളവരായിരിക്കും.

LGBTQI- Lesbian, Gay, Bisexual, Transgender, Queer, Intersex

ലെസ്ബിയൻ, ഗേ, ബൈസെക്ഷ്വൽ, ട്രാൻസ്ജെന്ററുകൾ ഉൾപ്പെടെയുള്ളവരെ ഒറ്റ ഗ്രൂപ്പായി വിശേഷിപ്പിക്കുന്നതാണ് എൽ ജി ബി റ്റി കമ്യൂണിറ്റി. ലിംഗ ലൈംഗികതാ വ്യവഹാരങ്ങളിൽനിന്നും അസ്പൃശ്യരായി മാറ്റി നിർത്തപ്പെട്ട വിമതലൈംഗിക വ്യക്തിത്വങ്ങളുടെ സാമൂഹ്യ പദവിയെക്കുറിച്ചുള്ള അന്വേഷണങ്ങൾ എൽ ജി ബി റ്റി കമ്യൂണിറ്റി നടത്തിവരുന്നു. ക്യൂർ ലൈംഗികത/ജന്ററിൽ വിമതവല്ക്കരിക്കപ്പെട്ട ആളുകളെ പൊതുവിൽ അഭിസംബോധന ചെയ്യുന്ന പദമാണ്.

S R T/S R S (Sex reassignment-Therapy/Sex Reassignment Surgery) ലിംഗമാറ്റ ശസ്ത്രക്രിയ

ജന്റർന്യൂനപക്ഷങ്ങളിലൊന്നായ ട്രാൻസ്ജെന്റേഴ്സിൽ പലരും അപരലിംഗവ്യക്തിത്വം സ്വീകരിക്കുവാനാഗ്രഹിച്ചു ചെയ്യുന്ന ശസ്ത്രക്രിയയാണ് ലിംഗമാറ്റ ശസ്ത്രക്രിയ. ഏതു ലിംഗവിഭാഗത്തിലേക്കാണോ മാറുവാനുദ്ദേശിക്കുന്നത് ആ വ്യക്തിയെ കൗൺസിലിങ്ങിനു വിധേയമാക്കിയതിനു ശേഷം ലഭിക്കുന്ന പോസിറ്റീവ് റിസൾട്ട് അനുസരിച്ചാണ് ഹോർമോൺ ചികിത്സ നടത്തുന്നത്. ഹോർമോൺ ചികിത്സയ്ക്കു ശേഷം പുരുഷനായിട്ടുള്ള വ്യക്തിയുടെ ലൈംഗികാവയവങ്ങളെ നീക്കം ചെയ്ത് സ്ത്രീ ലൈംഗികാവയവങ്ങളും സ്ത്രീയായിട്ടുള്ള വ്യക്തിയുടെ ലൈംഗികാവയവങ്ങളെ നീക്കം ചെയ്ത് പുരുഷ ലൈംഗികാവയവങ്ങളെയും പകരം വയ്ക്കുന്നു. നിരവധി ഘട്ടങ്ങളിലായാണ് ലിംഗമാറ്റ ശസ്ത്രക്രിയ നിർവ്വഹിക്കപ്പെടുന്നത്. സങ്കീർണ്ണവും സാമ്പത്തിക ചെലവേറിയതുമാണ് ലിംഗമാറ്റ ശസ്ത്രക്രിയ.

Transmen- ട്രാൻസ്മെൻ

ട്രാൻസ്ജെന്റേഴ്സ് ലിംഗമാറ്റ ശസ്ത്രക്രിയ നടത്തി സ്ത്രീ/ പുരുഷനായി മാറാറുണ്ട്. ശാരീരികമായി സ്ത്രീയായ വ്യക്തി ലിംഗമാറ്റ ശസ്ത്രക്രിയ നടത്തി പുരുഷനായി മാറുമ്പോൾ ആ വ്യക്തിയെക്കുറിക്കുവാനുപയോഗിക്കുന്ന പദമാണ് ട്രാൻസ്മെൻ. ഇവരിൽ സ്ത്രീലൈംഗികാവയവങ്ങൾക്കു പകരം പുരുഷ ലൈംഗികാവയവങ്ങൾ സർജ്ജറിയിലൂടെ കൃത്രിമമായി പകരം വയ്ച്ചിട്ടുണ്ടാകും.

F T M/ F2M/ F to M - Female to male

സ്ത്രീ രൂപത്തിൽനിന്നും പുരുഷനായി മാറുക. പുരുഷനായി മാറിക്കഴിയുമ്പോൾ ട്രാൻസ്മെൻ എന്നറിയപ്പെടും

Transwomen– ട്രാൻസ്വുമൺ

ലിംഗമാറ്റശസ്ത്രക്രിയ നടത്തി പുരുഷൻ സ്ത്രീയായി മാറാറുണ്ട്.

അത്തരം വ്യക്തികളെക്കുറിക്കുന്ന പദമാണ് ട്രാൻസ് വുമൺ. ഇവരിലും പുരുഷ ലൈംഗികാവയവങ്ങൾ നീക്കം ചെയ്ത് സ്ത്രീ ലൈംഗികാവയവങ്ങളെ ചേർത്തിട്ടുണ്ടാകും. ട്രാൻസ്ജെന്ററുകൾ ശസ്ത്രക്രിയയിലൂടെ ട്രാൻസ്മെൻ/ ട്രാൻസ്വുമൺ ആയി മാറുമ്പോൾ അവരെ സ്ത്രീ/ പുരുഷൻ മാത്രമായിട്ടാണ് പലരും പരിഗണിക്കുക. യഥാർത്ഥ സ്ത്രീ/പുരുഷന്റെ പ്രത്യുല്പാദനപ്രക്രിയകൾ നിർവ്വഹിക്കുവാൻ ട്രാൻസ്മെൻ/ ട്രാൻസ്വുമണിനു കഴിയുകയില്ല.

M T F / M2F - Male to Female

പുരുഷനിൽനിന്നും സ്ത്രീയായി മാറുക. സ്ത്രീയായിക്കഴിയുമ്പോൾ ട്രാൻസ്വുമൺ എന്നറിയപ്പെടും

Bisexual- ബൈസെക്ഷ്വൽ – ദ്വിലൈംഗികർ

സ്ത്രീയോടും പുരുഷനോടും വൈകാരികവും ശാരീരികവുമായ ആകർഷണം തോന്നുന്ന വ്യക്തിയാണ് ബൈസെക്ഷ്വൽ. ഈ ഗണത്തിൽപ്പെടുന്ന വ്യക്തികൾക്ക് സ്ത്രീകളോടും പുരുഷന്മാരോടും തോന്നുന്ന താല്പര്യത്തിൽ സാഹചര്യമനുസരിച്ചുള്ള ഏറ്റക്കുറച്ചിലുകൾ ഉണ്ടാകാറുണ്ട്. ബൈസെക്ഷ്വൽസിൽ ചിലർ കുടുംബ ബന്ധത്തിനുള്ളിൽ സുരക്ഷിതരായി കഴിയുന്നവരുണ്ട്.

Intersex- ഇന്റർ സെക്സ്

ഭൂമിയിലെ വൈവിദ്ധ്യങ്ങളിലൊന്നാണ് ഇന്റർസെക്സ്. ഒരു വ്യക്തിയിൽത്തന്നെ സ്ത്രീയുടെ ആന്തരിക ഗ്രന്ഥിയായ ഓവറി (Ovary)യും പുരുഷന്റെ ടെസ്റ്റിസും (Testes) ഉള്ളവരാണ് ഇന്റർ സെക്സ്. നാലു ലക്ഷം പേരിൽ ഒരാൾ എന്ന നിലയിലാണ് ഇവരെ കണ്ടുവരുന്നത്. സാമൂഹ്യ സാഹചര്യങ്ങൾമൂലം ഈ വിഭാഗത്തിലുൾപ്പെട്ടവരിൽ ചിലർ ലിംഗമാറ്റ ശസ്ത്രക്രിയയ്ക്കു താല്പര്യപ്പെടാറുണ്ട്. കേരളത്തിൽ അങ്കമാലി സ്വദേശി ചിഞ്ചു അശ്വതി ഇന്റർസെക്സ് ഐഡന്റിറ്റിയിലുള്ള വ്യക്തിയാണ്.

kothies- കോത്തി

പുരുഷ സ്വവർഗ്ഗാനുരാഗക്കാരിലെ സ്ത്രൈണ സ്വഭാവം കൂടിയവരെ കുറിക്കുന്ന പദമാണ് കോത്തി. ഇവർ ലൈംഗിക പ്രക്രിയയിൽ പാസീവ് റോൾ കൈകാര്യം ചെയ്യുന്നു. കോത്തികളെ ഗാണ്ടു, ചക്ക, കോജാ, ഒമ്പത്, കട്ടവണ്ടി എന്നിങ്ങനെ പൊതുസമൂഹം അധിക്ഷേപിക്കുന്നു. വൈവിദ്ധ്യങ്ങളെ അംഗീകരിക്കുന്ന കാലത്ത് കോത്തികളും അംഗീകരിക്കപ്പെടും.

Panthis –പാന്തിസ്

സ്വവർഗ്ഗാനുരാഗക്കാരിൽ ലൈംഗിക പ്രക്രിയയിൽ ആക്ടീവ് റോൾ കൈകാര്യം ചെയ്യുന്നു. സെക്സിൽ മാസ്കുലിൻ പവ്വർ ഇക്കൂട്ടർ പ്രകടിപ്പിക്കുകയും ചെയ്യും.

Double Deckers - ഡബിൾ ഡക്കേഴ്സ്

ലൈംഗിക പ്രക്രിയയിൽ പാസീവ് റോളും ആക്ടീവ് റോളും കൈകാര്യം ചെയ്യുന്നവരാണ് ഡബിൾ ഡക്കേഴ്സ്. ചില സമയം മാസ്കുലിൻ പവ്വർകാട്ടുകയും മറ്റുചില സമയം ഫെമിനിറ്റി കാട്ടുകയും ചെയ്യുന്നു. ലൈംഗികതയിൽ പരസ്പരം കൊടുക്കൽ വാങ്ങലുകൾ നടത്തുന്ന കൂട്ടരാണ് ഡബിൾ ഡക്കേഴ്സ്. ബൈസെക്ഷ്വൽസിൽ ഭൂരിപക്ഷവും ഡബിൾഡക്കേഴ്സിൽ ഉൾപ്പെടുന്നു.

Asexuals- നിർലൈംഗികർ

യാതൊരുവിധ ലൈംഗിക ചോദനകളുമില്ലാത്ത വ്യക്തികളെയാണ് നിർലൈംഗികർ എന്നു വിളിച്ചുവരുന്നത്.

Homophobia - ഹോമോഫോബിയ– സ്വവർഗ്ഗഭീതി

സ്വവർഗ്ഗാനുരാഗികളുടെ യഥാർത്ഥ അവസ്ഥകൾ മനസ്സിലാക്കാതെ മുൻവിധികളോടെ അവരെ സമീപിക്കുമ്പോഴുള്ള ഭയമാണ് ഹോമോഫോബിയ (സ്വവർഗ്ഗഭീതി). സ്വവർഗ്ഗാനുരാഗികളുടെ ജീവിതരീതികൾ, ലൈംഗിക പ്രക്രിയകൾ, ശാരീരിക ശുചിത്വം എന്നിവയെ സംബന്ധിച്ചുള്ള മിഥ്യാധാരണകളാണ് സ്വവർഗ്ഗഭീതിയുടെ അടിസ്ഥാനം. സാഹിത്യ- ചലച്ചിത്രമാധ്യമങ്ങൾ ഇന്ത്യൻ സമൂഹത്തിൽ സ്വവർഗ്ഗഭീതി വളർത്തുകയാണ് ചെയ്യുന്നത്.

Transphobia - ട്രാൻസ്ജന്റർ ഭീതി

ട്രാൻസ്ജന്ററുകളോടുള്ള ഭീതിയാണ് ട്രാൻസ്ഫോബിയ. ട്രാൻസ്ജന്ററുകളുടെ രൂപം, വസ്ത്രധാരണരീതി, ശരീരഭാഷ എന്നിവയോടു വ്യക്തികൾ പുലർത്തുന്ന അകൽച്ചയുടെ അടിസ്ഥാനം ട്രാൻസ്ഫോബിയയാണ്.

Coming out- വെളിപ്പെടുത്തൽ

വിമതലൈംഗിക വിഭാഗത്തിൽപ്പെട്ട ഗേ/ ലെസ്ബിയനുകൾ ലൈംഗികാകർഷണദിശ തിരിച്ചറിഞ്ഞ് തന്റെ ലൈംഗിക സ്വത്വം പൊതുസമൂഹത്തിനു മുമ്പിൽ തുറന്നു പറയുന്നതിനെയാണ് വെളിപ്പെടുത്തൽ എന്നു പറയുന്നത്. കേരളീയ സമൂഹത്തിൽ വെളിപ്പെടുത്തലുകൾ നടത്തിയ സ്വവർഗ്ഗാനുരാഗികൾ വളരെ ചെറിയൊരു ശതമാനമേയുള്ളൂ. ഭിന്ന

വർഗ്ഗ ലൈംഗികതയുടെ സാമൂഹ്യ അധികാരസ്ഥാപനങ്ങൾ നിറഞ്ഞു നില്ക്കുന്ന സമൂഹത്തിൽ സ്വവർഗ്ഗാനുരാഗിയുടെ വെളിപ്പെടുത്തൽ അങ്ങേയറ്റം അപകടകരമാണ്.

Sexual migrations- ലൈംഗിക കുടിയേറ്റങ്ങൾ

ഭിന്നവർഗ്ഗ ലൈംഗികതയുടെ അധികാരസ്ഥാപനങ്ങൾ അവയ്ക്കു ബദലാകുമെന്നു വിശ്വസിക്കുന്ന ലിംഗസ്വത്വങ്ങളെ സാമൂഹ്യ ഇടപെടലുകളിൽനിന്നും ബോധപൂർവ്വം തിരസ്കരിക്കുന്നു. വർദ്ധിച്ചുവരുന്ന സാമൂഹ്യാതിക്രമങ്ങളിൽനിന്നും രക്ഷനേടുന്നതിനായി ലൈംഗിക ന്യൂനപക്ഷങ്ങൾ തങ്ങൾക്കനുകൂലമായ സാഹചര്യങ്ങളുള്ള നാടുകളിലേക്കു മാറിത്താമസിക്കുന്നു. ഇതിനെയാണ് ലൈംഗികകുടിയേറ്റമെന്ന് പറയുന്നത്.

Queer theory -ക്യൂർ സിദ്ധാന്തം

വിമത ലൈംഗിക വിഭാഗങ്ങളെക്കുറിച്ചുള്ള പഠനങ്ങൾ എല്ലാം തന്നെ ക്യൂർ സിദ്ധാന്തത്തിന്റെ പരിധിയിൽ ഉൾപ്പെടുന്നു. 1991 ൽ തെരേസ ഡി ലോറേറ്റിസ് എന്ന ചിന്തകയാണ് 'ക്യൂർ' (Queer theory)എന്ന വാക്ക് ആദ്യമായി ഉപയോഗിച്ചത്. അധികാര സംവിധാനങ്ങൾക്കു പുറത്ത് നില്ക്കുന്നത് എന്ന അർത്ഥത്തിൽ പ്രയോഗിക്കപ്പെട്ട ക്യൂർ അധികാര ഘടനകളോടുള്ള പ്രതിഷേധത്തെക്കുറിക്കുവാനായി ഉപയോഗിക്കുന്നു. ജൂഡിത് ബട്ട്ലർ, ലിയോ ബർസാനി, ആൻഡ്രിയൻ റിച്ച് തുടങ്ങിയവർ 'ക്യൂർ'നെ സംബന്ധിച്ചുള്ള നിലപാടുകൾ വിപുലമാക്കുകയും അവ സജീവമായ ചർച്ചകൾക്കായി അവതരിപ്പിക്കുകയും ചെയ്തു. ലൈംഗികതയിലെ അധികാര സങ്കല്പങ്ങളെ ചോദ്യം ചെയ്യുന്ന ക്യൂർ തിയറി ലിംഗസ്വത്വത്തെ സംബന്ധിച്ചുള്ള പരമ്പരാഗതധാരണകളെ പൊളിച്ചെഴുതുന്നുണ്ട്.

ഭാഗം ഒന്ന്
ട്രാൻസ്ജന്ററുകൾ

1

ട്രാൻസ്ജന്ററുകൾ – ചരിത്രം, സിദ്ധാന്തം

ജന്തുജാലങ്ങളിൽ ആൺ–പെൺ എന്നീ വിഭാഗങ്ങളോടൊപ്പം അവയിൽപ്പെടാതെ ചില വിഭാഗങ്ങളുമുണ്ട്. സ്ത്രീ പുരുഷേതര വിഭാഗക്കാരെ പൊതുവേ ട്രാൻസ്ജന്റർ എന്നു വിളിക്കുന്നു. ഹിജ്റ എന്ന ഉറുദു വാക്കിന്റെ ഉത്തരേന്ത്യൻ രൂപമായ ഹിജഡ വർത്തമാനകാലത്ത് ഒരു വലിയ സമൂഹത്തെ അഭിസംബോധന ചെയ്യുന്ന രാഷ്ട്രീയ പ്രാധാന്യം ഉള്ളടക്കം ചെയ്തിട്ടുള്ള പദമാണ്. 'ഹിജർ' എന്ന അറബിവാക്കിൽ നിന്നുമുണ്ടായ ഹിജറ ഹിജഡയായി മാറിയത് സാരി സാഡിയാകുന്നതു പോലെയുള്ള ഉത്തരേന്ത്യൻ സ്റ്റൈൽ 'ഉച്ചാരണ' ഭ്രമമാണ്. പലായനം ചെയ്യുക, ഇറങ്ങിപ്പോവുക എന്നീ അർത്ഥങ്ങൾ പ്രതിഫലിപ്പിക്കുന്ന ഹിജറിൽനിന്നും ഉരുവംകൊണ്ട 'ഹിജഡ' അക്ഷരാർത്ഥത്തിൽ ഒരു വർഗ്ഗത്തിന്റെ പലായനത്തെ സൂചിപ്പിക്കുന്നു. ഓരോ രാജ്യത്തും വ്യത്യസ്തമായ പേരുകളിലാണ് ഇവരെ അഭിസംബോധന ചെയ്തുവരുന്നത്. അമേരിക്കയിലെ റെഡ് ഇന്ത്യൻസിനിടയിൽ ബെർഡാഷസ്, ഫിലിപ്പീൻസിൽ ബക്ക് ലസ്, ഒമാനിൽ സതിത്സ്, പാകിസ്ഥാനിൽ മൂരത്ത്, സിനനയ്സ്, ഷെയ്ത്താൻ, തെക്കനേഷ്യയിൽ ജോഗപ്പാസ്, ജോഗ്താസ്, ഹിജറാസ് എന്നിങ്ങനെ വിളിക്കപ്പെടുന്ന ട്രാൻസ്ജന്റേഴ്സിന് ഇന്ത്യൻ സമൂഹത്തിൽ ഗാണ്ടു, ചക്ക, കോജ, അറവാണി, ഒമ്പത്, ചാന്ത്പൊട്ട് എന്നിങ്ങനെയുള്ള വിളിപ്പേരുകളുണ്ട്. 2007 ൽ ബെന്നി പി നായരമ്പലത്തിന്റെ തിരക്കഥയിൽ ലാൽജോസ് സ്ത്രൈണഭാവമുള്ള രാധാകൃഷ്ണന്റെ ജീവിതത്തെ *ചാന്ത്പൊട്ട്* എന്നപേരിൽ ചലച്ചിത്രമാക്കി വിപണിവിജയം നേടിയപ്പോൾ ചാന്തുപൊട്ട് എന്ന പദം കേരളീയ സമൂഹത്തിലെ ട്രാൻസ്ജന്ററുകളുടെ മേലും പൊതുസമൂഹം അടിച്ചേല്പിക്കുകയുണ്ടായി. മണുഗുണാഞ്ചൻ, തെയ്യാരോ, പെണ്ണായി തുടങ്ങിയ

പ്രാദേശിക പദങ്ങളും കേരളത്തിൽ പ്രചാരത്തിലുണ്ട്. വ്യവസ്ഥാപിതമായ പുരുഷ ശരീരരൂപഭാവങ്ങളും ശാരീരിക ചലനങ്ങളും സൃഷ്ടിക്കപ്പെടുമ്പോൾ അത് അപഹസിക്കപ്പെടേണ്ടതാണ് എന്നുള്ള പൊതുബോധം സമൂഹത്തിൽ സൃഷ്ടിക്കപ്പെട്ടിരുന്നു. തമിഴ്നാട്ടിൽ ഒമ്പത് എന്നുവിളിച്ചാക്ഷേപിച്ചിരുന്ന ട്രാൻസ്ജന്റുകളെ അറവാണിയെന്നും അഭിസംബോധന ചെയ്തിരുന്നു. എന്നാൽ ട്രാൻസ്ജന്റുകൾ അംഗീകരിക്കപ്പെട്ടു തുടങ്ങിയതോടെ തിരുനങ്കൈ (ശ്രീമതി) എന്ന പേര് തമിഴ്നാട് സർക്കാർ ഔദ്യോഗികമായി അംഗീകരിക്കുകയും പ്രചരിപ്പിക്കുകയും ചെയ്തു. മലയാളികൾ പരിഹാസരൂപേണ ഉപയോഗിക്കുന്ന ഹിജഡ എന്ന പദത്തിനു പകരം ട്രാൻസ്ജന്റർ എന്ന പദമാണ് ഈ പഠനത്തിൽ പ്രധാനമായും ഉപയോഗിക്കുന്നത്. സുദീർഘമായൊരു ചരിത്രവും ഐതിഹ്യവും ട്രാൻസ്ജന്റേഴ്സിനുണ്ടായിട്ടും അവർ അംഗീകരിക്കപ്പെടുന്നില്ല.

ട്രാൻസ്ജന്റുകളെക്കുറിച്ചുള്ള പൊതുചർച്ചകളിൽ ഉയർന്നു വരുന്നവയാണ് നപുംസകം, ട്രാൻസ്സെക്ഷ്വൽ തുടങ്ങിയ പദങ്ങൾ. ഇവരിൽ ജീവശാസ്ത്രപരമായി ആണായി കണക്കാക്കപ്പെടുന്നവരും ജന്മനാ ഉഭയലൈംഗികരായവരും ഉൾപ്പെടുന്നു. നിർദ്ദിഷ്ട ലിംഗവിഭാഗത്തിൽ ജനിക്കുകയും വിപരീതമായ ലിംഗപദവി സുഖകരമായി അനുഭവപ്പെടുകയും ചെയ്യുന്ന വ്യക്തിത്വങ്ങളെയാണ് ട്രാൻസ്ജന്റുകൾ എന്നു വിവക്ഷിക്കുന്നത്. ട്രാൻസ്ജന്റർ ലിംഗമാറ്റശസ്ത്രക്രിയ നടത്തി സ്ത്രൈണ രൂപത്തിലാകുവാൻ താല്പര്യപ്പെടുന്നവരാണ്. ലിംഗമാറ്റ ശസ്ത്രക്രിയയെത്തുടർന്നുള്ള ഹോർമോൺ ചികിത്സയിലൂടെ സ്ത്രൈണത നിറഞ്ഞുതുളുമ്പി നില്ക്കുന്ന ശരീരത്തെ ഇക്കൂട്ടർ നിർമ്മിച്ചെടുക്കുന്നു ഇത്തരക്കാരെ ട്രാൻസ്സെക്ഷ്വൽസ് എന്നു പൊതുവേ വിളിക്കുന്നു. ബാഹ്യരൂപത്തിലും മാനസിക നിലയിലും സ്ത്രൈണത കൈവരിക്കുമ്പോഴും സ്ത്രീലിംഗ ശരീരത്തോടു ചേർന്നുള്ള ഗർഭപാത്രമില്ലാത്തതിനാൽ 'പ്രസവം' ഉൾപ്പെടെയുള്ള കാര്യങ്ങൾ ഇവർക്ക് നിർവ്വഹിക്കുവാനാകില്ല. കൃത്രിമമായി സ്ത്രീ ലൈംഗികാവയവം നിർമ്മിച്ചെടുക്കാമെങ്കിൽത്തന്നെയും ഗർഭപാത്രമില്ലാത്തതിനാൽ ട്രാൻസ്ജന്റുകൾക്ക് പ്രസവം സാദ്ധ്യമാവുകയില്ല. പ്രസ്തുത സന്ദർഭത്തിലാണ് ദമ്പതികളായി ജീവിക്കുന്ന ട്രാൻസ്ജന്റുകൾ കുട്ടികളെ ദത്തെടുത്ത് വളർത്തുന്നത്. ദമ്പതികളായും കുട്ടികളെ ദത്തെടുത്ത് കുടുംബമായും ജീവിക്കുവാനുള്ള നിയമപരമായ സാദ്ധ്യതകൾ കേരളത്തിൽ ട്രാൻസ്ജന്റുകൾക്ക് ലഭ്യമല്ല. അതുകൊണ്ടുതന്നെ ലിംഗമാറ്റ ശസ്ത്രക്രിയ നടത്തിയവരും നടത്താത്തവരും തങ്ങളുടെ പങ്കാളിയുമൊത്ത് ലിവിങ് ടുഗതർ റിലേഷനിൽ ജീവിക്കേണ്ടിവരുന്നു. കേരളത്തിലെ അവസ്ഥ ഇതാണെങ്കിൽ തമിഴ്നാട്ടിൽ ദമ്പതികളായി കഴിയുന്ന ട്രാൻസ്ജന്റുകൾക്ക് കുട്ടികളെ ദത്തെടുത്ത് വളർത്തുവാൻ കഴിയുന്നുണ്ട്. ചെന്നൈയിൽ സെമ്മൻചേരിയിൽ സ്വർണ്ണ- വീരദമ്പതികൾ കുട്ടിയെ ദത്തെടുത്ത് വളർത്തുന്നു. (പി അഭിജിത്ത്, *പച്ചക്കുതിര* 2014, ജനുവരി)

2

ട്രാൻസ്ജന്ററുകളും മതങ്ങളും

ട്രാൻസ്ജന്ററുകളെ പൊതുവേ 'നപുംസകങ്ങൾ' എന്ന സംബോധനയിൽ ഒതുക്കുവാൻ ഇന്ത്യൻ സമൂഹം ശ്രമിച്ചിരുന്നു. ഇത്തരം വ്യക്തിത്വങ്ങളെക്കുറിച്ചുള്ള വ്യക്തമായ അറിവുകൾ ഇതിഹാസങ്ങളിലും പുരാണങ്ങളിലുമുണ്ടായിരുന്നു. ആണിന്റെ ശരീരവും സ്ത്രീയുടെ മനസ്സുമുള്ള വ്യക്തിത്വമായി ആധുനികശാസ്ത്രം ഇവരെ നിർവ്വചിക്കുന്നുവെങ്കിൽ നൂറ്റാണ്ടുകൾക്കുമുമ്പേ എഴുതപ്പെട്ട *ബ്രഹ്മാണ്ഡപുരാണ*ത്തിൽ ട്രാൻസ്ജന്റർ – നിർവ്വചനം, ട്രാൻസ്ജന്ററുകളുടെ ജനനം എന്നിത്യാദികളെ വിശദീകരിക്കുന്നുണ്ട്. സ്ത്രീപുരുഷ സംയോഗത്തിൽനിന്ന് പുതിയൊരു ശിശു രൂപം കൊള്ളുന്നു. സ്ത്രീ പുരുഷ സംയോഗസമയത്തു സ്ത്രീയുടെ ഗർഭപാത്രത്തിൽ പ്രവേശിക്കുന്ന പുരുഷശുക്ലം സ്ത്രീഗർഭപാത്രത്തിലെ രക്തവുമായി കലർന്നാണ് ശിശു രൂപം കൊള്ളുന്നത്. *ബ്രഹ്മാണ്ഡപുരാണം* 48-ാം അദ്ധ്യായത്തിന്റെ വിശദീകരണ പ്രകാരം ഗർഭപാത്രത്തിനുള്ളിലെ ശുക്ല രക്തങ്ങളുടെ കലർപ്പിന്റെ തോതാണ് ഒരു ശിശുവിനെ സ്ത്രീലിംഗമായോ പുല്ലിംഗമായോ നപുംസകമായോ ക്രമപ്പെടുത്തുന്നത്. ശുക്ല-രക്തത്തിന്റെ കലർപ്പിൽ രക്തത്തിന്റെ അളവ് കൂടിയിരുന്നാൽ പെൺകുട്ടിയും ശുക്ലത്തിന്റെ അളവ് കൂടിയിരുന്നാൽ ആൺകുട്ടിയും ശുക്ലം-രക്തം തുല്യതയിൽ നിലനിന്നാൽ നപുംസകവും ജനിക്കുന്നു. *ബ്രഹ്മാണ്ഡപുരാണ*പ്രകാരം നപുംസകം ആൺ-പെൺ ജന്മം പോലെതന്നെ സ്വാഭാവികമായ പ്രക്രിയ തന്നെയാണ്. ഭാരതീയ പുരാണങ്ങളിൽ ട്രാൻസ്ജന്ററുകളുടെ ആദിരൂപം ശിവശക്തിയാണ്. അർദ്ധനാരീശ്വരരൂപമായ ശിവശക്തി സ്ത്രീ പുരുഷ സമന്വയമാണ്.

മഹാഭാരതം, രാമായണം തുടങ്ങിയ ഇതിഹാസ കാവ്യങ്ങളിൽ ട്രാൻസ്ജന്റർ പരാമർശങ്ങളും സാന്നിദ്ധ്യങ്ങളുമുണ്ട്. അവയിൽ പലതും പൊതുസമൂഹത്തിന് സാമാന്യമായി ധാരണയുള്ളതുമാണ്. *രാമായണ*ത്തിൽ പിതാവിന്റെ ആജ്ഞയനുസരിച്ച് പതിനാലുവർഷത്തെ വനവാ

സത്തിനു സീതാലക്ഷ്മണന്മാരുമായി രാമൻ പുറപ്പെടുമ്പോൾ അയോദ്ധ്യാ നിവാസികൾ സംഘമായി അവരെ പിന്തുടർന്നു. കാട്ടിലേക്കു പ്രവേശിക്കാറായപ്പോൾ എല്ലാവരെയും നോക്കി സ്ത്രീകളും പുരുഷന്മാരും കുട്ടികളും തിരിച്ചുപോകുവാനാവശ്യപ്പെടുകയും അവർ തിരിച്ചുപോവുകയും ചെയ്തുവെങ്കിലും ഒരു വിഭാഗം ആളുകൾ തിരിച്ചു പോകാതെ അവശേഷിച്ചു. സ്ത്രീകളിലും പുരുഷന്മാരിലും ഉൾപ്പെടാത്തവരായിരുന്നു അവർ. നിർബ്ബന്ധിച്ച് അവരെ തിരിച്ചയച്ച രാമൻ അനുഗ്രഹിക്കുകയും ചെയ്തു. അവരുടെ സാന്നിദ്ധ്യം എല്ലാകാര്യങ്ങളിലും മംഗളങ്ങൾ കൊണ്ടുവരുമെന്നുള്ള രാമന്റെ അനുഗ്രഹമാണ് ഇവരെ മംഗളകാര്യങ്ങൾക്കു ക്ഷണിക്കുവാൻ കാരണമായത്. *രാമായണ*ത്തിലേക്കാൾ കൂടുതൽ പ്രചാരം സൃഷ്ടിച്ചത് *മഹാഭാരത*ത്തിലെ ശിഖണ്ഡിയാണ്. ശിഖണ്ഡിയെന്നാൽ ആണും പെണ്ണും കെട്ടത് എന്നർത്ഥം. കാശിരാജാവിന്റെ പുത്രി അംബയുടെ പുനർജ്ജന്മമായ ശിഖണ്ഡി ആദ്യ ജന്മത്തിൽ തന്നെ അപമാനിച്ച ഭീഷ്മരെ വധിക്കുക എന്ന ലക്ഷ്യത്തിലാണ് ജീവിച്ചത്. കുരുക്ഷേത്രയുദ്ധത്തിൽ പാണ്ഡവരെ യുദ്ധത്തിന്റെ വിജയത്തിലേക്കു നയിച്ച ഘടകങ്ങളിലൊന്നായിരുന്നു ശിഖണ്ഡി. സ്വച്ഛന്ദമൃത്യു വരമായി ലഭിച്ച ഭീഷ്മരെ വധിക്കുവാൻ അർജ്ജുനൻ ശിഖണ്ഡിയെ മുൻനിർത്തി ഭീഷ്മരോട് യുദ്ധം ചെയ്യുന്നു. സ്ത്രീയോടും സ്ത്രൈണ സ്വഭാവമുള്ള പുരുഷനോടും യുദ്ധം ചെയ്യില്ലെന്നു പ്രതിജ്ഞയെടുത്തിരുന്ന ഭീഷ്മർ യുദ്ധം നിർത്തുമ്പോൾ അർജ്ജുനനും ശിഖണ്ഡിയും ഭീഷ്മരെ അമ്പെയ്ത് വീഴ്ത്തുന്നു. പാണ്ഡവരുമായി ആത്മബന്ധം പുലർത്തിയിരുന്ന ശിഖണ്ഡി അർജ്ജുന പുത്രനായ അഭിമന്യുവിന്റെ വിവാഹവേളയിൽ അവരെ ആശീർവദിക്കുവാൻ എത്തിയിരുന്നു.

മഹാഭാരത, രാമായണ കഥകളിൽ മംഗളകർമ്മങ്ങളിൽ പങ്കെടുത്ത് ട്രാൻസ്ജന്റർ അനുഗ്രഹിക്കുന്നത് ഒരു വിശ്വാസമായി മാറിയപ്പോൾ സമൂഹം അത് ഏറ്റെടുത്തു. ദക്ഷിണേന്ത്യൻ സംസ്ഥാനങ്ങളേക്കാൾ കൂടുതലായി ഉത്തരേന്ത്യൻ സംസ്ഥാനങ്ങളിലാണ് മംഗളകർമ്മങ്ങളിൽ അനുഗ്രഹം നല്കുന്നതിനായി ഇവരെ വിളിച്ചു വരുത്തുന്നത്. പ്രസാദത്തോടൊപ്പം ചെറിയൊരു തുകയും ഇതിലൂടെ അവർക്കു ലഭിക്കുന്നുണ്ട്. *മഹാഭാരത*ത്തിലെ ശിഖണ്ഡിയെക്കൂടാതെ ഇരാവാന്റെ കഥയിലും ട്രാൻസ്ജന്റർ സൂചനകളുണ്ട്. അർജ്ജുന പുത്രനായ ഇരാവാനെ ഭീഷ്മർ വധിക്കുവാനൊരുങ്ങുമ്പോൾ ഭീഷ്മർക്കു മുമ്പിൽ ഇരാവാൻ ഒരു നിബന്ധന വയ്ക്കുന്നു. വിവാഹിതനായി ഒരു നാൾ ജീവിക്കണമെന്നുള്ള ഇരാവാന്റെ ആഗ്രഹത്തെ ഭീഷ്മർ അനുവദിച്ചെങ്കിലും മരണത്തിലേക്കു യാത്രയാകുവാൻ നിന്ന ഇരാവാനെ സ്വീകരിക്കുവാൻ സ്ത്രീകൾ തയ്യാറാവാത്തതിനാൽ വിവാഹത്തിനു വധുവിനെ ലഭിച്ചില്ല. ആ സാഹചര്യത്തിൽ ശ്രീകൃഷ്ണൻ മോഹിനീ രൂപം ധരിച്ച് ഇരാവാന്റെ വധു ആയി ഇരാവാന്റെ ആഗ്രഹം സഫലീകരിക്കുന്നു.

പ്രാചീന ഇന്ത്യൻ നിയമഗ്രന്ഥമായ *മനുസ്മൃതി*, രതിശാസ്ത്ര ഗ്രന്ഥമായ *കാമസൂത്രം* തുടങ്ങിയവയിലും ട്രാൻസ്ജന്ററുകളെക്കുറിച്ചുള്ള പരാമർശങ്ങളുണ്ട്. ഇവരെ 'ക്ലീബൻ' എന്നു വിശേഷിപ്പിക്കുന്ന *മനുസ്മൃതി*

ഒട്ടും അനുഭാവ പൂർണ്ണമല്ലാത്ത നിലപാടുകളാണ് സ്വീകരിച്ചിരിക്കുന്നത്. ക്ലീബൻമാരെ മ്ലേച്ഛന്മാരായി പരിഗണിച്ചിരുന്ന *മനുസ്മൃതി* ഇത്തരക്കാരെ പരേതർക്കു വേണ്ടിയുള്ള ചടങ്ങുകൾ, ഹോമങ്ങൾ ഉൾപ്പെടെയുള്ള ആചാരങ്ങൾ തുടങ്ങിയവയിൽനിന്നും അകറ്റിനിർത്തണമെന്ന് നിഷ്കർഷിച്ചിരുന്നു. രതിശാസ്ത്രഗ്രന്ഥമായ *കാമസൂത്രത്തിൽ* വാത്സ്യായന മഹർഷി 'ഔപരിഷ്ടക' അദ്ധ്യായത്തിൽ സ്ത്രീ പുരുഷവിഭാഗത്തിൽനിന്നും വ്യതിരിക്തമായ തൃതീയപ്രകൃതി അഥവാ മൂന്നാം പ്രകൃതിയെക്കുറിച്ച് പ്രതിപാദിക്കുന്നു. വാത്സ്യായനൻ അവതരിപ്പിച്ച തൃതീയ പ്രകൃതി ട്രാൻസ്ജന്ററുകളെക്കുറിക്കുമ്പോൾ വർത്തമാനകാല സമൂഹം അവരെ തേഡ്ജെന്റർ എന്നു വിശേഷിപ്പിക്കുന്നു. തൃതീയ പ്രകൃതികളായ പുരുഷന്മാരെക്കുറിച്ച് വാത്സ്യായനൻ അവതരിപ്പിച്ച കാഴ്ചപ്പാടുകൾ എല്ലാം തന്നെ വർത്തമാനകാല സമൂഹത്തിലെ ട്രാൻസ്ജന്ററുകളിൽ പ്രകടമാണ്. തൃതീയ പ്രകൃതിയായ പുരുഷന്മാർ സ്ത്രീയുടെ രൂപത്തിലുള്ളവരോ സ്ത്രീകളുടെ വേഷം ധരിക്കുന്നവരോ സ്ത്രീകൾ പുരുഷന്മാരുടെ വേഷം ധരിക്കുന്നവരോ ആയിരിക്കും.

ഭിന്നവർഗ്ഗ ലൈംഗികതയിലെ രതിക്രീഡകളെ പ്രതിപാദിക്കുന്ന *കാമസൂത്രം* വദനസുരതവേഴ്ചകളെ വിശദീകരിക്കുന്നയിടത്ത് സ്ത്രീ–പുരുഷ ബന്ധങ്ങളിൽനിന്നും ഭിന്നമായ താല്പര്യങ്ങൾ പുലർത്തുന്നവരുടെ രതിതാല്പര്യങ്ങളുടെ വിശദീകരണത്തോടൊപ്പമാണ് നപുംസകങ്ങളെക്കുറിച്ചുള്ള പ്രതിപാദനം നടത്തുന്നത്. സ്ത്രൈണതയും പൗരുഷവും ഒരു ശരീരത്തിനുള്ളിൽ സമ്മേളിച്ചു സംഘർഷാവസ്ഥയിലാകുന്ന ട്രാൻസ്ജന്ററുകളെക്കുറിച്ച് ഇസ്ലാമിക കർമ്മ ശാസ്ത്രഗ്രന്ഥങ്ങൾ വിശദമായ പ്രതിപാദനങ്ങൾ നടത്തുന്നു. കർമ്മശാസ്ത്രത്തിൽ 'ഖുൻസ' എന്നു ഇവരെ നാമകരണം ചെയ്തിരിക്കുന്നു. ആണും പെണ്ണുമല്ലാത്ത അവസ്ഥയിലുള്ളവരുടെ കൂടെയാണ് ഖുൻസകളെ ഉൾപ്പെടുത്തിയിരിക്കുന്നത്. സ്ത്രീ–പുരുഷന്മാരുടെ ജീവിത, അവകാശ നിർണ്ണയങ്ങളിൽ വ്യക്തത വരുത്തിയ ഇസ്ലാംമതം ഇത്തരക്കാരെ സംബന്ധിച്ചും സൂക്ഷ്മമായ വിലയിരുത്തലുകൾ നടത്തിയിട്ടുണ്ട്. പ്രകടമായ സ്ത്രൈണ–പൗരുഷഭാവങ്ങൾ ദൃശ്യമല്ലാത്തവരെയാണ് ഇസ്ലാമിക കർമ്മശാസ്ത്രത്തിൽ ഖുൻസ(നപുംസകം)യായി പരിഗണിച്ചിരിക്കുന്നത്. അവരെ രണ്ടായി വിഭജിക്കാം ഒന്ന്, സ്ത്രീ പുരുഷ ലൈംഗിക സാമ്യതയുള്ളവർ, രണ്ട് എതിർലിംഗത്തിനൊന്നിനോടും സാദൃശ്യപ്പെടാതെ വിസർജ്ജ്യാവശ്യങ്ങൾക്കു ദ്വാരം മാത്രമുള്ളവർ. പ്രസ്തുത വിഭജനത്തിലൂടെ നപുംസകങ്ങളെ പ്രകട നപുംസകങ്ങളെന്നും ഗുപ്ത നപുംസകങ്ങളെന്നും വിലയിരുത്തുന്നു. നപുംസകമായ വ്യക്തിക്ക് തന്റെ ലൈംഗിക താല്പര്യം പുരുഷനോടാണെങ്കിൽ ആ നപുംസകത്തെ സ്ത്രീയായും സ്ത്രീയോട് താല്പര്യം തോന്നുന്ന വ്യക്തിയെ പുരുഷനായും പരിഗണിക്കുകയും അത്തരക്കാർക്ക് സ്വാഭാവികമായ കുടുംബ–വിവാഹ–ദാമ്പത്യബന്ധങ്ങൾ ആകാമെന്നും ഇസ്ലാം മതം പറയുന്നു. തന്റെ സ്വത്വം വെളിപ്പെടുത്തുന്ന, ലൈംഗികതാല്പര്യം തുറന്നു പ്രകടിപ്പിക്കുന്ന നപുംസകങ്ങളെയാണ് പ്രകടനപുംസകങ്ങൾ എന്നു വിളിക്കുന്നത്. ഇത്തരം വ്യക്തിത്വങ്ങളെ

ലൈംഗിക താല്പര്യത്തിന്റെ അടിസ്ഥാനത്തിൽ സ്ത്രീ/പുരുഷൻ എന്ന നിർമ്മിതി മാതൃകയിലേക്കു പരിവർത്തിപ്പിക്കുകയാണ് ഇസ്ലാം മതം ചെയ്യുന്നത്. ലിംഗനിർണ്ണയം സാദ്ധ്യമാകാത്ത വിസർജ്ജന പ്രക്രിയ കൾക്കു ചെറിയ ദ്വാരങ്ങൾ മാത്രമുള്ളവരെ ഗുപ്ത നപുംസകങ്ങളായി ഗണിച്ചുവരുന്നു. ഗുപ്ത നപുംസകങ്ങളുടെ ലിംഗനിർണ്ണയം സാദ്ധ്യമാ കാത്ത അവസ്ഥയിൽ നപുംസകത്തിന്റെ വെളിപ്പെടുത്തലുകളെ ആശ്ര യിച്ച് അവരെ വിലയിരുത്തേണ്ടിവരും. സാധാരണ സ്ത്രീ/പുരുഷന്റെ അവസ്ഥയിലേക്കു പരിവർത്തിക്കപ്പെടുന്ന നപുംസകത്തിനു ഏതുലിംഗ വിഭാഗത്തിലാണോ അംഗീകാരം ലഭിക്കുന്നത് ആ വിഭാഗത്തിന്റെ മതാ നുശാസനങ്ങളെ സ്വീകരിക്കുകയും പിന്തുടരുകയും ചെയ്യേണ്ടിവരും. ഇത്തരക്കാർക്കു സ്വാഭാവിക കുടുംബ-ദാമ്പത്യബന്ധങ്ങളും അനുവദ നീയമാണെന്നു ഇസ്ലാം കർമ്മശാസ്ത്രങ്ങൾ പറയുന്നു. സാഹചര്യങ്ങ ളുടേയോ വ്യക്തികളുടേയോ പ്രസ്ഥാനങ്ങളുടേയോ ഭാഗമായി നപും സകം നടത്തുന്ന വെളിപ്പെടുത്തലുകളെ അംഗീകരിക്കാത്ത ഇസ്ലാം മതം ഗുപ്ത നപുംസകങ്ങളുടെ വിവാഹത്തിനു സാദ്ധ്യതകളും നല്കുന്നില്ല. ട്രാൻസ്ജന്ററുകൾ ലിംഗമാറ്റശസ്ത്രക്രിയ നടത്തുന്നത് വർത്തമാനകാ ലത്ത് വർദ്ധിച്ചുവരുന്നുവെങ്കിലും ഇസ്ലാം മതത്തിൽ ലിംഗമാറ്റം നിഷി ദ്ധമാണ്.

ഏതൊരു വ്യക്തിയുടെയും പ്രധാന ആകാംക്ഷ ട്രാൻസ്ജന്ററുക ളുടെ ശരീര പ്രകൃതിയെക്കുറിച്ചും അവരുടെ ലൈംഗിക പ്രക്രിയ കളെക്കുറിച്ചുമായിരിക്കും. പ്രാചീന മത ഗ്രന്ഥങ്ങളും നിയമ ഗ്രന്ഥങ്ങളും ട്രാൻസ്ജന്റർ പരാമർശങ്ങൾ നടത്തിയത് വാസ്തവമായിരിക്കുമ്പോഴും ഇന്ത്യയിലെ മതാചാര്യന്മാരും മതവിശ്വാസികളും മനുഷ്യത്വപരമായ പരി ഗണനകൾ ഇവർക്കു നല്കുന്നില്ല. തിരുവനന്തപുരം സ്വദേശിയായ ട്രാൻസ്ജന്റർ സൂര്യയുടെ വാക്കുകളിൽ

> നെടുമങ്ങാട് പ്രൈമറി സ്കൂളിൽ ഒരു പ്രോഗ്രാമിന് ഉദ്ഘാടനച്ചട ങ്ങിനു എന്നെ ക്ഷണിച്ചു. അതിൽ പങ്കെടുക്കാൻ എത്തിയ എന്നോടൊപ്പം വേദി പങ്കിടുകയില്ലെന്നു പറഞ്ഞ് ഒരു ക്രിസ്ത്യൻ പുരോഹിതൻ വാശിപിടിച്ചത് എന്നെ വേദനിപ്പിച്ചു. ഞാനൊരു ട്രാൻസ്ജന്ററായതുകൊണ്ടാണ് ആ ക്രിസ്ത്യൻ പുരോഹിതൻ എന്നെ അംഗീകരിക്കാത്തത്. എന്റെ ജീവിതത്തിൽ ഞാനനുഭവിച്ച ഏറ്റവും വലിയ വേദനകളിലൊന്നാണത്.

ക്രിസ്തുമതം ഗേ/ലെസ്ബിയൻ/ട്രാൻസ്ജന്ററുകൾ എന്നിവരോട് അതിക്രൂരമായ നിലപാടുകൾ പുലർത്തി അവരുടെ മനുഷ്യാവകാശങ്ങ ളെത്തന്നെ ഇല്ലായ്മ ചെയ്യുന്നു. ഇസ്ലാം മതവും ഹിന്ദുമതവും ക്രിസ്തീയ സഭകളുടെ നിലപാടുകളിൽനിന്നും ഒട്ടും ഭിന്നമല്ല. ഭിന്നവർഗ്ഗ ലൈംഗി കതയുടെ സ്ഥാപനങ്ങളെ സംരക്ഷിച്ചു പിടിച്ച് "മതവിശ്വാസ"ത്തിന്റെ വ്യാപനത്തിനുമാത്രം പരിശ്രമിക്കുന്ന ജാതി-മത സ്ഥാപനങ്ങൾ എല്ലാം തന്നെ ട്രാൻസ്ജന്റർ ഉൾപ്പെടെയുള്ള ലൈംഗിക ന്യൂനപക്ഷങ്ങളെ അടി ച്ചമർത്തിക്കൊണ്ടിരിക്കുന്നു.

3

സമൂഹം, ജീവിതം, സംസ്കാരം

പൊതുസമൂഹത്തിൽനിന്നും പുറന്തള്ളപ്പെടുന്ന, ക്രൂരമായി പീഡിപ്പിക്കപ്പെടുന്ന ട്രാൻസ്ജന്ററുകൾ പലായനം നടത്തി തങ്ങളുടെ വർഗ്ഗക്കാർ കൂട്ടമായി താമസിക്കുന്ന ബാംഗ്ലൂർ, മുംബൈ, ഡൽഹിപോലെയുള്ള മെട്രോസിറ്റികളിലെത്തുന്നു. സിറ്റികളോടനുബന്ധിച്ചുള്ള പ്രാന്തപ്രദേശങ്ങളിലാണ് ഇവർ സംഘം ചേർന്നു താമസിക്കുന്നത്. തങ്ങളുടെ കൂട്ടത്തിലേക്ക് പുതിയതായി ഏതു വ്യക്തിയെത്തിയാലും അവരെ സഹർഷം സ്വാഗതം ചെയ്യും. മുഖ്യധാരാ സമൂഹത്തിൽനിന്നും അകറ്റി നിർത്തപ്പെട്ട ട്രാൻസ്ജന്ററുകൾ നിർമ്മിച്ചെടുത്ത സാമൂഹ്യ-ആചാര്യ സംവിധാനക്രമങ്ങൾ സവിശേഷമായ അധികാരഘടനകളും വ്യക്തിബന്ധങ്ങളും നിലനിർത്തുന്നു. അവയെ അംഗീകരിക്കുന്ന ട്രാൻസ്ജന്ററുകൾക്കുമാത്രമേ ആ സമൂഹത്തിൽ ജീവിക്കുവാൻ കഴിയുകയുള്ളു. ഒരു വ്യക്തിക്ക് ട്രാൻസ്ജന്റർ സമൂഹത്തിന്റെ ഭാഗമായി ജീവിക്കുന്നതിന് ആ സമൂഹത്തിലെ ഏതെങ്കിലുമൊരു വ്യക്തി 'മകൾ' ആയി അയാളെ സ്വീകരിക്കണം. ഈ സംവിധാനത്തിലൂടെ സ്വീകരിക്കുന്ന വ്യക്തി ഗുരു (അമ്മ) വായും സ്വീകരിക്കപ്പെടുന്ന വ്യക്തി ചേല (മകൾ) യായും മാറുന്നു.

പ്രത്യേക ജാതികളായി വേർതിരിയാത്ത, ഒറ്റ സമൂഹമായി കഴിയുന്ന ട്രാൻസ്ജെന്ററുകൾക്കിടയിൽ ഏഴുഗോത്രങ്ങളുണ്ട്. ഇവയെ വീടുകൾ, ഘരാനകൾ എന്നിങ്ങനെയും വിളിക്കാറുണ്ട്. ഏഴു ഘരാനകളിൽ ഏതിൽനിന്നും ട്രാൻസ്ജെന്ററിനു തന്റെ ഗുരുവിനെ തെരഞ്ഞെടുക്കാവുന്നതാണ്. ഓരോ ഘരാനയ്ക്കും അധികാരകേന്ദ്രമായി, തലപ്പത്ത് ഓരോ നേതാവുണ്ടാകും. നേതാവിനെ 'നായക്' എന്നാണ് സംബോധന ചെയ്യുന്നത്. ഹിജഡകൾക്കുള്ളിലെ പ്രശ്നങ്ങൾക്കു പരിഹാരങ്ങൾ കണ്ട് തീർപ്പുകല്പിക്കുന്നതും ഗോത്രത്തെ സംബന്ധിച്ചുള്ള സുപ്രധാന തീരുമാനങ്ങളെടുക്കുന്നതും നായക് ആണ്. വിശേഷാൽ അവസരങ്ങ

ളിലും സുപ്രധാന തീരുമാനങ്ങളെടുക്കേണ്ട സന്ദർഭങ്ങളിലും ഓരോ ഘരാനയിലും 'പൊതുയോഗം' വിളിച്ചു ചേർക്കാറുണ്ട്. 'ജമാ അത്ത്' എന്നറിയപ്പെടുന്ന ഈ യോഗത്തിൽ ട്രാൻസ്ജെന്ററുകൾ എല്ലാവരും നിർബ്ബന്ധമായും പങ്കെടുക്കുന്നു. പുതിയ ചേലകളെ തെരഞ്ഞെടുക്കുന്നതും പ്രശ്നങ്ങൾക്ക് പരിഹാരം കാണുന്നതും ജമാ അത്തിലാണ്. ട്രാൻസ്ജന്ററുകളിലൊരാൾ അവരുടെ സമൂഹത്തിന്റെ ഭാഗമായി മാറുന്നതിനായി, ഒരു ചേലയെ സ്വീകരിക്കുന്നതിനായി അത് ജമാ അത്തിന്റെ മുമ്പിൽ അവതരിപ്പിക്കുകയും ജമാ അത്തിന്റെ അംഗീകാരങ്ങൾ നേടുകയും വേണം. ഏതു വ്യക്തിയാണ് ചേലയെ തെരഞ്ഞെടുക്കുന്നതെന്നും ആരാണ് ചേലയായി മാറുന്നതെന്നുമുള്ള പ്രഖ്യാപനം ജമാ അത്തിൽ വെച്ച് നായക് ആണു നിർവ്വഹിക്കുന്നത്. ഒരു വ്യക്തിയെ ചേലയായി പ്രതിഷ്ഠിക്കുന്ന കർമ്മത്തെ 'റീത്ത്' എന്നാണ് വിശേഷിപ്പിക്കുന്നത്. ചേലയായി മാറുന്ന വ്യക്തി ഗുരുവിന്റെ ശുശ്രൂഷകൾ ബഹുമാനപുരസ്സരം നടത്തിക്കൊടുക്കേണ്ടതുണ്ട്.

മുഖ്യധാരാ സമൂഹത്തിലെ കുടുംബ സംവിധാന വ്യവസ്ഥയിൽ മുത്തച്ഛൻ, മുത്തശ്ശി, അച്ഛൻ, അമ്മ, മകൾ, മകൻ, ചെറുമകൻ എന്നിങ്ങനെ ബന്ധങ്ങൾ കണ്ണിചേരുന്നതിനു സമാന്തരമായി ട്രാൻസ്ജന്ററുകളുടെ ഗൃഹത്തിലും ബന്ധങ്ങളുണ്ട്. ബാബുദാദി (മുതു മുത്തശ്ശിയുടെ ഗുരു), ദാദാഗുരു (മുത്തശ്ശിയുടെ ഗുരു), നാനാഗുരു (ഗുരുവിന്റെ ഗുരു), ഗുരു (അമ്മ), കാലാഗുരു (ഗുരുവിന്റെ സഹോദരി), ഗുരുബായി (സഹോദരി) ബഡാഗുരുഭായി (മൂത്തസഹോദരി), ഛോട്ടാഗുരുഭായി (ഇളയ സഹോദരി), ചേല(മകൾ), നാട്ടിചേല (കൊച്ചുമകൾ), ചാന്ദി ചേല (കൊച്ചുമകളുടെ മകൾ), സാദക് നാട്ടി (കൊച്ചുമകളുടെ മകളുടെ മകൾ). ഓരോ ചേലയ്ക്കും സ്വന്തം ഗൃഹത്തിൽ നിന്നു കൂറുമാറുവാനും പുതിയ ഗുരുവിനെ തെരഞ്ഞെടുക്കുവാനുമുള്ള അനുവദനീയമായ സ്വാതന്ത്ര്യങ്ങളുണ്ട്. മുംബൈയിലും ഡൽഹിയിലും ബാംഗ്ലൂരിലും ഒക്കെ നിലനില്ക്കുന്ന ട്രാൻസ്ജെന്റർ സമൂഹത്തിലെ സമ്പ്രദായങ്ങൾ ഓരോ പ്രദേശത്തിന്റെ അടിസ്ഥാനത്തിലും വ്യത്യാസപ്പെട്ടിരിക്കും.

മുംബൈയിലെ ഗുരു - ചേല സമ്പ്രദായമല്ല തമിഴ്നാട്ടിലുള്ളത്. അമ്മ, പെൺമക്കൾ അവരുടെ പെൺമക്കൾ എന്നക്രമത്തിൽ ട്രാൻസ്ജന്ററുകളുടെ ബന്ധം നീണ്ടുപോകുന്നു. ട്രാൻസ്ജന്ററുകളുടെ പ്രത്യേക വാസസ്ഥലത്തിനുപുറത്ത് താമസിക്കുന്ന ട്രാൻസ്ജന്ററുകളും ഹിജഡ സംസ്കാരത്തെ അനുവർത്തിച്ചു ജീവിക്കുന്നവരാണ്. നമ്മുടെ സംസ്ഥാനമായ കേരളത്തിലും ഗുരുചേല സമ്പ്രദായം ട്രാൻസ്ജന്ററുകൾ പിന്തുടർന്നുതന്നെയാണ് ജീവിക്കുന്നത്. തിരുവനന്തപുരം സ്വദേശിയായ സൂര്യയുടെ വീട്ടിൽ ഗുരുവായ ഹരിണി അമ്മയുണ്ട്. സൂര്യക്കും ചേലകളുണ്ട്. സൂര്യക്ക് അമ്മയും മക്കളുമുള്ളപ്പോൾ ഹരിണിക്ക് മക്കളും ചെറുമക്കളും അടങ്ങുന്ന ഒരു സമ്പ്രദായം അതിലളിതമായി അവർക്കിടയിൽ നടത്തപ്പെടുന്നു. ട്രാൻസ്ജന്ററുകളുടെ ആരാധനമൂർത്തിയായ

സന്തോഷിമാതയുടെ ചിത്രം (കോഴിയുടെ മുകളിൽ ഇരിക്കുന്ന ദേവത) കേരളത്തിലെ പല ട്രാൻസ്ജന്ററുകളുടേയും പൂജാമുറിയിൽ പ്രതിഷ്ഠിക്കപ്പെട്ടിട്ടുണ്ട്.

പൊതുസമൂഹത്തിന്റെ നീതിശാസ്ത്രങ്ങൾക്കു ദഹിക്കാത്തതായ ഒട്ടനവധി ശീലങ്ങളുടെ, സമ്പ്രദായങ്ങളുടെ ഒരു സംഘാതമാണ് ട്രാൻസ്ജന്റർ സംസ്കാരത്തിലുള്ളത്. കർക്കശമായ അത്തരം ശീലങ്ങളാണ് ട്രാൻസ്ജന്റർ സമൂഹത്തെ മുമ്പോട്ടു നയിക്കുന്നത്. വ്യത്യസ്ത ജാതി, മതങ്ങളിൽപെട്ടവർ ആ സമൂഹത്തിന്റെ ഭാഗമാകുന്നതിൽ പ്രത്യേകിച്ചു പ്രശ്നങ്ങൾ ഒന്നും തന്നെയില്ല. ജാതി മത വ്യത്യാസങ്ങൾ, സാമ്പത്തിക നിലകൾ എന്നിവയൊന്നും പ്രത്യേകം പരിഗണിക്കപ്പെടുന്നില്ല. മുഖ്യധാരാ സമൂഹം അരികുവല്കരണം നിർവ്വഹിച്ച ട്രാൻസ്ജന്ററുകളുടെ സുരക്ഷയും സംരക്ഷണവും നിലനില്പും ക്രമീകരിക്കപ്പെട്ടിരിക്കുന്നത് അവരുടെ സംസ്കാരത്തിന്റെ അടിത്തറയിലാണ്.

4

ജീവിത ആചാരങ്ങൾ- ഹൽദിമെഹന്തിയും ജൽസയും

ട്രാൻസ്ജെന്റർ സമൂഹത്തിന്റെ ഭാഗമാകുവാൻ എത്തുന്ന വ്യക്തിയെ ചേലയായി സ്വീകരിക്കുന്ന ഗുരു തുടർന്നുള്ള കാലയളവിൽ ചേലയുടെ പ്രവർത്തനങ്ങൾ നിരീക്ഷിച്ച് തൃപ്തിപ്പെട്ടാൽ ചേലയെ 'നിർവ്വാണി'നുവേണ്ടി തിരഞ്ഞെടുക്കുന്നു. പുരുഷശരീരത്തെ സ്ത്രൈണതയിലേക്കു പരുവപ്പെടുത്തുന്നതിനുവേണ്ടി പുരുഷലൈംഗികാവയവത്തെ ഛേദിച്ചുകളഞ്ഞ് സ്ത്രീയാക്കി മാറ്റുന്നതാണ് നിർവ്വാൺ. രണ്ടു രീതിയിലാണ് നിർവ്വാൺ നടത്തുക. ഒന്ന് ഏതെങ്കിലും ഹോസ്പിറ്റലുകളിൽ സർജറിയിലൂടെ ലിംഗഛേദനം നടത്തുക. രണ്ടാമത്തേത് ലിംഗഛേദനം നടത്താൻ സവിശേഷ പരിശീലനം ലഭിച്ചിട്ടുള്ള ഏതെങ്കിലും ട്രാൻസ്ജെന്ററിന്റെ കീഴിൽ അത് നടത്തിയെടുക്കുക. ഇങ്ങനെ നടത്തുന്ന നിർവ്വാണിനെ 'തായമ്മ നിർവ്വാൺ' എന്നാണ് പൊതുവേ വിളിക്കുന്നത്. ആധുനികസമൂഹത്തിനു തികച്ചും പ്രാകൃതമെന്നു തോന്നിപ്പിക്കുന്ന രീതിയിലാണ് തായമ്മ നിർവ്വാണിൽ പുരുഷ ലൈഗികാവയവം നീക്കം ചെയ്യപ്പെടുന്നത്. ഷണ്ഡീകരണമെന്നു പൊതുസമൂഹം വിലയിരുത്തുന്ന ലിംഗ - വൃഷണ ഛേദനം തായമ്മ നിർവ്വാണിലൂടെ നടത്തപ്പെടുമ്പോൾ അതിൽ ചേലയുടെ മരണസാദ്ധ്യതകൾ വളരെക്കൂടുതലാണ്. ചേലയുടെ ആഗ്രഹങ്ങൾ ചോദിച്ചറിഞ്ഞ് നടത്തിക്കൊടുക്കുകയും ചേലയെ തായമ്മ നിർവ്വാണിനു മാനസികമായി ശക്തിപ്പെടുത്തുകയും ചെയ്യുന്നു. ലിംഗഛേദനം നടത്തി പരിചയമുള്ള തായമ്മ പാലിൽ മുക്കി തിളപ്പിച്ചെടുത്ത കത്തിയെടുത്ത് ലിംഗ - വൃഷണങ്ങൾ നീക്കം ചെയ്യുന്നു. മുറിവുണങ്ങുന്നതിനായി പച്ചമരുന്നുകൾ പ്രയോഗിക്കുന്നു. നിരവധി ദിവസങ്ങളിലെ കരുതലും ശ്രദ്ധയും ജീവിതചര്യകളും വിശ്രമവും നല്കി തായമ്മ നിർവ്വാൺ നടത്തിയ ചേലയ്ക്ക് ആരോഗ്യം വീണ്ടെടുത്തു നല്കുകയും തുടർന്ന് ചേലയിൽ സ്ത്രൈണതയുടെ മാറ്റങ്ങൾ

പ്രകടമാകുകയും ചെയ്യും. മുൻകരുതലുകളൊന്നുമില്ലാതെ നടത്തുന്ന തായമ്മ നിർമ്മാൺ അത്യന്തം അപകടകരമാണ്. ഇപ്പോൾ കൂടുതൽപേരും ഹോസ്പിറ്റലുകളിലെ സർജറി തന്നെയാണ് സ്വീകരിക്കുന്നത്. സർജറിയെ സംബന്ധിച്ചിടത്തോളം പ്രാധാന്യമർഹിക്കുന്നത് ട്രാൻസ്ജന്ററിന്റെ ലിംഗമാറ്റശസ്ത്രക്രിയയോടുള്ള താല്പര്യവും ധൈര്യവും ശാരീരികമായുള്ള ആരോഗ്യവുമാണ്. ഇതിനായി ഹോസ്പിറ്റലിൽ ഡോക്ടറെ സമീപിച്ചെങ്കിലും ഓപ്പറേഷൻ സമയത്തു തനിക്ക് ഫിറ്റ്സ് വരുമെന്നുള്ള ഭയത്തിൽ ഡോക്ടർ തിരിച്ചയച്ചതായി തന്റെ ആത്മകഥയിൽ ജെറീനയെന്ന ട്രാൻസ്ജന്റർ വ്യക്തമാക്കുന്നുണ്ട്. എന്നാൽ രേവതിയെപ്പോലുള്ളവർ തിമിഴ്നാട്ടിലെ ഹോസ്പിറ്റലിൽ ലിംഗമാറ്റ ശസ്ത്രക്രിയ വിജയകരമായി നടത്തിയിട്ടാണ് ഈ സമൂഹത്തിൽ വർഷങ്ങളായി ജീവിക്കുന്നത്.

ലിംഗമാറ്റശസ്ത്രക്രിയ നടത്തിയ ട്രാൻസ്ജന്ററെ 'അവൾ' ആക്കി മാറ്റുന്ന ചടങ്ങാണ് ഹൽദിമെഹന്തി. ട്രാൻസ്ജന്ററുകളുടെ ജീവിതത്തിലെ പൂക്കാലമായ ഹൽദിമെഹന്തി (മൈലാഞ്ചിയിടൽ) നാല്പതു നാൾ ആഘോഷമായി നീണ്ടുനില്ക്കുന്ന ചടങ്ങുകളാണ്. ലിംഗമാറ്റ ശസ്ത്രക്രിയയ്ക്കു ശേഷമുള്ള നാല്പതു ദിവസങ്ങളിൽ പാലും പഴങ്ങളും കഴിക്കുന്നതിന് അവർക്ക് വിലക്കുണ്ട്. അതേസമയം ചപ്പാത്തി, പാവയ്ക്ക, ആട്ടിൻസൂപ്പ്, ആടിന്റെ തല കറി വെച്ചത് എന്നിവ നിർബ്ബന്ധമായും കഴിച്ചിരിക്കണം. നാല്പതു ദിവസം നീണ്ടുനില്ക്കുന്ന ആഘോഷ ചടങ്ങുകൾക്കിടയിൽ പന്ത്രണ്ടാം നാൾ ഒന്നാം ആചാരക്കുളിയും ഇരുപതാം നാൾ രണ്ടാമത്തെ ആചാരക്കുളിയും നടത്തുന്നു. ഈ രണ്ടു നാളുകളിലും ട്രാൻസ്ജന്ററുകൾ നിർവ്വാൺ നടത്തിയവരുടെ തലവഴി വെള്ളം ഒഴിച്ചുകുളിപ്പിക്കുന്നു. കൂട്ടത്തിലുള്ളവർ അവരുടെ ദേഹത്ത് മഞ്ഞൾ തേക്കുകയും വായിൽ മധുരം നിറച്ചുകൊടുക്കുകയും ചെയ്യുന്നു. നിർവ്വാൺ നടത്തിയവർക്കു ഗോതമ്പ്, പഞ്ചസാര, നെയ്യ്, തേയില തുടങ്ങിയവ സമ്മാനിക്കുകയും ചെയ്യാറുണ്ട്.

നാല്പതാം ദിവസം അർദ്ധരാത്രിയിലാണ് ജൽസ ചടങ്ങുകൾ ആരംഭിക്കുന്നത്. ജൽസയിൽ പങ്കെടുക്കുന്നതിനായി സമീപ സ്ഥലങ്ങളിൽ നിന്നും ട്രാൻസ്ജെന്ററുകൾ എത്തുകയും നിർവ്വാൺ നടത്തിയവർക്കു സമ്മാനങ്ങൾ നല്കുകയും ചെയ്യുന്നു. സമ്മാനങ്ങളിൽ ഭൂരിപക്ഷവും വസ്ത്രങ്ങളും മേക്കപ്പ് സാധനങ്ങളുമായിരിക്കും. നിർവ്വാൺ നടത്തിയവരെ മുറ്റത്തു പ്രത്യേകം തയ്യാറാക്കിയ പന്തലിൽ മഞ്ഞൾ തേച്ചു കുളിപ്പിച്ച് മുറിക്കുള്ളിൽ കൊണ്ടുപോയി പച്ചനിറത്തിലുള്ള വസ്ത്രങ്ങൾ ധരിപ്പിക്കുകയും തുടർന്ന് മുഖം തുണികൊണ്ടു മൂടി തലയിൽ പാൽ നിറച്ച കുംഭവുമായി പുറത്തേക്ക് ആനയിക്കുകയും ചെയ്യുന്നു. ഈ പാൽ സമീപത്തെ പുഴയിലോ കിണറ്റിലോ ഒഴുക്കിയതിനുശേഷം നിർവ്വാൺ നടത്തിയ ചേല തന്റെ നഗ്നത ഒരു പച്ചമരത്തിനു മുമ്പിൽ പ്രദർശിപ്പിക്കുന്നു. അതിനുശേഷം മുഖത്തെ തുണിമാറ്റി ഗുരു കണ്ണാടി കാണിക്കും. ഈ

ചടങ്ങോടുകൂടി ചേല ഒരു സ്ത്രീയായി മാറ്റപ്പെടുന്നു. ട്രാൻസ്ജെന്ററുകളുടെ കുലദേവതയായ സന്തോഷിമാതയുടെ ചിത്രത്തിനു മുമ്പിൽ വെച്ചാണ് 'കണ്ണാടി കാണിക്കൽ' ചടങ്ങ് നടത്തപ്പെടുന്നത്. നിർവ്വാണിനു ശേഷമുള്ള നാല്പതു നാൾ ചേലയ്ക്ക് കണ്ണാടി നോക്കുവാനുള്ള അനുവാദമില്ല. ജൽസ ചടങ്ങിലാണ് ചേല കണ്ണാടി കാണുന്നതും. അതിനു ശേഷം സന്തോഷിമാതായുടെ മുമ്പിൽ വെച്ചിട്ടുള്ള പഴവർഗ്ഗങ്ങൾ, വറുത്ത പലഹാരങ്ങൾ, മധുര പലഹാരങ്ങൾ എന്നിവയിൽനിന്നും 'ചേല' ഇഷ്ടമുള്ളത് എടുത്തു കഴിച്ചതിനുശേഷം ബാക്കിയുള്ളവ ചടങ്ങിനെത്തിയവർക്കു പ്രസാദമായി നല്കുന്നു. ആദ്യം തെരഞ്ഞെടുക്കുന്ന ഭക്ഷണ പദാർത്ഥത്തെ ആശ്രയിച്ചാണ് ഭാവിയുടെ തീരുമാനം എന്ന വിശ്വാസം ഇവർക്കിടയിൽ നിലനില്ക്കുന്നു. അതിൻപ്രകാരം പഴങ്ങളോ മധുര പലഹാരങ്ങളോ കഴിക്കുന്നവർക്കു ഭാവി സന്തോഷപൂർണ്ണമായിരിക്കുമെന്നു ഹിജഡകൾ പൊതുവേ വിശ്വസിക്കുന്നു. ചടങ്ങിനെത്തുന്ന മുതിർന്ന ട്രാൻസ്ജന്ററിൽനിന്നും അനുഗ്രഹം തേടുന്നു. അനുഗ്രഹം നല്കുന്ന അവർ ചിട്ടപ്രകാരമുള്ള ആ സമൂഹത്തിന്റെ ജീവിതസമ്പ്രദായത്തെക്കുറിച്ച് വിശദമായി ചേലകളെ പഠിപ്പിക്കുന്നു. പുലർച്ചയോടുകൂടി ജൽസ ചടങ്ങുകൾ അവസാനിക്കുകയും എല്ലാവരും അവരവരുടെ താമസസ്ഥലങ്ങളിലേക്ക് മടങ്ങുകയും ചെയ്യുന്നു. ജൽസയ്ക്കുശേഷം ട്രാൻസ്ജന്ററുകൾക്ക് അവരുടെ സമൂഹത്തിന്റേതായ സ്വാതന്ത്ര്യങ്ങൾ ലഭിക്കുന്നു.

5

ആഘോഷങ്ങളും വിനോദങ്ങളും

ഹിജഡകളുടെ ആരാധനാമൂർത്തി ബഹുചരിമാതയാണ്. ഗുജറാത്തിലെ ഒരു രാജാവിന് മയിലിനെ വാഹനമാക്കിയ ഒരു ദേവതയോട് പ്രണയമുണ്ടാവുകയും അവരെ വിവാഹം കഴിക്കുവാൻ താല്പര്യപ്പെടുകയും ചെയ്തു. നിത്യകന്യകയായി ജീവിക്കുവാനാഗ്രഹിച്ച ദേവത രാജാവിന്റെ ശല്യം സഹിക്കാതെ രാജാവിനോട് താൻ ചൂണ്ടിക്കാണിക്കുന്ന കുളത്തിൽ മുങ്ങി നിവരുവാൻ ആവശ്യപ്പെട്ടു. വളരെ നിസ്സാരമെന്നു കരുതി കുളത്തിൽ മുങ്ങി നിവർന്ന രാജാവ് രൂപഭാവങ്ങൾ മാറി നപുംസകമായി. ദുഃഖിതനായ രാജാവിനെ പിന്തുടർച്ചക്കാർ വന്നുചേരുമെന്നു പറഞ്ഞ് ദേവത ആശ്വസിപ്പിച്ചുവെന്നതാണ് ബഹുചരിമാതയുടെ ഐതിഹ്യം. ഹിജഡകളുടെ കുലദൈവമായ കോഴിയുടെ പുറത്തു സഞ്ചരിക്കുന്ന 'സന്തോഷിമാത' തന്നെയാണ് ബഹുചരിമാത. പ്രത്യേകം ഗ്രൂപ്പുകളായി വേർതിരിഞ്ഞു ജീവിക്കുന്നതും വാടകവീടുകളിൽ താമസിക്കുന്നവരുമായ ഹിജഡകളുടെ പൂജാമുറിയിൽ സന്തോഷിമാത (ബഹുചരിമാതായുടെ ചിത്രത്തെ ആരാധനയ്ക്കായി വെക്കുകയും പ്രാർത്ഥനകൾ നടത്തുകയും ചെയ്യുന്നു. മുഖ്യധാരാസമൂഹത്തെ സംബന്ധിച്ചിടത്താളം തിരസ്കൃതരായ ട്രാൻസ്ജന്ററുകൾക്ക് ആഘോഷങ്ങളും വിനോദങ്ങളും അപൂർവ്വമാണ്. ഉപജീവനത്തിനായി പാടുകയും ഡാൻസ് കളിക്കുകയും ഇവരിൽ ചിലർ ചെയ്യുന്നുവെങ്കിലും മനസ്സറിഞ്ഞുള്ള ആഘോഷം കൂത്താണ്ടവർ ക്ഷേത്രത്തിലെ ഉത്സവത്തോടനുബന്ധിച്ചാണ് അരങ്ങേറുന്നത്.

കൂത്താണ്ടവർ ക്ഷേത്രം

ട്രാൻസ്ജന്ററുകളുടെ ജീവിതത്തിലെ ഏറ്റവും വലിയ ആഘോഷങ്ങളിലൊന്നാണ് കൂത്താണ്ടവർ ക്ഷേത്രത്തിലെ ഉത്സവം. തമിഴ്നാട്ടിലെ വില്ലുപുരത്തിനടുത്തുള്ള കൂവാഗം ഗ്രാമത്തിൽ സ്ഥിതിചെയ്യുന്ന കൂത്താ

ണ്ടവർ ക്ഷേത്രത്തിലെ പ്രതിഷ്ഠ ഇരാവാനാണ്. എല്ലാ വർഷവും ഏപ്രിൽ, മെയ് മാസങ്ങളിലെ ചിത്രപൗർണ്ണമി നാളിലാണ് കൂത്താണ്ട വർ ക്ഷേത്രത്തിലെ ഉത്സവം നടക്കുന്നത്. ദക്ഷിണേന്ത്യയിലെ ബഹുഭൂരിപക്ഷം ട്രാൻസ്ജൻററുകളും എത്തിച്ചേരുന്ന കൂവാഗത്തിൽ ഗ്രാമവാസികൾ ആഘോഷമായി അവരെ സ്വീകരിക്കുന്നു. *മഹാഭാരത*ത്തിലെ ഇരാവാന്റെ ഐതിഹ്യത്തെ അടിസ്ഥാനപ്പെടുത്തിയാണ് കൂത്താണ്ടവർ ക്ഷേത്രത്തിലെ ഉത്സവം ക്രമീകരിക്കപ്പെട്ടിരിക്കുന്നത്. ഉലൂപിയെന്ന സർപ്പസുന്ദരിയിൽ അർജ്ജുനന് ഉണ്ടായ പുത്രനായ ഇരാവാനെ പാണ്ഡവരുടെ വിജയത്തിനായി ബലികൊടുത്തുവെന്നു വിശ്വസിക്കുന്നു. ബലിക്ക് തയ്യാറായ ഇരാവാൻ ഒരു ദിവസമെങ്കിലും ഭാര്യാസുഖം അറിയണമെന്ന ആഗ്രഹം പ്രകടിപ്പിക്കുമ്പോൾ വിവാഹം കഴിഞ്ഞയുടനെ വിധവയാകാൻ ഒരു സ്ത്രീയും തയ്യാറാകാത്ത സന്ദർഭത്തിൽ ഭഗവാൻ ശ്രീകൃഷ്ണൻ മോഹിനീരൂപം ധരിച്ച് ഇരാവാന്റെ വധുവായി മാറുന്നു. ചിത്രാപൗർണ്ണമി നാളിൽ മോഹിനീ വേഷം ധരിച്ച് വധുവായതിന്റെ ഓർമ്മയ്ക്കായി ഓരോ ട്രാൻസ്ജൻററും ക്ഷേത്രത്തിലെത്തി വധുവായി മാറുന്നു. ഇരാവാൻ തമിഴർക്കു അറവാൻ ആകുമ്പോൾ അറവാന്റെ ഭാര്യയാകുന്നവൾ അറവാണിയെന്നു വിളിക്കപ്പെടുന്നു. ഈയൊരു സങ്കല്പത്തിലാണ് തമിഴ്നാട്ടിൽ ട്രാൻസ്ജൻററുകൾ അറവാണികൾ എന്നറിയപ്പെടുന്നത്.

ചിത്രാപൗർണ്ണമി നാളിൽ നടക്കുന്ന താലികെട്ട് ചടങ്ങാണ് ഉത്സവത്തിലെ പ്രധാന ഇനം. ഇരാവാന്റെ ഭാര്യയായിത്തീരുന്നു എന്ന സങ്കല്പത്തിൽ അണിഞ്ഞൊരുങ്ങി വരുന്ന ട്രാൻസ്ജൻററുകളുടെ താലികെട്ട് നടത്തുന്നത് ക്ഷേത്രത്തിലെ മുഖ്യപുരോഹിതനാണ്. ആദ്യരാത്രി ആഘോഷിക്കുന്നതിനായി ഓരോ ട്രാൻസ്ജൻററും തങ്ങളുടെ ഇരാവാനെ ഗ്രാമത്തിൽ കണ്ടെത്തുന്നു. ഒരു ദിവസം മാത്രം ആയുസ്സുള്ള ദാമ്പത്യത്തിനൊടുവിൽ അറവാണികൾ വൈധവ്യം ഏറ്റുവാങ്ങുന്നു. താലികെട്ട് കഴിഞ്ഞുള്ള അടുത്ത പകൽ അറവാണികൾ കുങ്കുമതിലകം മായ്ച്ചുകളഞ്ഞ് കുപ്പിവളകൾ ഉടച്ച് നിലവിളികളുമായി തങ്ങളുടെ വൈധവ്യത്തെ അംഗീകരിക്കുന്നു. ആ ഒരു സന്ദർഭത്തിൽ പരസ്പരം ആശ്ലേഷിച്ചുകൊണ്ട് അവർ സമാധാനിപ്പിക്കാറുണ്ട്. അറവാണികൾ വൈധവ്യം സ്വീകരിക്കുന്നതോടു കൂടി കൂവാഗം ആഘോഷങ്ങൾ അവസാനിക്കുന്നു. ഇന്ത്യയിലെ വിവിധ സംസ്ഥാനങ്ങളിൽ നിന്നുള്ള ട്രാൻസ്ജൻററുകൾ പങ്കെടുക്കുന്ന കൂവാഗം ഉത്സവത്തെ നാഷണൽ ജ്യോഗ്രഫിക് ചാനലും ബി ബി സിയും ഡോക്യുമെന്ററിയാക്കിയിട്ടുണ്ട്. ഇവരുടെ ജീവിതം പ്രതിപാദിക്കുന്ന ഷോർട്ട് ഫിലിമുകളിലും ചലച്ചിത്രങ്ങളിലും അതിന്റെ പിന്നണി പ്രവർത്തകർ കൂവാഗം ഉത്സവം ഉൾപ്പെടുത്തുവാൻ ശ്രമിച്ചിട്ടുണ്ട്. ഉത്സവത്തോടനുബന്ധമായി ബഹുഭൂരിപക്ഷം ട്രാൻസ്ജൻററുകളും പങ്കാളികളാകുന്ന സൗന്ദര്യമത്സരം – മിസ് കൂവാഗം, സെമിനാറുകൾ, നൃത്തകലാപരിപാടികൾ എന്നിവയെല്ലാം വിപുലമായ രീതിയിൽ നടത്തുന്നു. തങ്ങളുടേതായ ആഘോഷക്കൂട്ടായ്മയിൽ അവർ മതിമറന്നാഘോഷിക്കുന്ന കാഴ്ചകളാണ് കൂവാഗം ഉത്സവത്തോടനുബന്ധിച്ചുള്ളത്. ഗ്രാമവാസികളും ഈ ആഷോഷങ്ങളെ സ്വീകരിക്കുന്നു. ഉത്സവാനന്തരം ട്രാൻസ്ജൻററുകൾ അടുത്ത ഉത്സവത്തിനും എത്തിച്ചേരുവാൻ കഴിയും

എന്ന പ്രതീക്ഷയോടെ തങ്ങളുടെ പഴയ താവളങ്ങളിലേക്കു തന്നെ മടങ്ങുന്നു.

ചമയവിളക്ക്

കൊല്ലം ചവറയിലെ കൊറ്റൻകുളങ്ങര ദേവീക്ഷേത്രത്തിലെ ചമയവിളക്ക് ഉത്സവത്തിൽ ട്രാൻസ്ജന്ററുകൾ ആഘോഷപൂർവ്വം പങ്കെടുക്കുന്നു. ഓരോ വർഷവും ട്രാൻസ്ജന്ററുകളുടെ എണ്ണം വർദ്ധിച്ചുവരുന്നതായി കാണുവാൻ കഴിയും. ക്ഷേത്രങ്ങളുടെ ചരിത്രത്തിൽത്തന്നെ അത്യപൂർവ്വമായ അനുഷ്ഠാനശീലങ്ങളിലൊന്നിനാണ് കൊറ്റൻകുളങ്ങര വേദിയാകുന്നത്. പുരുഷന്മാർ സ്ത്രീവേഷം ധരിച്ച് മലയാളമാസം മീനം പത്ത്, പതിനൊന്ന് തീയതികളിൽ ചമയവിളക്കെടുത്ത് ഉദ്ദിഷ്ടകാര്യലബ്ധിക്കായി ദേവിയുടെ മുമ്പിൽ പ്രാർത്ഥനാപൂർവ്വം നില്ക്കുന്നു. നാളികേരം തിരുകിപ്പിഴിഞ്ഞു കിട്ടുന്ന കൊറ്റൻ നിവേദ്യമുള്ളതുകൊണ്ടാണ് വനദുർഗ്ഗ പ്രതിഷ്ഠയുള്ള ക്ഷേത്രം കൊറ്റൻകുളങ്ങര ക്ഷേത്രം എന്ന പേരിലറിയപ്പെടുന്നത്. പണ്ട് പുല്ലുനിറഞ്ഞ ചതുപ്പു പ്രദേശത്ത് കാലിമേയ്ക്കുവാനെത്തിയ കുട്ടികൾ തങ്ങൾക്കു ലഭിച്ച നാളികേരം സമീപത്തുള്ള ശിലയിൽ ഇടിച്ചു തൊണ്ടു നീക്കം ചെയ്യുവാൻ ശ്രമിച്ചപ്പോൾ ശിലയിൽ നിന്നു രക്തം വരികയും നാട്ടുകാർ സംഘടിച്ച് ദേവപ്രശ്നം നടത്തി ശിലയിൽ വനദുർഗ്ഗ കുടികൊള്ളുന്ന വിവരം തിരിച്ചറിയുകയും ചെയ്തു. ശിലയ്ക്കു ചുറ്റും താല്ക്കാലിക ക്ഷേത്രം നിർമ്മിച്ച് കൊറ്റൻ ദേവിക്ക് നിവേദിച്ച് കുട്ടികൾ ബാലികമാരായി വേഷംകെട്ടി വിളക്കു കൊളുത്തി. സംതൃപ്തയായ ദേവി സ്വയംഭുവായി അവതരിച്ചു എന്നതാണ് കൊറ്റൻകുളങ്ങര ദേവീക്ഷേത്രത്തിനു പിന്നിലുള്ള ഐതിഹ്യം.

വ്രതമെടുത്ത് ചമയവിളക്കിനൊരുങ്ങുന്ന പുരുഷന്മാരെ ഭാര്യ, മകൾ, അമ്മ തുടങ്ങിയവർ സന്തോഷത്തോടുകൂടി സ്ത്രീയായി അണിയിച്ചൊരുക്കുന്നു. വീടുകളിൽ നിന്ന് സ്ത്രീവേഷത്തിൽ എത്തുന്നവരും ക്ഷേത്രത്തിലെത്തിയതിനുശേഷം സ്ത്രീവേഷം ധരിക്കുന്നവരുമുണ്ട്. ഉത്സവദിനങ്ങളിൽ കൊറ്റൻകുളങ്ങര പ്രദേശങ്ങളിൽ നിരവധി ചമയപ്പുരകൾ ഒരുങ്ങുകയും ചമയകലാകാരന്മാർ നിരവധി പുരുഷന്മാരെ സ്ത്രീ രൂപത്തിലാക്കുകയും ചെയ്യാറുണ്ട്. ജാതിമത ഭേദമെന്യേ കേരളത്തിന്റെ വിവിധ ഭാഗങ്ങളിൽ നിന്ന് ധാരാളമായി ആളുകൾ ചമയവിളക്കിൽ പങ്കെടുക്കാനെത്തുകയും ഓരോ വർഷവും പങ്കെടുക്കുന്നവരുടെ എണ്ണത്തിൽ വർദ്ധനവുണ്ടാവുകയും ചെയ്യുന്നു.

ചമയവിളക്കും ട്രാൻസ്ജെന്ററുകളുടെ ജീവിതവുമായി പ്രത്യക്ഷ ബന്ധമൊന്നുമില്ല. ക്ഷേത്രത്തിന്റെ ഐതിഹ്യത്തോടോ ഉത്സവത്തോടോ ട്രാൻസ്ജന്ററുകൾക്കു പ്രത്യക്ഷ സ്വാധീനങ്ങൾ ഒന്നും തന്നെയില്ലെങ്കിലും പുരുഷന്മാർ സ്ത്രീവേഷം ധരിച്ച് ആഘോഷപൂർവ്വം പങ്കെടുക്കുന്ന ഉത്സവത്തിൽ ട്രാൻസ്ജന്ററുകളും പങ്കെടുക്കുന്നു. ഇത്തരമൊരു ഉത്സവത്തെ സാമൂഹ്യാംഗീകാരമായിട്ടാണ് ട്രാൻസ്ജന്ററുകൾ കാണുന്നത്. തിരുവനന്തപുരത്തെ സൂര്യയടക്കമുള്ളവർ ഒട്ടനവധി വർഷങ്ങളായി മുടക്കം കൂടാതെ ചമയവിളക്കുകൾ എടുത്ത് ഉത്സവത്തിൽ പങ്കാളിയാവുന്നുണ്ട്.

6

ട്രാൻസ്ജന്ററുകളും ഉപജീവന മാർഗ്ഗങ്ങളും

മുഖ്യധാരാ സമൂഹം ആട്ടിപ്പായിക്കുന്ന ട്രാൻസ്ജന്ററുകൾക്ക് തൊഴിൽ ശാലകളിലോ മറ്റു സ്ഥാപനങ്ങളിലോ ജോലി ലഭിക്കാറില്ല. അത്തരം സന്ദർഭത്തിൽ അവരുടെ സമൂഹത്തിന്റെ പരമ്പരാഗത ധന സമ്പാദന രീതികളായ ബതായ് (അനുഗ്രഹം നല്കൽ), കൈതട്ടൽ (കടകളിൽനിന്നും വീടുകളിൽനിന്നും ഭിക്ഷ സ്വീകരിക്കുന്ന രീതി), ലൈംഗിക തൊഴിൽ തുടങ്ങിയവയിലേക്ക് അവർ നയിക്കപ്പെടുന്നു. വിശേഷാവസരങ്ങളിൽ വിവാഹം, ജനനം, ആഘോഷം, ഉദ്ഘാടനങ്ങൾ തുടങ്ങിയവയിൽ പങ്കെടുത്ത് അനുഗ്രഹം നല്കിയാൽ അത് ഗുണപ്രദമായിരിക്കുമെന്ന വിശ്വാസം പൊതുവേ ഉത്തരേന്ത്യൻ സംസ്ഥാനങ്ങളിൽ നിലനില്ക്കുന്നുണ്ട്. ബതായ് നല്കൽ ട്രാൻസ്ജെന്ററുകൾക്ക് അത്യാവശ്യം സാമ്പത്തികം ലഭിക്കുന്ന പ്രക്രിയയാണെങ്കിൽത്തന്നെയും ദിനം പ്രതി 'ബതായ്' ഇല്ലായെന്നതാണ് യഥാർത്ഥ വസ്തുത. ഉപജീവനത്തിനുള്ള അടുത്ത മാർഗ്ഗമായ 'കൈതട്ടൽ' കൂടുതൽ ട്രാൻസ്ജെന്ററുകളും നടത്തിയിരുന്നു. പലപ്പോഴും ഭീകരമായ പരിഹാസങ്ങളോടൊപ്പം തുച്ഛമായ പണമാണ് പല കടക്കാരും ഇവർക്കു നല്കിയിരുന്നത്. സാമ്പത്തിക പ്രതിസന്ധിയും പട്ടിണിയും അലട്ടുമ്പോൾ താല്പര്യമില്ലെങ്കിൽക്കൂടി പലരും ലൈംഗിക തൊഴിലിലേക്ക് ഇറങ്ങും. ട്രാൻസ്ജെന്ററുകളിൽ ഒരു വിഭാഗം ആഘോഷമായി ജീവിക്കുന്നതിനും പണം സമ്പാദിക്കുന്നതിനുമായി ലൈംഗിക തൊഴിൽ സ്വീകരിക്കുമ്പോൾ ഇനിയൊരു കൂട്ടർ പരമ്പരാഗത തൊഴിൽ എന്ന നിലയ്ക്ക് ലൈംഗിക തൊഴിലിനെ സ്വീകരിക്കുന്നു. ദൈനംദിന ജീവിതത്തിലെ ചെലവുകൾക്കും ഭക്ഷണത്തിനും പണം കണ്ടെത്തേണ്ടിവരുന്ന ട്രാൻസ്ജെന്ററുകൾക്ക് തങ്ങളുടെ ഗുരുവിന്റെ ആവശ്യങ്ങൾ നിവർത്തിക്കാനുള്ള ധനം കൂടി കണ്ടെത്തേ

ണ്ടതുണ്ട്. ബാംഗ്ലൂരിലെയും മുംബൈയിലെയും ട്രാൻസ്ജെന്ററുകളിൽ ഭൂരിപക്ഷവും ലൈംഗിക തൊഴിലാളികളാണ്.

ബാംഗ്ലൂരിൽ ലൈംഗിക വ്യാപാരം നടത്തുന്നതിനായി പ്രത്യേകം നിർമ്മിച്ച താവളങ്ങളുണ്ട്. അവയെ പൊതുവേ 'ഹമാമുകൾ' എന്നു വിളിച്ചുവരുന്നു. പ്രാചീനകാലത്ത് കുളിപ്പുരകളായി ഉപയോഗിക്കപ്പെട്ടിരുന്ന ഹമാമുകൾ വർത്തമാനകാലത്ത് ലൈംഗികത്തൊഴിലിനായി ഉപയോഗിക്കുന്നു. ഹമാമിന്റെ ഉടമസ്ഥനായിരിക്കുന്ന വ്യക്തി നിശ്ചിത തുക വാടകയിനത്തിൽ കൈപ്പറ്റിയിരുന്നു. ലൈംഗിക തൊഴിലിലൂടെ സമ്പാദിക്കുന്ന പണത്തിന്റെ ഒരു വിഹിതം ഗുരുവിന് നല്കണമായിരുന്നു. ഭൂരിപക്ഷം ട്രാൻസ്ജന്ററുകളും തങ്ങൾക്കു ലഭിക്കുന്ന പണത്തെ ആഘോഷപൂർണ്ണമായ ജീവിതത്തിനോ മദ്യപാനത്തിനോ ഉപയോഗിക്കുമ്പോൾ ഗുരു പൈസ സമ്പാദിക്കേണ്ടതിന്റെ ആവശ്യകത ബോദ്ധ്യപ്പെടുത്തുന്നു. ബാംഗ്ലൂർ, മുംബൈ, ഡൽഹി എന്നിവിടങ്ങളിൽ ലൈംഗികത്തൊഴിലാളിയായി പൈസ സമ്പാദിക്കുന്ന ന്യൂനപക്ഷം ട്രാൻസ്ജെന്ററുകൾ പണം തങ്ങളുടെ കുടുംബത്തിന്റെ സംരക്ഷണാർത്ഥം ഉപയോഗിക്കുന്നു. ചെറുപ്പകാലത്ത് തള്ളിപ്പറഞ്ഞ പല വീട്ടുകാരും അതേ ട്രാൻസ്ജെന്ററുകളുടെ ചെലവിൽ കഴിയേണ്ടിവരുന്നത് ഒരുവേള കാലചക്രത്തിന്റെ തീരുമാനമാകും.

ലൈംഗിക തൊഴിലിൽ നല്ല ശരീരം, സൗന്ദര്യം എന്നിവയുള്ളവർക്ക് മുന്തിയ പരിഗണനകൾ ലഭിക്കുമ്പോൾ താരതമ്യേന സൗന്ദര്യം കുറഞ്ഞ ട്രാൻസ്ജെന്ററുകൾക്ക് കുറഞ്ഞ വരുമാനത്തിലുള്ള കസ്റ്റമേഴ്സിനെയാണ് ലഭിക്കുന്നത്. ലൈംഗികാവശ്യങ്ങൾ നിറവേറ്റിയശേഷം പറ്റിക്കൂടുകയും ഉപദ്രവിക്കുകയും ചെയ്ത് കടന്നുകളയുന്ന വിദ്വാൻമാർ കസ്റ്റമേഴ്സിലുള്ളതിനാൽ മുൻകൂട്ടി പണം വാങ്ങി കസ്റ്റമേഴ്സിനോട് ഇടപെടുന്നവരുമുണ്ട്. പൊലീസുകാരുടെയും ക്രിമിനൽസിന്റെയും പീഡനങ്ങൾക്കും ചൂഷണങ്ങൾക്കുമിടയിലൂടെയാണ് തങ്ങളുടെ തൊഴിലും ഉപജീവനവും അവർ നടത്തുന്നത്. ഹമാമുകൾക്കപ്പുറം കസ്റ്റമേഴ്സിന്റെ ആവശ്യാനുസരണം സൗകര്യപ്രദമായ സ്ഥലത്തും തങ്ങളുടെ തൊഴിലിനായി പോകാറുണ്ട്. ലൈംഗിക തൊഴിലാളിയായി മാറുന്നവരിൽ പലരും ലൈംഗികരോഗവാഹകരായിത്തീർന്നിട്ടുണ്ട്. സമൂഹത്തിന്റെ താഴേതട്ടിലുള്ള, ലൈംഗിക രോഗങ്ങളെക്കുറിച്ച് വേണ്ടത്ര വ്യക്തമായ ധാരണകളില്ലാത്ത വ്യക്തികൾ ട്രാൻസ്ജന്ററുകളുമായി നടത്തുന്ന സമ്പർക്കത്തിലൂടെ രോഗബാധിതരാകുന്നു. ഇത്തരത്തിൽ മരണപ്പെടുന്നൊരു കഥാപാത്രത്തെ (മണിയൻപിള്ള രാജു) ട്രാൻസ്ജന്ററുകളുടെ കഥ പറഞ്ഞ 'അർദ്ധനാരി'യിൽ അവതരിപ്പിച്ചിട്ടുണ്ട്. സംഗമപോലെയുള്ള ലൈംഗിക ന്യൂനപക്ഷങ്ങൾക്കുവേണ്ടി പ്രവർത്തിക്കുന്ന സംഘടനകളുടേയും സർക്കാർ സംവിധാനങ്ങളുടെ പ്രോജക്ടുകളിലൂടെയും എയ്ഡ്സ് പ്രതിരോധ പ്രവർത്തനങ്ങൾ ഒരു പരിധിവരെ നടക്കുന്നുണ്ട്.

ലൈംഗികത മുഖ്യതൊഴിലായി സ്വീകരിക്കുന്നവർ ലൈംഗിക രോഗ ഭീഷണികൾ നേരിടുന്നുവെങ്കിലും അതിനേക്കാൾ ഭീകരമായ അവസ്ഥ യൗവ്വനം തീരുന്നതോടുകൂടി ആ ട്രാൻസ്ജന്ററുകളെത്തേടി കസ്റ്റമേഴ്സ് എത്താതാകുന്നതാണ്. പിന്നീട് ആകെയുള്ള ഉപജീവനമാർഗ്ഗം ഭിക്ഷയെടുക്കലാണ്. ഭിക്ഷാടനത്തിനിടയിൽ എപ്പോഴോ അവർ മരണപ്പെട്ടുപോവുകയും ചെയ്യുന്നു. ലൈംഗിക തൊഴിലാളിയിൽനിന്നും സാമൂഹ്യ പ്രവർത്തകയായി മാറിയ രേവതി തന്റെ കുടുംബത്തിന്റെ ദുരിതങ്ങൾ, സാമ്പത്തിക പ്രതിസന്ധികൾ എന്നിവ നിമിത്തം ബാംഗ്ലൂരിൽ ലൈംഗിക തൊഴിലിലേക്കു മടങ്ങിയെത്തിയപ്പോഴുള്ള അനുഭവം ആത്മകഥയിൽ വിവരിക്കുന്നുണ്ട്.

> ലൈംഗിക വൃത്തിയിലേക്കുള്ള മടങ്ങിപ്പോക്ക് എന്നെ വല്ലാതെ വേദനിപ്പിച്ചു. പക്ഷേ, ഞാനതിനെക്കുറിച്ച് ആരോടും പറഞ്ഞില്ല. എന്റെ ഗുരുവിന്റെ ചേലമാർക്കും നാത്തിമാർക്കുമൊപ്പം ലൈംഗിക തൊഴിൽ ചെയ്യുന്നത് ബുദ്ധിമുട്ടായിരുന്നു. എനിക്കു മുമ്പത്തെപ്പോലെ വരുമാനം ഉണ്ടാക്കാനായില്ല. ഇടപാടുകാർ എന്നെ ആന്റി എന്നു വിളിക്കാൻ തുടങ്ങി. ചെറുപ്പക്കാരെ തെരഞ്ഞെടുക്കാനായിരുന്നു അവർക്കു താല്പര്യം.

സൗന്ദര്യം നശിച്ചവർക്ക് ലൈംഗിക വിപണിയിൽ മാർക്കറ്റില്ലാതെയാകുകയും പട്ടിണിയും ദാരിദ്ര്യവും കടന്നുവരികയും ചെയ്യുമ്പോൾ മാനസിക വിഷമങ്ങൾ താങ്ങാതെ ചിലർ ആത്മഹത്യ ചെയ്യുന്നു. പ്രായമായവരിൽ ഹോർമോൺ ചികിത്സയുടെ പ്രതിപ്രവർത്തനങ്ങളുണ്ടാവുകയും നിരവധി രോഗങ്ങൾ സൃഷ്ടിക്കപ്പെടുകയും ചെയ്യുകവഴി വാർദ്ധക്യം ട്രാൻസ്ജന്ററുകളുടെ ദുരന്തകാലമായി വിലയിരുത്തപ്പെട്ടുപോരുന്നു.

7

ട്രാൻസ്ജന്ററുകളും ഭരണകൂടവും

ട്രാൻസ്ജന്ററുകളുടെ പലായനങ്ങൾ കേരളീയ സാമൂഹ്യാന്തരീക്ഷത്തിലെ യാഥാസ്ഥിതികമായ ജാതി – മതബോധത്തിന്റെ വൃത്തികെട്ട മനോഭാവങ്ങളെയാണ് തുറന്നു കാട്ടുന്നത്. ഒരു വ്യക്തി ട്രാൻസ്ജന്ററായി മാറുന്നതിനു പിന്നിലുള്ള ഘടകങ്ങളെ തിരിച്ചറിയാതെ, അത്തരം വ്യക്തിത്വങ്ങളുടെ ശാരീരിക – മാനസിക വ്യതിയാനങ്ങളെ അംഗീകരിക്കാതെ പൊതുസമൂഹം അതിക്രൂരമായ രീതികളിൽ പരിഹസിച്ചുകൊണ്ട് ക്രൂരമായ ശാരീരിക പീഡനങ്ങൾക്കുവരെ അവരെ വിധേയമാക്കുന്നുണ്ട്. ട്രാൻസ്ജന്ററുകൾക്ക് ജന്മം നല്കിയ മാതാപിതാക്കൾ പൊതുസമൂഹത്തിന്റെ പരിഹാസങ്ങളിൽ 'അപമാനിതരായി' ചികിത്സകളിലൂടെ, മന്ത്രവാദക്രിയകളിലൂടെ അവരെ രക്ഷപ്പെടുത്തിയെടുക്കുവാൻ ശ്രമിച്ച് പരാജയപ്പെടുന്നു. തിരുവനന്തപുരത്തെ ട്രാൻസ്ജന്ററായ സൂര്യയുടെ വാക്കുകളിൽ

> പെൺവേഷം ധരിച്ച് എന്നെപ്പോലുള്ളവരെക്കാണുന്നതിനായി നഗരത്തിലേക്കിറങ്ങിയപ്പോൾ എന്നെ വീട്ടുകാർ ചികിത്സയ്ക്കായി രാമചന്ദ്രൻനായർ എന്ന സൈക്യാട്രിസ്റ്റിനെ കാണിച്ചു. ഒരുപാടു ഗുളികകൾ കഴിച്ചതല്ലാതെ പ്രത്യേകിച്ചൊരു മാറ്റവുമില്ലായെന്നു ബോദ്ധ്യപ്പെട്ട വീട്ടുകാർ തോല്‌വി സമ്മതിച്ചു.

സൂര്യയുടേതുപോലെയല്ലാത്ത വീട്ടുകാർ നടത്തുന്ന പീഡനങ്ങളിലും നാട്ടുകാരുടെ പരിഹാസങ്ങളിലും മനസ്സു മടുത്താണ് ട്രാൻസ്ജന്ററുകൾ കേരളത്തിനു പുറത്തേക്ക് പലായനം ചെയ്യുന്നത്.

കുടുംബത്തിനുള്ളിൽനിന്നും സുരക്ഷിതത്വവും സംരക്ഷണവും ലഭിക്കാത്ത സാഹചര്യത്തിൽ അവിടെനിന്നു പുറത്തുകടക്കുന്ന

ട്രാൻസ്ജന്ററുകൾ സ്വന്തം വർഗ്ഗത്തിൽപ്പെട്ടവരുടെയടുത്തേക്ക് എത്തുന്നത് 'തിരിച്ചറിവുകളുടെ ലോകത്ത്' പരസ്പരം സ്നേഹിക്കുവാനും അംഗീകരിക്കപ്പെടുവാനുമാണ്. മുഖ്യധാരാ സമൂഹത്തിൽനിന്നും വ്യതിരിക്തമായ സാമൂഹ്യക്രമങ്ങൾ പിന്തുടരുന്ന ട്രാൻസ്ജന്റർ സമൂഹത്തിന്റെ രീതിസമ്പ്രദായങ്ങളിൽ പുതിയതായി എത്തിച്ചേരുന്ന ട്രാൻസ്ജന്ററുകൾ ആ സംവിധാനത്തിന്റെ ഭാഗമായി മാറുന്നു. കുടുംബസാമൂഹ്യ വ്യവസ്ഥിതികൾ പുറംതള്ളുന്ന ട്രാൻസ്ജെന്ററുകളിൽ ചിലരെങ്കിലും ഒരു പങ്കാളിയെ സംഘടിപ്പിച്ച് 'ദാമ്പത്യബന്ധം' ഒരുക്കിയെടുക്കുമെങ്കിലും സുദീർഘമായ ഒരു കാലയളവ് അത്തരം ബന്ധങ്ങളിലില്ലാതെ പോകുന്നത് പതിവ് കാഴ്ചയാണ്. ട്രാൻസ്ജന്ററുകളുടെ സമ്പത്ത് കൊള്ളയടിക്കുന്നതിനും ലൈംഗികമായ ചൂഷണങ്ങൾക്കും ശേഷം പല ബന്ധങ്ങളും അവസാനിക്കുമ്പോൾ 'ചതി' പറ്റിയ ട്രാൻസ്ജന്ററുകൾ ആരോടും ഒന്നു പരാതിപ്പെടുവാൻ പോലും കഴിയാറില്ല. സ്ത്രീ – പുരുഷ ബന്ധത്തിനുമാത്രം നിയമ സാധുത നല്കുന്ന ഇന്ത്യൻ സമൂഹത്തിൽ ഭരണകൂട – നീതിന്യായ സ്ഥാപനങ്ങളുടെ പരിരക്ഷകൾ ട്രാൻസ്ജന്ററുകൾ നിർമ്മിച്ചെടുക്കുന്ന ബന്ധങ്ങളിൽ ലഭിക്കാറില്ല. ജാതി-മത-വർഗ്ഗ സ്ഥാപനങ്ങളുടെ സങ്കുചിത നിലപാടുകളെ ഏറ്റെടുക്കുന്ന ഭരണകൂട സ്ഥാപനങ്ങൾ ഭീകരമായ വിധത്തിൽ ലൈംഗിക ന്യൂനപക്ഷങ്ങളെ മർദ്ദിച്ച് ഒതുക്കാറുണ്ട്. ശാരീരികമായും സാമ്പത്തികമായും അരക്ഷിതാവസ്ഥയിൽ കഴിയുന്ന ഹിജഡ സംഘങ്ങൾക്ക് സാമൂഹ്യമായി 'സംഘബലം' ഇല്ലാത്തതുകൊണ്ടും നീതിന്യായ സംവിധാനങ്ങൾ അർഹമായ പരിഗണനകൾ നല്കാത്തതുകൊണ്ടും സാമൂഹ്യവിരുദ്ധരുടെ ഒറ്റയ്ക്കും സംഘമായുമുള്ള നിരവധി ആക്രമണങ്ങൾക്ക് ഇരകളായിത്തീർന്നിട്ടുണ്ട്. മുഖ്യധാരാ സമൂഹത്തിലെ പകൽമാന്യന്മാർ, സദാചാരപാലകന്മാർ, സാമൂഹ്യവിരുദ്ധർ തുടങ്ങിയവരെല്ലാം തന്നെ 'രതിവൈകൃതങ്ങൾ'ക്കാണ് ട്രാൻസ്ജന്ററുകളെ ഉപയോഗിക്കുന്നത്.

ഭരണകൂടം അധികാര സംവിധാനങ്ങളാലും അവയുടെ നടത്തിപ്പ് സമ്പ്രദായങ്ങളാലും ലൈംഗിക ന്യൂനപക്ഷങ്ങളെ അടിച്ചമർത്തിയിരുന്നു. ബ്രിട്ടീഷുകാർ ക്രമപ്പെടുത്തിയ വിക്ടോറിയൻ സദാചാരഭാവനയുടെ പരിപാലന നിയന്ത്രണ സംവിധാനമായ ഐ പി സി 377-ാം വകുപ്പ് ഇന്ത്യൻ ശിക്ഷാ നിയമത്തിൽ നിലനില്ക്കുന്നത് ലൈംഗിക ന്യൂനപക്ഷങ്ങൾക്കുള്ള അടിച്ചമർത്തൽ ഭീഷണിയാണ്. 1861 ൽ ബ്രിട്ടീഷുകാർ ഇന്ത്യൻ നിയമാവലിയിൽ എഴുതിച്ചേർത്ത 377-ാം വകുപ്പിൽ ബാലപീഡനം, സ്വവർഗ്ഗ ബലാൽസംഗം, മൃഗരതി എന്നിവയെ പ്രകൃതിവിരുദ്ധ രതിയായി പരിഗണിക്കുകയും പ്രകൃതിവിരുദ്ധ രതി ശിക്ഷാർഹമാണെന്ന് വിധിക്കുകയും ചെയ്തു. വർഷങ്ങളിത്ര കടന്നുപോയിട്ടും ലൈംഗിക ന്യൂനപക്ഷങ്ങൾ രാഷ്ട്രീയമായി നിലകൊള്ളുക ചെയ്തിട്ടും ഇന്ത്യൻ ശിക്ഷാ നിയമത്തിലെ 377-ാം വകുപ്പ് എടുത്തുകളയുവാൻ ഇന്ത്യൻ ഭരണകൂടത്തിനു കഴിഞ്ഞിട്ടില്ല. 2001 ൽ നാസ് ഫൗണ്ടേഷൻ നല്കിയ ഹർജി

യിൽ 2009 ൽ വിധിപറഞ്ഞ് ഡൽഹി ഹൈക്കോടതി സ്വവർഗ്ഗരതിയെ ക്രിമിനൽ കുറ്റമായി കാണുവാൻ കഴിയില്ലെന്നു അഭിപ്രായപ്പെട്ടു. ഹൈക്കോടതിവിധിയിൽ പ്രകോപിതരായ മതസംഘടനകൾ നല്കിയ ഹർജിയിൻമേൽ 2013 ഡിസംബർ 11 നു വിധി പ്രഖ്യാപിച്ച സുപ്രീംകോടതി 377-ാം വകുപ്പ് നിലനില്ക്കുന്നതാണെന്നു പ്രഖ്യാപിച്ചുകൊണ്ട് സ്വവർഗ്ഗരതി ക്രിമിനൽ കുറ്റമായി നിലനിർത്തി. വിധി പ്രഖ്യാപനത്തെ പ്രാദേശിക - ദേശീയ രാഷ്ട്രീയ സാമൂഹ്യരംഗങ്ങളിലെ പ്രമുഖ വ്യക്തികൾ അപലപിക്കുകയും പ്രതിഷേധിക്കുകയും ചെയ്തുവെങ്കിലും 'മാധ്യമ ശ്രദ്ധ' അവസാനിച്ചതോടുകൂടി അവരും നിശബ്ദരായി. സുപ്രീം കോടതിവിധി പുനഃപരിശോധിക്കുവാനായി കേന്ദ്രസർക്കാർ ഹർജി നല്കിയെങ്കിലും അതും സുപ്രീം കോടതി തള്ളി. ഇനി സുപ്രീം കോടതിക്കു മുമ്പിലുള്ളത് തിരുത്തൽ ഹർജിയെന്ന സാദ്ധ്യതകളാണ്. ആവശ്യമായ സന്ദർഭത്തിൽ കേന്ദ്രസർക്കാരിനു പ്രസ്തുത വിഷയത്തിൽ വിവേചനങ്ങൾ നീക്കുന്നതരത്തിൽ നിയമ നിർമ്മാണം നടത്താമെങ്കിലും കേന്ദ്രസർക്കാർ ബോധപൂർവ്വമായ നിശബ്ദത പുലർത്തുകയാണ്. പുതിയ നിയമനിർമ്മാണം ജാതി - മത സംഘടനകൾ മേൽക്കോയ്മകൾ പുലർത്തുന്ന ഇന്ത്യൻ സമൂഹത്തിൽ വലിയ സാമൂഹ്യ പ്രശ്നങ്ങൾ സൃഷ്ടിക്കുമെന്നുള്ള തിരിച്ചറിവ് നരേന്ദ്രമോദി നയിക്കുന്ന ഇന്ത്യൻ ഭരണകൂടത്തിനുണ്ട്. സുപ്രീംകോടതി വിധി ലൈംഗികന്യൂനപക്ഷങ്ങളെ പ്രതികൂലമായി ബാധിച്ചിരിക്കുന്ന സാഹചര്യത്തിൽ ലൈംഗികന്യൂനപക്ഷങ്ങൾ പോരാട്ടങ്ങളിലൂടെ തങ്ങളുടെ അവകാശങ്ങൾ നേടിയെടുക്കേണ്ടതുണ്ട്.

കേരളീയ സമൂഹത്തിൽ ട്രാൻസ്ജന്ററുകൾ ഒരു പ്രത്യേക ഗ്രൂപ്പ്/സമൂഹമായി ഇതുവരെ ജീവിക്കുവാൻ തുടങ്ങിയിട്ടില്ല. കേരളീയരുടെ കപട സദാചാര നാട്യങ്ങൾ ഇത്തരം വിഭാഗക്കാരെ മുഖ്യധാരാ സമൂഹത്തിൽനിന്നും അകറ്റി നിർത്തുന്നതിൽ പ്രധാന പങ്കുവഹിക്കുന്നു. ഒരു പ്രത്യേക കമ്മ്യൂണിറ്റിയായി ട്രാൻസ്ജന്ററുകൾ കേരളത്തിൽ ജീവിക്കുന്നില്ലെങ്കിൽത്തന്നെയും കേരളത്തിന്റെ വിവിധ ജില്ലകളിലുള്ള ട്രാൻസ്ജന്ററുകൾ പരസ്പരം ആശയവിനിമയം നടത്തി 'സുഹൃദ് ബന്ധങ്ങൾ' സ്ഥാപിച്ചെടുത്തിട്ടുണ്ട്. സമൂഹത്തിൽ ജീവിക്കുവാൻ കഴിയാതെ ട്രാൻസ്ജന്ററുകൾ കേരളത്തിൽനിന്നും പലായനം ചെയ്തിരുന്നത് ഒരു കാലത്ത് വലിയ സെൻസേഷണൽ ന്യൂസ് ആയിരുന്നുവെങ്കിൽ വർത്തമാനകാലത്ത് കേരളീയ സമൂഹത്തിൽനിന്നും അത്തരത്തിലുള്ള ട്രാൻസ്ജന്ററുകളുടെ പലായന പ്രവണതകൾ താരതമ്യേന കുറഞ്ഞുവെന്നാണ് സ്ഥിതിവിവരക്കണക്കുകൾ വെളിപ്പെടുത്തുന്നത്. രണ്ടായിരത്തിനുശേഷം കേരളീയ സമൂഹത്തിലുണ്ടായ മാറ്റങ്ങൾ കേരളത്തിലെ ട്രാൻസ്ജന്ററുകളെ വ്യക്തമായ രീതിയിൽ സ്വാധീനിച്ചു. ഉത്തരേന്ത്യൻ സംസ്ഥാനങ്ങളിലെ ട്രാൻസ്ജന്ററുകളുടെ വെളിപ്പെടുത്തലുകൾ, ജെറീന, രേവതി എന്നീ ട്രാൻസ്ജന്ററുകളുടെ ആത്മകഥകളുടെ

പ്രചാരം തുടങ്ങിയവ കേരളത്തിലെ ട്രാൻസ്ജന്ററുകൾക്കു ചെറുതാണെ ങ്കിലും ധൈര്യം നല്കുകയുണ്ടായി. കോമഡിയും മിമിക്സും പിന്നെ ഞാനും, വോഡാഫോൺ കോമഡി സ്റ്റാർസ് എന്നീ ടെലിവിഷൻ പ്രോഗ്രാമുകളിലൂടെ സെലിബ്രിറ്റിയായി മാറിയ സൂര്യയുടെ വെളിപ്പെ ടുത്തലുകളും ചർച്ചകളും കേരളീയ സമൂഹത്തിൽ ലഭിച്ച സ്വീകാര്യത കളും അദൃശ്യരായ ഒട്ടനവധി ട്രാൻസ്ജന്ററുകൾക്ക് പൊതു സമൂഹ ത്തിൽ നിലനില്ക്കുവാനുള്ള ധൈര്യവും പ്രചോദനവും നല്കി. ഉപദേ ശങ്ങളും അഭിപ്രായങ്ങളും നേടി കേരളത്തിന്റെ വിവിധ ജില്ലകളിലെ ട്രാൻസ്ജന്ററുകൾ വിളിക്കാറുണ്ടെന്ന് ലേഖകരുമായുള്ള അഭിമുഖത്തിൽ സൂര്യ വെളിപ്പെടുത്തി.

8

ട്രാൻസ്ജന്ററുകളും നിയമവും

അരികുവല്ക്കരിക്കപ്പെട്ട ട്രാൻസ്ജന്റേഴ്സ് മുഖ്യധാരാ സമൂഹത്തിൽ കടന്നുകയറി തങ്ങളുടെ അവകാശങ്ങൾ സ്ഥാപിച്ചെടുക്കുന്നതിനോടൊപ്പം രാഷ്ട്രീയ മണ്ഡലത്തിൽ മത്സരിക്കുന്നതിന്റെ കാഴ്ചകൾ ഇന്ത്യൻ സമൂഹത്തിൽ കാണുവാൻ കഴിയും. 1998 ൽ ശോഭാനെഹ്റു ഹരിയാനയിലെ ഹിസ്സർ പ്രവിശ്യയിൽ തിരഞ്ഞെടുപ്പിനു നിന്നതു മുതൽ രാഷ്ട്രീയപരമായ പല വിജയകഥകളും ട്രാൻസ്ജന്റേഴ്സിനു പറയുവാനുണ്ട്. 1999 ൽ മദ്ധ്യപ്രദേശിൽ നടന്ന തിരഞ്ഞെടുപ്പിൽ ആദ്യമായി ഒരു ട്രാൻസ്ജന്റർ മേയർ സ്ഥാനം നേടുകയുണ്ടായി. കമലാജാൻ എന്ന ട്രാൻസ്ജന്ററാണ് കാന്തിയിലെ മേയറായത്. പക്ഷേ, ഈയൊരു ജയത്തെ അംഗീകരിക്കാത്ത ബി ജെ പി ജപാൽപൂർ ഹൈക്കോടതിയിൽ കമലാജാനെതിരെ ഹർജി നല്കി. ലിംഗ വ്യക്തിത്വത്തെക്കുറിച്ച് തെറ്റായ വിവരങ്ങൾ നല്കിയാണ് സ്ഥാനാർത്ഥിയായ കമലാജാൻ മത്സരിച്ചതെന്ന് ബി ജെ പി വാദിക്കുകയുണ്ടായി. ഇന്ത്യയിലെ ചില സംസ്ഥാനങ്ങളിൽ ട്രാൻസ്ജെന്റേഴ്സിനു മത്സരിക്കുവാനുള്ള അവസരം ലഭിച്ചത് രാഷ്ട്രീയമായി പ്രാധാന്യമർഹിക്കുമ്പോഴും അതിന്റെ പിൻതുടർച്ചകൾ സംഭവിക്കാതെ പോകുന്നതിനു പിന്നിൽ ഇന്ത്യയിലെ മതസ്ഥാപനങ്ങളുടെ സങ്കുചിത ബോധങ്ങൾ പ്രവർത്തിക്കുന്നുണ്ടെന്നതു വ്യക്തമാണ്. ഓരോ സംസ്ഥാനത്തെയും ലൈംഗിക ന്യൂനപക്ഷങ്ങൾ സംഘടിച്ചാൽ അത് വലിയൊരു വോട്ടുബാങ്കായി മാറുമെന്നു തൃശൂരിലെ ട്രാൻസ്ജന്റർ ശീതൾ (ശ്യാം) ആത്മവിശ്വാസത്തോടെ അഭിപ്രായപ്പെടുന്നു.

സമൂഹത്തിന്റെ അതിക്രമങ്ങൾ ധാരാളമായി നേരിടേണ്ടിവരുന്ന ട്രാൻസ്ജന്ററുകൾക്ക് ആവശ്യമായ നിയമപരിരക്ഷകൾ ലഭിക്കുന്നില്ല. ഓരോ വർഷവും പുറത്തുവരുന്ന സർവ്വേ റിപ്പോർട്ടുകളിൽ ട്രാൻസ്ജന്റർ വിഭാഗങ്ങൾ ഒട്ടേറെ വിവേചനങ്ങൾ നേരിടുന്നതായി തെളിഞ്ഞിട്ടുണ്ട്.

ഇന്ത്യയിലെ നിയമങ്ങൾ ട്രാൻസ്ജന്ററുകളുടെ മൗലികാവകാശങ്ങളെ നിഷേധിക്കുന്നു. സ്ത്രീകൾക്കും പുരുഷന്മാർക്കുമായി ക്രമപ്പെടുത്തപ്പെട്ട നിയമങ്ങളിൽ ട്രാൻസ്ജന്ററുകൾക്ക് സ്ഥാനമില്ല. സർക്കാർ – ഭരണസംവിധാനങ്ങളുടേതുൾപ്പെടെയുള്ള അപേക്ഷകളിൽ സെക്സ് – മെയിൽ/ഫീമെയിൽ എന്ന തെരഞ്ഞെടുപ്പ് (choice) സാദ്ധ്യതകൾ മാത്രമേ നല്കുന്നുള്ളൂ. സ്ത്രീയും പുരുഷനുമല്ലാത്ത ട്രാൻസ്ജന്ററിന് അല്ലെങ്കിൽ ലിംഗമാറ്റ ശസ്ത്രക്രിയ നടത്തി പുതിയ വ്യക്തിത്വം സ്വീകരിച്ച ട്രാൻസ് സെക്ഷ്വൽസിന് തങ്ങളുടെ ഐഡന്റിറ്റി സർക്കാർ രേഖകളിൽ അടയാളപ്പെടുത്തുന്നതിനുള്ള ഓപ്ഷൻസ്/ചോയ്സ് ലഭിക്കുന്നില്ല.

കുടുംബ മത സ്ഥാപനങ്ങളാൽ പുറന്തള്ളപ്പെടുന്ന ട്രാൻസ്ജന്റേഴ്സിനെ സംബന്ധിച്ചിടത്തോളം നിലനില്പിനായി ഭരണകൂടത്തിന്റെ പിന്തുണകൾ അനിവാര്യമാണ്. ഷണ്ഡൻ/eunch (E) എന്ന് ഗവൺമെന്റ് രേഖകളിൽ പരിഗണിക്കപ്പെട്ടിരുന്ന ട്രാൻസ്ജന്റേഴ്സിന് അഭിമാനം നല്കുന്നതാണ് (അപമാനകരവും) 2014 ഏപ്രിൽ മാസത്തിലെ സുപ്രീം കോടതി വിധി. ജസ്റ്റിസ് ആർ എസ് രാധാകൃഷ്ണന്റെ വിധിപ്രകാരം ട്രാൻസ്ജന്റേഴ്സ് തേഡ് ജെൻഡർ (Third Gender) അഥവാ മൂന്നാം ലിംഗമായി അറിയപ്പെടുന്നു. വിധി പ്രസ്താവിച്ച ജസ്റ്റിസ് ആർ എസ് രാധാകൃഷ്ണൻ നമ്മുടെ സമൂഹം ഒരിക്കലും ട്രാൻസ്ജെന്റർ സമൂഹത്തിന്റെ പ്രയാസങ്ങൾ മനസിലാക്കിയിട്ടില്ല അവരുടെ ശരീരവും മനസ്സും ജൈവപരമായ അവരുടെ ലിംഗാവസ്ഥയെയും സമൂഹം തള്ളിക്കളയുന്നുവെന്ന് നിരീക്ഷിച്ചു. ഒന്നാം ലിംഗമായ പുരുഷനും രണ്ടാം ലിംഗമായ സ്ത്രീക്കും ലഭിക്കുന്ന നിയമപരമായ അവകാശങ്ങൾ എല്ലാം മൂന്നാം ലിംഗത്തിനും ലഭിക്കും. തമിഴ്നാട്ടിൽ ഭിന്നലിംഗത്തിൽപ്പെട്ടവർക്ക് തിരിച്ചറിയൽ കാർഡും റേഷൻകാർഡും നല്കിയിട്ടുണ്ട്. കോളേജുകളിൽ പഠനത്തിനായി പ്രത്യേക സംവരണങ്ങൾ ഏർപ്പെടുത്തിയിട്ടുണ്ട്. 2012 നവംബർ 12 ന് കർണ്ണാടക ഗവൺമെന്റ് ഭിന്നലിംഗത്തിൽപ്പെട്ടവരെ പിന്നോക്ക വിഭാഗത്തിലുൾപ്പെടുത്തി പെൻഷൻ, റേഷൻകാർഡ് എന്നീ ആനുകൂല്യങ്ങൾ നല്കി. രേഖകളിൽ male/female എന്നീ കോളത്തിനുള്ളിൽ ട്രാൻസ്ജെന്റേഴ്സിനായി മറ്റുള്ളവർ (others) എന്ന ഭാഗംകൂടി ചേർക്കുന്നുണ്ട്.

ട്രാൻസ്ജന്റർക്കാർക്ക് മാന്യതയുടെ പദവി നല്കുന്നതിനായി ഓക്സ്ഫോഡ് ഇംഗ്ലീഷ് നിഘണ്ടുവിൽ മിക്സ് (MIX) എന്ന പദം അടുത്ത എഡിഷനിൽ ചേർക്കുന്നതിന് 2015 ജൂണിൽ തീരുമാനമായി. ഇവരുടെ സാമൂഹ്യാംഗീകാരങ്ങൾക്കുവേണ്ടിയുള്ള പരിശ്രമങ്ങളുടെ ഫലങ്ങളിലൊന്നായി ഇതിനെ വിലയിരുത്താവുന്നതാണ്. സ്ത്രീ പുരുഷൻമാരെ ബഹുമാനസൂചകമായി സംബോധന ചെയ്യുന്നതിനായാണ് മിസ്റ്റർ, മിസിസ്, മിസ് എന്നീ പദങ്ങൾ ഉപയോഗിക്കുന്നത്. ഇനിവരും നാളുകളിൽ ട്രാൻസ്ജന്റർക്കാരെ ബഹുമാനസൂചകമായി സംബോധന ചെയ്യുവാൻ മിക്സ് ഉപയോഗിക്കപ്പെടും. മിക്സ് പദം ആദ്യമായി ഈ

അർത്ഥത്തിൽ പ്രയോഗിച്ചത് *സിംഗിൾ പേരന്റ്* എന്ന അമേരിക്കൻ മാസികയാണ്. 1977 ൽ *സിംഗിൾ പേരന്റ്* ഉപയോഗിച്ച പദത്തെ രണ്ടായിരത്തിപ്പതിമൂന്നു മുതൽ ബ്രിട്ടൺ വിവിധ അപേക്ഷാഫോമുകളിൽ ഉപയോഗിക്കുന്നുണ്ട്. ഡ്രൈവിങ് ലൈസൻസുകളിലും കത്തുകളിലും ഇവർക്കായി മിക്സ് ഉപയോഗിക്കപ്പെടുന്നു. മിക്സ് ഉപയോഗിക്കുന്നതിന് ജീവനക്കാർക്കും വിദ്യാർത്ഥികൾക്കും 2014 ൽ ഓക്സ്ഫോഡ് സർവ്വകലാശാല അനുമതി നല്കിയിരുന്നു. ഇന്ത്യയിൽ മിക്സ് സംബോധന ചേർത്ത് ഒരു വിദ്യാർത്ഥിക്ക് സർട്ടിഫിക്കറ്റ് ലഭിച്ചത് ചരിത്രമായി മാറി. 2015 ജൂണിൽ ഹൈദരബാദിലെ നൽസാർ നിയമ സർവ്വകലാശാലയിലെ ബിരുദവിദ്യാർത്ഥിയായ അനിന്ദിത മുഖർജിക്കു ലഭിച്ച ബിരുദ സർട്ടിഫിക്കറ്റിലാണ് മിക്സ് ചേർക്കപ്പെട്ടത്. സ്ത്രീയായോ പുരുഷനായോ സർട്ടിഫിക്കറ്റിൽ ചേർക്കേണ്ടതിന്റെ ആവശ്യമില്ലാത്തതിനാൽ വിദ്യാർത്ഥിയുടെ ആവശ്യകത പരിഗ്ണിച്ചാണ് നൽസർ നിയമസർവ്വകലാശാല മിക്സ് ചേർത്ത് സർട്ടിഫിക്കറ്റ് നല്കിയത്. ഓക്സ്ഫോർഡ് സർവ്വകലാശാലയുടെ തീരുമാനം അതിവേഗം ഇന്ത്യയിലെത്തി.

പൊതുസമൂഹത്തിന്റെ ആക്രമണങ്ങളെ ഭയക്കുന്ന ട്രാൻസ്ജന്റേഴ്സ് വെളിപ്പെടുത്തലുകൾക്കു മടിക്കുന്നതുകൊണ്ടുതന്നെ അവകാശങ്ങൾക്കു വേണ്ടി വാദിച്ചാൽ അത് ലഭിക്കുവാൻ കഠിന പ്രയത്നങ്ങൾ വേണമെന്ന് തൃശൂർ സ്വദേശിയായ ശ്യാമിന്റെ (ശീതൾ) അനുഭവങ്ങൾ സാക്ഷ്യപ്പെടുത്തുന്നു. ട്രാൻസ്ജന്ററായി ജീവിക്കുവാൻ ആഗ്രഹിക്കുന്ന ശ്യാം ട്രാൻസ്ജന്റർ ഐഡന്റിറ്റി രേഖപ്പെടുത്തിയ ആധാർകാർഡ് നേടിയെടുത്തു. ട്രാൻസ്ജന്റേഴ്സിന് അർഹമായ ആനുകൂല്യങ്ങൾ ലഭിക്കുന്നത് ഭരണകൂടത്തിനും ഉദ്യോഗവൃന്ദത്തിനും കൃത്യമായ ബോധവല്ക്കരണങ്ങൾ അനിവാര്യമാണ്. ഐഡന്റിറ്റികാർഡ്, റേഷൻകാർഡ്, വോട്ടേഴ്സ് ലിസ്റ്റ്, ആധാർകാർഡ് എന്നിവയിലൊക്കെയും സ്ത്രീ/പുരുഷൻ എന്ന കോളം മാത്രമേയുള്ളൂ. സ്ത്രീ/പുരുഷൻ എന്നതിനപ്പുറമുള്ള വിഭാഗത്തെക്കുറിച്ച് ബ്യൂറോക്രസിയിലുള്ളവർക്കും താഴേതട്ടിലുള്ളവർക്കുമുള്ള അറിവില്ലായ്മകളാണ് ട്രാൻസ്ജന്റർ ഉൾപ്പെടെയുള്ള ലൈംഗിക ന്യൂനപക്ഷങ്ങളുടെ അവകാശ നിഷേധങ്ങൾക്കു കാരണം. ഇത്തരം അവകാശലംഘനങ്ങളെ മറികടന്ന വ്യക്തിയാണ് തൃശൂരിലെ ശ്യാം. ആധാർകാർഡ് തയ്യാറാക്കുന്ന വേളയിൽ സെക്സ് – മെയിൽ എന്ന് ഉദ്യോഗസ്ഥ രേഖപ്പെടുത്തിയപ്പോൾ അതിനെ എതിർത്ത് ടി ജി (ട്രാൻസ്ജന്റർ) കോളത്തിൽ ചേർക്കണമെന്നു നിർബ്ബന്ധം പിടിച്ചു. കമ്പ്യൂട്ടർ സിസ്റ്റത്തിൽ അത്തരം ഓപ്ഷൻസ് ഇല്ലായെന്നു പറഞ്ഞു നിരുത്സാഹപ്പെടുത്തിയ ഉദ്യോഗസ്ഥയുടെ മുകൾത്തട്ടിലുള്ള ഉദ്യോഗസ്ഥരെ കണ്ടെത്തി ശ്യാം തന്റെ ആധാർ കാർഡിൽ 'സെക്സ് – ലിംഗമാറ്റം' എന്ന ഐഡന്റിറ്റി നേടിയെടുത്തു. തൃശൂരിനെ സംബന്ധിച്ചിടത്തോളം മാത്രമല്ല കേരളത്തെ സംബന്ധിച്ചിടത്തോളം ആദ്യത്തെ സംഭവമായിരുന്നു അത്. ട്രാൻസ്ജന്ററുകൾക്ക് അനുകൂലമായ നിയമ സംവി

ധാനങ്ങൾ ഇന്ത്യൻ സമൂഹത്തിലില്ലായെന്നതാണ് യാഥാർത്ഥ്യം. ബ്രിട്ടീഷുകാർ രൂപീകരിച്ച 377-ാം വകുപ്പ് സ്വർഗ്ഗാനുരാഗികളെ ക്രിമിനൽ പട്ടികയിൽ പെടുത്തുന്നതുപോലെ ക്രിമിനൽ ട്രൈബ്സ് ആക്ട് (1871) ഹിജഡകളെ ക്രിമിനലുകളുടെ പട്ടികയിൽപെടുത്തുന്നു. ക്രമീകൃതമായ സാമൂഹ്യവ്യവസ്ഥിതികൾക്കു പുറത്ത് അരാജകത്വം നിറഞ്ഞ ജീവിതം നയിക്കുന്ന ട്രാൻസ്ജൻഡറുകൾ നിയമങ്ങളെ സാമൂഹ്യമര്യാദകളെ അട്ടിമറിക്കുമെന്ന വികലവും വികൃതവുമായ മുൻവിധികളുടെ അടിസ്ഥാനത്തിലാണ് ക്രിമിനലുകളായി മുദ്രകുത്തിയത്. ക്രിമിനൽ ട്രൈബ്സ് ആക്ടിനെ സംബന്ധിച്ചു നിയമപണ്ഡിതരുടെ വിശദീകരണങ്ങളാണ് ഉണ്ടായിരുന്നതെങ്കിൽ 1897 ൽ ഇതേ ആക്ട് ഭേദഗതിവരുത്തിയപ്പോൾ, 'ഹിജഡകളെ' പ്രത്യേകമായി അതിൽ എടുത്തു പറഞ്ഞുറപ്പിച്ചുകൊണ്ട് നിയമ മേഖല അതിന്റെ കാർക്കശ്യത്തെ പ്രകടിപ്പിച്ചു. ബ്രിട്ടീഷ് കൊളോണിയൽ ഭരണത്തിൽ ക്രൂരമായ പീഡനങ്ങൾ ട്രാൻസ്ജൻഡറുകൾ അനുഭവിച്ചുവെന്നുള്ളത് ചരിത്രത്തിൽ നിലനില്ക്കുമ്പോൾ കൊളോണിയൽ ഭരണത്തിൽനിന്നും സ്വാതന്ത്ര്യം നേടിയ ഇന്ത്യ ട്രാൻസ്ജൻഡറുകളെ അത്തരം പീഡനാത്മക നിയമങ്ങളിൽനിന്നും മോചിപ്പിക്കുകയുണ്ടായില്ല, സ്ത്രീകളെയും കുട്ടികളെയും വേശ്യാവൃത്തിയിൽനിന്നും തടയുക എന്ന ലക്ഷ്യത്തെ മുൻനിറുത്തി സപ്രഷൻ ഓഫ് ഇമ്മോറൽ ട്രാഫിക്കിങ് ഇൻ വിമൻ ആന്റ് ഗേൾ ആക്ട് 1956 ൽ രൂപവല്ക്കരിച്ചു. 1956 ലെ ആക്ടിനെ 1986-ൽ ഭേദഗതി ചെയ്തപ്പോൾ ഹിജഡകളെക്കൂടി അതിൽ ഉൾപ്പെടുത്തി. ഇമ്മോറൽ ട്രാഫിക്കിങ് പ്രിവൻഷൻ ആക്ടെന്ന ഈ നിയമത്തിലൂടെ സെക്സ് വർക്കിൽ ഏർപ്പെടുന്ന ട്രാൻസ്ജൻഡറുകളെ പോലീസ് അറസ്റ്റുചെയ്യാറുണ്ട്. 377-ാം വകുപ്പ് പ്രകാരം ട്രാൻസ്ജൻഡറുകളുടെ ബന്ധത്തെ സ്വവർഗ്ഗരതിയായി കണക്കാക്കി ക്രിമിനൽ കേസുകൾ രജിസ്റ്റർ ചെയ്യുന്നു.

ട്രാൻസ്ജൻഡറുകൾ ലൈംഗികാതിക്രമങ്ങൾക്കും ശാരീരിക ചൂഷണങ്ങൾക്കും വിധേയരാകുമ്പോൾ നിയമത്തിന്റെ മുമ്പിൽ തുല്യത എന്ന മാനദണ്ഡലം പാലിക്കുവാൻ നിയമസംവിധാനങ്ങൾക്കു കഴിയുന്നില്ല. ജോലി, വിദ്യാഭ്യാസം, ആരോഗ്യം എന്നീ മണ്ഡലങ്ങളിൽ കടുത്ത വിവേചനങ്ങൾ ട്രാൻസ്ജൻഡറുകൾ അനുഭവിക്കുന്നു. വിദ്യാഭ്യാസ സ്ഥാപനങ്ങളിലെ ലൈംഗിക ചൂഷണങ്ങൾ, വിദ്യാർത്ഥികളുടെ മാനസിക പീഡനങ്ങൾ എന്നിവ നിമിത്തം ട്രാൻസ്ജെൻഡർ വിഭാഗത്തിൽപ്പെട്ട നിരവധി കുട്ടികൾ പഠനം നിർത്തുന്നുവെന്ന് കൊല്ലം ലൗ ലാൻഡ് ക്ലബ്ബിന്റെ പ്രവർത്തകനായ അജയ് വ്യക്തമാക്കി. ഉത്തരേന്ത്യൻ സംസ്ഥാനങ്ങളിൽ ലൈംഗികാതിക്രമങ്ങൾക്കും പീഡനങ്ങൾക്കും ഇരയായി കൊല്ലപ്പെടുന്നവരും മാനസിക സമ്മർദ്ദങ്ങളാൽ ആത്മഹത്യ ചെയ്യുന്നവരുമായ ട്രാൻസ്ജൻഡറുകളും കുറവല്ല.

9

ട്രാൻസ്ജന്ററുകളും മാധ്യമങ്ങളും

ട്രാൻസ്ജന്ററുകളെ അവഹേളിക്കുന്ന ഹിജഡയെന്ന പദത്തിനു പ്രചുര പ്രചാരം നല്കുന്നതിനാണ് കേരളത്തിലെ മുഖ്യധാരാ പത്രദൃശ്യ മാധ്യമങ്ങൾ ഉത്സാഹിച്ചുവരുന്നത്. വ്യവഹാരഭാഷയിൽ മാന്യത/അമാന്യത കല്പിക്കപ്പെടുന്ന പദങ്ങളുടെ അർത്ഥങ്ങൾ, അർത്ഥാന്തരങ്ങൾ എന്നിവ അറിയുന്ന മാധ്യമപ്രവർത്തകരും എഡിറ്റർമാരും നിരൂപകന്മാരും പൊതുസമൂഹത്തിന്റെ പരിഹാസ്യതയെ പ്രതിനിധീകരിക്കുന്ന ഹിജഡയെന്ന വാക്കുതന്നെ ഉപയോഗിക്കുന്നു.

ആണും പെണ്ണും കെട്ടവർ എന്ന അർത്ഥത്തിൽ ഉപയോഗിച്ചുവരുന്ന ഹിജഡ, നപുംസകം എന്നീ പദങ്ങളെ മാറ്റിനിർത്തി ട്രാൻസ്ജന്റർ എന്ന പദം പ്രതിഷ്ഠിച്ചെടുക്കുവാൻ എളുപ്പത്തിൽ സാധിക്കുന്നത് മാധ്യമങ്ങൾക്കാണെങ്കിലും അത്തരത്തിലൊരു ബോധപൂർവ്വമായ ഇടപെടലുകൾക്ക് കേരളത്തിലെ മാധ്യമങ്ങൾ ശ്രമിക്കുന്നില്ല. വായനക്കാരനെ ആകർഷിച്ച് അവനെ പുളകം കൊള്ളിക്കുന്ന എക്സ്ക്ലൂസീവ് സ്റ്റോറികൾ നിർമ്മിച്ചെടുക്കുവാനുദ്യമിക്കുന്ന മാധ്യമ പ്രവർത്തകർ ലൈംഗികന്യൂനപക്ഷങ്ങൾക്കു നേരിടേണ്ടിവരുന്ന അവഹേളനങ്ങളെക്കുറിച്ച് ചിന്തിക്കാറേയില്ല. നിങ്ങളുടെ അനുഭവങ്ങളെ, അവസ്ഥകളെ പൊതുസമൂഹത്തിനുമുമ്പിൽ എത്തിക്കുന്നത് വലിയൊരു ഇടപെടലാണെന്ന ഔദാര്യപൂർണ്ണമായ നിലപാട് സ്വീകരിക്കുന്ന മാധ്യമങ്ങൾ അതുകൊണ്ടുതന്നെ തങ്ങളുടെ അറിവില്ലായ്മകളെ ലൈംഗിക ന്യൂനപക്ഷങ്ങളുടെ മേൽ അടിച്ചേല്പിച്ച് പൊതുസമൂഹത്തിനുമുമ്പിൽ ചർച്ചയ്ക്കുവെക്കുന്നു.

ഭാഷാപോഷിണി, മാതൃഭൂമി, മാധ്യമം, പച്ചക്കുതിര, ദേശാഭിമാനി, ശാന്തം, പ്രസാധകൻ, ഒരുമ എന്നിങ്ങനെയുള്ള ആഴ്ചപ്പതിപ്പുകൾ/മാസികകൾ ലൈംഗികന്യൂനപക്ഷങ്ങളുടെ മനുഷ്യാവകാശ പ്രശ്നങ്ങൾ വിഭിന്ന വീക്ഷണങ്ങളിലൂടെ കേരളീയ സമൂഹത്തിനു മുമ്പിലെത്തിക്കുകയുണ്ടായി. തിരുവനന്തപുരത്ത് വലിയ വിവാദം സൃഷ്ടിച്ച നന്ദു –

ഷീല ബന്ധം *ഭാഷാപോഷിണി* (സെപ്തംബർ 2004) അവതരിപ്പിച്ചപ്പോൾ പ്രണയം ഒരു മനുഷ്യാവകാശ പ്രശ്നമാണെന്ന സ്വവർഗ്ഗാനുരാഗിയായ കിഷോർകുമാറിന്റെ ലേഖനം *മാതൃഭൂമി* ആഴ്ചപ്പതിപ്പ് (2009 ജൂലൈ 19 – 25) പ്രസിദ്ധീകരിക്കുകയുണ്ടായി. തന്റെ നിലപാടുകൾക്കൊപ്പം ലൈംഗിക ന്യൂനപക്ഷങ്ങളെ അഭിസംബോധന ചെയ്യുന്നതിന് മലയാളത്തിൽ മികച്ച ഒരു പദം പോലുമില്ലായെന്ന സത്യം കിഷോർ ചൂണ്ടിക്കാട്ടി. മുഖ്യധാരാ മാധ്യമങ്ങളുടെ വഴി പിൻതുടർന്ന് *ഒരുമ* (2014 മാർച്ച് ലക്കം), *പ്രസാധകൻ* (2014 ജനുവരി ലക്കം) തുടങ്ങിയ മാസികകൾ സ്വവർഗ്ഗാനുരാഗത്തിന്റെ രാഷ്ട്രീയം ചർച്ചചെയ്തപ്പോൾ *ശാന്തം* മാസിക ട്രാൻസ്ജന്ററുകളുടെ മനുഷ്യാവകാശപ്രശ്നങ്ങൾ ചർച്ചചെയ്തു. ലൈംഗികന്യൂനപക്ഷങ്ങളുടെ പ്രശ്നങ്ങൾ ചർച്ചചെയ്യുമ്പോഴും അവയോടൊപ്പം മാധ്യമസ്ഥാപനങ്ങളുടെ രാഷ്ട്രീയ നിലപാടുകളെക്കൂടി മാധ്യമങ്ങൾ പങ്കുവയ്ക്കാറുണ്ടെന്നുള്ളത് പരസ്യമായ ഒരു രഹസ്യമാണ്.

ലൈംഗികന്യൂനപക്ഷങ്ങളുടെ പ്രശ്നങ്ങളെ കവർസ്റ്റോറിയായി അവതരിപ്പിച്ച *ശാന്തം* മാസിക (2016 ഏപ്രിൽ ലക്കം) പ്രസ്തുത സ്റ്റോറിക്ക് 'ഹിജഡവസന്തം' എന്ന നല്കിക്കൊണ്ട് തങ്ങളുടെ അല്പത്തരം വെളിപ്പെടുത്തുകയുണ്ടായി. നീതി നിഷേധിക്കപ്പെട്ട ട്രാൻസ്ജന്ററുകളുടെ പക്ഷത്തു നിലയുറപ്പിച്ചുകൊണ്ട് അവരുടെ ജീവിതത്തിലേക്ക് എത്തിനോട്ടം നടത്തുന്ന വിജയൻ കോടഞ്ചേരിയുടെ 'ഇനിയും വരുമോ ഒരു ഹിജഡവസന്തം', എ എം ഖദീജയുടെ 'മൂന്നാംലിംഗക്കാരെ അംഗീകരിക്കാം' എന്നീ ലേഖനങ്ങളാണ് ഹിജഡവസന്തത്തിൽ ഉൾപ്പെടുന്നത്. ജെറീന എന്ന ട്രാൻസ്ജന്ററിന്റെ ജീവിതം/ആത്മകഥ തയ്യാറാക്കിയ വിജയൻ കോടഞ്ചേരി കേരളീയ സമൂഹത്തിന്റെ പൊതുബോധങ്ങളെ പിൻതുടരുന്ന പദങ്ങളാണ് ലേഖനത്തിലുടനീളം ഉപയോഗിക്കുന്നത്. ട്രാൻസ്ജന്ററുകളുടെ ഒപ്പം യാത്ര നടത്തുകയും അവരെ അറിയുകയും ചെയ്യുന്ന ഒരാൾ ഇത്തരം പദപ്രയോഗങ്ങൾ നടത്തുന്നത് തികച്ചും അപമാനകരമാണ്.

കേരളത്തിലെ പ്രമുഖ വനിതാ, ആരോഗ്യമാസികകൾ ട്രാൻസ്ജന്റർ സമൂഹത്തെ ഇകഴ്ത്തുന്ന ഹിജഡ, മൂന്നാംലിംഗം എന്നീ പദാവലികളാണ് കൂടുതലും ഉപയോഗിക്കുന്നത്. ട്രാൻസ്ജന്റർ ഉൾപ്പെടെയുള്ള ലൈംഗികന്യൂനപക്ഷങ്ങളുടെ കാര്യങ്ങൾ ആധികാരികമായി ചർച്ചചെയ്യുന്ന മാധ്യമങ്ങൾ തങ്ങളുടേത് ഒരു ധീരമായ ഇടപെടലായി സ്വയം വിലയിരുത്തുന്നു. ലൈംഗികന്യൂനപക്ഷങ്ങളുടെ ശക്തമായ പ്രതിഷേധ രാഷ്ട്രീയമാണ് അവരെ ഈ വിഷയം ചർച്ചചെയ്യാൻ നിർബ്ബന്ധിതരാക്കിയതെന്നതാണ് വാസ്തവം. ആഗോളതലത്തിൽ ലൈംഗികന്യൂനപക്ഷങ്ങൾക്കു ലഭിച്ച പരിഗണനകൾ, ആനുകൂല്യങ്ങൾ, കേരളീയ സമൂഹത്തിൽ ലൈംഗികന്യൂനപക്ഷങ്ങൾ നടത്തുന്ന പ്രവർത്തനങ്ങൾ എന്നിവ കണ്ടില്ലെന്നു നടിക്കുവാൻ മാധ്യമങ്ങൾക്കു കഴിയാത്ത രാഷ്ട്രീയസാഹചര്യം സൃഷ്ടിക്കുവാൻ ഇവർക്കു കഴിഞ്ഞു. സ്ത്രീ–ദളിത് – പരിസ്ഥിതി – പാർശ്വവല്ക്കരണം എന്നീ മാധ്യമ അജണ്ടക

ളോടൊപ്പം ലൈംഗികന്യൂനപക്ഷങ്ങൾ എന്ന വിഭാഗത്തെ ഉൾപ്പെടുത്തുവാൻ കേരളത്തിലെ മുഖ്യധാരാമാധ്യമങ്ങൾ നിർബ്ബന്ധിതരായി. അതിലൂടെ മുൻകാലങ്ങളിൽ സ്വീകരിച്ചിരുന്ന ലൈംഗിക ന്യൂനപക്ഷ വിരുദ്ധതയെ മാറ്റിനിർത്തേണ്ടിവന്നു. 2016 ൽ കമ്യൂണിസ്റ്റ് പാർട്ടി ഓഫ് ഇന്ത്യയുടെ കേരള പഠനകോൺഗ്രസിൽ ലൈംഗികന്യൂനപക്ഷങ്ങളെക്കുറിച്ചുണ്ടായ ചർച്ചകൾ, 2016 മെയ്മാസത്തിൽ നടക്കുന്ന നിയമസഭാ തിരഞ്ഞെടുപ്പിലെ എൽ ഡി എഫിന്റെ പ്രകടനപത്രികയിൽ ടിജി പ്രശ്നങ്ങൾ ഉൾക്കൊള്ളിച്ചതെല്ലാം പുതിയകാലത്തിന്റെ മാറ്റങ്ങളാണ്. ഈ മാറ്റങ്ങൾക്കു കാരണം ലൈംഗിക ന്യൂനപക്ഷങ്ങളുടെ അവകാശപ്പോരാട്ടങ്ങളും 2015 ൽ കേരളത്തിൽ നടന്ന ടി ജി സർവ്വേയും അതിനെത്തുടർന്നുണ്ടായ ടി ജി പോളിസിയുമാണ്. കേരളത്തിലെ മുഖ്യധാരാ രാഷ്ട്രീയകക്ഷികളും സംഘടനകളും ലൈംഗികന്യൂനപക്ഷങ്ങളോട് അനുഭാവം പ്രകടിപ്പിക്കുമ്പോൾ അത് ഏറ്റെടുത്തവതരിപ്പിക്കേണ്ട ബാദ്ധ്യത മാധ്യമങ്ങൾക്കുണ്ടായി. അതിനുള്ള ഏറ്റവും മികച്ച തെളിവാണ് 2016 ഏപ്രിൽ 17 ലക്കം *മാതൃഭൂമി* ആഴ്ചപ്പതിപ്പ്. ഇന്ത്യൻ മുഖ്യധാരാ മാധ്യമങ്ങളിലെ ആദ്യത്തെ എൽ ജി ബി ടി കോളം ആരംഭിക്കുന്നുവെന്ന അവകാശവാദവുമായി *മാതൃഭൂമി* ലൈംഗികന്യൂനപക്ഷങ്ങൾക്കായി അവരുടെ അനുഭവങ്ങൾ പങ്കുവയ്ക്കാൻ ഒരു കോളം/ഇടം നല്കിയത്.

മലയാളത്തിൽ ലൈംഗികന്യൂനപക്ഷങ്ങളെക്കുറിച്ച് നാമമാത്രമായ ഗ്രന്ഥങ്ങളെ പ്രസിദ്ധീകരിച്ചിട്ടുള്ളൂവെങ്കിലും അവയെല്ലാം അജ്ഞതയും അവഹേളനവും നിറഞ്ഞ പൊതുബോധനിർമ്മിതികളെ പിൻപറ്റി രചിച്ചവയായിരുന്നു. പി സുരേന്ദ്രന്റെ *ഹിജഡയുടെ പൊരുൾ* (പഠനം), *ദേവദാസികളും ഹിജഡകളും* (ലേഖനം), *ഒരു മലയാളി ഹിജഡയുടെ ആത്മകഥ: ജറീന* (ആത്മകഥ), *ഒരു ഹിജഡയുടെ ആത്മകഥ - രേവതി* (ആത്മകഥ), എം എസ് മേനോന്റെ *ഹിജഡ* (നോവൽ), കെ ദിലീപ്കുമാറിന്റെ *ബുധസംക്രമണം* (നോവൽ), ഷാജി ജോസഫ് എഡിറ്റ് ചെയ്ത *മൂന്നാം ലിംഗം - ലിംഗനീതിക്കായുള്ള നിലവിളികൾ* (പഠനം) എന്നിവയൊക്കെയും ട്രാൻസ്ജന്ററിനു പകരം ഹിജഡ എന്ന പദമുപയോഗിച്ച് പ്രസ്തുത ജനവിഭാഗത്തെ അവഹേളിക്കുന്നതിനു നിമിത്തമായി. ട്രാൻസ്ജന്റർ എന്ന പദത്തിനു തത്തുല്യമായി ഒരു മലയാളപദം നിലവില്ലായെന്നത് കൊണ്ട് തന്നെ ഹിജഡ എന്ന പദം പ്രയോഗിക്കുക വഴി ഒരു സമൂഹത്തെതന്നെ അപമാനീകരിച്ചു.

മലയാളത്തിൽ ട്രാൻസ്ജന്ററുകളെക്കുറിച്ച് പ്രസിദ്ധീകരിക്കപ്പെട്ടിട്ടുള്ള പുസ്തകങ്ങൾ വിശിഷ്യാ ആത്മകഥകൾപോലും ഹിജഡയെന്ന പദത്തെ മുൻനിർത്തിയാണ് രൂപപ്പെട്ടിരിക്കുന്നതെന്നു പകൽപോലെ വ്യക്തമാണ്. *ഒരു മലയാളി ഹിജഡയുടെ ആത്മകഥ*യെന്നും *ഒരു ഹിജഡയുടെ ആത്മകഥ*യെന്നും പുസ്തകങ്ങൾ അച്ചടിക്കപ്പെട്ടപ്പോൾ മുഖ്യധാരാ സമൂഹമോ അക്കാദമിക് പണ്ഡിതന്മാരോ അതിനെതിരേ പ്രതികരിച്ചില്ല.

ഷാജി ജോസഫ് എഡിറ്റ് ചെയ്ത *മൂന്നാംലിംഗം - ലിംഗനീതിക്കാ*

യുള്ള നിലവിളികൾ ട്രാൻസ്ജന്ററുകളുടെ സാമൂഹ്യപ്രശ്നങ്ങളേയും രാഷ്ട്രീയ നിലപാടുകളേയും സ്വവർഗ്ഗാനുരാഗത്തെ സംബന്ധിച്ചുള്ള അകം പുറം പഠനങ്ങളേയും ഉൾപ്പെടുത്തിയിരിക്കുന്നു. 2014 ഏപ്രിൽ മാസത്തിൽ ജസ്റ്റിസ് ആർ എസ് രാധാകൃഷ്ണനാണ് ട്രാൻസ്ജന്ററുകളെ അപഹസിക്കുന്ന മൂന്നാംലിംഗമെന്ന പദം അവരുടെ മേൽ അടിച്ചേല്പി ച്ചത്. മൂന്നാംലിഗം എന്നൊരു ലിംഗ വ്യവസ്ഥ കൊണ്ടുവരുമ്പോൾ ഒന്നാംലിംഗവും രണ്ടാംലിംഗവും ആരാണെന്ന വ്യക്തത സമൂഹത്തിൽ ഉണ്ടാകണം. പ്രത്യുല്പാദനത്തിനു കഴിയുന്ന സ്ത്രീയോ പുരുഷനോ ഒന്നും രണ്ടും ലിംഗഗണത്തിൽ വരേണ്ടതെന്ന ചർച്ച നടത്തേണ്ടതുണ്ട്. ട്രാൻസ്ജന്ററുകളുടെ പ്രശ്നം ജന്റർ മൈനോറിറ്റിയുടെ പ്രശ്നങ്ങളാ ണെന്നു തിരിച്ചറിയാതെപോയ ജസ്റ്റിസിന്റെ അബദ്ധ നിലപാടുകളെ യാണ് മൂന്നാംലിംഗമെന്ന ഗ്രന്ഥത്തിന്റെ എഡിറ്ററും പിൻതുടരുന്നത്.

> പുരുഷനെ ഒന്നാം ലിംഗമായും സ്ത്രീയെ രണ്ടാം ലിംഗമായും പരിഗണിക്കുമ്പോൾ ഈ രണ്ടു കല്പനയിലും വരാത്തവരെ മൂന്നാംലിംഗമായും ഒന്നും രണ്ടും ലിംഗങ്ങൾ തമ്മിൽ നടത്തുന്ന രതി സ്വാഭാവികരതിയായും അല്ലാതുള്ള രതിയെ പ്രകൃതിവിരുദ്ധ രതിയെന്നും കരുതുന്നു. മൂന്നാംലിംഗം എന്ന ലിംഗകല്പനയിൽ പ്പെടുന്നവർ എൽ ജി ബി ടി വിഭാഗങ്ങളാണ്.
>
> (മൂന്നാംലിംഗം പുറം 17)

കേവലം വ്യക്തിപരമായ വിമർശനമെന്നതിലുപരി പൊതു സമൂഹത്തിന് ജന്റർ ന്യൂനപക്ഷങ്ങൾ, ലൈംഗികന്യൂനപക്ഷങ്ങൾ എന്നിവയെക്കുറിച്ച് വ്യക്തമായ ധാരണയും അറിവും പകർന്നു നല്കുന്നത് ഇത്തരം ഗ്രന്ഥങ്ങളിലൂടെയാണ്. ഒരു വിഷയത്തെ സംബന്ധിച്ചുള്ള കാഴ്ചപ്പാടിൽ എഡിറ്റർ/എഴുത്തുകാരൻ ഏതു പക്ഷം പിടിക്കുന്നു, എവിടെ നില്ക്കുന്നു, എന്നിവയെല്ലാം ഒരേസമയം വിശകലനം ചെയ്യപ്പെടും. ലൈംഗികന്യൂനപക്ഷങ്ങളോട് അനുഭാവം പുലർത്തി രചിക്കപ്പെടുന്നുവെന്ന വ്യാജപ്രതീതി സൃഷ്ടിച്ച് രചിക്ക പ്പെടുന്ന ഗ്രന്ഥങ്ങളും വസ്തുനിഷ്ഠമായി കാര്യങ്ങൾ വിശകലനം ചെയ്ത് അഭിപ്രായങ്ങൾ പുലർത്തുന്നവയും നമ്മുടെ മുമ്പിലുണ്ട്. ട്രാൻസ്ജന്ററുകളുടെ ജീവിതത്തോടൊപ്പം സഞ്ചരിച്ച് *ഹിജഡകളുടെ പൊരുൾ* എന്ന ഗ്രന്ഥം രചിച്ച പി സുരേന്ദ്രൻ മൈഥുനത്തെക്കുറിച്ച് വളരെ യാഥാസ്ഥിതികമായ സമീപനമാണ് തന്റേതെന്ന് ആമുഖത്തിൽ അദ്ദേഹം വ്യക്തമാക്കുന്നു. യാഥാസ്ഥിതികനായതുകൊണ്ടുതന്നെ ലൈംഗികന്യൂന പക്ഷങ്ങളുടെ ജീവിതം ഫാന്റസിയായും ഹിജഡകളുടെ ജീവിതം വിസ്മയമായും ഗ്രന്ഥകാരന് അനുഭവപ്പെടുന്നു. ഇത്തരമൊരു കൗതുക പക്ഷത്തു നിന്നുകൊണ്ടാണ് ട്രാൻസ്ജന്ററുകളുടെ പ്രശ്നങ്ങളെ അദ്ദേഹം അവതരിപ്പിക്കുന്നു.

ലൈംഗികന്യൂനപക്ഷങ്ങളെ, ജന്റർന്യൂനപക്ഷങ്ങളെക്കുറിച്ച് മലയാള

ഭാഷയിൽ രചിക്കപ്പെട്ട ഗ്രന്ഥങ്ങൾ പലതും വിഷയ വൈവിദ്ധ്യം തേടിയുള്ള പലായനങ്ങളായും ലൈംഗിക ന്യൂനപക്ഷങ്ങളെ സംബന്ധിച്ചുള്ള യാഥാസ്ഥിതിക കൗതുകങ്ങളാലും എഴുതപ്പെട്ടവയാണ്. അതുകൊണ്ടു തന്നെ പൊതുസമൂഹത്തിൽ ഇത്തരം വിഭാഗങ്ങളെ സംബന്ധിച്ചുള്ള പഠനങ്ങൾ പലപ്പോഴും അപൂർണ്ണങ്ങളും വിചിത്രമായ നിലപാടുകളും നിറഞ്ഞവയായിരുന്നു. ലൈംഗിക/ജന്റർ ന്യൂനപക്ഷങ്ങളെ സംബന്ധിച്ചുള്ള പഠനങ്ങളിൽ പഠിതാക്കൾ കൂടുതൽ സൂക്ഷ്മതയും ജാഗ്രതയും പുലർത്തേണ്ടതുണ്ടെന്ന് മുൻകാല പഠനങ്ങൾ നമ്മളെ ഓർമ്മിപ്പിക്കുന്നു.

ഒരുകാലത്ത് വിഷ്വൽമീഡിയ അകറ്റിനിർത്തിയിരുന്ന ലൈംഗിക ന്യൂനപക്ഷങ്ങൾ, അവരുടെ പ്രശ്നങ്ങൾ രാഷ്ട്രീയ തലങ്ങളിൽ ചർച്ച ചെയ്യപ്പെടുവാൻ തുടങ്ങിയപ്പോൾ അവരെ ആഘോഷപൂർവ്വം ഏറ്റെടുത്തു. നൂതനവും വൈവിദ്ധ്യം നിറഞ്ഞതുമായ ടോക്ഷോകൾ ആവശ്യമാണെന്നു ബോദ്ധ്യപ്പെട്ട ജനപ്രിയചാനലുകൾ ലൈംഗിക/ജന്റർ ന്യൂനപക്ഷങ്ങളുടെ പ്രശ്നങ്ങളെ ചർച്ചയ്ക്കുവെച്ചു. *ഏഷ്യാനെറ്റി*ലെ 'ചുറ്റുവട്ടം', മാതൃഭൂമിയുടെ 'ഞങ്ങൾക്കും പറയാനുണ്ട്', മഴവിൽ മനോരമയുടെ 'ചൂണ്ടുവിരൽ', കൈരളിയുടെ 'സെൽഫി', ഫ്ളവേഴ്സിലെ 'ശ്രീകണ്ഠൻനായർ ഷോ' തുടങ്ങിയ പരിപാടികളുടെ ഒരു എപ്പിസോഡ് ഇത്തരം വിഷയങ്ങൾ ചർച്ചയ്ക്കെടുത്തു. വിഷയത്തിന്റെ മാർക്കറ്റ് വാല്യൂവിനുമപ്പുറം ഞങ്ങൾ ഇവിടെയുണ്ട് ഞങ്ങളുടെ പ്രതിസന്ധികൾ ഇന്നതാണെന്നു തുറന്നു പറയാനൊരു വേദി അവർക്കു ലഭിച്ചതു കണക്കാക്കിയാൽ ഇത്തരം ചർച്ചകൾ ഗുണപ്രദമാണ്.

തിരസ്കൃതരായ വ്യക്തികൾക്കു പൊതുവിടത്തിൽ ഇടപെടാനുള്ള ഒരു സാഹചര്യം ഒരുക്കിക്കൊടുക്കുമ്പോൾ തന്നെ ചാനലുകളുടെ യാഥാസ്ഥിതിക രാഷ്ട്രീയത്തെ അവയിൽ കൂട്ടിക്കലർത്തുവാനും കേരള ത്തിലെ മുഖ്യധാരയെന്നു അവകാശപ്പെടുന്ന ചാനലുകൾക്ക് കഴിഞ്ഞു. ട്രാൻസ്ജന്റർ വിരുദ്ധ പൊതുബോധത്തെ സൃഷ്ടിച്ചെടുക്കുന്ന പ്രോഗ്രാമുകളാണ് മനോരമാ ന്യൂസ്, ഫ്ളവേഴ്സ് ടി വി തുടങ്ങിയവ അവതരിപ്പിച്ചത്. ട്രാൻസ്ജന്ററുകളെക്കുറിച്ചുള്ള പ്രോഗ്രാമിൽ അവർ അറിയാതെ ഷൂട്ട്ചെയ്ത ഭാഗങ്ങൾ കൂടി ചേർത്ത് സംപ്രേഷണം ചെയ്ത മനോരമ ന്യൂസ് ചാനലിന്റെ തനിനിറത്തെ ലൈംഗിക ന്യൂനപക്ഷ സംഘടനങ്ങൾ ഫെയ്സ്ബുക്ക് ഉൾപ്പെടെയുള്ള മാധ്യമങ്ങളിലൂടെ തുറന്നുകാട്ടി. അത്തരമൊരു പ്രതികരണത്തോടുകൂടി മനോരമ ചാനൽ കലർപ്പില്ലാത്ത ട്രാൻസ്ജന്റർ പ്രോഗ്രാമുകൾ സംപ്രേഷണം ചെയ്തുവെന്നതാണ് മറ്റൊരു കാഴ്ച. ഫ്ളവേഴ്സ് ചാനലിൽ ശ്രീകണ്ഠൻനായർ നടത്തിയ ട്രാൻസ്ജന്റർ ടോക്ഷോയും ട്രാൻസ്ജന്റർ വിരുദ്ധപൊതുബോധത്തെ ഊട്ടിയുറപ്പിക്കുകയാണുണ്ടായത്. ട്രാൻസ്ജന്ററുകളെ പറ്റിച്ചതും അവർ മറ്റുള്ളവരെ പറ്റിച്ചതുമായ വിഷയത്തിലൂടെ മാത്രം സഞ്ചരിച്ച അവതാരകൻ ട്രാൻസ്ജന്ററുകൾക്കും ആക്ടിവിസ്റ്റുകൾക്കും പരിമിത മായ സമയമനുവദിച്ചുകൊണ്ടും അനുഭാവപൂർവ്വമെന്ന വ്യാജേന ട്രാൻസ്ജന്ററുകളെ പരിഹസിച്ചും തന്റെയും ചാനലിന്റെയും യാഥാസ്ഥിതിക ബോധ

ത്തെ ശ്രീകണ്ഠൻ നായർ കേരളീയ സമൂഹത്തിനു മുമ്പിൽ വെളിപ്പെടുത്തി. ഇത്തരത്തിലുള്ള കടന്നുകയറ്റങ്ങളെ ഫലപ്രദമായി പ്രതിരോധിച്ചു കൊണ്ടാണ് ട്രാൻസ്ജന്ററുകൾ തങ്ങളുടെ സ്പെയ്സ് മാധ്യമങ്ങളിൽ കണ്ടെത്തേണ്ടത്.

ചാനലുകൾ ട്രാൻസ്ജന്ററുകളെ വികലമായി ചിത്രീകരിക്കുന്നതിനേക്കാൾ ഭീകരമായിട്ടാണ് ചലച്ചിത്രമാധ്യമങ്ങൾ ഇവരെ അവതരിപ്പിക്കുന്നത്. ചാനലുകളിൽ കോമഡിപ്രോഗ്രാമുകളിലെ ട്രാൻസ്ജന്റർ കഥാപാത്രങ്ങൾ അസ്പൃശ്യരും നികൃഷ്ടരും പരിഹാസ്യരും പൊതുശല്യവുമാകുമ്പോൾ ചലച്ചിത്രങ്ങളിലും അധിക്ഷേപിക്കപ്പെടുന്ന കഥാപാത്രങ്ങളായിതന്നെ ട്രാൻസ്ജന്ററുകളെ അവതരിപ്പിക്കുന്നു. വികലവും വികൃതവുമായ ഹാസ്യരംഗങ്ങളിലൂടെ പ്രേക്ഷകനെ തൃപ്തിപ്പെടുത്താൻ ശ്രമിക്കുന്ന ചലച്ചിത്രങ്ങൾ വിപണിവിജയത്തിനപ്പുറത്ത് ഏതൊക്കെ ജനവിഭാഗത്തെ അത് മുറിവേല്പിക്കുന്നതെന്ന് ശ്രദ്ധിക്കാറില്ല. ചലച്ചിത്രത്തിലെ സ്ത്രീവിരുദ്ധതകൾ, ദളിത് വിരുദ്ധതകൾ എന്നിവ അതാതുകാലയളവിൽ പ്രദർശനത്തിനെത്തുന്ന ചിത്രങ്ങളെ മുൻനിർത്തി പ്രേക്ഷകർ, നിരൂപകർ, സ്ത്രീ - ദളിത് സംഘടനകൾ വിലയിരുത്തുകയും പ്രതിഷേധങ്ങൾ പ്രകടിപ്പിക്കുകയും ചെയ്യാറുണ്ട്. അതേസമയം ലൈംഗിക/ജന്റർ ന്യൂനപക്ഷങ്ങളുടെ വികല ചിത്രീകരണങ്ങളെ സെൻസർ ബോർഡ് ഭാരവാഹികളോ പ്രേക്ഷകരോ നിരൂപകരോ എതിർക്കുകയോ പ്രതികരിക്കുകയോ ചെയ്യാറില്ല.

അന്തസ്സിനു ചേരാത്തവിധം സ്ത്രീകളെ ചിത്രീകരിക്കുന്നത് തടയുന്നതിനുള്ള നിയമം നിലവിലുണ്ടെങ്കിലും ട്രാൻസ്ജന്ററുകൾ ഉൾപ്പെടെയുള്ളവരെ വികൃതമായി ചിത്രീകരിക്കുന്നതിനെതിരെയുള്ള നിയമം ഇന്ത്യയിൽ ഇല്ല. സാമൂഹ്യജീവിതത്തിനും സുരക്ഷിതത്തിനും പറ്റിയ വിധത്തിൽ ട്രാൻസ്ജന്ററുകൾക്കനുകൂലമായി നിയമ സംവിധാനങ്ങൾ ഇല്ലാത്ത ഇന്ത്യൻ സാഹചര്യത്തിൽ വികലമായ ചിത്രീകരണത്തെ പ്രതിരോധിക്കണമെന്നു പറയുന്നതിൽ വലിയ സാദ്ധ്യതകളില്ല. ഇനി വരും കാലങ്ങളിൽ ഇത്തരത്തിലുള്ള നിയമങ്ങൾ രൂപപ്പെടേണ്ടതുണ്ട്. 'ആട്ട്' കലാകാരനായ തമ്പുരുവിന്റെ ജീവിതകഥ പറഞ്ഞ *ഓടും രാജ ആടും റാണി*യിൽ തമ്പുരുവെന്ന ട്രാൻസ്ജന്റർ സുഹൃത്തുക്കളുടെ പീഡനത്തിനിരയായി കീറിപ്പറഞ്ഞ അടിവസ്ത്രങ്ങളുമായി നില്ക്കുന്ന ജുഗുപ്സാവഹമായ രംഗം ചിത്രത്തിലുണ്ട്. ട്രാൻസ്ജന്റർ വിരുദ്ധത നിയമപരമായി നിരോധിച്ചിരുന്നുവെങ്കിൽ ഇത്തരം രംഗങ്ങൾ സെൻസർബോർഡ് നീക്കം ചെയ്യുമായിരുന്നു. കേരളത്തിൽ ട്രാൻസ്ജന്റർകമ്യൂണിറ്റിയിൽ ഉള്ളവർ ശക്തമായി പ്രതിഷേധിക്കുന്നില്ലായെങ്കിലും തമിഴ്നാട്ടിൽ തെരുവുകളിൽ പോലും അവർ ശക്തമായ പ്രതിഷേധം രേഖപ്പെടുത്തുന്നു. വരും നാളുകളിൽ നമ്മുടെ നാട്ടിൽ അത്തരത്തിലുള്ള ഇടപെടൽ ഉണ്ടായേക്കാം.

10

ട്രാൻസ്ജന്ററുകളുടെ വെല്ലുവിളികൾ അതിജീവനങ്ങൾ

സ്ത്രീ-പുരുഷ ലിംഗവിഭാഗങ്ങളെ അംഗീകരിച്ച് സാമൂഹ്യ വ്യവസ്ഥിതികളെ ക്രമപ്പെടുത്തിയ മനുഷ്യവർഗ്ഗത്തിനു നിർദ്ദിഷ്ട ലിംഗവിഭാഗത്തിനു പുറത്തു നില്ക്കുന്ന ട്രാൻസ്ജന്ററുകളെ സാമൂഹ്യ മര്യാദകളുടെ ഭാഗമായി അംഗീകരിക്കുവാൻ വൈമുഖ്യമുള്ളതിനാൽ ബോധപൂർവ്വം തിരസ്കരിച്ചു. ആണും പെണ്ണും കെട്ടവൻ, ഒമ്പത്, കട്ടവണ്ടി, മണുഗുണാഞ്ചൻ, തെയ്യാരോ, പിരി, ഗുണ്ട്, പെണ്ണാണ് എന്നിങ്ങനെയുള്ള സംബോധനകൾ ആഘോഷപൂർവ്വം ഏറ്റെടുത്ത സമൂഹം അതിക്രൂരമായ അധിക്ഷേപങ്ങളിലൂടെ അപമാനിച്ചിരുന്നു. ബാല്യ – കൗമാരഘട്ടങ്ങളിൽ വിദ്യാർത്ഥികളും അദ്ധ്യാപകരും സ്ത്രൈണ ഭാവങ്ങൾ പേറി നടക്കുന്ന ആൺകുട്ടികളെ ലൈംഗികമായി ചൂഷണം ചെയ്യുന്നു. പൊതുസമൂഹത്തിന്റെ അധിക്ഷേപങ്ങളിൽ പ്രകോപിതരാകുന്ന കുടുംബാംഗങ്ങൾ ക്രൂരമായ ആക്രമണങ്ങൾ നടത്തി ബാല്യ കൗമാര അവസ്ഥകളിലുള്ള ഇവരെ അടിച്ചമർത്തുവാൻ ശ്രമിക്കുന്നു. കുടുംബ-സാമൂഹ്യ സംവിധാനങ്ങളൊന്നും ആശ്വാസകരമായ അവസ്ഥ പ്രദാനം ചെയ്യാത്തതിനാൽ ട്രാൻസ്ജന്ററുകൾ പൊതുസമൂഹത്തിൽനിന്നും പലായനം ചെയ്ത് ഡൽഹി, മുംബൈ, ബാംഗ്ലൂർ എന്നിവിടങ്ങളിലെത്തിച്ചേരുന്നു.

സ്വകാര്യമേഖലയിലോ സർക്കാർ മേഖലയിലോ ട്രാൻസ്ജന്ററുകൾക്ക് തൊഴിലുകൾ ലഭിക്കാറില്ല. സ്വകാര്യ മേഖലയിൽ തൊഴിൽ ലഭിച്ചാലും മുതലാളി/മാനേജ്മെന്റ് എന്തെങ്കിലും പ്രശ്നങ്ങൾ ചൂണ്ടിക്കാട്ടി ജോലിയിൽനിന്നും പിരിച്ചുവിടുകയും ചെയ്യും. സ്വകാര്യതൊഴിൽ മേഖലകളിൽ പണിയെടുക്കുന്ന ട്രാൻസ്ജന്ററുകളെ അവഹേളിക്കുവാനും ലൈംഗികമായി ചൂഷണം ചെയ്യുവാനും സഹപ്രവർത്തകർ തന്നെ തയ്യാറാകുമ്പോൾ ട്രാൻസ്ജന്ററിന് ആ ജോലി ഉപേക്ഷിക്കേണ്ടതായി വരുന്നു. ലൈംഗിക ന്യൂനപക്ഷങ്ങളെക്കുറിച്ചുള്ള തിരിച്ചറിവ് വർദ്ധിക്കുന്ന

തോടെ കേരളീയ സമൂഹം ഇത്തരമൊരു അന്തരീക്ഷത്തിന് മാറ്റം സൃഷ്ടിക്കുമെന്ന് പ്രതീക്ഷിക്കാം.

ട്രാൻസ്ജന്റേഴ്സിന്റെ അവകാശങ്ങൾക്കു വേണ്ടി പോരാടുന്ന സംഘടനയാണ് സഹോദരി ഫൗണ്ടേഷൻ. ട്രാൻസ്‌വുമൺ ആയ കൽക്കി സുബ്രഹ്മണ്യമാണ് സഹോദരി സ്ഥാപിച്ചത്. 2008 ജൂലൈയിൽ സഹോദരിയുടെ ഔദ്യോഗികമായ രജിസ്ട്രേഷൻ നടന്നു. ലൈംഗിക ന്യൂനപക്ഷങ്ങളുടെ മറ്റു സംഘടനകളിൽ നിന്ന് സഹോദരിയെ വ്യത്യസ്തമാക്കുന്നത് സംഘടനയുടെ പ്രവർത്തനത്തിനായി വിദേശ ഫണ്ടുകൾ സ്വീകരിക്കാത്ത നിലപാടാണ്. സുഹൃത്തുക്കളിൽ നിന്നും അഭ്യുദയകാംക്ഷികൾ നിന്നും ലഭിക്കുന്ന/ സ്വീകരിക്കുന്ന സംഭാവനകളാണ് സഹോദരിയുടെ പ്രവർത്തനങ്ങളെ മുമ്പോട്ടു നയിക്കുന്നത്. കൽക്കി സുബ്രഹ്മണ്യത്തോടൊപ്പം ഒരു സംഘം ട്രാൻസ്സെക്ഷ്വൽസും സജീവമായി നിന്നുകൊണ്ട് സഹോദരിയുടെ പ്രവർത്തനങ്ങൾ നടത്തുന്നു. ട്രാൻസ്ജന്റേഴ്സിന്റെ അവകാശങ്ങൾക്കും സാമൂഹ്യനീതിക്കും വേണ്ടിയുള്ള പ്രവർത്തനങ്ങൾ നടത്തുക, ട്രാൻസ്ജന്റേഴ്സിനു നേരേ നടക്കുന്ന അതിക്രമങ്ങളിൽ പ്രതിഷേധിക്കുക എന്നിവയാണ് സഹോദരിയുടെ ലക്ഷ്യങ്ങൾ. ട്രാൻസ്ജന്റേഴ്സ് ഉൾപ്പെടെയുള്ള വ്യക്തികൾക്ക് സഹോദരിയുമായി ബന്ധപ്പെടുന്നതിനു വെബ്സൈറ്റും reachsahodari@gmail.com എന്ന ഇ-മെയിൽ വിലാസവുമുണ്ട്. സഹോദരിയുടെ തപാൽ വിലാസം - സഹോദരി ഫൗണ്ടേഷൻ, പിള്ളയാർ കോവിൽ സ്ട്രീറ്റ്, കോട്ടക്കാരായി, ആറോവില്ലി ഇരുംബൈ പോസ്റ്റ്, വില്ലുപുരം ഡിസ്ട്രിക്ട്, തമിഴ്നാട് 605111. ലൈംഗിക ന്യൂനപക്ഷങ്ങൾക്കുവേണ്ടി സഹോദരി ഫൗണ്ടേഷൻ നടത്തുന്ന കാമ്പയിനുകളും നിയമപോരാട്ടങ്ങളും ആഗോളതലത്തിൽ തന്നെ ശ്രദ്ധ നേടിക്കഴിഞ്ഞവയാണ്.

തമിഴ്നാട്ടിലെ ട്രാൻസ്ജന്റർ ആക്ടിവിസ്റ്റായ സ്മൈലി വിദ്യയും കൂട്ടരും നടത്തുന്ന പ്രവർത്തനങ്ങളും ട്രാൻസ്ജന്റർ സമൂഹത്തിന്റെ പുരോഗതിയെ ത്വരിതവല്ക്കരിക്കുന്നു. തങ്ങളുടെ പ്രതിസന്ധികളെ പൊതുസമൂഹത്തെ നേരിട്ടറിയിക്കുന്നതിനായി നാടകപ്രവർത്തനങ്ങൾ നടത്തുന്ന വിദ്യയും സംഘവും 'പൺമൈ' നാടകസംഘത്തിലൂടെ 'കളർ ഓഫ് ട്രാൻസ്' എന്ന നാടകം ഇന്ത്യയ്ക്കകത്തും പുറത്തും നിരവധി വേദികളിലവതരിപ്പിച്ചു. സാമ്പ്രദായികമായ നാടക തിരക്കഥാ രചനാരീതികളിൽ നിന്നുമാറി വ്യക്തികളുടെ അനുഭവങ്ങൾക്കു പ്രാധാന്യം നല്കുന്ന ടെസ്റ്റിമോണി തിയേറ്ററിന്റെ പാത പിന്തുടർന്നവതരിപ്പിക്കുന്ന *കളർ ഓഫ് ട്രാൻസിൽ* സ്മൈലി വിദ്യ, ഏയ്ഞ്ചൽ ഗ്ലാഡി, ജിസെമൻ ഇമ്മലർ എന്നിവരാണ് പ്രധാന കഥാപാത്രങ്ങളെയവതരിപ്പിച്ചത്. അനുഭവങ്ങളുടെ പങ്കുവെക്കലുകൾ നിർവ്വഹിക്കപ്പെടുന്ന നാടകപ്രവർത്തനത്തിലൂടെ അതിജീവനത്തിന്റെ രാഷ്ട്രീയ നിലപാടുകളാണ് വിദ്യയും സംഘവും ഉയർത്തിക്കാണിക്കുന്നത്. അടിച്ചമർത്തലുകളിൽനിന്നും പലായനങ്ങളിൽനിന്നും ട്രാൻസ്ജന്ററുകൾ വിടുതൽ പ്രാപിക്കേണ്ടതിന്റെ ആവശ്യകതയെ ഇവർ ഉദ്ബോധിപ്പിക്കുന്നു.

പലായനങ്ങൾ നടത്താതെ പ്രതിസന്ധികളെ അതിജീവിച്ചു പിടിച്ചുനില്ക്കുന്ന അപൂർവ്വം ചിലർ നമ്മുടെ കേരളീയ സമൂഹത്തിലുണ്ട്. ഇത്തരം വ്യക്തിത്വങ്ങളെയപമാനിച്ചുകൊണ്ട് തങ്ങളുടെ മേൽക്കോയ്മാ നിലപാടുകൾ പ്രകടിപ്പിക്കുവാൻ സംസ്കാരസമ്പന്നരെന്നു നടിക്കുന്ന മലയാളികൾ ശ്രമിക്കാറുണ്ട്. പക്ഷേ, അടിച്ചമർത്തലുകളുടെ കാലം കഴിഞ്ഞുവെന്ന് കേരളത്തിലെ ട്രാൻസ്ജന്ററുകൾ സാക്ഷ്യപ്പെടുത്തുന്നു. ഇന്ത്യൻ നീതിന്യായ വ്യവസ്ഥയോടും യാഥാസ്ഥിതിക വാദികളോടുമുള്ള പ്രതിഷേധങ്ങളെ ലൈംഗിക സ്വാഭിമാനഘോഷയാത്രയിലൂടെ ട്രാൻസ്ജെന്ററുകൾ അടക്കമുള്ള ലൈംഗിക ന്യൂനപക്ഷങ്ങൾ പ്രകടിപ്പിക്കുന്നു. ആണത്തത്തിന്റേയും സ്ത്രീത്വത്തിന്റേയും ലക്ഷണശാസ്ത്രത്തിൽ ഒതുങ്ങാത്ത ശാരീരിക – മാനസികാവസ്ഥകളുള്ള വ്യക്തിത്വങ്ങളെ മുഖ്യധാരയിൽനിന്നും പുറന്തള്ളി പ്രകൃതിവിരുദ്ധരായി പ്രതിഷ്ഠിക്കുവാനുള്ള പൊതുസമൂഹത്തിന്റെ വ്യാജ നിലപാടുകൾ ചോദ്യം ചെയ്യപ്പെടുകയാണ്. വിമത ലൈംഗികത ഉയർത്തിപ്പിടിക്കുന്ന രാഷ്ട്രീയത്തെ വിളിച്ചുപറയുന്ന ലൈംഗിക ന്യൂനപക്ഷങ്ങൾ സംഘടിത ഗ്രൂപ്പുകളായി തങ്ങളുടെ അസ്തിത്വങ്ങളെ സ്ഥാപിച്ചെടുക്കുവാൻ ശ്രമിച്ചുകൊണ്ടേയിരിക്കുന്നു. സ്വതന്ത്രമായ ലൈംഗികതയുടെ പുതിയ മാതൃകകൾ ഉയർത്തിപ്പിടിക്കുവാൻ ശ്രമിക്കുന്ന ട്രാൻസ്ജന്ററുകൾ ഉൾപ്പെടെയുള്ള ലൈംഗിക ന്യൂനപക്ഷങ്ങളുടെ പോരാട്ടങ്ങൾ, നിലനില്പിന്റെയും അതിജീവനത്തിന്റെയും ചരിത്രപാതകൾ കടന്നാണ് ഇന്നത്തെ നിലയിലെത്തിയിരിക്കുന്നത്. സംഘടിതമായ ആക്രമണങ്ങളും കുത്തകമാധ്യമങ്ങളുടെ തിരസ്കരണ തന്ത്രങ്ങളും അതിജീവിച്ച ട്രാൻസ്ജന്ററുകൾ തങ്ങളുടെ അവകാശങ്ങൾ നേടിയെടുത്ത് അഭിമാനത്തോടെ മുഖ്യധാരാ സമൂഹത്തിൽ ജീവിക്കും. കാരണം കാലോചിതമായ മാറ്റങ്ങൾക്ക് ഇന്ത്യൻ സമൂഹം വിശിഷ്യാ കേരളീയ സമൂഹം തയ്യാറായിരിക്കുന്നു.

ട്രാൻസ്ജന്റർ പോളിസി നടപ്പിൽ വരുത്തുന്ന പ്രഥമ സംസ്ഥാനമാണ് കേരളം. യാഥാസ്ഥിതികരെന്നു പറഞ്ഞു കേരളീയ സമൂഹത്തെ നമ്മൾ വിമർശന വിധേയമാക്കുമ്പോൾ തന്നെ ഇത്തരത്തിലുള്ള ചില മാറ്റങ്ങളിലേക്കുകൂടി കേരളീയ സമൂഹം മാറുന്നു. ഇത്തരം മാറ്റങ്ങൾ തീർത്തും പൊതുസമൂഹത്തിന്റെ നിലപാടുകളാണെന്നു പ്രഖ്യാപിക്കുവാനും സാദ്ധ്യമല്ല. കാരണം ഇരുപതുകൊല്ലത്തിലധികമായി ട്രാൻസ്ജന്ററുകൾ നടത്തിവന്ന അവകാശപ്പോരാട്ടങ്ങളുടെ പരിണതഫലമാണ് 2015 മുതലുള്ള പൊതു ചർച്ചകളും പൊതു സ്വീകാര്യതകളും ക്വിയർ പ്രൈഡ് മാർച്ചുകൾ, പഠനക്ലാസുകൾ, സംവാദങ്ങൾ, മാധ്യമങ്ങൾ/കാമ്പസുകളിലെ അക്കാദമിക് ചർച്ചകൾ തുടങ്ങിയവ ട്രാൻസ്ജന്ററുകൾക്ക് ചെറുതല്ലാത്ത ഇടം കേരളീയ സമൂഹത്തിൽ നേടിക്കൊടുത്തു. ഗേ, ലെസ്ബിയൻ, ട്രാൻസ്ജന്റർ, ട്രാൻസ് സെക്ഷ്വൽസ്, ബൈസെക്ഷ്വൽസ്, ഇന്റർസെക്സ് ഉൾപ്പെടെയുള്ള ലൈംഗിക ന്യൂനപക്ഷങ്ങളെ /ജെന്റർ ന്യൂനപക്ഷങ്ങളെ മാറ്റി നിറുത്തിക്കൊണ്ട് കേരളീയ സമൂഹ

ത്തിന് മുമ്പോട്ടു പോകുവാനാകില്ല. അതുകൊണ്ടുതന്നെയാണ് എ കെ ജി പഠന ഗവേഷണ കേന്ദ്രം (തിരുവനന്തപുരം) നടത്തിയ നാലാം അന്താരാഷ്ട്ര പഠന കോൺഗ്രസിൽ(2016 ജനുവരി 9, 10) ട്രാൻസ്ജന്റർ ഉൾപ്പെടെയുള്ളവരെക്കുറിച്ച് ചർച്ചകൾ ഉണ്ടായത്.

നാലാം കേരള പഠനകോൺഗ്രസിന്റെ നയരേഖയിൽ നമുക്ക് ഇങ്ങനെ വായിക്കാം.

> സ്ത്രീക്കും പുരുഷനുമിടയിൽ ഒട്ടനേകം ലിംഗസ്വത്വങ്ങളുള്ള ലക്ഷക്കണക്കിനു മനുഷ്യർ ഉണ്ട്. അവരുടെ മനുഷ്യാവകാശങ്ങൾ സംരക്ഷിക്കപ്പെടണം. കേരളത്തിൽ വ്യത്യസ്ത ലിംഗപദവി ഉള്ളവരുടെയും ഭിന്നലൈംഗികതയ്ക്ക് അപ്പുറമുള്ള സ്വവർഗ്ഗാനുരാഗികളുടെയും പ്രശ്നങ്ങൾ ശക്തമായ സാമൂഹ്യ ഇടപെടലുകൾ ആവശ്യപ്പെടുന്നവയാണ്. സമൂഹത്തിന്റെ ശ്രദ്ധ ആകർഷിക്കത്തെവണ്ണം ഇവരുടെ എണ്ണം വലുതുമാണ്. കേരളസമൂഹത്തിൽ ഒരു മേഖലയിലും അംഗീകാരം കിട്ടാത്തവരും ആട്ടിയോടിക്കപ്പെടുന്നവരുമാണ് ഇവർ. മനുഷ്യർ എന്ന നിലയിൽ ലഭിക്കേണ്ട അവകാശങ്ങളും അധികാരങ്ങളും അംഗീകാരങ്ങളും ഇവർക്ക് ഉറപ്പാക്കേണ്ടത് സർക്കാരിന്റെ ഉത്തരവാദിത്വമാണ്. വിദ്യാഭ്യാസം, ജോലി, പാർപ്പിടം എന്നിങ്ങനെ ജീവിതത്തിന്റെ അടിസ്ഥാന മേഖലകളിലെല്ലാം ട്രാൻസ്ജന്റർ വിഭാഗക്കാർ അവഹേളിക്കപ്പെടുന്നു. ജീവിക്കാനായി ഇവരിൽ ഏറെപ്പേരും കേരളം വിട്ടോടിപ്പോകേണ്ട സാഹചര്യമാണ്. 2014 ലെ സുപ്രീംകോടതി വിധിയും 2015 ൽ കേന്ദ്രസർക്കാർ പാസാക്കിയ നിയമവും ഇവർക്ക് തുല്യ അവകാശവും ക്ഷേമവും ഉറപ്പുനല്കുന്നുണ്ടെങ്കിലും സാമൂഹ്യസമ്മതി ഇനിയും ലഭിച്ചിട്ടില്ല. ഐ പി സി 377-ാം വകുപ്പ് സുപ്രീംകോടതി സാധുവാക്കുകയും പാർലമെന്റിന്റെ പരിഗണനയ്ക്ക് വിടുകയും ചെയ്തിരിക്കുന്ന സാഹചര്യത്തിൽ ഇക്കൂട്ടർക്ക് അവകാശപ്പെട്ട ലൈംഗികജീവിതവും നിഷേധിക്കപ്പെട്ടിരിക്കുകയാണ്. ഭിന്നലിംഗക്കാരെ മനുഷ്യരായി കണക്കാക്കേണ്ടത് ജനാധിപത്യത്തിന്റെ കടമയാണ്.

ലൈംഗിക ന്യൂനപക്ഷങ്ങളുടെ ജീവിക്കുവാനായുള്ള അവകാശപ്പോരാട്ടങ്ങളെ പരിഗണിക്കുവാൻ അതിലുപരി അംഗീകരിക്കുവാൻ തയ്യാറായതിന്റെ തെളിവാണ് പഠന കോൺഗ്രസിൽ ലൈംഗിക ന്യൂനപക്ഷങ്ങളുടെ ചർച്ച പ്രത്യേക സെക്ഷനായി നടത്തപ്പെട്ടത്. ഇത്തരമൊരു ചർച്ചയും നയരേഖയും ചരിത്രമായി മാറുന്നത് അന്താരാഷ്ട്ര പഠന കോൺഗ്രസിൽ ആദ്യമായി ചർച്ചചെയ്യപ്പെട്ടു എന്നതിനാലാണ് 2016 മെയ് 16 ലെ തിരഞ്ഞെടുപ്പ് ലക്ഷ്യമാക്കി പോരാട്ടത്തിനിറങ്ങിയ എൽ ഡി എഫും [ട്രാൻസ്ജന്റർ വിഭാഗം (നമ്പർ 382)- ആരോഗ്യം, വിദ്യാഭ്യാസം, തൊഴിൽ മേഖലകളിൽ ട്രാൻസ്ജന്ററിന് പ്രത്യേക പരിഗണന നല്കാൻ

ഉതകുന്ന നിലയിലുള്ള ട്രാൻസ്ജന്റർ പോളിസി നടപ്പിലാക്കും. (എൽ ഡി എഫ് പ്രകടനപത്രിക 2016, പുറം. 50.)] യു ഡി എഫും തങ്ങളുടെ പ്രകടനപത്രികയിൽ ട്രാൻസ്ജന്റർ വിഭാഗത്തെ ഉൾപ്പെടുത്തുവാൻ തയ്യാറായി. മുൻ തിരഞ്ഞെടുപ്പുകളെയപേക്ഷിച്ച് ട്രാൻസ്ജന്റർ ഉൾപ്പെടെയുള്ള വിഭാഗങ്ങളെ ആദ്യമായിട്ടാണ് പ്രകടന പത്രികയിൽ പരിഗണിക്കുന്നത്. എസ് എഫ് ഐയുടെ അംഗത്വഫോമിൽ ആൺ/പെൺ എന്നതിനൊപ്പം മറ്റുള്ളവർ എന്ന കോളം 2016 മുതൽ ചേർക്കുകയുണ്ടായി. ഇന്ത്യയിലാദ്യമായിട്ടാണ് ഒരു വിദ്യാർത്ഥി സംഘടന അംഗത്വഫോമിൽ ലൈംഗിക ന്യൂനപക്ഷങ്ങൾക്ക് ഇടം നല്കുന്നത്.

ഇതിനോടൊപ്പം തന്നെ നമ്മുടെ പഞ്ചായത്തുകൾ, ഭരണസ്ഥാപനങ്ങൾ ട്രാൻസ്ജന്ററുകളെ പിന്തുണയ്ക്കുന്ന സാഹചര്യങ്ങളുമുണ്ടായി എന്നതു സവിശേഷ പരിഗണനയർഹിക്കുന്നു. കണ്ണൂർ ജില്ലാപഞ്ചായത്ത് 2016 – 17 സാമ്പത്തിക വർഷത്തേക്കുള്ള ബജറ്റിൽ ട്രാൻസ്ജന്ററുകൾ ഉൾപ്പെടെയുള്ളവർക്കായി പതിനൊന്നുലക്ഷം രൂപയുടെ വിവിധ പദ്ധതിക്കായി തുക വകയിരുത്തിയിരിക്കുന്നു. ഇവയൊക്കെയും ചെറിയ നേട്ടങ്ങൾ ആണെങ്കിൽത്തന്നെയും ചരിത്രപരമായി പ്രാധാന്യമർഹിക്കുന്നു. ചരിത്രത്തിൽനിന്നും സംസ്കാരത്തിൽനിന്നും വർത്തമാനകാലത്തുനിന്നും തമസ്കരിക്കപ്പെട്ടുകൊണ്ടിരിക്കുന്ന ട്രാൻസ്ജന്റർ വിഭാഗങ്ങളിവിടെയുണ്ടെന്നുള്ളത് രേഖപ്പെടുത്തപ്പെടുകയാണ്. ചെറിയ നേട്ടങ്ങളിൽനിന്നും വലിയ നേട്ടങ്ങളിലേക്കുള്ള ട്രാൻസ്ജന്ററുകളുടെ യാത്രയ്ക്ക് പിൻബലമായി മനുഷ്യത്വം മരവിച്ചിട്ടില്ലാത്തൊരു സമൂഹം ഒപ്പം തന്നെയുണ്ട്. ഒപ്പം കാലത്തിന്റെ മാറുന്ന രാഷ്ട്രീയത്തെ അതിവേഗം ഏറ്റെടുക്കുന്ന കേരളീയ യുവത്വത്തിന്റെ കാമ്പസുകളും അതിന്റെയൊരു തെളിവാണ്. കോഴിക്കോട് ശ്രീഗുരുവായൂരപ്പൻ കോളേജിലെ വിശ്വവിഖ്യാത തെറി മാഗസിൻ (2015–16) ലൈംഗികന്യൂനപക്ഷങ്ങളുടെ, പാർശ്വവല്കൃതരുടെ ജീവിതത്തെ അഭിസംബോധനചെയ്തു രൂപകല്പനചെയ്യപ്പെട്ട പ്രസ്തുത മാഗസിനെ നിരോധിച്ചുകൊണ്ട് ചുട്ടെരിക്കുകയാണ് ആർ എസ് എസിന്റെ വിദ്യാർത്ഥി സംഘടന ചെയ്തത്. കാമ്പസിലെ സംസ്കാരവേട്ടയുടെ പ്രതിലോമകരമായ രാഷ്ട്രീയത്തിനുള്ളിൽ ലൈംഗികന്യൂനപക്ഷങ്ങളോടുള്ള അസഹിഷ്ണുതകളും അസംതൃപ്തികളും ഉള്ളടക്കം ചെയ്യപ്പെട്ടിട്ടുണ്ട്. അവ ഒരുപക്ഷേ സംഘടിതരൂപത്തിൽ ഇനിയൊരുനാൾ ലൈംഗിക ന്യൂനപക്ഷങ്ങളുടെ, ജന്റർ ന്യൂനപക്ഷങ്ങളുടെ അവകാശങ്ങളുടെ അടിത്തറയെത്തന്നെ അട്ടിമറിച്ചേക്കാം. കാരണം പുരോഗമനാത്മകതയിലേക്കു രണ്ടടി മുന്നോട്ടു സഞ്ചരിക്കുമ്പോൾ തന്നെ യാഥാസ്ഥിതികതയിലേക്കു നാലടി പുറകോട്ടു നടക്കാൻ നമ്മുടെ കേരളീയ സമൂഹത്തിന്, ഇന്ത്യൻ സമൂഹത്തിനു വല്ലാത്തൊരു ത്വരയുണ്ട്.

11

ട്രാൻസ്ജന്റർ – ചരിത്രമായ നേട്ടങ്ങൾ അഭിമാനങ്ങൾ

തിരസ്കൃതരാക്കപ്പെട്ട ട്രാൻസ്ജന്ററുകളുടെ അവകാശപ്പോരാട്ടങ്ങൾ ഇന്ത്യൻസമൂഹത്തിൽ അംഗീകരിക്കപ്പെടുകയുണ്ടായി. അതിജീവനത്തിനായുള്ള പോരാട്ടങ്ങളുടെ ഫലമാണ് ഇത്തരം നേട്ടങ്ങൾ. പ്രധാനമായും രണ്ടു നേട്ടങ്ങളാണ് ട്രാൻസ്ജന്ററുകൾക്കുണ്ടായത്. ഒന്ന് പാർലമെന്റിന്റെ രാജ്യസഭയിൽ ട്രാൻസ്ജന്ററുകളെ സംബന്ധിച്ചുള്ള ബിൽ അവതരിപ്പിക്കപ്പെടുകയും പാസാവുകയും ചെയ്തു. രണ്ടാമത്തേത് കേരളത്തിലാദ്യമായി സർവ്വേയുടെ അടിസ്ഥാനത്തിൽ ട്രാൻസ്ജന്റർ പോളിസി രൂപീകരിക്കപ്പെട്ടു. ചരിത്രത്തിലാദ്യമായിട്ടാണ് ട്രാൻസ്ജന്റർ പോളിസി ഒരു ഇന്ത്യൻ സംസ്ഥാനത്തു രൂപീകരിക്കപ്പെടുന്നത്. ട്രാൻസ്ജന്ററുകളെ പൊതുവേ അംഗീകരിച്ച തമിഴ്നാടു പോലെയുള്ള സംസ്ഥാനങ്ങൾക്കുപോലും ഇത്തരത്തിൽ ഒരു പോളിസി രൂപീകരിക്കുവാൻ കഴിഞ്ഞില്ല.

ഭിന്ന ലിംഗക്കാർക്ക് ദേശീയനയം രൂപീകരിച്ച് സ്വകാര്യ ബിൽ പാസാക്കിയ രാജ്യസഭ ചരിത്രത്തിൽ സ്ഥാനം പിടിച്ചു. ഭിന്നലിംഗക്കാരുടെ ക്ഷേമത്തിനുവേണ്ടി ഡി എം കെ അംഗം തിരുച്ചി ശിവ കൊണ്ടുവന്ന 'റൈറ്റ്സ് ഓഫ് ട്രാൻസ്ജന്റർ ബിൽ 2014' രാജ്യസഭ ശബ്ദവോട്ടോടെ പാസാക്കി. 1968 ൽ സുപ്രീംകോടതി ക്രിമിനൽ അപ്പലെറ്റ് ജ്യൂറിസ്ഡിക്ഷൻ ബില്ല് പാസാക്കിയ പാർലമെന്റ് 47 വർഷത്തിനു ശേഷമാണ് അടുത്ത ഒരു സ്വകാര്യബിൽ പാർലമെന്റിൽ പാസാക്കുന്നത്. ഭിന്നലിംഗക്കാർക്കായുള്ള സ്വകാര്യബിൽ പാസാക്കുമ്പോൾ ക്യാബിനറ്റ് പദവിയുള്ളവരടക്കം പത്തൊമ്പത് കേന്ദ്രമന്ത്രിമാരുടെ സാന്നിദ്ധ്യം സഭയിലുണ്ടായിരുന്നു.

കേരളത്തിൽ ട്രാൻസ്ജന്റർ പോളിസിയുടെ രൂപീകരണാർത്ഥം ആദ്യം തീരുമാനിക്കപ്പെട്ടത് ട്രാൻസ്ജന്ററുകളുടെ കണക്ക് ലഭ്യമാകുന്നതിനുള്ള സർവ്വേ നടത്തുകയെന്നതായിരുന്നു. ഇത്തരമൊരു സർവ്വേയുടെ

നേതൃത്വം വഹിച്ചത് സംഗമയും സെക്ഷ്വൽ മൈനോറിറ്റി ഫോറം ഓഫ് കേരളയുമാണ്. സർവ്വേയുടെ ആത്യന്തിക വിശകലനത്തിൽ കേരളത്തിൽ ഇരുപത്തയ്യായിരത്തോളം ട്രാൻസ്ജന്ററുകൾ ഉണ്ടെന്നാണ് തെളിഞ്ഞത്. ഇതിനെത്തുടർന്നാണ് സാമൂഹ്യനീതിവകുപ്പ് ട്രാൻസ്ജന്റർ പോളിസി രൂപകല്പന ചെയ്യുന്നത്. ട്രാൻസ്ജന്റർ സർവ്വേയിലൂടെ സഞ്ചരിക്കുമ്പോൾ വ്യക്തമാകുന്ന കാര്യം 58% ട്രാൻസ്ജന്റർ വിദ്യാർത്ഥികളും പത്താംക്ലാസിനുമുമ്പ് വിദ്യാഭ്യാസം ഉപേക്ഷിക്കുവാൻ നിർബ്ബന്ധിതരായിരുന്നു. ശാരീരിക മാനസിക പീഡനങ്ങൾ, ലിംഗപദവിയെ സംബന്ധിച്ച സങ്കടകരമായ അനുഭവങ്ങൾ എന്നിവയാണ് അതിനുള്ള കാരണങ്ങൾ. 54% പേരുടെ മാസവരുമാനം അയ്യായിരത്തിൽ താഴെ ആയിരിക്കുമ്പോൾ തന്നെ അതിൽ 11.6% ത്തിനു മാത്രമേ സ്ഥിരജോലിയുള്ളൂ. 52% ട്രാൻസ്ജന്ററുകൾ പൊലീസ് പീഡനങ്ങൾ അനുഭവിച്ചുവെങ്കിൽ 70% പേർ പൊലീസിനെ അഭിമുഖീകരിക്കാൻ ഭയപ്പെടുന്നു. 89% പേർക്ക് ജോലിസ്ഥലങ്ങളിൽ മോശം അനുഭവങ്ങൾ നേരിടേണ്ടിവരുന്നു. 28% പേർ പങ്കാളികളാൽ പീഡിപ്പിക്കപ്പെടുകയോ ബലാൽസംഗം ചെയ്യപ്പെടുകയോ ചെയ്തിട്ടുണ്ട്. 96% പേരും തങ്ങൾക്കുണ്ടാകുന്ന അതിക്രമങ്ങളെക്കുറിച്ച് പൊലീസിൽ പരാതിപ്പെടുവാൻ തയ്യാറല്ല. 76% പേർ ലിംഗപദവി സ്ഥാപിക്കുവാൻ കഴിയാതെ നില്ക്കുമ്പോൾ 78% പേർ വിവേചനങ്ങൾ ഭയന്ന് ലിംഗപദവി വെളിപ്പെടുത്തുവാൻ തയ്യാറാകുന്നില്ല. 51% പേർ തങ്ങളുടെ ഐഡന്റിറ്റി കുടുംബങ്ങളിൽ നിന്നുപോലും മറച്ചുപിടിക്കുന്നു.

ട്രാൻസ്ജന്റർ പോളിസി മുമ്പോട്ടുവയ്ക്കുന്ന ലക്ഷ്യങ്ങൾ

സ്ത്രീ, പുരുഷൻ, ട്രാൻസ്ജന്റർ എന്നിവർക്ക് തുല്യ അവകാശങ്ങളും അവസരങ്ങളും വിഭവങ്ങളും പ്രയോജനങ്ങളും ലഭ്യമാക്കുന്ന നീതിയുക്തമായ ആദർശാത്മകമായൊരു ലോകത്തെ ലക്ഷ്യമിടുന്നു. എല്ലാ പൗരന്മാരെയുംപോലെയും സ്വാതന്ത്ര്യത്തോടെ ജീവിക്കുവാനുള്ള അവകാശം. അക്രമങ്ങളിൽനിന്നും വിമുക്തമായ ഒരു ജീവിതം ആസ്വദിക്കാനുള്ള സ്വാതന്ത്ര്യം, തങ്ങളുടെ അഭിപ്രായങ്ങൾ പ്രകടിപ്പിക്കുവാനുള്ള സ്വാതന്ത്ര്യം, വികസനത്തെ സംബന്ധിച്ചുള്ള തീരുമാനങ്ങളിൽ തങ്ങളുടെ സാന്നിദ്ധ്യവും പ്രാതിനിധ്യവും ഉണ്ടാകണമെന്ന് ട്രാൻസ്ജന്റർ പോളിസി ലക്ഷ്യമിടുന്നു. 2015 ജൂലൈ 20 ന് കേരളനിയമസഭയിൽ സാമൂഹ്യക്ഷേമവകുപ്പു മന്ത്രി ഡോ. എം കെ മുനീർ ഭിന്നലിംഗത്തിൽപ്പെട്ടവരുടെ സർക്കാർ രേഖകളിൽ എം എക്സ് എന്നു രേഖപ്പെടുത്തുമെന്നു പ്രഖ്യാപിച്ചു. സമൂഹത്തിന്റെ അധിക്ഷേപങ്ങൾ നേരിടുന്ന ഭിന്നലിംഗത്തിൽപ്പെട്ടവരുടെ സംരക്ഷണത്തിനായി ഭിന്നലിംഗനയവും അതിന്റെ നടത്തിപ്പിനായി ബോർഡും രൂപീകരിക്കുമെന്ന് മുനീർ പറഞ്ഞു. ട്രാൻസ്ജന്റർ വിഭാഗത്തിൽപ്പെട്ടവർക്ക് തൊഴിൽ, വിദ്യാഭ്യാസം, അംഗീകാരം, സുരക്ഷ എന്നിവ ഉറപ്പുവരുത്തുന്നതിനുവേണ്ടിയാണ് കേരള സർക്കാർ ട്രാൻസ്ജന്റർ നയം നടപ്പിലാക്കുന്നത്. ട്രാൻസ്ജന്റർ സമൂഹ

ത്തിന്റെ സമഗ്രവികസനത്തിന് ഉപയുക്തമാകുന്ന ട്രാൻസ്ജന്റർ പോളിസിക്ക് ഇത്തരത്തിൽ രൂപകല്പന ചെയ്തെങ്കിലും അതിന്റെ പൂർണ്ണമായ അർത്ഥത്തിൽ പ്രാവർത്തികതലത്തിൽ നടപ്പിലാക്കുന്നതിനുമുമ്പ് മന്ത്രിസഭ അധികാരമൊഴിയുകയുണ്ടായി. തുടർന്നു വരുന്ന ഗവൺമെന്റ് ട്രാൻസ്ജന്റർ പോളിസിയെ നടപ്പിലാക്കുമെന്നുതന്നെ ജന്റർ ന്യൂനപക്ഷങ്ങൾ വിശ്വസിക്കുന്നു. ഗവൺമെന്റ് ഓർഡർ/കോടതിയുത്തരവ് എത്രയൊക്കെയുണ്ടായാലും അവയെ തൃണവൽഗണിക്കുന്ന സ്വഭാവം മനുഷ്യർക്കുണ്ട്. പൊതുജനങ്ങളുടെ കാഴ്ചപ്പാടിലും നിലപാടുകളിലും മനോഭാവങ്ങളിലും മാറ്റം വരുന്നതുവഴിയേ ട്രാൻസ്ജന്റർ പോളിസി അതിന്റെ പൂർണ്ണ ലക്ഷ്യത്തിലെത്തുകയുള്ളൂ.

12

ട്രാൻസ്ജന്റർ - സാഹിത്യം

മലയാളസാഹിത്യത്തെ സംബന്ധിച്ചിടത്തോളം മുഖ്യധാരാ സാഹിത്യത്തിൽനിന്നും അസ്പൃശ്യത കല്പിച്ചു മാറ്റിനിർത്തപ്പെട്ട ഗേ, ലെസ്ബിയൻ പ്രമേയങ്ങളുടെ അതേ അവസ്ഥാവിശേഷങ്ങളാണ് ട്രാൻസ്ജന്റർ സാഹിത്യത്തിനും നേരിടേണ്ടി വന്നിട്ടുള്ളത്. അതേസമയം ഇന്ത്യൻ സാഹിത്യത്തിൽ എത്രയോ മുൻപുതന്നെ വിദേശ സാഹിത്യത്തിൽ ട്രാൻസ്ജെന്റർ പഠനങ്ങൾ പ്രത്യക്ഷപ്പെട്ടിരുന്നു. "ട്രാൻസ്ജന്റർ: സ്വത്വവും എഴുത്തും" എന്ന പഠനത്തിൽ വി സുകുമാരൻ വ്യക്തമാക്കുന്നതിപ്രകാരമാണ് (*ദേശാഭിമാനി* 3 ഏപ്രിൽ 2016, പുറം 72).

> 1990 കളിൽ ഈ വിഷയത്തിൽ വിലപ്പെട്ട പാഠങ്ങളും സംവാദങ്ങളും സംഭവിച്ചു ഒരു ട്രാൻസ്ജന്റർ എഴുത്തുകാരിയായ സാൻഡിസ്റ്റോൺ ആണ് ഇത്തരം പഠനങ്ങൾക്ക് നാന്ദികുറിച്ചതെന്നു പറയാം. അവരെഴുതിയ *The Empire Strikes Back, A Dosttran Sexual Manifesto* ഒരടിസ്ഥാനപാഠത്തിന്റെ സ്വഭാവം സ്വീകരിച്ചിരിക്കുന്നു. കാൾ ബ്രയാന്റ് രചിച്ച *Transgender studies* ശ്രദ്ധേയമായ മറ്റൊരു പ്രാമാണിക ഗ്രന്ഥമാണ്–

ലോകസാഹിത്യത്തിൽ ഒരു സവിശേഷപഠനശാഖയെന്ന നിലയിൽ ട്രാൻസ്ജന്റർ പഠനങ്ങൾ അരങ്ങേറിയപ്പോൾ സൈദ്ധാന്തിക തലങ്ങളിലുള്ള പഠനങ്ങളോടൊപ്പം ചെറുകഥ, ആത്മകഥ, നോവൽ തുടങ്ങിയ ശാഖകളിലായി 'ട്രാൻസ്ജന്റർ' രചനകളുമുണ്ടായി. അവയിൽ പലതും ട്രാൻസ്ജന്ററുകളോ ട്രാൻസ്സെക്ഷ്വലുകളോ ആയിരുന്നു രചിച്ചതെന്നുള്ളത് ശ്രദ്ധേയമാണ്. തീക്ഷ്ണമായ അനുഭവങ്ങളോടൊപ്പം ട്രാൻസ്ജന്റർ സമൂഹത്തിന്റെ നിലനില്പിന്റെ ആവശ്യകതയും അവർ തങ്ങളുടെ കൃതികളിലൂടെ ബോധിപ്പിച്ചു. ഇന്ത്യൻ സാഹിത്യത്തിലേക്ക്,

വിശിഷ്യാ മലയാള സാഹിത്യമണ്ഡലത്തിലെത്തുമ്പോൾ ട്രാൻസ്ജന്റർ, കൃതികളെക്കുറിച്ച് അന്വേഷണം നടത്തിയാൽ വലിയ അത്ഭുതമാണെ നുഭവപ്പെടുക. ചെറുകഥ, നോവൽ, ആത്മകഥ, കവിത എന്നീ സാഹി ത്യരൂപങ്ങളിലായി വിരലിലെണ്ണാവുന്ന ഏതാനും കൃതികളേ എഴുത പ്പെട്ടിട്ടുള്ളുവെന്നത് സാഹിത്യത്തിന്റെ വരേണ്യബോധത്തെ പ്രകട മാക്കുന്നു. ചെറുകഥാരംഗത്ത് മാധവിക്കുട്ടിയുടെ 'നപുംസകങ്ങൾ', എം പി നാരായണപിള്ളയുടെ *ഹിജഡ*, ഇന്ദുമേനോന്റെ 'ഹിജഡയുടെ കുട്ടി', പ്രമോദ് രാമന്റെ 'ഛേദാംശജീവിതം', 'രതിമാതാവിന്റെ പുത്രൻ' എന്നി വയും നോവൽ വിഭാഗത്തിൽ എം എം മേനോന്റെ 'ഹിജഡ', ദിലീപ്കു മാറിന്റെ *ബുധസംക്രമണം* എസ് ബാലഭാരതിയുടെ *അവൻ + അവൾ = അത്* (വിവ.) തുടങ്ങിയവയും ആത്മകഥാസാഹിത്യത്തിൽ *ജെറീന – ഒരു മലയാളി ഹിജഡയുടെ ആത്മകഥ, ഒരു ഹിജഡയുടെ ആത്മകഥ* (എ രേവതി – വിവ.) തുടങ്ങിയവയുമാണുള്ളത്.

ചെറുകഥാസാഹിത്യം

മാധവിക്കുട്ടിയുടെ 'നപുംസകങ്ങൾ' പൊതുസമൂഹത്തിനു ഇവരെക്കുറിച്ചുള്ള ധാരണകളെയവതരിപ്പിക്കുന്ന കഥയാണ്. ബോംബേ യിലെ സയോൺ കോളിവാഡ എന്ന ചേരിപ്രദേശത്തു സംഘമായി താമ സിക്കുന്ന ട്രാൻസ്ജന്ററുകളുടെ സാമാന്യ ജീവിതത്തെയവതരിപ്പിച്ചു കൊണ്ട് നീങ്ങുന്ന 'നപുംസകങ്ങളിൽ' ഇത്തരക്കാരെ സാമൂഹ്യവിരുദ്ധ രായി ആവിഷ്കരിച്ചിരിക്കുന്നു. ഭിക്ഷ ചോദിക്കുമ്പോൾ നല്കാത്തവരെ ചീത്തവിളിക്കുന്നവരായും ഉടുതുണിപൊക്കിക്കാണിക്കുന്നവരായും സ്ത്രീകളെ അവഹേളിക്കുന്നവരായും വിലയിരുത്തപ്പെടുന്ന ട്രാൻസ് ജന്ററുകളുടെ നേതാവ് രാം കിങ്കരിയെന്ന ഭീകരസത്വമാണ്. ഈ സംഘത്തെ അടക്കിഭരിക്കുന്ന രാം കിങ്കരി ഓരോ ട്രാൻസ്ജന്ററിനും ലഭിച്ച വരുമാനത്തെ കൃത്യമായി അളക്കാറുണ്ട്. ഭീകരനായ രാം കിങ്ക രിയുടെ മുൻപിൽ പത്തൊൻപതു വർഷംമുമ്പു കാണാതായ നപുംസക കുട്ടിയെ അന്വേഷിച്ച് ഒരു ഗുജറാത്തി സ്ത്രീയെത്തുന്നു. ട്രാൻസ് ജന്ററുകൾ കുട്ടികളെ മോഷ്ടിക്കുന്നവരാണെന്ന ധാരണയിൽ കുട്ടിയെ ത്തേടിയെത്തുന്ന വൃദ്ധ രുഗ്മയിൽ തന്റെ മകളെ കണ്ടെത്തുന്നുവെങ്കിലും അതിനെ നിഷേധിക്കുന്ന രുഗ്മയും സംഘവും ഭൂമീദേവിയാണ് തങ്ങളു ടെയമ്മ എന്ന നിലപാട് സ്വീകരിക്കുന്നു. അതിനെ അനുകൂലിക്കേണ്ടി വരുന്ന വൃദ്ധ തന്റെ ശ്രമങ്ങൾ ഉപേക്ഷിച്ച് തിരികെ മടങ്ങുന്നു. 1983 ൽ മാധവിക്കുട്ടിയെഴുതിയ 'നപുംസകങ്ങൾ' അവരുടെ സമൂഹത്തെ പുറ ത്തുനിന്നൊരാൾ നോക്കിക്കാണുന്നതിന്റെ അടിസ്ഥാനത്തിലുള്ള കാഴ്ചകളാണ് പങ്കുവക്കുന്നത്. ട്രാൻസ്ജന്ററുകൾ അക്രമണകാരികളും പൊതുശല്യക്കാരികളുമാണ് എന്നു പറഞ്ഞുവെക്കുന്ന മാധവിക്കുട്ടി കഥ ഇവരെ സംബന്ധിച്ച് പൊതുസമൂഹത്തിനുണ്ടായിരുന്ന ധാരണകളെ പിൻപറ്റുന്നതുകൊണ്ടുതന്നെ അവരുടെ സാമൂഹ്യ–സാംസ്കാരിക, ശാരീ

രിക മാനസിക പ്രതിസന്ധികളെ അവതരിപ്പിക്കുവാൻ ശ്രമിച്ചിട്ടില്ല. പാർശ്വവല്കൃതരായ ട്രാൻസ്ജന്ററുകളുടെ വൃത്തിഹീനമായ ജീവിത സാഹചര്യങ്ങളെ അവതരിപ്പിക്കുവാൻ ഉത്സാഹം കാട്ടിയ ഈ കഥ പൊതുസമൂഹം നടത്തുന്ന ആക്രമണങ്ങളെ തമസ്കരിച്ചുകൊണ്ട് പട്ടിണിയായിപ്പോയ, പീഡനങ്ങൾ ഏറ്റുവാങ്ങേണ്ടിവന്ന ട്രാൻസ്ജന്ററുകളുടെ പ്രതിഷേധങ്ങളെ പർവ്വതീകരിച്ചുകൊണ്ട് അവർ അസ്പൃശ്യരായി നിർത്തപ്പെടേണ്ടവരാണെന്ന ബോധത്തെ സൃഷ്ടിച്ചെടുക്കുന്നു.

എം പി നാരായണപിള്ളയുടെ *ഹിജഡ* തീവണ്ടി യാത്രയ്ക്കിടയിൽ കാണുന്ന ട്രാൻസ്ജന്ററുകളെക്കുറിച്ച് ഒരു യാത്രക്കാരനുള്ള കൗതുകങ്ങളെയാണ് അവതരിപ്പിക്കുന്നത്. ജാംഷെഡ്പൂരിൽനിന്നും പാസഞ്ചർ ട്രെയിനിൽ ചെണ്ടയുമായി കയറുന്ന ട്രാൻസ്ജന്ററുകൾ കഥാനായകനുമായി അടുപ്പത്തിലാകുന്നില്ലെങ്കിലും ഇടയ്ക്ക് ട്രെയിനിൽ കയറിയ മൃഗം എന്ന് വിശേഷിപ്പിക്കുന്ന വികൃതരൂപിയായ മനുഷ്യൻ കഥാനായകനോടും ഇവരോടും സംസാരിക്കുന്നു. ബംഗാളിൽ പട്ടിണിയായതുകൊണ്ട് ബീഹാറിൽ ഭിക്ഷതെണ്ടുവാൻ പോകുന്ന ഇവരെ മൃഗം പരിഹസിക്കുന്നതോടൊപ്പം മനുഷ്യവർഗ്ഗത്തെ വഞ്ചിക്കുന്നവരായി സ്ഥാപിച്ചെടുക്കുന്നു. മൃഗത്തിന്റെ ഗ്രാമത്തിലെ ഒരു പുരുഷൻ സ്ത്രീവേഷധാരിയായി ട്രാൻസ്ജന്ററുകളുടെ കൂടെക്കൂടി ജനത്തിനെ പറ്റിക്കുന്നത് തിരിച്ചറിഞ്ഞ മൃഗം ജനങ്ങളെക്കൂട്ടി അയാളെ ആക്രമിച്ചു തുരത്തിയോടിച്ച കഥപറഞ്ഞ് അവരെ പരിഹസിക്കുമ്പോൾ വൃദ്ധയായ ട്രാൻസ്ജന്റർ അതിനെ പ്രതിരോധിക്കുന്നുണ്ട്. വിശപ്പുകൊണ്ട് ആര്യവേപ്പിന്റെ ഇലവരെ പറിച്ചുതിന്ന അയാൾക്ക് ഭക്ഷണം കൊടുത്ത് ജീവൻ തിരിച്ചുപിടിച്ചത് ട്രാൻസ്ജന്ററുകളാണ്. ജീവിക്കുവാൻ വേണ്ടി തങ്ങളുടെയൊപ്പം ചേർന്ന അയാളെ സമൂഹത്തിലുള്ളവർ ഇടപെട്ട് ആട്ടിയോടിച്ചു. മുഖ്യധാരയിൽനിന്നും പുറംതള്ളപ്പെടുന്നവരെ ഉപദ്രവിക്കുന്നതിൽ പ്രത്യേക സുഖം അനുഭവിക്കുന്ന സാഡിസ്റ്റുകളെ വിമർശിക്കുന്ന വൃദ്ധയിൽ അതിജീവനത്തിനു പ്രയത്നിക്കുന്ന നിസ്സഹായരുടെ ദയനീയ നിലവിളികളുണ്ട്. ഉത്തരേന്ത്യൻ ട്രെയിൻ യാത്രകൾക്കിടയിൽ യാത്രക്കാർക്കു ശല്യമായി കടന്നുവരുന്ന ട്രാൻസ്ജന്ററുകൾ ഒരു പതിവുകാഴ്ചയിൽ നിന്നും മാറി അവരുടെ ദയനീയാവസ്ഥകളെ അവതരിപ്പിക്കുകയാണ് എം പി നാരായണപിള്ള. ചെണ്ടകൊട്ടി ആഘോഷമായി നടക്കുന്ന ഇവരുടെ പട്ടിണി, പട്ടിണിമാറ്റാൻ ഒരു ഗ്രാമത്തിൽ നിന്നും മറ്റൊരു ഗ്രാമത്തിലേക്കുള്ള പലായനം ഇവയൊക്കെ അവതരിപ്പിച്ചുകൊണ്ട് ജീവിതം അത്യന്തം ദയനീയമാണെന്ന് *ഹിജഡ* സാക്ഷ്യപ്പെടുത്തുന്നു.

ട്രാൻസ്ജന്ററുകളുടെ ജീവിതത്തെ അവതരിപ്പിക്കുന്ന പ്രമോദ് രാമന്റെ കഥകളാണ് 'ഛേദാംശ ജീവിതം', 'രതിമാതാവിന്റെ പുത്രൻ' എന്നിവ. നിർദ്ദിഷ്ടലിംഗവിഭാഗത്തിൽ ജനിക്കുകയും അപര ലിംഗവിഭാഗത്തിന്റെ സ്വഭാവ സവിശേഷതകൾ പ്രകടിപ്പിക്കുകയും ശസ്ത്രക്രിയയിലൂടെ സ്ത്രീയായി മാറുകയും ചെയ്യുന്ന ട്രാൻസ്ജന്ററുകളുടെ സ്വത്വ

സംഘർഷങ്ങളെ പ്രമോദ് രാമൻ തന്റെ കഥകളിലൂടെ ആവിഷ്കരിക്കുന്നു. പട്ടാമ്പിയിൽനിന്നും ചെന്നൈയിലെത്തിയ മഞ്ജിത് മേനോൻ, നേഹാ നരെയ്ൻ, രുസ്തം ബാനർജി, ചന്ദ്രകാന്ത് ഗോപിനാഥ് എന്നിവരുടെ സംഘത്തോടൊപ്പം ജീവിതം ആഘോഷിക്കുമ്പോഴാണ് ചന്ദ്രകാന്ത് എന്ന ചന്ദ്രൻ മഞ്ജിത്മേനോൻ എന്ന മഞ്ജുവിനെ പ്രണയിക്കുന്നത്. 'ഗേ' പ്രണയം എന്നതിലുപരി മഞ്ജിത് മേനോനിലെ സ്ത്രൈണ ഭാവങ്ങളാണ് ചന്ദ്രനെ അവനിലേക്കടുപ്പിക്കുന്നത്. ഊമയായ മഞ്ജിത് മേനോൻ ചന്ദ്രന്റെ ആവശ്യപ്രകാരം ലിംഗമാറ്റ ശസ്ത്രക്രിയയിലൂടെ മഞ്ജു എന്ന പെണ്ണായി മാറുവാൻ തീരുമാനിക്കുന്നു. വൈദ്യശാസ്ത്രരംഗം മഞ്ജിത്തിനെ ട്രാൻസ്സെക്ഷ്വൽ ആയി വിലയിരുത്തുന്നു, ലിംഗമാറ്റ ശസ്ത്രക്രിയയ്ക്കു വിധേയനായ മഞ്ജുവിനെ രൂപഭാവങ്ങളിൽ, ജീവിതചര്യകളിൽ ഒരു പെണ്ണായി മാറ്റിയെടുക്കുന്നത് നേഹയാണ്. മൂന്നു മാസങ്ങൾക്കുശേഷം ചന്ദ്രനെ കാണേണ്ടുന്ന ദിവസം അതിനു വിസമ്മതിക്കുന്ന മഞ്ജു നേഹയോട് "മാറാമോ നേഹാ, ഈ ശരീരം മാത്രം? ഈ കായകവചം? ഉടുപ്പൊന്ന് മാറും പോലെ മാത്രം? നേഹാ നിനക്കെന്റെ ആണാകാമോ?" എന്നാവശ്യപ്പെടുന്നു. തന്നെ പരിലാളിച്ച് ഒരു പെണ്ണാക്കി മാറ്റിയ നേഹയിൽ തന്റെ പുരുഷനെ മഞ്ജു കണ്ടെത്തുന്നു. ലൈംഗികതയുടെ വക്രതയില്ലാത്ത രേഖകളിലൂടെയുള്ള സഞ്ചാരത്തെ മുറിച്ച് കടക്കുന്ന പ്രമോദ് രാമന്റെ കഥകൾ ശരീരത്തിലെ ലിംഗപരതയ്ക്കപ്പുറമുള്ള അവസ്ഥാവിശേഷങ്ങളെക്കൂടി വിലയിരുത്തുന്നുണ്ട്. ശരീരത്തിൽ ലിംഗപരതയോടൊപ്പം ഒരു വ്യക്തിയുടെ മാനസികമായ തെരഞ്ഞെടുപ്പും ഏറെ പ്രാധാന്യമർഹിക്കുന്നു. തന്റെ ലൈംഗികത, ലൈംഗിക പങ്കാളി എന്നിവയുടെ തെരഞ്ഞെടുപ്പിൽ തെരഞ്ഞെടുപ്പു നടത്തുന്ന വ്യക്തിയുടെ ലൈംഗികാഭിരുചികളാണ് അയാളെ ഗേ/ലെസ്ബിയനാക്കുന്നത്. ട്രാൻസ്ജന്റർ/ട്രാൻസെക്ഷ്വൽസിന് എപ്പോഴും ഓപ്പോസിറ്റ് സെക്സിനോടായിരിക്കും താല്പര്യമെന്നുള്ള പൊതുധാരണയിൽ അവർ സ്വവർഗ്ഗരതിയുടെ പരിധിയിൽനിന്നും മാറ്റിനിർത്തപ്പെടുമെങ്കിലും അവരുടെ ബന്ധങ്ങളെ സ്വവർഗ്ഗരതിയായി വിലയിരുത്തുകയാണ് ഭൂരിപക്ഷവും ചെയ്യുന്നത്. ലിംഗമാറ്റശസ്ത്രക്രിയ നടത്തിയ മഞ്ജുവിനെ പരിലാളനകളിലൂടെ സ്ത്രീയാക്കിയ നേഹയിൽ പുരുഷത്വത്തെ കണ്ടെത്തുന്നു മഞ്ജു.

രതിമാതാവിന്റെ പുത്രൻ എന്ന പ്രമോദ് രാമൻ കഥയും ലിംഗാസ്തിത്വത്തിന്റെ സങ്കീർണ്ണതകളെത്തന്നെയാണ് അവതരിപ്പിക്കുന്നത്. കോൾ സെന്ററിലെ ജോലിക്കിടയിൽ അടുപ്പത്തിലാകുന്ന ജീവൻ, രതി, രത്തൻ തുടങ്ങിയവരുടെ ബന്ധം പുതിയ ലോകങ്ങൾ തേടിയുള്ള യാത്രയായിരുന്നു. രതിയെ വിവാഹം കഴിക്കുന്ന ജീവൻ ബെഡ്റൂമിൽ പൂർണ്ണതയുള്ള പുരുഷനായി മാറുവാൻ കഴിയാതെ പരാജയപ്പെടുന്നു. ഡോക്ടറുടെ കൗൺസലിങ്ങിൽ പരാജയപ്പെടുന്ന ജീവന് ലൈംഗികാവയവത്തിനു കരുത്തും ഉത്തേജനവും നല്കുന്ന ആയുർവേദ ക്യാപ്സൂൾ നിർദ്ദേശി

ക്കുന്നതു രതിയാണ്. ആയുർവേദ ഗുളികകൾ കഴിച്ചു പുരുഷത്വം നേടുന്ന ജീവൻ രതിയെ ലൈംഗികമായി തൃപ്തിപ്പെടുത്തുമ്പോൾ രത്തന് അത് അസ്വസ്ഥതയാകുന്നു. രത്തനെന്ന പുരുഷൻ ജീവനിൽ തന്റെ സ്ത്രീയെത്തേടി കണ്ടെത്തിയിരുന്നു. അതുകൊണ്ടുതന്നെ ജീവനെ സ്ത്രീയായി പരിവർത്തിപ്പിക്കുവാനുള്ള സ്തനവളർച്ചയ്ക്കുള്ള ആയുർവേദ ലേഹ്യം നല്കുന്നു. ജീവന്റെ അവസ്ഥ പ്രമോദ് രാമന്റെ വരികളിൽ

> "രാത്രിയിൽ രതിക്കായി ഗുളിക. പകൽ രത്തനായി ലേഹ്യം
> രതിക്കു മുന്നിൽ വിത്തുകാള. രത്തനു മുന്നിൽ കാമധേനു
> രാത്രിയിൽ കൊമ്പുകുലുക്കും പകൽ പാൽ ചുരത്തും
> ഞാൻ വൃഷണങ്ങളും അകിടും ഒന്നിച്ചുവളരുന്ന കാമഋഷഭം."

രോഗബാധിതനായ ജീവൻ ഓപ്പറേഷൻ ടേബിളിൽ കിടക്കുന്ന സമയത്ത് ഒരു കുഞ്ഞിനെ പ്രസവിക്കുന്ന രതി മരണപ്പെടുന്നു. ജീവൻ രതിമാരുടെ കുഞ്ഞിനെ ഏറ്റുവാങ്ങുന്നത് രത്തനായിരുന്നു. ലൈംഗികതയെ സംബന്ധിച്ച വ്യവസ്ഥാപിതമായ കാഴ്ചപ്പാടുകളെ മാറ്റിമറിച്ച പ്രമോദ് രാമൻ തന്റെ കഥകളിൽ ഉഭയ ലൈംഗികതയുടെ തലങ്ങൾ അന്വേഷിക്കുന്നു. ആണും പെണ്ണും കെട്ടത് എന്നു പറഞ്ഞ് പൊതുജനം അധിക്ഷേപിച്ച ട്രാൻസ്ജന്ററുകളുടെ സാമൂഹിക സമ്മർദ്ദങ്ങളെ ലിംഗരാഷ്ട്രീയത്തിന്റെ ഭൂമികയിൽ പുതിയൊരു പരിപ്രേക്ഷ്യമായി വായിച്ചെടുക്കാവുന്നതാണ്. ആണിനും പെണ്ണിനും മാത്രമല്ല ലൈംഗികാഭിരുചികളെന്നും പരിവർത്തനത്തിലൂടെ പെണ്ണാകുന്ന ആണിനും ആണാകുന്ന പെണ്ണിനും ലൈംഗികതയിൽ തങ്ങളുടേതായ ചോയ്സുകൾ (തെരഞ്ഞെടുപ്പ്) ഉണ്ടെന്നും പ്രമോദ് രാമന്റെ കഥകൾ വെളിപ്പെടുത്തുന്നു.

ആധുനികാനന്തര എഴുത്തുകാരികളിൽ രതിയുടെ വൈവിദ്ധ്യമാർന്ന പ്രമേയങ്ങളെ മനുഷ്യാസ്തിത്വത്തിന്റെ പ്രതിഷേധങ്ങളാക്കി മാറ്റിയ ഇന്ദു മേനോൻ മൂന്നാം ലിംഗവർഗ്ഗത്തിന്റെ പ്രതിസന്ധികളെ ആലേഖനം ചെയ്ത കഥയാണ് 'ഹിജഡയുടെ കുട്ടി'. ഉത്തരേന്ത്യൻ ട്രാൻസ്ജന്റർ സമൂഹത്തിന്റെ സമീപത്തായി ജീവിച്ച സാബിത്രിയുടെ മകളായ ദേവയാനിയെ സാബിത്രിയുടെ മരണത്തോടെ സംരക്ഷിക്കുന്നത് നീൽഗംഗയാണ്. നീൽഗംഗ അച്ഛനോ അമ്മയോ എന്നു തിരിച്ചറിയാനാകാത്ത സമസ്യയായി ദേവയാനിക്കനുഭവപ്പെട്ടിരുന്നു. സാബിത്രിയുടെ മരണശേഷം ദേവയാനിയെത്തേടി വരുന്ന പൊലീസിൽ നിന്നും അവളെ ഒളിപ്പിച്ച് രക്ഷപെടുത്തുന്ന നീൽഗംഗ പൊലീസിന്റെ ആക്രമണത്തെത്തുടർന്ന് മരണപ്പെടുന്നു. നീൽഗംഗയുടെ മരണത്തിൽ പങ്കെടുക്കാനെത്തിയ ട്രാൻസ്ജന്ററുകൾ നീൽഗംഗയുടെ സ്ത്രീ വേഷങ്ങൾ മാറ്റി പുരുഷവേഷത്തിലാക്കി മൃതദേഹത്തെ അയാളുടെ തറവാട്ടിലേക്കയയ്ക്കുന്നു. കെ കെ ഗംഗാധരമേനോൻ എന്ന നീൽഗംഗയുടെ മുറിച്ചുമാറ്റിയ മുടിയും വസ്ത്രങ്ങളുമായി ട്രാൻസ്ജന്ററുകൾ അവരുടെ ശ്മശാനത്തിലേക്കു പോകുന്നു. ഗംഗാധരമേനോന്റെ വീട്ടിലേക്കയയ്ക്കുന്ന ദേവയാനിയെ

ആരുചോദിച്ചാലും ഗംഗാധരമേനോൻ അച്ഛനായിരുന്നെന്നു പറയുവാൻ സംഘത്തിലെ മുതിർന്ന ട്രാൻസ്ജന്റർ പഠിപ്പിക്കുന്നു. വീട്ടിലെത്തുന്ന ദേവയാനിയെ ഗംഗാധരമേനോന്റെ കുടുംബക്കാർ ആഘോഷമായി സ്വീകരിക്കുന്നു. ട്രാൻസ്ജന്റർ ജീവിതത്തെ അയാൾക്കു പുറത്തുള്ള സമൂഹത്തിലൂടെ വിലയിരുത്തുന്ന ഹിജഡയുടെ കുട്ടി കുടുംബ - സമുദായ സമ്പ്രദായങ്ങൾ ഇത്തരക്കാരെ പുറംതള്ളുന്നത് അവതരിപ്പിക്കുന്നു. പ്രത്യുല്പാദനത്തിനു കാരണക്കാരനാകുന്ന വ്യക്തി പുരുഷനും പ്രത്യുല്പാദനം നിർവ്വഹിക്കുന്ന വ്യക്തി സ്ത്രീയുമാകുമ്പോൾ അതിനു രണ്ടിനും ശേഷിയില്ലാത്തവരെ ട്രാൻസ്ജന്ററുകളെന്നു വിളിച്ചു പരിഹസിക്കുവാനാണ് പൊതുസമൂഹത്തിനു താല്പര്യം. ദേവയാനി ഗംഗാധരമേനോന്റെ മകളായി തറവാട്ടിലെത്തുമ്പോൾ അയാളുടെ നപുംസകത്വം നീക്കം ചെയ്യപ്പെടുകയും പുരുഷത്വമുള്ള വ്യക്തിത്വമായി പ്രതിഷ്ഠിക്കപ്പെടുകയും ചെയ്യുന്നു. ഒരുവേള അത്തരമൊരു സാദ്ധ്യതയെ മുന്നിൽ കണ്ടുകൊണ്ടുതന്നെയാണ് നീൽഗംഗയുടെ സ്ത്രൈണവേഷങ്ങൾ മാറ്റി ഗംഗാധരമേനോനെന്ന പുരുഷനാക്കി മൃതദേഹത്തെ തറവാട്ടിലേക്ക് അയയ്ക്കുന്നതും. പുരുഷന്റെ, പുരുഷത്വ സ്ഥാപനത്തിന്റെ ഹേതു പ്രത്യുല്പാദനമായിരിക്കുമ്പോൾ ദേവയാനിയുടെ ഐഡന്റിറ്റി ഗംഗാധരമേനോനെ പുരുഷനാക്കി വിലയിരുത്തുവാൻ കുടുംബാംഗങ്ങളെ പ്രേരിപ്പിക്കുന്നു. കുടുംബം പുറംതള്ളിയതുകൊണ്ടാണ് അയാൾക്കു തെരുവിലെ ബാത്ത്റൂം വൃത്തിയാക്കുന്ന പണിക്കാരനായി കഴിയേണ്ടി വന്നത്. പൊതുധാരാ സമൂഹത്തിൽനിന്നും പലായനം ചെയ്യേണ്ടി വരുന്ന വ്യക്തിയുടെ ജീവിതപ്രതിസന്ധികളുടെ ഭാഗിക കാഴ്ചകൾ മാത്രമേ ഹിജഡയുടെ കുട്ടിയിലുള്ളൂ. പതിമൂന്നു വയസ്സുള്ള ദേവയാനിയുടെ കാഴ്ചകളിലൂടെയാണ് കഥ വികസിതമാകുന്നത്. ട്രാൻസ്ജന്ററെന്ന പേരിൽ പുറംതള്ളപ്പെട്ട ഗംഗാധരമേനോന്റെ തറവാട്ടിൽ മറ്റൊരു ട്രാൻസ്ജന്റർ കൂടിയുണ്ടായിരുന്നു എന്ന സൂചനകളോടെ കഥയവസാനിക്കുന്നു. സമൂഹത്തിനു പുറത്തുനില്ക്കുന്ന ഏതാനും വ്യക്തികളിലൂടെ ട്രാൻസ്ജന്റർ ജീവിതത്തെ വായിച്ചെടുക്കുവാൻ ശ്രമിക്കുന്ന 'ഹിജഡയുടെ കുട്ടി' എന്ന കഥ അവരോടുള്ള അനുഭാവത്തെ മനുഷ്യത്വപരമായി അവതരിപ്പിച്ചിരിക്കുന്നു.

ആത്മകഥാസാഹിത്യം

ആത്മകഥകളുടെ ധാരാളിത്തത്തിനിടയിൽ വേറിട്ടു നില്ക്കുന്ന രണ്ട് ആത്മകഥകളാണ് *ജെറീന - ഒരു മലയാളി ഹിജഡയുടെ ആത്മകഥ*, എ രേവതിയുടെ *ഒരു ഹിജഡയുടെ ആത്മകഥ* (വിവർത്തനം - ദയ ജെ). ഓരോ വ്യക്തിയുടെയും ജീവിതം അടയാളപ്പെടുത്തുന്നതിൽ നിർണ്ണായകസ്ഥാനം വഹിക്കുന്ന സാഹിത്യരൂപങ്ങളിലൊന്നായ ആത്മകഥ ട്രാൻസ്ജന്ററുകളുടെ കാര്യത്തിൽ പ്രതിരോധ രാഷ്ട്രീയത്തിന്റെ നിലപാടുകളെ സ്വീകരിക്കുന്നു. സ്ത്രീ - പുരുഷൻ എന്നീ വ്യവ

സ്ഥാപിത, മനുഷ്യനിർമ്മിത ലിംഗസമ്പ്രദായ വ്യവസ്ഥയ്ക്കു പുറത്തു നില്ക്കേണ്ടിവരുന്ന, ആണും പെണ്ണും കെട്ടവരെന്നു പൊതുസമൂഹം അധിക്ഷേപിക്കുന്ന ഇവരുടെ ജീവിതത്തെ സത്യസന്ധമായി തുറന്നു കാട്ടുന്ന ആത്മകഥകൾ അത്തരം വ്യക്തിത്വങ്ങളെക്കുറിച്ചുള്ള സാമാന്യവിവരങ്ങൾ, നിർദ്ദിഷ്ട ലിംഗ ശരീരത്തിൽ 'അപര' മാനസികാവസ്ഥയിൽ അനുഭവിക്കേണ്ടിവരുന്ന ശാരീരിക – മാനസിക സംഘർഷങ്ങൾ, പൊതുസമൂഹത്തിന്റെ ഭീകരമായ പീഡനങ്ങൾ എന്നിവയെയെല്ലാം ആലേഖനം ചെയ്യുന്നു.

ഇന്ത്യയിൽ ആദ്യമായി പ്രസിദ്ധീകരിക്കപ്പെടുന്ന ഹിജഡയുടെ ആത്മകഥ എന്ന അവകാശവാദവുമായി പ്രസിദ്ധീകരിക്കപ്പെട്ട പുസ്തകമാണ് *ജെറീന – ഒരു മലയാളി ഹിജഡയുടെ ആത്മകഥ*. മദ്ധ്യകേരളത്തിൽ പുരുഷ രൂപത്തിൽ ജനിച്ച് സ്ത്രീ മനസ്സിന്റെ വേവലാതികളുമായി ജീവിക്കുകയും കുടുംബക്കാരുടെ പീഡനങ്ങളെത്തുടർന്ന് ബാംഗ്ലൂരിലേക്ക് പലായനം ചെയ്യുകയും ട്രാൻസ്ജന്ററുകളുടെ താവളത്തിലെത്തി അവരുടെ സാമൂഹ്യ സംവിധാനത്തിന്റെ ഭാഗമായി മാറി സന്ധ്യ എന്ന പേരും സ്വീകരിച്ച് ഭിക്ഷയെടുക്കലും അനുഗ്രഹം നല്കലിനോടുമൊപ്പം ലൈംഗിക തൊഴിൽ നടത്തിയും ഉപജീവനത്തിനു പണം കണ്ടെത്തിയ സന്ധ്യ ഹൈദരാബാദിൽവെച്ച് ജെറീന എന്ന പേരു സ്വീകരിച്ചു. ലൈംഗിക ന്യൂനപക്ഷങ്ങൾക്കുവേണ്ടി പ്രവർത്തിക്കുന്ന സംഗമയുടെ സജീവ പ്രവർത്തകയായ ജെറീന രാജയെന്ന ആൺകുട്ടിയെ ദത്തെടുത്ത് വളർത്തുകയും ചെയ്യുന്നു. ജെറീനയുടെ ആത്മകഥയുടെ കേട്ടെഴുത്തു നിർവ്വഹിച്ചിരിക്കുന്നത് വിജയൻ കോടഞ്ചേരിയും ബി ഹരിയുമാണ്. സ്കൂൾ പഠനകാലം മുതൽ അദ്ധ്യാപകരുൾപ്പെടെയുള്ളവർ നടത്തിയ ലൈംഗികാതിക്രമങ്ങളെക്കുറിച്ച് തുറന്നു പറയുന്ന ജെറീന ആൺ ശരീരത്തിനുള്ളിൽ പെൺമനസ്സിനു അനുഭവിക്കേണ്ടിവരുന്ന സംഘർഷങ്ങൾ ഒരു വ്യക്തിയുടെ മാനസികനില തെറ്റിക്കുന്നതാണെന്ന് സാക്ഷ്യപ്പെടുത്തുന്നു. നാട്ടിലെ പരിഹാസങ്ങളിൽ മനംമടുത്ത് ബാംഗ്ലൂരിലെത്തി ജെറീന 1976 ൽ ഹമാമിലെത്തി ആ സമൂഹത്തിന്റെ ഭാഗമായി മാറി. ഹമാം ജീവിതത്തിന്റെ ഭാഗമായി മാറിയ ജെറീന സുരേന്ദ്രനുമായി അടുപ്പത്തിലാവുകയും വിവാഹം കഴിച്ച് ആറുവർഷത്തോളം ഒരുമിച്ചു ജീവിക്കുകയും ചെയ്തു. വീട്ടുകാരുടെ നിർബ്ബന്ധത്തിനനുസരിച്ച് അവർ കണ്ടെത്തിയ പെൺകുട്ടിയെ വിവാഹം കഴിക്കാൻ സുരേന്ദ്രനെ പറഞ്ഞയയ്ക്കുന്ന ജെറീന സുരേന്ദ്രനുമായുള്ള സൗഹൃദത്തെ നിലനിർത്തിയിരുന്നു. സ്വന്തം ജീവിതത്തിലെ ദുരന്താനുഭവങ്ങളുടെ വിവരണത്തോടൊപ്പം ഇന്ത്യൻ സമൂഹത്തിൽ ഇവർ അനുഭവിക്കേണ്ടിവരുന്ന പ്രതിസന്ധികളെക്കൂടി അവതരിപ്പിച്ചുകൊണ്ടാണ് ജെറീനയുടെ ആത്മകഥയവസാനിക്കുന്നത്.

പെൻഗ്വിൻബുക്സ് പ്രസിദ്ധീകരിച്ച *The Truth about me - A Revathi* യുടെ മലയാള പരിഭാഷയാണ് *ഒരു ഹിജഡയുടെ ആത്മകഥ*.

സേലം ജില്ലയിൽ നാമക്കൽ താലൂക്കിലെ ഗ്രാമത്തിൽ ദൊരൈ സ്വാമി യായി ജനിക്കുകയും മാനസികമായി സ്ത്രൈണ നിലപാടുകൾ പുലർത്തുകയും ചെയ്ത 'ആൺകുട്ടി'. വീട്ടിലെ സംഘർഷാത്മക സാഹ ചര്യങ്ങളിൽനിന്ന് ഓടി രക്ഷപ്പെട്ട് ഡൽഹിയിലെത്തി ട്രാൻസ്ജന്റർ സമൂ ഹത്തിന്റെ ഭാഗമായി മാറുന്നു. കുടുംബത്തോടുള്ള അടുപ്പം നിമിത്തം വീട്ടിൽ തിരിച്ചെത്തുന്ന ദൊരൈ സ്വാമി ബന്ധുക്കൾ ശാരീരികമായി പീഡിപ്പിക്കുമ്പോൾ വീണ്ടും ഡൽഹിക്ക് മടങ്ങുന്നു. തമിഴ്നാട്ടിലെ ഡിണ്ടിഗലിൽ ലിംഗമാറ്റ ശസ്ത്രക്രിയ നടത്തി രേവതിയായി മാറിയ ദൊരൈസ്വാമി ജീവിതാർത്ഥം ബാംഗ്ലൂരിലും മുംബൈയിലും ട്രാൻസ്ജന്റർ സമൂഹത്തോടൊപ്പം ജീവിക്കുകയും ലൈംഗിക തൊഴി ലിൽ ഏർപ്പെടുകയും ചെയ്തുകൊണ്ട് പണം നേടുന്നു. സമൂഹത്തിലെ പലതരക്കാരായ വ്യക്തികളിൽനിന്നും നിരവധി ചൂഷണങ്ങൾ ഏറ്റുവാ ങ്ങേണ്ടിവന്ന രേവതി പൊലീസിന്റെ അതിക്രമങ്ങൾക്കും ഇരയായി മാറി യിട്ടുണ്ട്. തറവാട്ടിലെ സ്വത്ത് ഭാഗം ചെയ്തപ്പോൾ അച്ഛനും അമ്മയും സഹോദരങ്ങളും തറവാടും സ്വത്തും നല്കാത്ത സാഹചര്യത്തിൽ നിര ന്തരമായ വഴക്കുകളിലൂടെയും സമ്മർദ്ദങ്ങളിലൂടെയും തറവാട് നേടി യെടുത്ത രേവതി മാതാപിതാക്കളുടെ വാർദ്ധക്യകാലത്ത് അവരെ സംര ക്ഷിക്കുന്നു. ജീവിക്കുവാനാവശ്യമായ പണമില്ലാതെ വന്നപ്പോൾ പഴയ ലൈംഗിക തൊഴിലിലേക്കു മടങ്ങിയെങ്കിലും പ്രായമായതിനാൽ 'പഴയ'പോലെ കസ്റ്റമേഴ്സ് തേടിവരാത്തതിനാലും അറവാണികളുടെ കൂട്ടത്തിൽ പഴയതുപോലെ കൂടിച്ചേർന്നു കഴിയുവാൻ സാധിക്കാത്ത സാഹചര്യത്തിലും രേവതി ബാംഗ്ലൂരിലെ സംഗമയുടെ പ്രവർത്തനങ്ങ ളിൽ മാത്രമായി ഒതുങ്ങുന്നു.

ട്രാൻസ്ജന്റർ ആത്മകഥകളുടെ രാഷ്ട്രീയം

ആത്മകഥാസാഹിത്യത്തെക്കുറിച്ചുള്ള വ്യവസ്ഥാപിത സങ്കല്പ ങ്ങൾ മാറ്റിനിർത്തപ്പെടുന്ന ആധുനികാനന്തര കാലഘട്ടത്തിന്റെ അവ സാന പാദത്തിലാണ് ട്രാൻസ്ജന്ററുകളുടെ ആത്മകഥകൾ പ്രസിദ്ധീക രിക്കപ്പെടുന്നത്. ലൈംഗിക തൊഴിലാളി, കള്ളൻ, കന്യാസ്ത്രീ ജീവിതം ഉപേക്ഷിച്ചവർ, നായികനടിയുടെ ഡ്യൂപ്പ്, അശ്ലീല ചിത്രങ്ങളിലെ നായിക എന്നിങ്ങനെ മുഖ്യധാരയ്ക്കു സ്വീകാര്യരല്ലാത്തവരുടെ ആത്മകഥകൾ സൃഷ്ടിച്ച ചർച്ചകളുടെ തുടർച്ചയായി എത്തിയ ജെറീന, രേവതിമാരുടെ ആത്മകഥകൾ ട്രാൻസ്ജന്ററുകളുടെ യഥാർത്ഥ സാമൂഹ്യ പ്രശ്നങ്ങളെ ഒട്ടും സൗന്ദര്യമില്ലാത്തൊരു പ്രതലത്തിൽ പച്ചയായി അവതരിപ്പിക്കുന്നു. ലിംഗാധിഷ്ഠിത സാമൂഹ്യവ്യവസ്ഥിതിയിൽ മൂന്നാം ലിംഗക്കാർ എന്ന് അധിക്ഷേപിക്കപ്പെടുന്നവർ ഒരേ സമയം കുടുംബ സംവിധാനങ്ങളിൽ, പൊതുസമൂഹത്തിൽ നിന്നെല്ലാം പ്രതിസന്ധികൾ നേരിടേണ്ടി വരികയും നിവൃത്തികേടിന്റെ പുറത്ത് തമിഴ്നാട്ടിൽനിന്നും കേരളത്തിൽനിന്നും ബാംഗ്ലൂർ, ഡൽഹി, മുംബൈ എന്നിവിടങ്ങളിലേക്ക് പലായനം ചെയ്ത്

അവിടത്തെ ഹിജഡ സമൂഹത്തിന്റെ ഭാഗമായി മാറുകയും ചെയ്യുന്നു. ലൈംഗികത തൊഴിലായി സ്വീകരിക്കേണ്ടി വരുമ്പോൾ സാമൂഹ്യവിരുദ്ധർ, നിയമപാലകർ എന്നിവരുടെ ചൂഷണങ്ങളോടൊപ്പം ലൈംഗിക പീഡനങ്ങളും രോഗങ്ങളും അനുഭവിക്കേണ്ടിവരുന്നു. യൗവ്വനം അവസാനിക്കുന്നതോടുകൂടി വിപണിമൂല്യം ഇടിയുന്ന ഇവർ തെരുവിന്റെ ഒറ്റപ്പെട്ടയിടങ്ങളിൽ താമസിച്ചുകൊണ്ട് തങ്ങളുടെ ജീവിതം തള്ളിനീക്കുന്നു. ട്രാൻസ്ജന്റർ സമൂഹത്തിന്റെ സാമൂഹ്യ സംവിധാനങ്ങൾ – അധികാരഘടന എന്നിവയെ അതിവിശദമായി ജെറീനയും രേവതിയും അവതരിപ്പിച്ചിട്ടുണ്ട്.

ജെറീന – രേവതിമാരുടെ അനുഭവങ്ങളെ താരതമ്യം ചെയ്യുമ്പോൾ രേവതിയെ അപേക്ഷിച്ച് ജെറീനയുടെ അനുഭവ – പ്രവർത്തനമണ്ഡലങ്ങൾ പരിമിതമാണ് എന്നു ബോദ്ധ്യപ്പെടും. രേവതി ഡൽഹി, മുംബൈ, ബാംഗ്ലൂർ എന്നിവിടങ്ങളിലെ ട്രാൻസ്ജന്റർ സമൂഹങ്ങളോടൊപ്പം ജീവിക്കുകയും അവരുടെ ആചാരശീലങ്ങളെ പിന്തുടരുകയും ലൈംഗിക ന്യൂനപക്ഷങ്ങൾക്കുവേണ്ടിയുള്ള സംഗമയുടെ പ്രവർത്തനങ്ങളിൽ പങ്കാളിയാവുകയും ചെയ്ത ആക്ടിവിസ്റ്റാണ്. ജെറീന മദ്ധ്യകേരളത്തിൽ നിന്നു ബാംഗ്ലൂരിലെ ഹമാമിൽ എത്തി അവിടത്തെ അനുഭവങ്ങൾ പങ്കുവെക്കുമ്പോൾ, മുഖ്യധാരാ സമൂഹത്തിൽ നിന്നനുഭവിക്കേണ്ടിവരുന്ന പ്രതിസന്ധികൾക്കപ്പുറം ട്രാൻസ്ജന്ററുകൾക്കുള്ളിലെ പ്രശ്നങ്ങളെ പങ്കുവെക്കാതെ ബോധപൂർവ്വം നിശ്ശബ്ദയാകുന്നു. എന്നാൽ രേവതി തന്റെ സമൂഹത്തിനുള്ളിലെ പ്രശ്നങ്ങളെ ഒളിമറകളില്ലാതെ ആവിഷ്കരിക്കുന്നു. സമൂഹം ട്രാൻസ്ജെന്ററുകളെ പുറന്തള്ളുന്നതിനു ചില വ്യക്തികളുടെ വികലമായ പ്രവൃത്തികളുണ്ടെന്നു പറയുന്ന രേവതി തന്റെ സമൂഹത്തിനുള്ളിലെ അധികാര സംവിധാനങ്ങൾ സാമ്പത്തിക ചൂഷണത്തിനായി ചിലർ ഉപയോഗിക്കുന്നതായി നിരീക്ഷിക്കുന്നു. പൊതുസമൂഹത്തിന്റെ ചൂഷണങ്ങളോടൊപ്പം സ്വന്തം സമൂഹത്തിനുള്ളിലും ഇവർ ചൂഷണം ചെയ്യപ്പെടുന്നത് അതിഭീകരമായ അവസ്ഥയാണെന്നു വെളിപ്പെടുത്തുന്നു. ട്രാൻസ്ജന്ററുകളുടെ കുടുംബജീവിതം സുസ്ഥിരമായൊരു സംവിധാനമായി നിലനില്ക്കില്ലായെന്ന യാഥാർത്ഥ്യം ജെറീന – രേവതിമാരുടെ കുടുംബജീവിതം കാട്ടിത്തരുന്നു. സുരേന്ദ്രനുമായുള്ള ജെറീനയുടെ ജീവിതം ആറുവർഷവും സംഗമയിലെ ഉദ്യോഗസ്ഥനുമായുള്ള രേവതിയുടെ ദാമ്പത്യബന്ധം ഒരുവർഷവും മാത്രമേ നിലനിന്നിരുന്നുള്ളൂ.

ബാംഗ്ലൂരിലെ അൾസൂരിൽ താമസിക്കുമ്പോഴും കേരളത്തിലുള്ള കുടുംബത്തിന്റെ മാനക്കേടോർത്ത് ഒതുങ്ങിക്കഴിയുന്ന ജെറീന തന്റെ കുടുംബത്തിനു പ്രശ്നങ്ങളുണ്ടാകാതിരിക്കാൻ പ്രത്യേകം ശ്രദ്ധിക്കുകയും ആത്മകഥാ പുസ്തകത്തിൽനിന്ന്, സ്വന്തം ചിത്രത്തെ ഒഴിവാക്കുകയും ചെയ്തു. സംഗമയുടെ പ്രവർത്തനത്തിലൂടെ കരുത്തുറ്റവളായ രേവതി പൊതുസമൂഹത്തിന്റെ മുന്നിൽ ഹിജഡകളുടെ അവകാശങ്ങൾക്കുവേണ്ടി സംസാരിക്കുകയും ഇടപെടുകയും ചെയ്യുന്നു. രേവതി

– ജെറീനമാരുടെ ആത്മകഥകൾ തിരസ്കൃതരുടെ ആത്മകഥകൾ എന്നതിലുപരി ഒരുവർഗ്ഗത്തിന്റെ, ഒരു സമൂഹത്തിന്റെ ചരിത്രസാക്ഷ്യമാണ്.

നോവൽ സാഹിത്യം

എം എം മേനോന്റെ *ഹിജഡ*, കെ ദിലീപ് കുമാറിന്റെ *ബുധസംക്രമണം*, എസ് ബാലഭാരതിയുടെ *അവൻ – അത് = അവൾ* (വിവർത്തനം) തുടങ്ങിയവയാണ് ട്രാൻസ്ജന്ററുകളുടെ ജീവിതസംസ്കാരങ്ങളെ അവതരിപ്പിക്കുന്ന നോവലുകൾ. 1986 ൽ പ്രസിദ്ധീകരിച്ച എം എം മേനോന്റെ *ഹിജഡ* മുംബെയിലെ ട്രാൻസ്ജന്റർ സമൂഹത്തിന്റെ യഥാർത്ഥ അവസ്ഥകളെ ആഖ്യാനപരിസരത്തു നിറയ്ക്കുന്നു. സഹറൻപൂരിലെ ഗ്രാമത്തിൽ കുതിരവണ്ടിക്കാരനായിരുന്ന നരേഷ് യാദവ് മുംബൈയിൽ ലിംഗച്ഛേദനം നടത്തി രാധികയെന്ന ട്രാൻസ്ജന്ററായി മാറുന്നു. രാധികയുടെ കണ്ണുകളിലൂടെയുള്ള കാഴ്ചകളാണ് പ്രധാനമായും നോവലിന്റെ ഇതിവൃത്തം. കേവലം ഭാവനയ്ക്കപ്പുറം യാഥാർത്ഥ്യങ്ങളെ അന്വേഷിച്ചറിഞ്ഞ ഒരു ഗവേഷകന്റെ പ്രതിഭ നോവലിസ്റ്റ് പ്രകടിപ്പിക്കുന്നുണ്ട്.

സഹറൻപൂരിലെ ജന്മിയായ ചന്ദ്രശേഖർ ഠാക്കൂറിന്റെ മകൾ ഉഷാറാണി നരേഷ് യാദവിന്റെ ശരീരസൗന്ദര്യത്തിൽ പ്രലോഭിപ്പിക്കപ്പെട്ട് അവനുമായി ലൈംഗികബന്ധത്തിലേർപ്പെടുന്നു. ഗ്രാമവാസികൾക്കു മുന്നിൽ നരേഷ് തന്നെ ബലാൽസംഗം ചെയ്യുവാൻ ശ്രമിച്ചുവെന്നു കള്ളം പറഞ്ഞ് ഉഷാറാണി രക്ഷപ്പെടുന്നു. ഗ്രാമവാസികളുടെ മർദ്ദനത്തിനുശേഷം ഠാക്കൂറിന്റെ പരിചാരകർ ലൈംഗികമായി പീഡിപ്പിക്കുമ്പോൾ അവിടെ നിന്നും രക്ഷപ്പെട്ട് പഴയ ദില്ലിയിലെത്തിയ നരേഷിനു മുഷ്താഖ് അഹമ്മദിന്റെ ലൈംഗികാവശ്യങ്ങളെ നിറവേറ്റിക്കൊടുക്കേണ്ടിവരുന്നു. മുഷ്താഖ് ഒരു പഠാണിക്കു അവനെ വില്ക്കുമ്പോൾ അയാളിൽനിന്നും രക്ഷപെട്ട് ഹിജഡ സമൂഹത്തിനുള്ളിൽ എത്തുന്നു. ഗുരു – ചേല സമ്പ്രദായം ഹിജഡ സമൂഹം പിൻതുടരുന്നുവെങ്കിലും വ്യഭിചാരം, മോഷണം എന്നിവയെ അകറ്റി നിർത്തി മര്യാദകൾ പുലർത്തുകയും മുക്കുവരിൽനിന്നും കൈനീട്ടം സ്വീകരിച്ചും ശിശുക്കളെ അനുഗ്രഹിച്ചും കിട്ടുന്ന ധനത്തിലൂടെ ജീവിച്ചു പോരുകയും ചെയ്യുന്നു. ഇത് ട്രാൻസ്ജന്റർ സംഘത്തിലെ ഒരു വിഭാഗമാണെങ്കിൽ മറ്റൊരു തെരുവിൽ രൂപയുടെ നേതൃത്വത്തിലുള്ള സംഘം ലൈംഗികത്തൊഴിലിലൂടെ സാമ്പത്തിക ലാഭമുണ്ടാക്കുകയും തങ്ങളുടെ ലൈംഗിക രോഗങ്ങൾ കസ്റ്റമേഴ്സിന് പകർത്തിക്കൊടുക്കുകയും ചെയ്തുകൊണ്ട് ജീവിക്കുന്നു.

ട്രാൻസ്ജന്ററുകളുടെ സാമാന്യാവസ്ഥ പ്രതിപാദിക്കുന്ന എം എം മേനോന്റെ നോവൽ അവരുടെ പ്രതിസന്ധികളെയും ദൈന്യാവസ്ഥകളെയും നിരവധി പേരുടെ ജീവിതങ്ങളിലൂടെ അവതരിപ്പിക്കുന്നു. രാധികയാണ് പ്രധാനകഥാപാത്രമെങ്കിലും ലിംഗമാറ്റം നടത്തിയ കിരൺ, ആഗ്രയിലെ ദിനനാഥൻ, ശരീരം കൊണ്ട് പുരുഷനും മനസ്സുകൊണ്ട് സ്ത്രീയുമായി ജനിച്ചതുകൊണ്ട് പതിനൊന്നാം വയസിൽ വീട്ടിൽനിന്നും ഒളിച്ചോടി

ഡൽഹിയിലും പിന്നീട് മുംബൈയിലും എത്തിച്ചേർന്ന് സ്ത്രീയായി മാറിയ രേഷ്മ, ജന്മനാ നപുംസകമായ രുഗ്മിണി തുടങ്ങിയവരുടെ ദൈന്യത നിറഞ്ഞ ജീവിതങ്ങളെക്കൂടി നോവൽ അവതരിപ്പിക്കുന്നു. സ്ത്രീ മനസ്സുള്ള കിരൺ ഹിജഡ സമൂഹത്തിന്റെ ഭാഗമായി മാറുന്നതിനുവേണ്ടി വൃഷണഛേദനം നടത്തിക്കഴിയുമ്പോൾ പുരുഷാസക്തികൾ ശരീരത്തിലുണ്ടാകുന്നു. കിരണിന്റെ ഉഭയലിംഗപരത തിരിച്ചറിയാതെ നടത്തിയ ശസ്ത്രക്രിയയുടെ സംഘർഷത്തിൽ കിരൺ ആത്മഹത്യ ചെയ്യുന്നു. ഗോപീഗഞ്ചിൽ നിന്നും ഈ സമൂഹത്തിന്റെ ഭാഗമായ രുഗ്മിണി മാതാപിതാക്കളുടെ സമ്മർദ്ദതന്ത്രങ്ങൾക്കു വഴങ്ങി വിവാഹിതയാകുന്നുവെങ്കിലും ആദ്യരാത്രിയിൽതന്നെ തന്റെ നപുംസകത്വം വെളിപ്പെടുത്തേണ്ടിവന്ന രുഗ്മിണി അവിടെ അപമാനിതയാകുന്നു. കുടുംബത്തിന് ഭാരമായ രുഗ്മിണിയെ വീണ്ടും വിവാഹത്തിന് നിർബ്ബന്ധിക്കുമ്പോഴാണ് രുഗ്മിണി അവിടെനിന്നും രക്ഷപ്പെട്ട് മുംബൈയിലെത്തിച്ചേർന്ന് ട്രാൻസ്ജന്ററുകളുടെ ജീവിതത്തിന്റെ ഭാഗമാകുന്നത്.

ട്രാൻസ്ജന്ററുകളുടെ പ്രധാന ആചാരങ്ങളായ ജൽസ – ഹൽദി മെഹ്ന്ദി എന്നിവയെ നോവലിൽ സൂചിപ്പിക്കാത്ത എം എം മേനോൻ അവരുടെ ലിംഗഛേദനം, ശവസംസ്കാരരീതികൾ എന്നിവ വിശദമായി പ്രതിപാദിക്കുന്നുണ്ട്. പത്തുദിവസത്തെ ഗുരുവിന്റെ കൗൺസലിങ്ങിനുശേഷം ലിംഗമാറ്റത്തിനു വിധേയമാകുന്ന വ്യക്തിയെ ബലമായി പിടിച്ചു കിടത്തി ഒരു ബാർബറുടെ സഹായത്താൽ കത്തികൊണ്ട് ഛേദനപ്രക്രിയ നിർവ്വഹിക്കുകയും മുറിവുണങ്ങാൻ പച്ചമരുന്നുകൾ തേച്ചുപിടിപ്പിക്കുകയും ചെയ്യുന്നു. പ്രാകൃതമായ ഇത്തരം ക്രിയകൾക്കുശേഷം മരണപ്പെടുന്നവരും കുറവല്ല. ശവസംസ്കാരത്തിനു മൃതദേഹത്തെ കമ്പുകളിൽ കെട്ടിനിർത്തി 'നിന്ന പടി'യാണ് സംസ്കാരസ്ഥലത്തേക്ക് എത്തിക്കുന്നത്. ഈ ദുരിതജീവിതത്തിനൊടുവിൽ ഇനിയുമൊരു ട്രാൻസ്ജന്റർ ജന്മം തനിക്കുണ്ടാകരുതേ എന്ന ആഗ്രഹവുമായാണ് ഓരോ ട്രാൻസ്ജന്ററിന്റെയും ജീവിതമവസാനിക്കുന്നത്. ട്രാൻസ്ജന്ററുകളുടെ ജീവിതത്തെ അവതരിപ്പിക്കുന്ന ഈ നോവൽ സാഹചര്യങ്ങളുടെ സമ്മർദ്ദം നിമിത്തം ലൈംഗികത്തൊഴിലാളിയാകേണ്ടി വരുന്നവരുടെ യാതനകൾ അവതരിപ്പിക്കുന്നുണ്ട്. കണ്ണമ്മ എന്ന ലൈംഗികത്തൊഴിലാളിയെ രക്ഷപ്പെടുത്തി ഗ്രാമത്തിലേക്ക് അയയ്ക്കുന്ന രാധിക ആത്മഹത്യ ചെയ്യുന്നയിടത്താണ് നോവൽ അവസാനിക്കുന്നത്. ആഖ്യാനത്തിലും ശില്പഭദ്രതയിലുമുള്ള പരിമിതികൾ എം എം മേനോന്റെ നോവലിനുണ്ട്. പൊതുസമൂഹത്തിന്റെ നിർദ്ദാക്ഷിണ്യത്തോടെയുള്ള പെരുമാറ്റങ്ങളും ദുരിതപൂർണ്ണമായ ജീവിതസാഹചര്യങ്ങളും ശാരീരിക മാനസിക സംഘർഷങ്ങളും അവരെ ആത്മഹത്യയിലേക്കു നയിക്കുമെന്ന യാഥാർത്ഥ്യത്തെ അവതരിപ്പിച്ചു കൊണ്ടാണ് അവസാനിക്കുന്നത്.

2010 ൽ പ്രസിദ്ധീകരിക്കപ്പെട്ട *ബുധസംക്രമണം* എന്ന നോവലിലൂടെ പുതിയകാലത്തിന്റെ ലിംഗവ്യതിയാനങ്ങളെ ആവിഷ്കരിക്കുക

യാണ് ദിലീപ് കുമാർ. സ്ത്രീയുടെയും പുരുഷന്റെയും ജീവിതങ്ങളെയും അവയ്ക്കുള്ളിലെ സംഘർഷങ്ങളെയും ദീർഘകാലമായി മലയാളനോവൽ വിവിധ രൂപഭാവങ്ങളിൽ അവതരിപ്പിക്കുന്നു. അവയിൽ നിന്നു ഭിന്നമായി *ബുധസംക്രമണം* സ്ത്രീയുടെയും പുരുഷന്റെയും ശാരീരിക - മാനസികാവസ്ഥയിലൂടെ സഞ്ചരിക്കേണ്ടിവരുന്ന ബുധന്റെ അതിസങ്കീർണ്ണവും ദീർഘവുമായ ജീവിതത്തെയാണ് ആവിഷ്കരിക്കുന്നത്. നപുംസകം എന്നു പൊതുസമൂഹം വിളിച്ചാക്ഷേപിക്കുന്ന ട്രാൻസ്ജെന്ററുകളുടെ ആന്തരിക സംഘർഷങ്ങളെ പുരോഗമനാത്മക സമൂഹത്തിന്റെ സാംസ്കാരികാവസ്ഥകളോടുചേർത്തു വിശകലനം ചെയ്യുകയാണ് *ബുധസംക്രമണം*.

ഹേമന്തം, വസന്തം, ഗ്രീഷ്മം, ശരത് എന്നീ നാല് ഋതുഖണ്ഡങ്ങളിലൂടെയാണ് ദിലീപ്കുമാർ *ബുധസംക്രമണ*ത്തിലെ ബുധന്റെ ജീവചരിത്രം രേഖപ്പെടുത്തിയിരിക്കുന്നത്. ശിവദാസന്റെയും രേണുകയുടെയും മകനായി ജനിച്ച ബുധന്റെ ലൈംഗികാവയവം മൂന്നാം മാസത്തിനുള്ളിൽത്തന്നെ ചുരുങ്ങി ചെറുതായതു കണ്ടു രേണുക ഭയന്നുവെങ്കിലും ശിവദാസ് സ്വാഭാവികമെന്ന മട്ടിൽ അതിനെ തള്ളിക്കളയുന്നു. ബുധന്റെ ശാരീരിക വ്യതിയാനങ്ങൾ തിരിച്ചറിയുമ്പോഴും അതു മറ്റുള്ളവരെ പറഞ്ഞു വിശ്വസിപ്പിക്കുവാൻ കഴിയാത്ത രേണുക വീണ്ടും ഗർഭിണിയാകുമ്പോൾ ബുധന്റെ മേലുള്ള ശ്രദ്ധ കുറയുന്നു. സ്കൂളിലും വീട്ടിലും ഒറ്റപ്പെട്ട ബുധൻ തന്റേതുമാത്രമായ സ്വകാര്യയിടങ്ങളെ സൃഷ്ടിച്ചെടുത്ത് അതിനുള്ളിൽ ജീവിക്കുന്നു. മകന്റെ അന്തർമുഖത്വം തിരിച്ചറിയുന്ന ശിവദാസും രേണുകയും ബുധനെ നൃത്തം പഠിപ്പിക്കുവാനയയ്ക്കുന്നു. ഡാൻസ് ടീച്ചറിന്റെ മകൻ ഷിബു ബുധനെ ലൈംഗികമായി ചൂഷണം ചെയ്യുന്നു. നോവലിന്റെ രണ്ടാംഭാഗമായ വസന്തത്തിൽ ബുധന്റെ കൗമാര കാലഘട്ടത്തെയാണ് നോവലിസ്റ്റ് അനാവൃതമാക്കുന്നത്. സ്കൂളിലെ വിജയ്മോഹനുമായി അടുപ്പത്തിലാകുന്ന ബുധനിൽ സ്ത്രൈണഭാവങ്ങളുണരുകയും വിജയിയിൽ നിന്നു സ്നേഹം സ്വീകരിക്കുവാൻ ബുധൻ ശാരീരികവും മാനസികവുമായി തയ്യാറാവുകയും ചെയ്യുന്നു. ബുധനിലെ സ്ത്രൈണതയെ ആഘോഷമാക്കുന്ന വിജയ്യുടെ കരുത്തിനെ സ്വീകരിക്കുന്ന ബുധൻ ഒരിടവേളയ്ക്കുശേഷം സ്ത്രൈണതയിൽ നിന്നു പുരുഷത്വത്തിലേക്കു മാറുകയും വന്യമായ കരുത്തോടെ വിജയ്നെ ആക്രമിച്ചു കീഴ്പ്പെടുത്തുകയും ചെയ്തുകൊണ്ട് തന്റെ ഉഭയലിംഗപരത വെളിപ്പെടുത്തുന്നു. സ്കൂൾ നാടകത്തിൽ സ്ത്രീവേഷം കെട്ടുമ്പോൾ ബുധൻ യഥാർത്ഥ സ്ത്രീയായി മാറുന്നുവെന്ന് അദ്ധ്യാപകരും സഹപാഠികളും തിരിച്ചറിയുന്നു. നാടകശേഷം സ്റ്റാഫ് റൂമിൽവച്ച് ജോർജ്മാഷ് ബുധന്റെ സ്ത്രൈണതയെ ആസ്വദിക്കുകയും ആ ദിവസത്തെ "കുഞ്ഞുമുലകളുടെ ഏകാന്തത" എന്നു പേരിട്ടു വിളിക്കുകയുമുണ്ടായി. ബുധൻ - ജോർജ് മാഷ് ബന്ധം കണ്ടറിയുന്ന വിജയ് വീട്ടിലേക്കുള്ള യാത്രയ്ക്കിടയിൽ ബുധനെ മർദ്ദിച്ചവശനാക്കുന്നുണ്ട്.

നോവലിന്റെ മൂന്നാംഭാഗമായ ഗ്രീഷ്മത്തിൽ ജോലി തേടുന്ന ബുധൻ കൃത്രിമമായി മനുഷ്യരെ നിർമ്മിക്കുന്ന സ്ഥാപനത്തിലെ മോഡൽ ആയി ജോലിക്കു പ്രവേശിക്കുന്നു. പൂർണ്ണനഗ്നനായി ഇരിക്കുന്ന ബുധന്റെ ശരീരത്തിന്റെ അളവുകൾ ഓരോ ദിവസവും മാറിവരുന്നു. പുതിയ ജോലി മടുക്കുമ്പോൾ സുഹൃത്തായ തനികവേലുവിന്റെ നിർദ്ദേശപ്രകാരം ബുധൻ മറ്റൊരു ജോലിയിലേക്ക് മാറുകയും ചെയ്യുന്നു. ബുധനിലെ സ്ത്രീയെ കണ്ടെത്തുന്ന തനികവേലു ആദ്യം പ്രണയബന്ധത്തിലും തുടർന്ന് ദാമ്പത്യബന്ധത്തിലുമാകുന്നു. ഗർഭിണിയാകുന്ന ബുധൻ പ്രസവിക്കുന്ന കുഞ്ഞിനെ ഒരു അനാഥാലയത്തിലുപേക്ഷിക്കുന്നു. ബുധനിൽ താല്പര്യം നശിച്ച തനികവേലു നാട്ടിലേക്കു രക്ഷപ്പെടുകയും ബുധൻ സ്ത്രീവേഷമുപേക്ഷിച്ച് നാട്ടിൽ സെക്രട്ടറിയേറ്റ് അസിസ്റ്റന്റായി ജോലിക്കു പ്രവേശിച്ച് പുതിയൊരു ജീവിതരീതി തിരഞ്ഞെടുക്കുകയും ചെയ്യുന്നു. ജീവിതത്തിന്റെ ലാഭനഷ്ടങ്ങളെക്കുറിച്ച് വ്യക്തമായ ധാരണയുള്ള ബുധൻ ജീവിതം സുരക്ഷിതമാക്കുവാൻ കോളേജ് അദ്ധ്യാപികയായ നിർമ്മലയെ വിവാഹം കഴിക്കുകയും ജീവിതത്തെ മറ്റൊരു വഴിയിലേക്ക് പരിവർത്തിപ്പിച്ച് തന്റെ ഐഡന്റിറ്റിയെ മറച്ചുവെക്കുകയും ചെയ്യുന്നു. നോവലിന്റെ നാലാംഭാഗമായ ശരത്, ബുധന്റെ യാത്രകളേയും ഭ്രമകല്പനകളേയും അവതരിപ്പിച്ചുകൊണ്ട് അവസാനിക്കുന്നു.

ലിംഗവ്യതിയാനങ്ങളുടെ സാംസ്കാരിക പശ്ചാത്തലത്തിൽ മനുഷ്യന്റെ ഉഭയലിംഗപരത സൃഷ്ടിക്കുന്ന ശാരീരിക – മാനസിക പ്രതിസന്ധികളെ അനാവരണം ചെയ്യുന്നതിനാണ് *ബുധസംക്രമണം* ലക്ഷ്യമിട്ടത്. ഒരു വ്യക്തിയുടെ ഐഡന്റിറ്റി അത് അയാളുടെ ശാരീരിക നിർമ്മിതിയാണോ അതോ ചുറ്റുപാടുകളുടെ (സാമൂഹ്യ)നിർമ്മിതിയാണോ എന്നുള്ള അന്വേഷണവും *ബുധസംക്രമണം* മുമ്പോട്ടുവയ്ക്കുന്നുണ്ട്. വർത്തമാനകാല ഇന്ത്യൻ സമൂഹത്തിലെ ട്രാൻസ്ജന്ററുകളുടെ ജീവിതത്തിന്റെ ചില അംശങ്ങൾ നോവലിലുണ്ടെങ്കിലും *ബുധസംക്രമണം* പൂർണ്ണമായും ട്രാൻസ്ജന്റർ ജീവിതത്തിന്റെ ആവിഷ്കാരമായി കാണുവാൻ കഴിയില്ല. നോവലിസ്റ്റിന്റെ ഭ്രമകല്പനകൾ പലപ്പോഴും സുഗമമായി നീങ്ങിയിരുന്ന നോവലിന്റെ ഒഴുക്കിനെ തടസ്സപ്പെടുത്തുന്നു. നോവലിൽ ബുധൻ നിർമ്മിച്ചെടുത്തിരിക്കുന്ന ഐഡന്റിറ്റി – ആ വ്യക്തിക്ക് ചില സന്ദർഭങ്ങളിൽ പെണ്ണായും ചില സന്ദർഭങ്ങളിൽ ആണായും മാറുവാൻ കഴിയുന്ന സവിശേഷ വ്യക്തിത്വം എന്നാണ്.

നാടകസാഹിത്യം

കൊച്ചിയിലെ കാമ്പസുകളിൽനിന്നും സ്കൂൾ തലങ്ങളിൽനിന്നും വിദ്യാർത്ഥികളെ സംഘടിപ്പിച്ച് സെലിബ്രേഷൻസ് തിയേറ്റർ ഗ്രൂപ്പ് എന്ന നാടകസംഘം രൂപീകരിച്ച് നാടകങ്ങൾ നടത്തുന്നവരാണ് മനോജ് കുമാർ സി എസും വിനോദ്കുമാർ സി എസും. ഇരുവരും ചേർന്ന് രചനയും സംവിധാനവും നിർവ്വഹിച്ച നാടകമാണ് *ഹിജഡ*. *ഹിജഡയ്ക്ക്* ദേശീയ സർവ്വകലാശാലാ മത്സരങ്ങളിൽ ഒന്നാം സ്ഥാനം ലഭിച്ചിട്ടുണ്ട്.

ആറുരംഗങ്ങളുള്ള *ഹിജഡ* എന്ന നാടകം പേരു സൂചിപ്പിക്കുന്നതു പോലെ ലല്ലയെന്ന ട്രാൻസ്ജന്ററിന്റെ ജീവിതാനുഭവങ്ങളെയാണ് അവതരിപ്പിക്കുന്നത്. പുതിയതായി ജന്മമെടുത്ത ശിശുവിനെ അനുഗ്രഹിക്കുന്നതിനായി എത്തുന്ന ട്രാൻസ്ജന്ററുകൾ ആഘോഷപൂർവ്വം തങ്ങളുടെ കൃത്യങ്ങൾ നിർവ്വഹിക്കുന്നു. സഖാറാമിന്റെ കുട്ടിയെ അനുഗ്രഹിക്കുമ്പോൾ യാദൃച്ഛികമായി കണ്ണിൽപ്പെടുന്ന മീര ലല്ലയുടെ താമസസ്ഥലത്ത് എത്തി ലല്ലയ്ക്ക് നീല കുപ്പിവളകൾ സമ്മാനിക്കുന്നു. മുംബൈ/ ഡൽഹിയിലെ പ്രായം കൂടിയ സനാനയായ മുഷ്താഖ് ലല്ലയുടെ വീട്ടിലെത്തി പഴയ പരിചയം പുതുക്കി ലല്ലയെ ലൈംഗികമായി പീഡിപ്പിക്കുന്നു. ലല്ലയും മീരയും അടുപ്പത്തിലാകുമ്പോൾ മീരയുടെ അമ്മ അവളെ വഴക്കു പറയുന്നുണ്ട്. അമ്മ രാജ്ഘട്ടിനു പോകുമ്പോൾ ലല്ലയുടെയൊപ്പം കഴിയാനെത്തുന്ന മീരയെ മുഷ്താഖിന്റെ സുഹൃത്ത് ബലാൽസംഗം ചെയ്യുന്നു. മുഷ്താഖിന്റെ സുഹൃത്തിനെ കൊല്ലുന്ന ലല്ല ജയിലിൽ പോകുന്നു. പീഡനത്തിനിരയായ മീര ഗർഭിണിയാകുന്നു. ലല്ല ശിക്ഷ കഴിഞ്ഞ് പുറത്തിറങ്ങുന്നതും നല്ല ജീവിതം ലഭിക്കുന്നതും സ്വപ്നം കണ്ട് മീര കാത്തിരിക്കുന്നിടത്ത് *ഹിജഡ* അവസാനിക്കുന്നു.

പാർശ്വവല്കൃത ജീവിതത്തെ വളരെ സത്യസന്ധമായി മനോജ്കുമാറും വിനോദ്കുമാറും ഹിജഡയിലൂടെ അവതരിപ്പിക്കുന്നുണ്ട്. രംഗകലയുടെ സാദ്ധ്യതകളും പരിമിതികളും ഏതൊരു വിഷയത്തിനുമുണ്ടാകുമെങ്കിലും പരമാവധി സാദ്ധ്യതകളെ നാടകത്തിൽ ഉപയോഗപ്പെടുത്തുന്നുണ്ട്. ലല്ല നേരിടുന്ന വെല്ലുവിളികളെ ഏതാനും രംഗങ്ങളിലൂടെ പ്രേക്ഷകനെ ബോദ്ധ്യപ്പെടുത്തുവാൻ നാടകത്തിനു കഴിഞ്ഞു. ഒരു ട്രാൻസ്ജന്ററിന് സമൂഹത്തിലെ നിരവധി വ്യക്തികളുടെ വ്യത്യസ്തങ്ങളായ മുഖങ്ങൾ കാണേണ്ടിവരും. സ്വന്തം നാട്ടിൽനിന്നും പലായനം ചെയ്ത് നഗരത്തിലെത്തുന്ന ലല്ലയെ സഹായിക്കുന്നത് മുഷ്താഖ് എന്ന സനാനയാണ്. ലൈംഗിക ബന്ധത്തിൽ സംതൃപ്തി കണ്ടെത്തുന്ന സനാന നിരവധി തവണ ലല്ലുവിനെ ലൈംഗികതയ്ക്കായി ഉപയോഗിക്കുന്നുണ്ട്. മുഷ്താഖ് സാമ്പത്തിക ലാഭത്തിനുവേണ്ടി ലല്ലയെ പഠാണിക്കു വില്ക്കുമ്പോൾ പഠാണിയിൽനിന്നും രക്ഷപ്പെട്ട് ലല്ല ട്രാൻസ്ജന്റർ സമൂഹത്തിനൊപ്പം ചേരുന്നു. മുഖ്യധാരാ സമൂഹത്തിലുള്ളവർ പ്രാകൃതമായ രീതിയിലുള്ള ലൈംഗികബന്ധങ്ങൾക്ക് ട്രാൻസ്ജന്ററുകളെ ഉപയോഗിക്കുന്നുവെന്ന സത്യം നാടകം ഓർമ്മപ്പെടുത്തുന്നുണ്ട്. ഒപ്പം അവരുടെ ദയനീയാവസ്ഥകളും.

> പെൺകുട്ടികൾക്കിടയിൽ വളർന്നതുകൊണ്ടാകാം എനിക്കവരുടെ വസ്ത്രങ്ങളും ഒരുക്കങ്ങളും വലിയ ഇഷ്ടമായിരുന്നു. ഞാനവരുടെ പാവാടകൾ ധരിക്കുവാൻ തുടങ്ങി. ഞാൻ എന്റെ ശബ്ദവും ചലനവും അവരുടേതുപോലെയാക്കുവാൻ ശ്രമിച്ചു. പക്ഷേ, സമൂഹം എന്നെ കളിയാക്കുവാൻ തുടങ്ങി. വീട്ടുകാരെന്നെ വഴക്ക് പറയാൻ തുടങ്ങി. അവസാനം ഞാൻ ആഗ്രഹിച്ച എന്റെ ജീവിത

ത്തിലേക്ക് മടങ്ങുമ്പോൾ എനിക്ക് നഷ്ടപ്പെട്ടത് എന്റെ കുടുംബ ത്തെയായിരുന്നു.

സ്നേഹിച്ച പെണ്ണിന്റെ അവഹേളനങ്ങൾ സഹിക്കുവാൻ കഴിയാതെ വന്നപ്പോൾ നാടുവിടുന്ന ലല്ല തന്റെ പ്രതിഷേധങ്ങളറിയിക്കുന്നത് സ്വന്തം ലൈംഗികാവയവം നീക്കം ചെയ്തുകൊണ്ടാണ്. സ്ത്രീവേഷത്തിൽ ട്രാൻസ്ജന്റർ സമൂഹത്തിൽ ജീവിക്കുമ്പോൾ പൂർണ്ണമായും പുരുഷന്റെ ലൈംഗിക ചോദനകൾ തന്റെ ശരീരത്തിൽ നിന്നും നീക്കം ചെയ്യപ്പെടാ ത്തതിന്റെ അസ്വസ്ഥതകൾ ലല്ല പ്രകടിപ്പിക്കുമ്പോൾ ട്രാൻസ്ജന്റർ സമൂ ഹത്തിൽ ഒരു വിഭാഗം ആളുകൾ നേരിടുന്ന മറ്റൊരു പ്രതിസന്ധിയുടെ കാഴ്ചകളാണ് അവിടെ തെളിയുന്നത്. ട്രാൻസ്ജന്ററിന് ഒരിക്കലും ലിംഗ മാറ്റശസ്ത്രക്രിയയിലൂടെ പൂർണ്ണമായും സ്ത്രീയായോ പുരുഷനായോ മാറുവാൻ കഴിയില്ല. സഖാറാമിന്റെ കുഞ്ഞിനെയെടുത്ത് അനുഗ്രഹിക്കു മ്പോൾ തനിക്കും ഒരു കുഞ്ഞുണ്ടായിരുന്നെങ്കിൽ എന്നു ആഗ്രഹിക്കുന്ന ലല്ല, മീരയ്ക്കു പിറക്കുവാൻ പോകുന്ന കുഞ്ഞിനെ സ്വപ്നം കാണുന്ന യിടത്താണ് നാടകം അവസാനിക്കുന്നത്. മീരയുടെ സ്നേഹമാണ് ലല്ലയെ ജീവിക്കുവാൻ പ്രേരിപ്പിക്കുന്നതും.

ട്രാൻസ്ജന്ററിന്റെ ദുരിതപൂർണ്ണമായ ജീവിതത്തോടൊപ്പം സ്ത്രീത്വ ത്തിന്റെ വിഹ്വലതകൾകൂടി ഹിജഡ പങ്കുവെക്കുന്നുണ്ട്. ലല്ലയോടൊപ്പം ജീവിച്ചതിന്റെ പേരിലാണ് മീരയുടെ ചാരിത്ര്യം നഷ്ടപ്പെടുന്നത്. സമൂ ഹത്തിലെ അമിത ലൈംഗികാസക്തികളുള്ള പുരുഷന്മാർക്കുള്ള ഇരക ളാണ് ദുർബ്ബല സ്ത്രീകൾ എന്ന മനോഭാവം പുലർത്തുന്ന മുഷ്താഖിന്റെ സുഹൃത്തിനെ കൊലപ്പെടുത്തിക്കൊണ്ട് ലൈംഗികാതിക്രമങ്ങൾ തടയേ ണ്ടതിന്റെ ആവശ്യകത പൊതുസമൂഹം പുറന്തള്ളിയ ട്രാൻസ്ജന്റർ ബോദ്ധ്യപ്പെടുത്തുന്നു. മലയാള നാടകവേദി കാര്യമായ പരിഗണനകൾ നല്കാത്ത ട്രാൻസ്ജന്ററുകളുടെ ജീവിതം അവതരിപ്പിച്ച ഹിജഡ ധീര മായൊരു പരീക്ഷണം തന്നെയായിരുന്നുവെന്നു പറയാം. ഒരു വ്യക്തി എങ്ങനെയാണ് ട്രാൻസ്ജന്ററായി മാറിയത്, സാമൂഹ്യസംവിധാനങ്ങൾ എങ്ങനെയാണ് ഒരാളെ നിലനിർത്തുന്നത്, പൊതു സമൂഹത്തിന്റെ ആക്ര മണോത്സുക പ്രവൃത്തികളും ലൈംഗികാതിക്രമങ്ങളും ഇവരിൽ സൃഷ്ടി ക്കുന്ന മനോഭാവങ്ങൾ എന്തൊക്കെയാണ് എന്നിങ്ങനെയുള്ള എല്ലാ അന്വേഷണങ്ങൾക്കും വ്യക്തമായ ഉത്തരങ്ങൾ ഈ നാടകം നല്കുന്നു ണ്ട്. സാമൂഹ്യമായി ഉന്നത അധികാര പദവികളിലുള്ളവർ പോലും ഇവരെ പരിഹസിക്കുവാൻ കാണിക്കുന്ന മനോഭാവങ്ങളെയും ഹിജഡ അവത രിപ്പിക്കുന്നുണ്ട്. ചെറുകഥയും സിനിമയും ഉൾപ്പെടെയുള്ള മാധ്യമങ്ങൾ ട്രാൻസ്ജന്ററുകളുടെ ജീവിതത്തെ വ്യക്തമായി അവതരിപ്പിക്കുകയും അവരോടുള്ള ഭീതിയുടെ അടിസ്ഥാനത്തിൽ ചില മുൻവിധികളെ പറ ഞ്ഞു വെക്കുകയും ചെയ്തുവെങ്കിൽ *ഹിജഡ*യെന്ന നാടകം ട്രാൻസ്ജ ന്റേഴ്സിനോട് നീതിപുലർത്തുകയും അവരുടെ ജീവിതത്തെ സത്യസ ന്ധമായി അവതരിപ്പിക്കുകയും ചെയ്തു.

13

ട്രാൻസ്ജന്റർ- ചലച്ചിത്രങ്ങൾ

ഇന്ത്യൻചലച്ചിത്ര മണ്ഡലത്തിലൂടെ ട്രാൻസ്ജന്റർ ചിത്രങ്ങൾ അന്വേഷിച്ച് യാത്രകൾ നടത്തിയാൽ വളരെക്കുറച്ചുചിത്രങ്ങൾ മാത്രമേ ട്രാൻസ്ജന്റർ ജീവിതം അവതരിപ്പിച്ചുവെന്നുള്ളതു വ്യക്തമാകും, കല്പന ലജ്മിയുടെ *ടെർമിയൻ - ഇൻ ബിറ്റ്വീൻ* (1997) എന്ന ചലച്ചിത്രം ട്രാൻസ്ജന്ററുകളുടെ ജീവിതത്തെ അടിസ്ഥാനമാക്കിയുള്ളതായിരുന്നു. രണ്ടായിരത്തിൽ പ്രദർശനത്തിനെത്തിയ *അപ്പു* എന്ന തമിഴ് ചിത്രത്തിൽ മഹാറാണിയെന്ന ട്രാൻസ്ജന്ററായി പ്രകാശ് രാജ് അഭിനയിച്ചു. ഹിന്ദി ചിത്രമായ *സഡക്*ിന്റെ തമിഴ് റീമേക്കായ ഈ ചിത്രത്തിന്റെ സംവിധായകൻ വസന്തായിരുന്നു. രണ്ടായിരത്തി അഞ്ചിലെ *ശബ്നം മൗസീ* എന്ന യോഗേഷ് ഭരദ്വാജിന്റെ ചലച്ചിത്രം രാഷ്ട്രീയ നായകനായ ട്രാൻസ്ജന്റിന്റെ ജീവിതവും രണ്ടായിരത്തി എട്ടിലെ ശ്യാംബെനഗൽ ചിത്രമായ *വെൽക്കം ടു സജ്ജൻപൂർ* ഇന്ത്യൻ സമൂഹത്തിലെ ട്രാൻസ്ജന്ററുകളുടെ ജീവിതാവസ്ഥകളും രണ്ടായിരത്തി ഒമ്പതിലെ മറാത്തിചിത്രം *ജോഗ്വാ* ട്രാൻസ്ജന്ററായി ജീവിക്കേണ്ടിവരുന്ന ഒരു മനുഷ്യന്റെ വ്യഥകളെയും അവതരിപ്പിച്ചു. 1977 ലെ *അമർ അക്ബർ ആന്റണി,* മണിരത്ന ചിത്രമായ *ബോംബെ*, മഹേഷ് ഭട്ടിന്റെ *തമന്ന*, ദീപ മേത്തയുടെ *വാട്ടർ, രോഹിണി* എന്നീ ചിത്രങ്ങളിൽ ട്രാൻസ്ജന്റർ കഥാപാത്രങ്ങളുടെ സാന്നിദ്ധ്യങ്ങളുണ്ട്. അപ്പുവിനുശേഷം തമിഴ് ചലച്ചിത്രലോകത്ത് ട്രാൻസ്ജന്റർ ജീവിതങ്ങൾ അവതരിപ്പിക്കപ്പെട്ട ചിത്രങ്ങൾ രാഘവ ലോറൻസിന്റെ *കാഞ്ചന*, ഷങ്കറിന്റെ *ഐ* എന്നിവയാണ്. ഹൊറർ - കോമഡി ചിത്രമായ *കാഞ്ചന*യിൽ കാഞ്ചനയെന്ന ട്രാൻസ്ജന്ററിന്റെ കൊലപാതകവും യക്ഷിയായി തിരിച്ചെത്തിയുള്ള പ്രതികാരവുമാണുള്ളത്. രാഘവ ലോറൻസ് നായകനായ *കാഞ്ചന*യിൽ കാഞ്ചനയെന്ന ട്രാൻസ്ജന്ററിനെ അവതരിപ്പിച്ചത് ശരത്കുമാറായിരുന്നു. കാഞ്ചന 2013

ൽ മികച്ച തിയേറ്റർ വിജയം നേടി. 2015 ൽ പ്രദർശനത്തിനെത്തിയ ഷങ്കർ – വിക്രം ചിത്രമായ *ഐ*യിൽ പരസ്യ മോഡലുകൾക്കു മേയ്ക്കപ്പ് ചെയ്യാനെത്തുന്ന ട്രാൻസ്ജന്ററായ ഒരു കഥാപാത്രമുണ്ട്. *ഐ*യിലെ പ്രതിനായകരിൽ ഒരാൾ ഈ ട്രാൻസ്ജന്റർ ആയിരുന്നുവെന്നതു കൂടി ഇവിടെ ഓർമ്മിക്കേണ്ടതാണ്.

പൊതുസമൂഹം പുറന്തള്ളിയ ട്രാൻസ്ജന്ററുകളുടെ സാംസ്കാരിക പശ്ചാത്തലം അവതരിപ്പിക്കുന്ന ചലച്ചിത്രങ്ങൾ വളരെ വിരളമാണ്. മലയാളചലച്ചിത്ര ലോകം മാത്രമല്ല ബോളിവുഡ്, ഹോളിവുഡ്, ടോളിവുഡ് ചലച്ചിത്രരംഗങ്ങളിലും ട്രാൻസ്ജന്റർ വിഭാഗങ്ങളെ ശക്തമായി അവതരിപ്പിക്കുന്ന ചിത്രങ്ങൾ കുറവാണ്. മലയാളചലച്ചിത്രലോകത്തെ സംബന്ധിച്ചിടത്തോളം രണ്ടു തലങ്ങളിലുള്ള കഥാപാത്രങ്ങളെയാണ് ഇത്തരം ചിത്രങ്ങൾ അവതരിപ്പിച്ചത്. ഒന്ന് യഥാർത്ഥ ഹിജഡകളുടെ ജീവിതവും അവർ നേരിടേണ്ടിവരുന്ന പ്രതിസന്ധികളും. രണ്ടാമത്തേത് പ്രമേയം ആവശ്യപ്പെടുന്ന സന്ദർഭത്തിലും കാലയളവിലും സ്ത്രീവേഷം കെട്ടാൻ നിയോഗിക്കപ്പെട്ട പുരുഷ കഥാപാത്രങ്ങളും പുരുഷ വേഷം കെട്ടാൻ നിർബ്ബന്ധിതരായ സ്ത്രീകഥാപാത്രങ്ങളും അവയിൽ നിർമ്മിതമാകുന്ന ദ്വന്ദ്വവ്യക്തിത്വങ്ങളും സ്വത്വപ്രതിസന്ധികളും. ഇത്തരത്തിൽ 'വേഷം' കെട്ടലുകളുടെ ധാരാളിത്തത്തിനിടയിൽ അവതരിപ്പിക്കപ്പെട്ട ചില ചിത്രങ്ങൾ ഹിജഡകളെ അഭ്രപാളിയിൽ ആവിഷ്കരിക്കുകയുണ്ടായി. അവ എത്രത്തോളം നീതിപൂർവ്വവും സാമാന്യയുക്തിക്ക് നിരക്കുന്നതും യാഥാർത്ഥ്യത്തോട് ബന്ധമുണ്ടായിരുന്നതായിരുന്നു എന്നുമുള്ള അന്വേഷണം ഈ പഠനത്തിന്റെ തുടർന്നുള്ള ഭാഗങ്ങളിലുണ്ട്. ലോഹിതദാസ് രചനയും സംവിധാനവും നിർവ്വഹിച്ച ദിലീപ് ചിത്രമായ *സൂത്രധാരൻ*, ബെന്നി പി നായരമ്പലം രചിച്ച് ലാൽജോസ് സംവിധാനം ചെയ്ത ദിലീപ് ചിത്രമായ *ചാന്ത്പൊട്ട്*, ഡോ സന്തോഷ് സൗപർണ്ണിക രചനയും സംവിധാനവും നിർവ്വഹിച്ച മനോജ് കെ. ജയൻ ചിത്രമായ *അർദ്ധനാരി*, മണികണ്ഠൻ പട്ടാമ്പിയുടെ രചനയിൽ വിജുവർമ്മ സംവിധാനം ചെയ്ത ടിനിടോം ചിത്രമായ *ഓടും രാജ ആടും റാണി*, അനീഷ് ലി അജേഷിന്റെ തിരക്കഥയിൽ ബിനു എസ്. സംവിധാനം നിർവ്വഹിച്ച ഷൈൻ ടോം ചാക്കോ ചിത്രമായ *ഇതിഹാസ* തുടങ്ങിയവ ട്രാൻസ് ജന്ററുകളുടെ പ്രശ്നങ്ങളെ വിട്ടുവീഴ്ചകൾക്കു വിധേയമായി ഭാഗികമായിട്ടെങ്കിലും ആവിഷ്കരിക്കുവാൻ ശ്രമിച്ചു.

ലോഹിതദാസിന്റെ *സൂത്രധാരൻ* ആദ്യാവസാനം ട്രാൻസ്ജന്ററുകളുടെ ജീവിതമോ സംസ്കാരമോ അവതരിപ്പിക്കുന്ന ചിത്രമല്ല. സ്വന്തം ഗ്രാമത്തിൽ ഗുണ്ടയായ സദാനന്ദനോട് ഏറ്റുമുട്ടി നാട്ടിൽനിന്നും ഒളിച്ചോടേണ്ടിവന്ന രമേശൻ പാണ്ഡവപുരത്ത് (ആന്ധ്ര – കർണ്ണാടക ബോർഡർ) തന്റെ സുഹൃത്തായ ലീലാകൃഷ്ണനെ കണ്ടെത്തുന്നത് ട്രാൻസ്ജന്റർ സംഘത്തിന്റെ കൂടെയാണ്. നാട്ടിൽ ഭാര്യയും മക്കളുമുള്ള ലീലാകൃഷ്ണൻ ഉപജീവനാർത്ഥമാണ് സ്ത്രീവേഷം ധരിച്ച് ഈ സംഘ

ത്തോടൊപ്പം ജീവിക്കുന്നത്. ഇത്തരമൊരു അവതരണം ഇവർക്കുള്ളിൽ വ്യാജന്മാരുണ്ട് എന്ന ആരോപണത്തെ ബലപ്പെടുത്തുന്നു. പാറയിടുക്കുകൾക്കുള്ളിൽ സംഘമായി കഴിയുന്ന ട്രാൻസ്ജന്ററുകൾ അവിടേക്കു ചെല്ലുവാൻ ശ്രമിക്കുന്നവരെ ആക്രമിച്ചു തുരത്തുമെന്നു പറഞ്ഞുവെക്കുന്ന *സൂത്രധാരൻ* പിടിച്ചുപറിക്കാരും അക്രമികളും പൊതുജനത്തിന് ശല്യമുണ്ടാക്കുന്നവരുമാണെന്ന പൊതുധാരണകളെ അവതരിപ്പിക്കുന്നു. ഉത്തരേന്ത്യൻ ഗ്രാമങ്ങളിലെ കാഴ്ചകളിലൊന്നായ ട്രാൻസ്ജന്ററുകളുടെ ജീവിതത്തെ ചലച്ചിത്രത്തിന്റെ ഒരു ചെറിയ ഭാഗത്ത് ലോഹിതദാസ് അവതരിപ്പിക്കാൻ ശ്രമിച്ചത് പോസിറ്റീവായ കാര്യം ആണെങ്കിൽതന്നെയും അവരുടെ ജീവിതത്തെ സംബന്ധിച്ച പല യാഥാർത്ഥ്യങ്ങളും അവയ്ക്കുള്ളിൽ ഇല്ലാതെ പോയതിനോടൊപ്പം ട്രാൻസ്ജന്റർ വിരുദ്ധതകൾ മാത്രമായി പല ദൃശ്യങ്ങളും മാറുകയും ചെയ്തു.

ചാന്ത്പൊട്ട് – വളർത്തുദോഷത്തിന്റെ പെരുമാറ്റ വൈകല്യങ്ങൾ

1989 ൽ ജൂബിലി തിയേറ്ററിനുവേണ്ടി ബെന്നി പി നായരമ്പലം രചിച്ച *അറബിക്കഥയും അത്ഭുതവിളക്കും* എന്ന നാടകത്തെ ആധാരമാക്കി ലാൽജോസ് സംവിധാനം ചെയ്ത *ചാന്ത്പൊട്ട്* എന്ന സിനിമ രാധാകൃഷ്ണൻ എന്ന സ്ത്രൈണ രൂപഭാവ ചേഷ്ടകളുള്ള പുരുഷന്റെ കഥയാണ്. രാധാകൃഷ്ണന് രാധയെന്ന സ്ത്രൈണഭാവം വരുന്നതിനുള്ള അടിസ്ഥാന കാരണമായി അവതരിപ്പിക്കുന്നത് പെൺകുട്ടിയെ ആഗ്രഹിച്ച മുത്തശ്ശി അത് ലഭിക്കാതെ വന്നപ്പോൾ കിട്ടിയ ആൺകുട്ടിയെ പെണ്ണായി വളർത്തി എന്നതാണ്. പെൺവേഷത്തിലും പെൺകൂട്ടായ്മകളിലും വളർന്നുവന്ന രാധാകൃഷ്ണൻ അരയന്മാരുടെ പരമ്പരാഗതതൊഴിലായ മത്സ്യബന്ധനത്തെ അവഗണിക്കുകയും 'നൃത്തം' തൊഴിലായി സ്വീകരിക്കുകയും ചെയ്യുന്നു. സമൂഹത്തിലെ പുരുഷ നൃത്തക്കാർ 'താണ്ഡവ'ത്തേക്കാൾ ലാസ്യഭാവങ്ങൾ കൂടുതലായി സ്വീകരിക്കുന്നതിനാൽ ശരീരഭാഷയിൽ സ്ത്രൈണ സ്വഭാവം കടന്നുവരുന്നതിനെ രാധാകൃഷ്ണനെന്ന കഥാപാത്ര നിർമ്മിതിയിൽ ബെന്നി പി നായരമ്പലം ഉപയോഗിച്ചിട്ടുണ്ട്.

സ്ത്രൈണ സ്വഭാവമുള്ള പുരുഷന്മാർ, പുരുഷ സ്വഭാവമുള്ള സ്ത്രീകൾ തുടങ്ങിയവർ പൊതുസമൂഹത്തിന്റെ അധിക്ഷേപങ്ങൾക്കു വിധേയരാകാറുണ്ടെങ്കിലും കൂടുതൽ ആക്രമണം നേരിടേണ്ടിവരുന്നത് സ്ത്രൈണ സ്വഭാവമുള്ള പുരുഷന്മാർക്കാണ്. ഇത്തരമൊരു യാഥാർത്ഥ്യത്തെ പകർത്തുവാൻ *ചാന്ത്പൊട്ടിൽ* ചില ശ്രമങ്ങളുണ്ട്. സുഗുണനും പുഷ്കരനും രാധ ആണാണോ പെണ്ണാണോയെന്ന് സംശയത്തിന്റെ തീർപ്പിനായി ബലാല്ക്കാരമായി വസ്ത്രാക്ഷേപം നടത്തുന്നു. കടലിൽനിന്നു മത്സ്യം ലഭിക്കാതെ വരുമ്പോൾ സ്ത്രീയും പുരുഷനുമല്ലാത്ത നപുംസക ജന്മമായി വിലയിരുത്തപ്പെട്ടിരിക്കുന്ന രാധാകൃഷ്ണൻ കടലിന്റെ അപശകുനമായും കരയുടെ ശാപമായും തുറയിലാ

ശാൻ വിധിക്കുമ്പോൾ തുറയിലെ ജനങ്ങൾ രാധാകൃഷ്ണന് ഊരുവിലക്ക് കല്പിക്കുന്നു. കടലിൽ പോയി മീൻ പിടിച്ച് പുരുഷനാണെന്നു തെളിയിക്കാനുള്ള ശ്രമത്തിനിടയിൽ കൊമ്പൻ കുമാരന്റെ ആക്രമണത്തിൽപ്പെട്ട് കടലിൽ വീഴുന്ന രാധാകൃഷ്ണൻ മറ്റൊരു കടൽത്തീരത്ത് ഫ്രഡ്ഡിയുടെയും കൂട്ടരുടെയും അടുത്ത് എത്തുന്നു. അവരുടെ ഇടപെടലുകളിലൂടെ 'യഥാർത്ഥ പുരുഷന്റെ' ചേഷ്ടകൾ പ്രകടിപ്പിക്കുന്നു. ചിത്രാന്ത്യത്തിൽ രാധ രാധാകൃഷ്ണനെന്ന പുരുഷനാവുകയും ഒരു കുട്ടിയുടെ അച്ഛനായി അരയന്മാരുടെ പരമ്പരാഗത തൊഴിലിനെ ഏറ്റെടുക്കുകയും ചെയ്യുന്നു.

സംവിധായകനും തിരക്കഥാകൃത്തും വിപണി വിജയമെന്ന ലക്ഷ്യത്തെ മുൻനിർത്തി കേരളീയ സമൂഹത്തിന്റെ പൊതുബോധങ്ങളോട് കലഹിക്കാതെ സ്ത്രൈണതയുള്ള നായകന്റെ പൗരുഷമുള്ള വ്യക്തിത്വത്തിലേക്കുള്ള പരിവർത്തനത്തെ *ചാന്ത്പൊട്ടി*ലൂടെ അവതരിപ്പിച്ചിരിക്കുന്നു. മാലുവിനെ പ്രണയിച്ച രാധയ്ക്ക് ഒരു ആൺകുട്ടി ജനിക്കുന്നത് രാധാകൃഷ്ണന്റെ പുരുഷത്വത്തിന്റെ വെളിപ്പെടുത്തലിനും പ്രതിഷ്ഠാപനത്തിനും വേണ്ടിയുള്ളതായിരുന്നു. സ്ത്രീ–പുരുഷ സംയോഗത്തിലൂടെ പ്രത്യുല്പാദനം നിർവ്വഹിക്കപ്പെടുമെന്ന യാഥാർത്ഥ്യത്തെ മുൻനിർത്തി രാധ രാധാകൃഷ്ണനാണെന്ന യാഥാർത്ഥ്യം കടപ്പുറത്തെ മത്സ്യത്തൊഴിലാളികൾ തിരിച്ചറിയുന്നു. ദിലീപ് അവതരിപ്പിച്ച 'രാധ' യഥാർത്ഥത്തിൽ ട്രാൻസ്ജന്റർ വിഭാഗത്തിൽപ്പെട്ട വ്യക്തിത്വം ആയിരുന്നില്ല, മറിച്ച് മുത്തശ്ശിയുടെ 'വളർത്തുദോഷത്താൽ' ശൈശവ - ബാല്യ കൗമാര ഘട്ടങ്ങളിൽ സ്ത്രൈണ സ്വഭാവ രീതികൾ പ്രകടിപ്പിച്ചു പോയതാണെന്നും നാഗരിക മനുഷ്യരുടെ സഹവാസത്തിലൂടെ അത്തരം 'പെരുമാറ്റവൈകല്യങ്ങൾ' മാറ്റിയെടുക്കാമെന്നും *ചാന്ത്പൊട്ട്* അവകാശപ്പെടുന്നു.

അർദ്ധനാരി– 'ഇടങ്ങൾ' നഷ്ടമായവരുടെ നേർക്കാഴ്ചകൾ

ഡോ. സന്തോഷ് സൗപർണ്ണിക രചനയും സംവിധാനവും നിർവ്വഹിച്ച *അർദ്ധനാരി* മലയാള സിനിമ ഇതുവരെ കൈകാര്യം ചെയ്യാത്ത ട്രാൻസ്ജന്ററുകളുടെ ജീവിതവും സംസ്കാരവും അവതരിപ്പിക്കുന്നു. ആണിനെയോ പെണ്ണിനെയോ മാത്രം കേന്ദ്രീകരിച്ചു ചിത്രീകരിച്ചു പോന്നിരുന്ന നടപ്പു സമ്പ്രദായ വഴികളെ മാറ്റിനിർത്തിക്കൊണ്ടാണ് സന്തോഷ് സൗപർണ്ണിക തന്റെ കാഴ്ചപ്പാടുകളെ ആവിഷ്കരിച്ചിരിക്കുന്നത്. *അർദ്ധനാരി*യിൽ മനോജ് കെ ജയൻ (വിനയൻ–മഞ്ജുള), സായ്കുമാർ (പരമേശ്വരൻ നായർ), ജയകൃഷ്ണൻ (ബാലു), തിലകൻ (നായക്), സുകുമാരി (ഗുരു), മണിയൻപിള്ള രാജു (ജമീല) തുടങ്ങിയവർ പ്രധാനവേഷങ്ങൾ കൈകാര്യം ചെയ്യുന്നു.

മദ്ധ്യവയസ്സു പിന്നിട്ട അലഞ്ഞു തിരിഞ്ഞു നടക്കുന്ന ഒരു ട്രാൻസ്ജന്ററിന്റെ ഓർമ്മകളിലൂടെയാണ് അർദ്ധനാരിയുടെ കാഴ്ചകൾ

ഇതൾവിരിയുന്നത്. ബാല്യത്തിൽ തന്നെ വിനയനെന്ന ആൺകുട്ടി കാലിൽ കൊലുസിട്ടു നടക്കുകയും പൊട്ടു തൊടുകയും ക്ലാസിൽ പെൺകുട്ടികളുടെ ഒപ്പം ഇരിക്കുകയും ചെയ്തിരുന്നു. വിനയൻ തന്നെ 'വിനീത' എന്നാണു സ്വയം വിളിച്ചിരുന്നതും. വിനയന്റെ അത്തരം രൂപ മാറ്റത്തെ അച്ഛൻ സഹതാപത്തോടെയും സഹോദരൻ ദേഷ്യത്തോടെ യുമാണ് നോക്കിയിരുന്നത്. സഹോദരന്റെയോ നാട്ടുകാരുടെയോ വഴ ക്കുകൾക്കോ പരിഹാസങ്ങൾക്കോ വിനയനെ 'ശരിയാക്കുവാൻ' കഴി ഞ്ഞില്ല. ആണിന്റെ ശരീരവും പെണ്ണിന്റെ വ്യഥകളുമായി വിനയനു കഴി യേണ്ടി വന്നു. കൗമാര പ്രണയനായകനായ ബാലു യുവാവാകുമ്പോൾ ഉപേക്ഷിച്ചു പോകുന്നതും സ്വന്തം ചേട്ടൻ തന്നെ കൊല്ലാനായി 'ക്വട്ടേ ഷൻ' കൊടുക്കുന്നതും കൂടിയാകുമ്പോൾ വിനയൻ നാടുവിടുന്നു. ട്രാൻസ്ജന്ററുകൾ കൂട്ടത്തോടെ താമസിക്കുന്ന ഇടങ്ങളിലേക്കാണ് വിന യൻ എത്തിച്ചേരുന്നതും. മാളവികയുടെ സഹായത്തോടെ എത്തിച്ചേരുന്ന വിനയനെ ഹിജഡകളുടെ ലോകത്തെയും നിയമങ്ങളെയും നായക് (തില കൻ) പരിചയപ്പെടുത്തുന്നു. ഗുരു (സുകുമാരി) വേണ്ട നിർദ്ദേശങ്ങൾ നല്കുകയും ചെയ്യുന്നു. ജമീല (മണിയൻ പിള്ള രാജു) വിനയനെ 'ചേല'യായി സ്വീകരിക്കുന്നു. ഒരു വർഷത്തിനുശേഷം സ്വതന്ത്രയാക്കുന്ന ചടങ്ങിൽ (ദിൽമെഹ്ന്ദി) വച്ച് വിനയൻ താൻ ഉഭയലിംഗപരതമുള്ള ആളാ ണെന്നു വെളിപ്പെടുത്തുന്നു. തുടർന്ന് നാട്ടിലെത്തുന്ന വിനയൻ ബാല്യ കാല സുഹൃത്തായ ബാലുവിന്റെ ഭാര്യയാകുന്നു. സ്ത്രീ സഹജമായ ആഗ്രഹങ്ങൾ – ഗർഭധാരണം, പ്രസവം, കുഞ്ഞ് ഇവയൊന്നും നിറവേ റ്റാൻ കഴിയാത്ത വ്യഥകളും അച്ഛന്റെ മരണവും നാട്ടുകാരുടെ പീഡന ങ്ങളും കൂടിച്ചേരുമ്പോൾ നാട്ടിലെ എല്ലാ ബന്ധങ്ങളും ഉപേക്ഷിച്ച് ട്രാൻസ്ജന്ററുകളുടെ ലോകത്തേക്ക് മാത്രമായി വീണ്ടും എത്തുന്നു. സൻജയ്യുടെ കൈയാൽ കൊല്ലപ്പെടുന്ന മാളവികയെ കാമപൂരണത്തി നുവേണ്ടി വിനയൻ ആഗ്രഹിച്ചിരുന്നതുകൊണ്ടു തന്നെ, ആ കൊലപാ തകത്തിന്റെ ഉത്തരവാദിത്വങ്ങൾ വിനയന്റെ തലയിലാകുകയും എന്നെ ന്നേയ്ക്കുമായി ട്രാൻസ്ജന്ററുകളുടെ ലോകത്തെ വാതിലുകൾ അയാ ളുടെ മുമ്പിൽ അടയ്ക്കപ്പെടുകയും ചെയ്യുന്നു. ആശ്രയമില്ലാതെ അല ഞ്ഞുതിരിഞ്ഞു നടക്കുന്ന ട്രാൻസ്ജന്ററിൽ നിരവധി ചോദ്യങ്ങൾ ഉയർത്തിക്കൊണ്ട് *അർദ്ധനാരി* അവസാനിക്കുന്നു.

ട്രാൻസ്ജന്ററുകളുടെ ജീവിതവും സംസ്കാരവും ചിത്രീകരി ക്കുന്നതിൽ ഡോ. സന്തോഷ് സൗപർണ്ണിക തന്റെ നിരീക്ഷണങ്ങളെയും ഗവേഷണങ്ങളെയും കൃത്യമായി ഉപയോഗപ്പെടുത്തുകവഴി അവരുടെ ജീവിതത്തോട് പരമാവധി നീതി പുലർത്താൻ *അർദ്ധനാരി*ക്ക് സാധിച്ചു. മുഖ്യധാരാ സമൂഹത്തിലേതുപോലെയുള്ള വ്യക്തികേന്ദ്രീകൃതമായ സാമൂഹ്യ വ്യവസ്ഥിതികൾ ഈ സമൂഹത്തിൽ ക്രമപ്പെടുത്തപ്പെട്ടിരി ക്കുന്നു. ഘരാനയിലെ അധികാര കേന്ദ്രമായ നായക്ന്റെ നിർദ്ദേശങ്ങള നുസരിച്ചുകൊണ്ടു മാത്രമേ സംഘത്തിലുള്ളവർക്കു പ്രവർത്തിക്കുവാൻ

കഴിയുകയുള്ളു. നായക്ന്റെ അധികാരകേന്ദ്രങ്ങൾ ഒരിക്കലും ചോദ്യം ചെയ്യപ്പെടാതെ നിലനില്ക്കുന്ന ഒന്നാണ്. ജമീല വിനയനെ ചേലയായി സ്വീകരിക്കുമ്പോൾ വിനയന് അവരുടെ സങ്കേതത്തിൽ കഴിയുവാനുള്ള അവസരമൊരുങ്ങുന്നു. ദിൽമെഹ്ന്ദിയെന്ന ചടങ്ങിലൂടെ മഞ്ജുളയായി മാറുന്ന വിനയൻ തന്റെ സങ്കീർണ്ണമായ അവസ്ഥ നായക്നെ ബോദ്ധ്യപ്പെടുത്തുന്നു. സ്ത്രൈണതയിലേക്കു പരിവർത്തിക്കപ്പെട്ടുവെങ്കിലും പുരുഷകേന്ദ്രിതമായ ലിംഗപരമായ ചില ഉണർച്ചകൾ മഞ്ജുള/വിനയനിൽ സൃഷ്ടിക്കപ്പെടുന്നുണ്ട്. ഒരേ സമയം ആണായും പെണ്ണായും ജീവിക്കേണ്ടിവരുന്ന അവസ്ഥയിലുള്ള വിനയനെ ഉഭയലിംഗപരതയുള്ള വ്യക്തിയായി നായക് പ്രഖ്യാപിക്കുന്നു. ജീവശാസ്ത്രപരമായ പ്രത്യേകതകളെ തിരിച്ചറിയുവാൻ, അംഗീകരിക്കുവാൻ മനുഷ്യനുള്ള പിന്തിരിപ്പൻ മനോഭാവങ്ങളാണ് ഉഭയലിംഗപരതയുള്ളവരെ അസ്പൃശ്യത കല്പിച്ചു മാറ്റി നിർത്തുവാനുള്ള കാരണം.

കുത്തഴിഞ്ഞ ലൈംഗികത, രതിവൈകൃതങ്ങളുടെ പ്രയോക്താക്കൾ എന്നീ നിലകളിൽ ട്രാൻസ്ജന്ററുകളെ വിലയിരുത്തുന്ന ഇന്ത്യൻ സമൂഹത്തിന്റെ കാഴ്ചപ്പാടുകൾ *അർദ്ധനാരി* പിന്തുടരുണ്ട്. രതി വൈകൃതങ്ങൾക്കും അമിത ലൈംഗിക വേഴ്ചകൾക്കും പങ്കാളിയായ ജമീല സുരക്ഷിതമാർഗ്ഗങ്ങൾ സ്വീകരിക്കാത്തതു വഴി മാരകമായ ലൈംഗിക രോഗത്തിനിരയായി മരണപ്പെടുന്നു. രോഗബാധിതരായ ട്രാൻസ്ജന്ററുകളെ ചികിത്സിക്കുവാൻ ആരും തയ്യാറാവാത്തത് രോഗഭീതിയും ഇവരോടുള്ള വെറുപ്പും കാരണമാണ്. സമൂഹത്തിന്റെ അവഗണനകൾ, പീഡനങ്ങൾ എന്നിവ ഏറ്റുവാങ്ങേണ്ടിവരുന്ന ഇത്തരക്കാർക്ക് രോഗങ്ങളും വാർദ്ധക്യവും വലിയ ദുരന്തങ്ങളാണ് സമ്മാനിക്കുന്നത്. ആ സമൂഹത്തിലെ മരണാനന്തര ക്രിയകൾ/ചടങ്ങുകൾ മുഖ്യധാരാ സമൂഹത്തിലെ വിവിധ ജാതി മതസ്ഥരുടെ ശവസംസ്കാരക്രിയകളിൽ നിന്നും വിഭിന്നമാണ്. സംസ്കാരത്തിനായി മൃതദേഹത്തെ യാത്രയാക്കുന്നതു 'നിന്നപടി'യായിട്ടാണ്. ശവസംസ്കാരത്തിൽ പങ്കെടുക്കാനെത്തിയവർ മൃതദേഹത്തിന്റെ കൈ പിടിച്ചു നടത്തിക്കൊണ്ടുപോയി അതേപടി കുഴിയിലാക്കുന്നു. ജമീലയുടെ ശവശരീരത്തെ നടത്തിക്കൊണ്ടുപോകുമ്പോൾ ഘരാനയിലെ മുതിർന്ന സ്ത്രീകൾ "നീ ഇനി ഇങ്ങനെ ജനിക്കുമോടീ കൂത്തിച്ചിമോളേ" എന്നു ചോദിച്ചുകൊണ്ട് പ്രഹരിക്കുന്നു. ആണും പെണ്ണും കെട്ട, സ്ത്രീ–പുരുഷ സമൂഹത്തിനു സ്വീകാര്യരല്ലാത്ത ജന്മങ്ങളായിത്തീരേണ്ടിവരുന്നതിന്റെ പ്രതിഷേധങ്ങളും പുതിയ ജന്മമെങ്കിലും നല്ലതാകണമെന്ന ആഗ്രഹങ്ങളുമാണ് അത്തരമൊരു പ്രതികരണത്തിനു പിന്നിലുള്ളത്.

പൊതുസമൂഹത്തിന്റെ ആക്രമണോത്സുകസ്വഭാവങ്ങളെയും പ്രതിസന്ധികളെയും അവതരിപ്പിക്കുന്ന *അർദ്ധനാരി* ട്രാൻസ്ജന്ററുകളെ അംഗീകരിക്കേണ്ടതിന്റെ ആവശ്യകത കേരളീയ സമൂഹത്തെ ധരിപ്പിക്കുന്നു. സാമൂഹ്യവിരുദ്ധരുടെ ആക്രമണങ്ങൾക്കു വിധേയരാകുന്ന ഇവരെ നിയമപാലകരും പീഡിപ്പിക്കുവാനാണ് ശ്രമിക്കുന്നത്. ട്രെയിനി

റങ്ങി വീട്ടിലേക്കു പോകുന്ന വിനയനെ അറസ്റ്റ് ചെയ്യുന്ന പൊലീസുകാർ അതിക്രൂരമായ ലൈംഗിക പീഡനങ്ങൾക്കിരയാക്കുന്നു. ചുരിദാറിന്റെ ടോപ്പുമാത്രമിട്ട് ചോരപുരണ്ട മുഖവും കീറിപ്പറിഞ്ഞുപോയ പാന്റും കൈയിലിട്ട് ലോക്കപ്പിൽനിന്നും ഇറങ്ങിവരുന്ന വിനയൻ നീതിന്യായ വ്യവസ്ഥിതികൾപോലും ഹിജഡയ്ക്കു സുരക്ഷിതമായ ഇടം ഒരുക്കിക്കൊടുക്കില്ല എന്നതിന്റെ രക്തസാക്ഷിയായി മാറുന്നു. മുഖ്യധാരാ വ്യവസ്ഥിതികൾക്കഭിമതരായ ട്രാൻസ്ജന്ററുകളെ പൊതുസമൂഹത്തിലുള്ളവർ ചൂഷണം ചെയ്ത് കൊലപ്പെടുത്തുമ്പോൾ നീതി നടപ്പിലാക്കുവാൻ ബന്ധപ്പെട്ട ഉദ്യോഗസ്ഥർ തയ്യാറാകുന്നില്ല. മാളവികയുടെ മരണത്തിന്റെ പരാതികേൾക്കുന്ന പൊലീസ് ഉദ്യോഗസ്ഥൻ "പരാതിയിൽ മെയിൽ കോളമിരുക്ക്, ഫീമെയിൽ കോളമിരുക്ക്... നീങ്ക എങ്കെ സൈൻ പണ്ണുമാ" എന്നു പറയുകവഴി സ്ത്രീക്കും പുരുഷനും നല്കുന്ന നിയമപരിരക്ഷകൾ ഈ രണ്ടുവിഭാഗത്തിലും പെടാത്ത ട്രാൻസ്ജന്ററുകൾക്കു നിഷേധിച്ചുകൊണ്ട് നീതിന്യായ വ്യവസ്ഥയുടെ, നിയമപാലകരുടെ സങ്കുചിതത്വങ്ങൾ പ്രകടിപ്പിക്കുന്നു.

സുപ്രീംകോടതിയുടെ ലൈംഗിക ന്യൂനപക്ഷങ്ങൾക്കെതിരെയുള്ള വിധിയിലും ജാതി-മത സമുദായ സംഘടനകളുടെ സ്വാധീനമുണ്ടായിരുന്നുവെന്നത് പകൽപോലെ വ്യക്തമാണ്. ഭിന്നവർഗ്ഗലൈംഗികതയിൽനിന്നു വ്യതിരിക്തമായ ഗേ, ലെസ്ബിയൻ ട്രാൻസ്ജന്ററുകളെ ക്രിമിനൽ നിയമങ്ങളുടെ പേരിൽ ഒതുക്കുവാൻ ശ്രമിക്കുന്നവർ ഭൂമിയിൽ സ്ത്രീ-പുരുഷ ദ്വന്ദ്വം മാത്രം മതിയെന്നു വാശിപിടിക്കുന്നവരാണ്. സ്ത്രീ-പുരുഷബന്ധം പോലെ കുടുംബസംവിധാനത്തിന്റെ ഭാഗമായി ജീവിക്കുവാനാഗ്രഹിക്കുന്ന ട്രാൻസ്ജന്ററുകൾക്ക് ഇന്ത്യൻ നിയമങ്ങൾ പ്രതികൂലമാണ്. വിവാഹബന്ധത്തിനു നിയമ സാദ്ധ്യതയോ കുട്ടികളെ ദത്തെടുക്കുന്നതിനുള്ള അവകാശമോ ഇവർക്ക് നല്കപ്പെട്ടിട്ടില്ല. ബാലുവിന്റെ രണ്ടാം ഭാര്യയായി കഴിയുന്ന മഞ്ജുള കുട്ടിയെ ദത്തെടുക്കാനുള്ള ആഗ്രഹങ്ങൾ പ്രകടിപ്പിക്കുമ്പോൾ അത് നിഷേധിക്കപ്പെടുന്നു. ബാലുവിന്റെ നിയമപരമായുള്ള ഭാര്യക്ക് മഞ്ജുള തന്റെ ദാമ്പത്യം തകർക്കാൻ വരുന്ന ഭീകരസത്വം മാത്രമാണ്. ബാലുവിന്റെ ഭാര്യയിലൂടെ സ്ത്രീ - പുരുഷ ബന്ധത്തിലൂന്നിയുള്ള ദാമ്പത്യ വ്യവസ്ഥയിൽനിന്നും മാറ്റിനിർത്തപ്പെടേണ്ടവരാണ് ഇവരെന്ന കാഴ്ചപ്പാട് പങ്കുവെക്കുന്നു. നിറപ്പകിട്ടാർന്ന ദൃശ്യങ്ങളും ആഘോഷകരമായ പാട്ടുകളും പിന്നെ കുറച്ച് മസാലകളും ചേർത്ത് നിർമ്മിക്കപ്പെടുന്ന മലയാളചലച്ചിത്രങ്ങളുടെ ഇടയിലേക്കാണ് സങ്കീർണ്ണമായ മാനസിക ശാരീരികാവസ്ഥകളിൽ ജീവിക്കുന്ന ട്രാൻസ്ജന്ററുകളുടെ നിറപ്പകിട്ടില്ലാത്ത കാഴ്ചകൾ ചലച്ചിത്രഭാഷ്യമായി എത്തിയത്. മലയാള ചലച്ചിത്രത്തിന്റെ ചരിത്രത്തിൽ ആദ്യമായിട്ടാണ് ട്രാൻസ്ജന്ററുകളെക്കുറിച്ച് ഒരു 'മുഴുനീള' ചിത്രം നിർമ്മിക്കപ്പെടുന്നത്. *സൂത്രധാരൻ* ഉൾപ്പെടെയുള്ള ഒട്ടനവധി ചിത്രങ്ങളിൽ കോമാളികളായി, ലൈംഗിക തൊഴിലാളികളായി കടന്നുപോയ ഇവരുടെ ജീവിതത്തിന്റെ

ഗൗരവപൂർണ്ണമായ ചലച്ചിത്രാവിഷ്കാരമാണ് *അർദ്ധനാരി* നിർവ്വഹിച്ചത്. തട്ടുപൊളിപ്പൻ എന്റർടെയിനറുകളെ മാത്രം സ്വീകരിക്കുന്ന പ്രേക്ഷകർ *അർദ്ധനാരി*യെ തള്ളിക്കളഞ്ഞപ്പോൾ, കലാസിനിമകളെ സ്നേഹിക്കുന്നവരും എന്തുകൊണ്ടോ കൈവിട്ടുകളഞ്ഞു.

ഓടും രാജ ആടും റാണി – കാല്പനിക ജീവിതക്കാഴ്ചകൾ

മണികണ്ഠൻ പട്ടാമ്പിയുടെ രചനയിൽ വിജുവർമ്മ സംവിധാനം ചെയ്ത *ഓടും രാജ ആടും റാണി* തംബുരുവെന്നു നാട്ടുകാർ വിളിക്കുന്ന ട്രാൻസ്ജന്ററിന്റെ ദുരിതങ്ങളെ വേറിട്ട കാഴ്ചകളിലൂടെ അവതരിപ്പിക്കുവാൻ ശ്രമിച്ച ചിത്രമാണ്. ട്രാൻസ്ജന്റർ ജീവിതം അവതരിപ്പിച്ച ചലച്ചിത്രം എന്ന നിലയിൽ *ഓടും രാജ ആടും റാണി* ബാംഗ്ലൂരിലെ ക്വീയർ ഫിലിം ഫെസ്റ്റിവെലിൽ (2015) തെരഞ്ഞെടുക്കപ്പെടുകയും പ്രദർശിപ്പിക്കപ്പെടുകയും ചെയ്തിരുന്നു. ഗ്രാമത്തിലെ 'ആട്ട്' കലാകാരനായ തംബുരു (മണികണ്ഠൻ പട്ടാമ്പി) പുതിയതായി എത്തിയ കച്ചവടക്കാരൻ വെങ്കിടി(ടിനി ടോം)യോടൊപ്പമുള്ള താമസത്തിനിടയിൽ അയാളെ ഭർത്താവായി കണ്ടു പരിചരിക്കുന്നു. സ്ത്രൈണഭാവത്തിലേക്കു മാറിയ തംബുരുവിനെ നേർവഴിക്കു നയിക്കുന്നതിനായി മാലയെ (ശ്രീലക്ഷ്മി ശ്രീകുമാർ) വെങ്കിടി വരുത്തുന്നു. വെങ്കിടി – മാല ബന്ധം കണ്ട് മനസ്സു തകർന്ന തംബുരുവിനു കലാ പ്രകടനങ്ങളിൽ പിഴവ് പറ്റുന്നു. മാലയെ ആക്രമിച്ചു ഓടിച്ചുവിടുവാൻ ശ്രമിച്ചു പരാജിതനായ തംബുരു വെങ്കിടിയുടെ മർദ്ദനങ്ങളേറ്റുവാങ്ങി നാടുവിടുന്നു. നാട്ടുകാർ അന്വേഷിക്കുന്നുവെങ്കിലും തംബുരുവിനെ കണ്ടെത്താൻ കഴിയുന്നില്ല. തമിഴ്നാട്ടിലെ കൂവാഗം ഗ്രാമത്തിൽ കൂത്താണ്ടവർ ക്ഷേത്രത്തിലെ ഉത്സവത്തിൽ പങ്കെടുക്കുന്ന തംബുരുവിനെ വെങ്കിടിയും കൂട്ടരും കണ്ടെത്തുന്നുവെങ്കിലും തംബുരുവിന്റെ സന്തോഷങ്ങൾ കളഞ്ഞ് അവനെ നാട്ടിലെ ദുരിതങ്ങളിലേക്കു കൂട്ടിക്കൊണ്ടു പോകണ്ട എന്ന തീരുമാനത്തിൽ വെങ്കിടിയും കൂട്ടരും മടങ്ങുന്നു.

'ആട്ട്' എന്ന അനുഷ്ഠാന കലാകാരനായ അയ്യപ്പനാണ് തംബുരുവെന്ന നൃത്തകലാകാരനായി സ്ത്രൈണഭാവത്തിൽ ജീവിക്കുന്നത്. തംബുരുവിന്റെ സ്ത്രൈണ ചാപല്യങ്ങൾ സുഹൃത്തുക്കൾക്കും ഗ്രാമവാസികൾക്കും അസാധാരണത്വമുള്ളതായിരുന്നില്ലെങ്കിലും തംബുരു വെങ്കിടിയെ പ്രണയിച്ച് അധികാര മേല്ക്കോയ്മകൾ പ്രകടിപ്പിക്കുമ്പോൾ 'പെണ്ണുസൻ' എന്നു വിളിച്ച് ആക്ഷേപിക്കുന്നു. സുഹൃത്തുക്കളുടെ സംഘം സ്ത്രീവേഷധാരിയായ തംബുരുവിനെ വസ്ത്രാക്ഷേപം നടത്തി അപമാനിക്കുന്നുണ്ട്.

കേരളീയസമൂഹത്തിൽ ഒരു ട്രാൻസ്ജന്ററിനുണ്ടാകുന്ന പ്രശ്നങ്ങളെ അതീവ ലളിതമായി ലാഘവത്തോടെ അവതരിപ്പിച്ച *ഓടും രാജ ആടും റാണി* ഉപരിപ്ലവമായ ചർച്ചകൾക്കപ്പുറം അവരുടെ യഥാർത്ഥ പ്രതിസന്ധികളിലേക്ക് കടക്കുവാൻ ധൈര്യപ്പെടുന്നില്ല. ഒന്നുകിൽ കേര

ളീയ സമൂഹത്തിന്റെ സാമൂഹ്യ സദാചാരബോധങ്ങളെ പ്രകോപിപ്പിച്ച് വെല്ലുവിളിക്കാനുള്ള ധൈര്യമില്ലായ്മയോ അല്ലെങ്കിൽ വിപണിയാവശ്യപ്പെടുന്ന ഒത്തുതീർപ്പുകളോ ഓടും രാജയുടെ അണിയറ പ്രവർത്തകർക്കു നടത്തേണ്ടി വന്നിട്ടുണ്ട്. തംബുരു എന്ന അയ്യപ്പന്റെ സ്ത്രൈണ ഭാവ - രൂപ പ്രകടനങ്ങൾ എപ്പോൾ എന്തുകൊണ്ട് തുടങ്ങിയെന്നു വിശകലനം ചെയ്യാത്ത ചിത്രം ഒരു യഥാർത്ഥ ട്രാൻസ്ജന്ററിനു ഒരിക്കലും സാദ്ധ്യമാകാത്ത, സ്ത്രീയുമായുള്ള വിവാഹം നടത്തിക്കൊണ്ട് തംബുരുവിന്റെ ജീവിതം പ്രശ്നബാധിതമാക്കുന്നു. മാനസിക രോഗിയായ സഹോദരൻ തംബുരുവിന്റെ ഭാര്യയെ ബലാത്സംഗം ചെയ്യുന്നതും അമ്മയെ കൊലപ്പെടുത്തുന്നതും തംബുരുവിന്റെ ജീവിതത്തെ പ്രതിസന്ധിയിലാക്കുന്നുവെങ്കിലും അത്തരമൊരു കാരണമല്ല തംബുരുവിനു വെങ്കിടിയോടുള്ള പ്രണയത്തിനു കാരണം. അടിസ്ഥാനപരമായി സ്ത്രൈണ മാനസികാവസ്ഥയിലുള്ള തംബുരു വെങ്കിടിയുടെ പൗരുഷത്തെയാണ് സ്വീകരിക്കുന്നതും പ്രണയിക്കുന്നതും. താൻ പ്രണയിക്കുന്ന പുരുഷനെ മറ്റൊരു സ്ത്രീ പ്രണയിക്കുന്നതിനെ സ്വാഭാവികമായി അംഗീകരിക്കുവാൻ കഴിയാത്ത സ്ത്രീയുടെ ചാപല്യങ്ങൾ പ്രകടിപ്പിക്കുന്ന തംബുരു പൊതുസമൂഹത്തിലുള്ളവരോട് താൻ ഒരു പുരുഷനാണ് എന്നു പറഞ്ഞുകൊണ്ടുതന്നെയാണ് ഇടപെടുന്നതും.

വെങ്കിടിയെ സ്വന്തമാക്കുവാൻ കഴിയാത്തതാണ് തംബുരുവിന്റെ ആത്യന്തിക പ്രശ്നം എന്ന തലത്തിൽ നീങ്ങുന്ന ഓടും രാജ യാഥാർത്ഥ്യങ്ങളോട് ഒരു ബന്ധവും പുലർത്തുന്നില്ല. തങ്ങൾ ആഗ്രഹിച്ചവരെ ലഭിക്കാത്തത്, അടുപ്പംകാട്ടി വരുന്നവർ ലൈംഗിക ചൂഷണങ്ങൾക്കുശേഷം ഉപേക്ഷിക്കുന്നത്, കൂടെയുള്ള പങ്കാളി ജീവിതാവസാനം വരെ കൂടെയുണ്ടാകില്ല എന്നിവയെക്കുറിച്ച് കേരളത്തിലെ ട്രാൻസ്ജന്ററുകൾക്കു വ്യക്തമായ ധാരണയുള്ളപ്പോൾ അത്തരം യാഥാർത്ഥ്യങ്ങളെ അകറ്റിനിർത്തിക്കൊണ്ടാണ് തംബുരുവിന്റെ വെങ്കിടി ബന്ധം ആവിഷ്കരിക്കപ്പെട്ടിരിക്കുന്നത്. ഒരു ട്രാൻസ്ജന്റർ എന്ന നിലയിൽ പൊതുസമൂഹത്തിനു മുമ്പിൽവെളിപ്പെടാതെ അദൃശ്യനായി നില്ക്കുന്ന തംബുരു പുരുഷനായിട്ടാണ് പ്രത്യക്ഷപ്പെടുന്നത്. സാമൂഹികമായ പീഡനങ്ങൾക്കു വിധേയനാകാത്ത തികച്ചും വ്യക്തിപരമെന്നു പറയാവുന്ന വെങ്കിടിയുടെ തിരസ്കാരങ്ങളും ആക്രമണങ്ങളുമാണ് തംബുരുവിനെ പലായനത്തിനു പ്രേരിപ്പിക്കുന്നത്. ട്രാൻസ്ജന്ററെന്ന നിലയിൽ ലൈംഗികമായി തംബുരുവിനെ ചൂഷണം ചെയ്യാതെ വെങ്കിടി തംബുരുവിനെ പ്രകോപിതനാക്കി മർദ്ദിക്കുന്നത് അവനിലെ പൗരുഷം ഉണർത്തി പുരുഷനാക്കി മാറ്റിയെടുക്കുവാനായിരുന്നു. കൂവാഗത്ത് കുത്താണ്ടവർ ക്ഷേത്രത്തിലെ ഉത്സവത്തിനെത്തുന്ന ട്രാൻസ്ജന്റർ സംഘങ്ങളോടൊപ്പം കഴിയുന്ന തംബുരുവിനെ ആ സന്തോഷാവസ്ഥയിൽ നിലനിർത്തുന്നതിനായി അവിടെ ഉപേക്ഷിച്ചിട്ടാണ് വെങ്കിടിയും മാലയും ഗ്രാമത്തിലേക്കു മടങ്ങുന്നത്. കൂവാഗത്ത് ഉത്സവം പ്രമാണിച്ച് ട്രാൻസ്ജന്ററുകൾ കൂടുതലായി എത്തു

കയും ഏതാനും ദിവസത്തെ ആഘോഷങ്ങളവസാനിക്കുമ്പോൾ ഭൂരി പക്ഷം പേരും തിരികെപ്പോവുകയും ചെയ്യുമെന്നതിനപ്പുറം കുവാഗത്ത് ഇവർ സ്ഥിരമായി സംഘം ചേർന്നു താമസിക്കുന്നില്ല എന്ന യാഥാർത്ഥ്യത്തെ തമസ്കരിച്ചുകൊണ്ട് തംബുരു ആ ലോകത്ത് സന്തോഷമായി ജീവിക്കുന്നു എന്നു സ്ഥാപിച്ചെടുത്തുകൊണ്ടാണ് *ഓടും രാജ ആടും റാണി* അവസാനിക്കുന്നത്. ഈയൊരു നിലപാട് വാസ്തവ വിരുദ്ധവും ചരിത്രത്തോടുള്ള അനീതിയുമാണ്.

കേരളീയ സമൂഹത്തിലെ ട്രാൻസ്ജന്ററുകളുടെ ജീവിതാവസ്ഥകളെ വസ്തുനിഷ്ഠമായി അവതരിപ്പിക്കുവാൻ *ഓടും രാജ ആടും റാണിക്ക്* കഴിഞ്ഞില്ല. മുൻകാലത്ത് അയ്യപ്പനായിരുന്ന തംബുരു അമ്മയുടെ നിർബ്ബന്ധത്തിനു വഴങ്ങി വിവാഹം കഴിക്കുമ്പോൾ ആ ദാമ്പത്യബന്ധം തംബുരുവിനു പ്രശ്നമായി മാറിയിട്ടില്ല എന്നാണ് സൂചിപ്പിക്കുന്നത്. സ്ത്രീ –പുരുഷ ബന്ധത്തിലൂന്നിയുള്ള ദാമ്പത്യ വ്യവസ്ഥിതിയിൽ അയ്യപ്പൻ ഒരു ട്രാൻസ്ജന്ററാണെന്നു ഭാര്യ തിരിച്ചറിയുകയോ പ്രതികരിക്കുകയോ ചെയ്യുന്നില്ല എന്നത് അത്ഭുതകരമായ ഒരു കാര്യമാണ്. ഇത്തരക്കാർക്കു ദാമ്പത്യബന്ധം സാദ്ധ്യമല്ലാതിരിക്കെ തന്റെ പുരുഷരൂപംകൊണ്ട് എല്ലാം മറച്ചു പിടിച്ചതുകൊണ്ടാണ് അപമാനിതനാകാത്തത് എന്നു വിശ്വസിക്കുവാൻ പ്രയാസമാണ്. എന്തുതന്നെയായാലും ട്രാൻസ്ജന്റർ ജീവിതാവസ്ഥകളിൽനിന്നും ബഹുദൂരം മാറിയാണ് ഈ ചിത്രം നില നില്ക്കുന്നത്.

ഇതിഹാസ – ഒത്തുതീർപ്പുകളിലെ ട്രാൻസ്ജന്റർ കാഴ്ചകൾ

ബിനു എസ് സംവിധാനം ചെയ്ത *ഇതിഹാസ* അവിശ്വസനീയമായ ഒരു പ്രമേയത്തെ വിശ്വസനീയമായി അവതരിപ്പിക്കുവാൻ ശ്രമിച്ച ചിത്രമാണ്. എ ഡി 1350 ൽ അഹോം രാജവംശത്തിലെ വീർഭ്രബര സേനയും മറാത്താരാജവംശത്തിലെ ഗജേന്ദ്രബലിയും തമ്മിലുള്ള യുദ്ധത്തിനൊടുവിൽ പരാജിതനായ ഗജേന്ദ്രബലി രാജഗുരു നല്കിയ വിശേഷപ്പെട്ട മോതിരം വീർഭ്രബരസേനയ്ക്കു നല്കി. സ്വന്തം മനസ്സ് വീർഭ്രബരസേനയുടെ ശരീരത്തിലേക്കു പകർത്തി ഗജേന്ദ്രബലി രക്ഷപ്പെട്ടുവെങ്കിലും പിന്നീടുള്ള ജീവിതം സ്വന്തം മനസ്സും അപരന്റെ ശരീരവുമായിട്ടായിരുന്നു. അത്തരം മോതിരം ലഭിക്കുന്ന മോഷ്ടാവായ ആൽവി (ഷൈൻ ടോം ചാക്കോ)യും മറ്റൊരു നഗരത്തിലെ ഉദ്യോഗസ്ഥയായ ജാനകി (അനുശ്രീ നായർ)യും ഒരേസമയം മോതിരം ധരിക്കുമ്പോൾ ആൽവിക്ക് ജാനകിയുടെ ശരീരവും ജാനകിക്ക് ആൽവിയുടെ ശരീരവും ലഭിക്കുന്നു. തുടർന്നുള്ള തട്ടിക്കൂട്ട് തമാശകളിലൂടെ നീങ്ങുന്ന ഇതിഹാസയിൽ പതിനഞ്ചാം നാൾ ഇരുവരും മോതിരം തിരികെയിട്ട് പൂർവ്വ സ്ഥിതി പ്രാപിച്ച് ശുഭപര്യവസായിയായിത്തീരുന്നു.

സ്ത്രീയുടെ മനസ്സും പുരുഷ ശരീരവും പുരുഷമനസ്സും സ്ത്രീ ശരീരവുമുള്ള വ്യക്തിത്വങ്ങളെയാണ് പൊതുവേ ട്രാൻസ്ജന്ററുകൾ എന്നു

വിളിച്ചു വരുന്നത്. ഇതിഹാസയിലെ ആൽവി, ജാനകി തുടങ്ങിയവർ ചിത്രത്തിൽ ട്രാൻസ്ജന്ററായി മാറുന്നത് സാമൂഹ്യജീവിത സാഹചര്യങ്ങളുടെയോ ശാരീരികമായ അപഭ്രംശങ്ങളുടെയോ ഭാഗമായിട്ടല്ല മറിച്ച് 'വിശേഷപ്പെട്ട' ഒരു മോതിരം ധരിച്ചതിന്റെ പേരിലാണ്. ട്രാൻസ്ജന്ററായി മാറിയ ആൽവി– ജാനകിമാരുടെ സാമൂഹ്യ പ്രതിസന്ധികളൊന്നും തന്നെ അവതരിപ്പിക്കാത്ത ഈ ചിത്രം ആണ് പെണ്ണായി മാറുമ്പോഴും പെണ്ണ് ആണായി മാറുമ്പോഴും അവർ ചെന്നുപെടുന്ന പഴയതും പുതിയതുമായ സന്ദർഭങ്ങളിൽ, സൗഹൃദക്കൂട്ടായ്മകളിൽ സൃഷ്ടിക്കപ്പെടുവാൻ സാദ്ധ്യതയുള്ള കോമഡി രംഗങ്ങളെ (അശ്ലീല രംഗങ്ങളും ഉൾപ്പെടും) ഉപയോഗപ്പെടുത്തുവാനുത്സാഹിച്ചു. ട്രാൻസ്ജന്റർ – അവരുടെ സാമൂഹ്യ അദൃശ്യതകൾ, സ്വത്വ പ്രതിസന്ധികൾ എന്നിവയോടെല്ലാം ഇതിഹാസ ബോധപൂർവ്വമായ നിശ്ശബ്ദത പാലിച്ചു. ഒരുവേള വിപണിയധിഷ്ഠിതമായി ഒത്തുതീർപ്പുവ്യവസ്ഥകൾക്കു വഴങ്ങിയില്ലായിരുന്നുവെങ്കിൽ കുറച്ചുകൂടി ഗൗരവമായി അവതരിപ്പിക്കപ്പെട്ടിരുന്നുവെങ്കിൽ മലയാളത്തിലെ മികച്ച ഒരു ട്രാൻസ്ജന്റർ ചലച്ചിത്രമായി *ഇതിഹാസ*യ്ക്കു മാറുവാൻ കഴിഞ്ഞേനെ.

ട്രാൻസ്ജന്റർ ചിത്രങ്ങൾ ഓർമ്മപ്പെടുത്തുന്നത്

സ്ത്രൈണ ഭാവങ്ങളോടുകൂടിയ പുരുഷന്മാരുടെ ജീവിതത്തെ ആവിഷ്കരിക്കുവാൻ മലയാള സിനിമയിൽ ഇതുവരെ വിരലിലെണ്ണാനുള്ള ചിത്രങ്ങളേ ഉണ്ടായിട്ടുള്ളുവെന്നത് കേരളീയ സമൂഹത്തിന്റെ ചില സങ്കുചിത മനോഭാവങ്ങളെയാണ് വെളിപ്പെടുത്തുന്നത്. പാർശ്വവല്ക്കരിക്കപ്പെട്ട ട്രാൻസ്ജന്ററുകളുടെ ജീവിതത്തെപ്പറ്റി മുഖ്യധാരാ സമൂഹത്തിനു വേണ്ടത്ര ധാരണകൾ ഇല്ലായെന്ന മിഥ്യാധാരണയും ഇവരുടെ ജീവിതത്തിൽ കച്ചവട വിജയത്തിനുവേണ്ട ചേരുവകൾ ഇല്ലായെന്നതുമാണ് മുഖ്യധാരാ ചലച്ചിത്രകാരന്മാരെ ട്രാൻസ്ജന്റർ ജീവിതമാവിഷ്കരിക്കുന്നതിൽ നിന്നും പിൻതിരിപ്പിക്കുന്നത് എന്ന് ചിന്തിക്കുമ്പോഴും വ്യത്യസ്തമായ ജീവിതങ്ങളുടെ ആഴങ്ങൾ തേടുന്ന സമാന്തര ചലച്ചിത്രകാരന്മാരും ട്രാൻസ്ജന്ററുകളോട് മുഖം തിരിക്കുന്നത് ശ്രദ്ധിക്കേണ്ടതാണ്.

ട്രാൻസ്ജന്റർ ജീവിതം ആവിഷ്കരിക്കുവാൻ ശ്രമിച്ച ചിത്രങ്ങളിൽ *അർദ്ധനാരി, ഓടും രാജ ആടും റാണി* എന്നീ ചിത്രങ്ങൾക്ക് മാത്രമേ സാമാന്യമായി ഇവരുടെ അവസ്ഥ പ്രതിഫലിപ്പിക്കുവാൻ കഴിഞ്ഞിട്ടുള്ളു എന്ന് കാണാം. പരിമിതികൾക്കുള്ളിൽ നിന്നുകൊണ്ട് ട്രാൻസ്ജന്റർ ജീവിത സമ്പ്രദായങ്ങൾ, ആചാരശീലങ്ങൾ, സാമൂഹ്യ പ്രതിസന്ധികൾ എന്നിവ അവതരിപ്പിച്ച *അർദ്ധനാരി, ജെറീന ഒരു മലയാളി ഹിജഡയുടെ ആത്മകഥ* എന്ന പുസ്തകത്തെ അന്ധമായി അനുകരിക്കുന്നുണ്ട്. അതേസമയം അവരുടെ ജീവിതത്തിലെ ഏറ്റവും വലിയ ആഘോഷങ്ങളിലൊന്നായ കൂവാഗത്തെ കൂത്താണ്ടവർ ക്ഷേത്രത്തിലെ ഉത്സവവും കൊറ്റൻകുളങ്ങരയിലെ ചമയവിളക്കെടുപ്പും *അർദ്ധനാരി*യിലില്ലെങ്കിലും *ഓടും*

രാജ ആടും റാണി ആവിഷ്കരിച്ചിട്ടുണ്ട്. ഇവരുടെ ജീവിതം അവതരിപ്പിക്കുമ്പോഴും യഥാർത്ഥ വസ്തുതകളെക്കാൾ ഉപരിപ്ലവമായി കാര്യങ്ങൾ പറഞ്ഞുപോകുന്ന ചിത്രങ്ങൾ ട്രാൻസ്ജന്റർ വിരുദ്ധതകളാണ് കൂടുതലും അവതരിപ്പിക്കുന്നത്. *ഓടും രാജ ആടും റാണി*യിൽ പുരുഷത്വത്തിന്റെ മറയ്ക്കുള്ളിൽ നില്ക്കുന്ന തംബുരുവിനെ ഗ്രാമവാസികൾ ട്രാൻസ്ജന്റർ എന്ന നിലയിൽ പരിഹസിക്കുകയോ ആക്രമിക്കുകയോ ചെയ്യുന്നില്ലെങ്കിലും വെങ്കിടിയുടെ കൂട്ടുകാരായ പപ്പൻ, ചിറ്റാമൃത്, കുയിലി, മായൻ തുടങ്ങിയവർ സ്ത്രീവേഷം ധരിച്ച തംബുരുവിനെ വസ്ത്രാക്ഷേപം നടത്തുന്നുണ്ട്. ട്രാൻസ്ജന്ററിന്റെ ശരീരത്തെ സംബന്ധിച്ചുള്ള കൗതുകങ്ങളാണ് പൊതുജനത്തിന്റെ ഇത്തരം 'അഴിച്ചുനോക്കൽ' കലാപരിപാടിയിലുള്ളത്. ഇത്തരമൊരു ട്രാൻസ്ജന്റർ വിരുദ്ധദൃശ്യത്തെ ഒഴിവാക്കുവാൻ ചലച്ചിത്രകാന്മാരും സെൻസർബോർഡുകാരും ശ്രദ്ധിച്ചില്ല എന്നത് ഒരു കുറവല്ല കുറ്റം തന്നെയാണ്. വെങ്കിടി – മാല എന്ന സ്ത്രീ പുരുഷബന്ധത്തിനു ഭീഷണിയാകുന്ന, വില്ലൻ പരിവേഷത്തിലേക്ക് തംബുരു ഓടും രാജയിൽ മാറ്റപ്പെടുമ്പോൾ ട്രാൻസ്ജന്ററുകൾ പൊതുവേ കുടുംബസാമൂഹ്യബന്ധങ്ങളിൽ പ്രശ്നക്കാരാണ് എന്ന പൊതുബോധം ഈ ചിത്രം ആവർത്തിക്കുന്നു.

മലയാള സിനിമ പൊതുവേ ട്രാൻസ്ജന്റർ കഥാപാത്രങ്ങളെ പ്രതിനായകരും ലൈംഗികത്തൊഴിലാളികളും സാമൂഹ്യവിരുദ്ധരുമായും അവതരിപ്പിക്കുവാനാണ് താല്പര്യം കാട്ടിയിട്ടുള്ളത്. ഷാജി കൈലാസ് ചിത്രമായ *ദ്രോണ*യിൽ പ്രതിനായകനായ മനോജ് കെ ജയൻ ചിത്രത്തിന്റെ ക്ലൈമാക്സിൽ ട്രാൻസ്ജന്ററിന്റെ മാനറിസങ്ങൾ പ്രകടിപ്പിക്കുന്നു. അനിൽബാബുവിന്റെ ജയറാം ചിത്രമായ *പാർത്ഥൻ കണ്ട പരലോക*ത്തിൽ വില്ലനായ കലാഭവൻ മണി ട്രാൻസ്ജന്ററിന്റെ വേഷം ചില ദൃശ്യങ്ങളിൽ പ്രകടിപ്പിക്കുന്നുണ്ട്. ട്രാൻസ്ജന്ററുകളുടെ ജീവിതത്തെ ഒരു ഭാഗത്ത് അവതരിപ്പിക്കാതിരിക്കുമ്പോൾ മറുഭാഗത്ത് പരിഹാസ്യമായും നിന്ദ്യമായുമാണ് ചിത്രീകരിക്കുന്നത്. മുഖ്യധാരാ സമൂഹത്തിൽ നിന്നുള്ള തമസ്കരണത്തിന്റെ തുടർച്ചതന്നെയാണ് ചലച്ചിത്രങ്ങൾക്കുള്ളിലും സംഭവിച്ചുകൊണ്ടിരിക്കുന്നത്. ചലച്ചിത്ര അഭിനേതാവും വോഡഫോൺ കോമഡിസ്റ്റാർസിലെ താരവുമായ സൂര്യയുടെ വാക്കുകൾ:

> *അർദ്ധനാരി*യിലെ അഭിനയത്തിനുശേഷം ചലച്ചിത്രമേഖലയിൽ നിന്നും നിരവധി ഓഫറുകൾ വന്നു. ഭൂരിപക്ഷവും ട്രാൻസ്ജന്ററായി അഭിനയിക്കുവാനായിരുന്നുവെങ്കിലും ആ കഥാപാത്രങ്ങൾ എല്ലാം തന്നെ മറ്റു കഥാപാത്രങ്ങളാൽ പരിഹസിക്കപ്പെടുന്നതും അപമാനിക്കപ്പെടുന്നവയുമായിരുന്നതിനാൽ ആ ഓഫറുകൾ എല്ലാം ഞാൻ നിരസിച്ചു. ഞങ്ങളെ കളിയാക്കുന്ന ഒരു ചിത്രത്തിൽ ഞങ്ങൾ അഭിനയിക്കേണ്ട കാര്യമില്ലല്ലോ.

ഇന്ത്യൻ ചലച്ചിത്ര മേഖലയിലെ ട്രാൻസ്ജൻഡർ പരിചരണങ്ങൾ

മല്ലുവുഡ് എന്നറിയപ്പെടുന്ന മലയാള ചലച്ചിത്ര മണ്ഡലത്തിൽ ട്രാൻസ്ജൻഡറുകളുടെ ജീവിതാവസ്ഥകളെ വികൃതവും വിലക്ഷണവുമായ രീതിയിൽ അവതരിപ്പിക്കപ്പെട്ടുവെങ്കിൽ ബംഗാളി ചലച്ചിത്രമായ *ചിത്രാംഗദ* ട്രാൻസ്ജൻഡറുകളുടെ അതിസങ്കീർണ്ണമായ മാനസിക വ്യാപാരങ്ങളെ പ്രതിഫലിപ്പിക്കുന്നുണ്ട്. ബംഗാളി ചലച്ചിത്രങ്ങൾക്ക് ലോകസിനിമാ മണ്ഡലത്തിൽ അംഗീകാരം നേടിക്കൊടുത്ത ഋതുപർണ്ണഘോഷിന്റെ അവസാനത്തെ ചിത്രമാണ് *ചിത്രാംഗദ* (2012). ശ്രീകാന്ത് മേഹ്ത, മഹേന്ദ്രസോനി എന്നിവർ ചേർന്നു നിർമ്മിച്ച ഈ ചിത്രത്തിൽ ഋതുപർണ്ണഘോഷ്, ജിഷു സെൻ ഗുപ്ത, അൻജൻ ദത്ത്, റീമാസെൻ, സഞ്ജയ്നാഗ് തുടങ്ങിയവർ പ്രധാന കഥാപാത്രങ്ങളെയവതരിപ്പിച്ചു. നൃത്തസംവിധായകനായ രുദ്രോചാറ്റർജിയുടെ ജീവിതത്തെയാണ് ചിത്രാംഗദയവതരിപ്പിക്കുന്നത്.

ഹോസ്പിറ്റലിൽ വിശ്രമിക്കുന്ന രുദ്രോ ചാറ്റർജിയുടെ അടുത്ത് കൗൺസലറായി എത്തുന്ന ശുഭോയുമായുള്ള സംഭാഷണങ്ങളിൽ നിന്നാണ് രുദ്രോയുടെ ജീവിതകഥ ചുരുൾ നിവരുന്നത്. രവീന്ദ്രനാഥടാഗോറിന്റെ *ചിത്രാംഗദ* എന്ന നാടകത്തിൽനിന്നും പ്രചോദനമുൾക്കൊണ്ടാണ് *ചിത്രാംഗദ* നിർമ്മിക്കപ്പെട്ടിരിക്കുന്നത്. ടാഗോറിന്റെ നൂറ്റിയമ്പതാം വാർഷികാഘോഷങ്ങളുടെ ഭാഗമായി *ചിത്രാംഗദ* എന്ന നൃത്തനാടകം അവതരിപ്പിക്കുവാൻ ശ്രമിക്കുന്ന രുദ്രോ ടീം അംഗങ്ങളെയൊരുക്കി റിഹേഴ്സലുകൾ നടത്തുന്നു. മണിപ്പൂർ രാജ്യത്തെ രാജകുമാരിയാണ് *ചിത്രാംഗദ*. രാജാവ് ആൺകുട്ടിയെ ആഗ്രഹിച്ചുവെങ്കിലും ലഭിച്ചത് പെൺകുഞ്ഞായതിനാൽ ആ കുട്ടിയെ രാജകുമാരനെപ്പോലെ വളർത്തി ആയുധവിദ്യ അഭ്യസിപ്പിച്ചു. കാട്ടിൽവച്ച് പാണ്ഡവരിലെ അർജ്ജുനനെക്കാണുമ്പോൾ രാജകുമാരിയിൽ സ്ത്രൈണഭാവങ്ങൾ ഉണർന്ന് അർജ്ജുനനിൽ അനുരക്തയാകുന്നു. രൂപംകൊണ്ട് പുരുഷനെങ്കിലും ഭാവപ്രകടനങ്ങളിൽ സ്ത്രൈണത പുലർത്തുന്ന രുദ്രോ അനായാസമായി രംഗങ്ങൾ അഭിനേതാക്കൾക്ക് അഭിനയിച്ചു കാട്ടിക്കൊടുക്കുകയും ആവശ്യമായ മാർഗ്ഗനിർദ്ദേശങ്ങൾ നല്കുകയും ചെയ്യുന്നു.

നാടകത്തിനു പശ്ചാത്തലസംഗീതം നല്കുവാനെത്തുന്ന മയക്കുമരുന്നിനടിമയായ പാർത്ഥോ റിഹേഴ്സലിനിടയിൽ മയങ്ങി വീഴുമ്പോൾ രുദ്രോ മർദ്ദിക്കുന്നു. അവിടെനിന്നും തുടങ്ങുന്ന രുദ്രോ - പാർത്ഥോ ബന്ധം പ്രണയത്തിന്റെ പുതിയ വഴിയിലേക്കു നീങ്ങുന്നു. ഇരുവരുടേയും ആഘോഷയാത്രകൾ ഇതിനു തെളിവാണ്. രുദ്രോ പാർത്ഥോ ബന്ധത്തെ രുദ്രോയുടെ അമ്മ കാണുമ്പോൾ അതിനെ സ്വാഭാവികമാക്കി മാറ്റുവാൻ അയാൾക്ക് കഴിയുന്നു. പാർത്ഥോയെ പ്രണയിക്കുന്ന രുദ്രോ ഒരു കുട്ടിയെ ദത്തെടുത്ത് വളർത്താൻ താല്പര്യപ്പെടുമ്പോൾ അതിൽ പാർത്ഥോ താല്പര്യം പ്രകടിപ്പിക്കുന്നില്ല. ഇന്ത്യൻ സമൂഹത്തിൽ രണ്ടു പുരുഷന്മാർക്ക് കുട്ടികളെ ദത്തെടുക്കുവാൻ നിയമവ്യവസ്ഥ അനുവദിക്കുന്നില്ല. ലിംഗമാറ്റ ശസ്ത്രക്രിയയിലൂടെ പെണ്ണായി മാറുവാനുള്ള താല്പര്യം

രുദ്രോ തന്റെ മാതാപിതാക്കളെ അറിയിക്കുമ്പോൾ അവരിരുവരും ഞെട്ടുന്നു. സ്ത്രീയായി മാറുന്നതിനുള്ള ആദ്യഘട്ട ശസ്ത്രക്രിയ നടത്തുന്ന രുദ്രോ പാർത്ഥോയ്ക്ക് തന്നിലുള്ള ഇഷ്ടം നഷ്ടമായത് തിരിച്ചറിയുന്നു. അതോടൊപ്പം നൃത്തസംഘത്തിലെ കസ്തൂരിയുമായി അയാൾക്ക് ഗാഢമായ അടുപ്പവുമുണ്ടെന്ന് തിരിച്ചറിയുന്നു. ശസ്ത്രക്രിയയുടെ അടുത്ത ഘട്ടത്തെ ഉപേക്ഷിക്കുന്ന രുദ്രോയുടെ സങ്കീർണ്ണമായ മനസ്സിനെയവതരിപ്പിച്ചുകൊണ്ടാണ് *ചിത്രാംഗദ* അവസാനിക്കുന്നത്.

ഋതുപർണ്ണഘോഷിന്റെ ആത്മകഥാംശമുള്ള ചിത്രമായി *ചിത്രാംഗദ*യെ വിലയിരുത്താം. നിർദ്ദിഷ്ട ലിംഗ ശരീരത്തിനുള്ളിൽ അപരലിംഗത്തിന്റെ മാനസിക വ്യാപാരങ്ങളെ ചുമക്കേണ്ടിവരുന്ന നിരവധി വ്യക്തികളിലൊരാളായ ഋതുപർണ്ണഘോഷ് തന്റെ വേഷത്തെ തന്റെ നിലപാടുകളെ ധീരമായി സമൂഹമദ്ധ്യത്തിൽ അവതരിപ്പിച്ചു. ആഖ്യാനരീതിയിൽ വേറിട്ട സമ്പ്രദായങ്ങൾ അവതരിപ്പിക്കാറുള്ള ഋതുപർണ്ണഘോഷ് രുദ്രോയുടെ ജീവിതത്തിന്റെ ഒരു തലത്തെ ചിത്രാംഗദയെന്ന നൃത്തനാടകത്തിനുള്ളിലൂടെ അവതരിപ്പിക്കുന്നു. രുദ്രോയും ചിത്രാംഗദയും സമാനമായ പ്രതിസന്ധികൾ നേരിടുന്നവരാണ്. പെൺകുട്ടിയായി ജനിച്ച് ആൺകുട്ടിയായി വളരാൻ നിർബ്ബന്ധിതയാകുന്ന ചിത്രാംഗദയും പുരുഷനായി ജീവിക്കുമ്പോൾ സ്ത്രീയായി മാറുവാൻ കഴിയാതെ വീർപ്പുമുട്ടുന്ന രുദ്രോയും ചില സ്വത്വപ്രതിസന്ധികൾ അനുഭവിക്കുന്നവരാണ്. മാനസിക - ശാരീരികാവസ്ഥകളെ മുൻനിർത്തിക്കൊണ്ട് രുദ്രോ ഒരു ട്രാൻസ്ജന്റർ വ്യക്തിത്വമാണെന്നു പറയാം. മയക്കുമരുന്നിനടിമയായ പാർത്ഥോയെ പ്രണയിക്കുന്ന രുദ്രോയിൽ സ്ത്രീത്വഭാവമാണ് പ്രകടമായിരുന്നത്. അക്കാരണമാണ് പാർത്ഥോയിൽ ആകർഷണങ്ങൾ സൃഷ്ടിച്ചതും. രുദ്രോ ലിംഗമാറ്റ ശസ്ത്രക്രിയയിലൂടെ സ്ത്രീയായി മാറുവാൻ ശ്രമിക്കുമ്പോൾ പാർത്ഥോയ്ക്ക് താല്പര്യം നഷ്ടപ്പെടുന്നു. പുരുഷശരീരത്തിനുള്ളിലെ സ്ത്രൈണതയെ സ്വീകരിക്കുന്ന പാർത്ഥോ കസ്തൂരിയെ സ്വന്തം ജീവിതത്തിന്റെ ഭാഗമാക്കുവാൻ ശ്രമിക്കുമ്പോൾ ഒരു ബൈസെക്ഷ്വൽ ഐഡന്റിറ്റിയുള്ള വ്യക്തിയാണെന്നു തെളിയുന്നു. ഭിന്നവർഗ്ഗലൈംഗികതയിൽനിന്നും വ്യതിരിക്തമായ ബന്ധങ്ങളിൽ ഉൾപ്പെടുന്നവർ അനുഭവിക്കുന്ന സങ്കീർണ്ണാവസ്ഥകൾ രുദ്രോയുടെ ജീവിതത്തിലൂടെ ചിത്രാംഗദ കാട്ടിത്തരുന്നു. രുദ്രോ സ്ത്രീയായി മാറി പാർത്ഥോയോടൊപ്പം ഒരു കുട്ടിയുമായുള്ള ജീവിതത്തെ സ്വപ്നം കണ്ട് അതു സാദ്ധ്യമാക്കുവാൻ ലിംഗമാറ്റ ശസ്ത്രക്രിയയുടെ ഘട്ടം കടക്കുമ്പോൾ അത് നിരർത്ഥകമായി മാറുന്നു. ലക്ഷ്യം പിഴച്ച രുദ്രോയ്ക്ക് തിരിച്ച് പൂർവ്വസ്ഥിതിയിലേക്കു മാറുവാനുള്ള ചിന്തകൾ ഉണ്ടാകുന്നു.

ചലച്ചിത്രാഖ്യാനത്തിൽ കലാപം സൃഷ്ടിക്കുകയായിരുന്നു *ചിത്രാംഗദ*യെന്ന ചിത്രത്തിലൂടെ ഋതുപർണ്ണഘോഷ്. ചിത്രത്തെക്കുറിച്ചുവന്ന ഭൂരിപക്ഷം പഠനങ്ങളും അതിൽ സംവിധായകന്റെ ജീവിതത്തെ സംബന്ധിച്ച അന്വേഷണങ്ങളാണെന്നു സമർത്ഥിക്കുന്നു. സ്വവർഗ്ഗലൈംഗിക

തയെ പ്രശ്നവല്ക്കരിക്കുന്ന ചിത്രാംഗദയെ വിലയിരുത്തിയ ചലച്ചിത്ര നിരൂപകൻ മധു ഇറവങ്കര ചിത്രാംഗദയെ സ്വവർഗ്ഗാനുരാഗികളുടെ ഒരു സിനിമയായി തരം താഴ്ത്താനാവില്ല എന്നാണ് അഭിപ്രായപ്പെടുന്നത് (*ഇന്ത്യൻ സിനിമ 100 വർഷം 100 സിനിമകൾ*, പു.614). പുരുഷ ശരീരത്തിനുള്ളിൽ സ്ത്രൈണത പ്രകടിപ്പിക്കുന്ന രുദ്രോ ലിംഗമാറ്റ ശസ്ത്രക്രിയയ്ക്ക് ഒരുങ്ങുന്നത് തന്റെ സ്വത്വത്തിന്റെ അന്വേഷണമാണ്. സങ്കീർണ്ണമായ ശാരീരിക – മാനസിക വ്യാപാരങ്ങളിലൂടെ നീങ്ങുന്ന ഒരു വ്യക്തിയുടെ ലൈംഗികതാല്പര്യങ്ങൾ എങ്ങോട്ടാണെന്നുള്ളത് ലിംഗാധിഷ്ഠിത സമൂഹത്തിൽ ഒരു പ്രശ്നമാണ്. അത്തരമൊരു പ്രശ്നത്തെയാണ് രുദ്രോയിലൂടെ ചിത്രാംഗദയവതരിപ്പിക്കുന്നതും. സ്വവർഗ്ഗാനുരാഗികളുടെ സിനിമയായി ചിത്രാംഗദയെ വിലയിരുത്തിയാൽ അത് തരംതാഴ്ന്നുപോകുമെന്നു പറയുന്ന നിരൂപകൻ യാഥാർത്ഥ്യബോധത്തോടെ സ്വവർഗ്ഗാനുരാഗത്തിന്റെ രാഷ്ട്രീയം അവതരിപ്പിച്ചത് ഋതുപർണ്ണഘോഷാണ് എന്നത് മറക്കുന്നു. രുദ്രോയെന്ന പുരുഷനിലെ സ്ത്രൈണതയെ പാർത്ഥോയെന്ന ബൈസെക്ഷ്വൽ പ്രണയിക്കുന്നു. രുദ്രോ യഥാർത്ഥ സ്ത്രീരൂപത്തിലാകുവാൻ ശ്രമിക്കുമ്പോൾ പാർത്ഥോയ്ക്ക് താല്പര്യം നഷ്ടപ്പെടുന്നതിനു പിന്നിൽ രുദ്രോയെന്ന പുരുഷന്റെ, സ്ത്രൈണത ഇല്ലായ്മ ചെയ്യപ്പെടുന്നതുമൂലമാണ്. അതിസങ്കീർണ്ണമായ ജീവിതവ്യവസ്ഥകളെ അതിഭാവുകത്വങ്ങളില്ലാതെ അവതരിപ്പിച്ച ഋതുപർണ്ണഘോഷ് രുദ്രോ പാർത്ഥോബന്ധത്തിലെ സ്വവർഗ്ഗരതി ബന്ധത്തെ ജുഗുപ്സാവഹമല്ലാത്ത രീതിയിൽതന്നെ ചിത്രീകരിച്ചിരിക്കുന്നു.

വൈവിദ്ധ്യം നിറഞ്ഞ സമൂഹത്തിലെ ജീവിത വൈവിദ്ധ്യങ്ങളെ ആവിഷ്കരിക്കുമ്പോൾ അവയിൽ പൊതുസമൂഹത്തിന് (ഇന്ത്യൻ സമൂഹത്തിന്) സ്വീകാര്യമല്ലാത്ത സ്വവർഗ്ഗരതിയുൾപ്പെടെയുള്ള വിഷയങ്ങൾ സ്വാഭാവികമായി കടന്നുവരും. സ്വവർഗ്ഗരതി ആവിഷ്കരിക്കുന്ന ചിത്രങ്ങളെ തരംതാഴ്ന്ന ചിത്രങ്ങളെന്നു ഒരിക്കലും വിശേഷിപ്പിക്കാനാവില്ല. ജെന്റർ ഐഡന്റിറ്റിയെ സംബന്ധിച്ചുള്ള സങ്കീർണ്ണാവസ്ഥകൾ സാമാന്യ പ്രേക്ഷകന്റെ അറിവിലേക്കായി പങ്കുവെക്കുന്ന ചിത്രങ്ങളുടെ രാഷ്ട്രീയ പ്രത്യയശാസ്ത്ര ഘടകങ്ങൾക്ക് ഇന്ത്യൻ സാമൂഹ്യാവസ്ഥയിൽ നിർണ്ണായക പ്രാധാന്യമുണ്ട്. അതിനപ്പുറം വാണിജ്യവിജയത്തിനു മാത്രമായി ലൈംഗികത കുത്തിനിറച്ച ദൃശ്യങ്ങളുമായി എത്തുന്ന സ്വവർഗ്ഗരതി ചിത്രങ്ങൾ സ്വവർഗ്ഗരതിക്കാരുടെ യഥാർത്ഥ ജീവിതാവസ്ഥകളെയോ പ്രത്യയശാസ്ത്രഘടകങ്ങളെയോ സ്വീകരിക്കുകയോ വിശകലനം ചെയ്യുകയോ ചെയ്യാതെ അവയെ ബോധപൂർവ്വം അവഹേളിക്കുന്നതിനായി ശ്രമിക്കുന്നു. ഏതൊരു ജീവിതത്തോടും യോജിക്കുവാനും വിയോജിക്കുവാനുമുള്ള സ്വാതന്ത്ര്യം ചലച്ചിത്രകാരന്മാർക്കുണ്ടെങ്കിലും അവയെങ്ങനെ ചലച്ചിത്രമാധ്യമങ്ങളിൽ അവതരിപ്പിക്കപ്പെടുന്നുവെന്നത് പ്രാധാന്യമർഹിക്കുന്നു. ഋതുപർണ്ണഘോഷ് തന്റെ ജീവിതത്തിന്റെ യാഥാർത്ഥ്യങ്ങളെത്തന്നെ

*ചിത്രാംഗദ*യിൽ അവതരിപ്പിച്ചുകൊണ്ട് ചലച്ചിത്രകാരന്റെ സത്യസന്ധത വെളിപ്പെടുത്തി.

മുഖ്യധാരാ ചലച്ചിത്രമാധ്യമങ്ങൾ ട്രാൻസ്ജന്ററുകൾ ഉൾപ്പെടെയുള്ള ലൈംഗിക ന്യൂനപക്ഷങ്ങളെ അപഹസിക്കുന്ന വിധത്തിലുള്ള ചിത്രങ്ങളാണ് നിർമ്മിച്ചെടുത്തിരിക്കുന്നത്. ഇത്തരം വിഭാഗങ്ങൾ മുഖ്യധാരയിൽനിന്നും മാറ്റി നിർത്തപ്പെടേണ്ടവരാണ് എന്നുള്ള പൊതുബോധത്തെ പിന്താങ്ങുന്നു ചലച്ചിത്രമേഖല. ട്രാൻസ്ജന്ററുകളുടെ പച്ചയായ ജീവിത യാഥാർത്ഥ്യങ്ങളെ പൂർണ്ണമായ രീതിയിൽ അവതരിപ്പിക്കുന്ന ചലച്ചിത്രങ്ങൾ കേരളീയ/ഇന്ത്യൻ സമൂഹത്തിൽ വരും വർഷങ്ങളിൽ ഒരുപക്ഷേ നിർമ്മിക്കപ്പെട്ടേക്കാം. ട്രാൻസ്ജന്റേഴ്സ് ഉൾപ്പെടെയുള്ള ലൈംഗിക ന്യൂനപക്ഷങ്ങളെ ചലച്ചിത്രങ്ങൾ പരിഹസിക്കുമ്പോൾ അതിനെതിരെ കേരളീയ സമൂഹത്തിലെ ട്രാൻസ്ജന്ററുകൾ പ്രതികരിക്കാറില്ല. ഒറ്റപ്പെട്ട ചില പ്രതികരണങ്ങൾ ഉണ്ടായാൽത്തന്നെ അവയെ മാധ്യമങ്ങൾ ഏറ്റെടുത്ത് പൊതുസമൂഹത്തെ അറിയിക്കുവാൻ താല്പര്യപ്പെടാറുമില്ല. കേരളത്തിനു പുറത്തുള്ള ആക്ടിവിസ്റ്റുകൾ, ട്രാൻസ്ജന്റർ-ട്രാൻസ്സെക്ഷ്വൽ സംഘടനകൾ ചലച്ചിത്രങ്ങളിലെ ട്രാൻസ്ജന്റർ വിരുദ്ധതകൾക്കെതിരെ പ്രതികരിക്കാറുണ്ട്. ഷങ്കർ – വിക്രം ടീമിന്റെ *ഐ*യിൽ പ്രതിനായക സ്വഭാവമുള്ള ട്രാൻസ്ജന്ററിനെ അവതരിപ്പിച്ചതിനെതിരെ കൽക്കി സുബ്രഹ്മണ്യവും സംഘവും പ്രതിഷേധങ്ങൾ പ്രകടിപ്പിച്ചിരുന്നു.

അഭിപ്രായങ്ങൾ /നിലപാടുകൾ

മുഖ്യധാരാ സമൂഹത്തിനു അസ്വീകാര്യരായ ട്രാൻസ്ജന്ററുകളെ അടുത്തറിയുവാനും ചെറുസഹായമെങ്കിലും ചെയ്യുവാനും ഒരു ന്യൂന പക്ഷം ആളുകളേ തയ്യാറാകുന്നുള്ളൂവെന്നത് പൊതുസമൂഹത്തിന്റെ സങ്കുചിതമനോഭാവത്തെ വെളിപ്പെടുത്തുന്നു. ആണിനേയും പെണ്ണി നേയും മാത്രം സ്വീകരിക്കുന്ന ലോകത്തിൽ അവയിൽനിന്നും വ്യത്യ സ്തരായ ആളുകളെ പിന്തുണയ്ക്കുന്ന, സഹായിക്കുന്ന, പുരോഗമന നിലപാടുകൾ പുലർത്തുന്ന വ്യക്തികളെ അധിക്ഷേപിക്കുവാനാണ് സമൂഹം ശ്രമിക്കുന്നത്. ലൈംഗികന്യൂനപക്ഷങ്ങളുടെ പ്രവർത്തനങ്ങ ളിൽ പങ്കാളികളാകുന്ന വ്യക്തികളെ അവരുടെ നിലപാടുകളെ സംശ യദൃഷ്ട്യാ വിലയിരുത്തുന്ന സമൂഹം അവന്റെ/ അവരുടെ ഐഡന്റിറ്റി ഗേ, ലെസ്ബിയൻ, ടി ജി എന്നിങ്ങനെ മുൻവിധി പ്രഖ്യാപനങ്ങൾ നട ത്തിക്കൊണ്ട് സാമൂഹ്യ മാധ്യമങ്ങളിലൂടെ കടന്നാക്രമിക്കുന്നു. യാഥാ സ്ഥിതിക സമൂഹത്തിന്റെ കൗതുകങ്ങളിലൊന്നായ ട്രാൻസ്ജന്ററുകളു ടെയൊപ്പം സഞ്ചരിക്കുന്ന അവരുടെ ജീവിതത്തെ നേരിട്ടും ശാസ്ത്രീ യമായും അറിഞ്ഞ് വ്യാഖ്യാനിക്കുന്ന ഏതാനും ചിലരുടെ അഭിപ്രാ യങ്ങളും നിലപാടുകളുമാണ് ഈ ഭാഗത്ത് പങ്കുവെക്കുന്നത്. സംഗ മയുടെ നേതൃസ്ഥാനത്തു പ്രവർത്തിച്ചിരുന്ന, തിരുവനന്തപുരത്തു ചില്ല യെന്ന സ്ഥാപനം നടത്തുന്ന, ട്രാൻസ്ജന്റർ പോളിസിക്കുവേണ്ടി പ്രവർ ത്തിച്ച അനിൽ, *മാതൃഭൂമി* ഉൾപ്പെടെയുള്ള വാരികകളിൽ ശാസ്ത്ര ലേഖനങ്ങൾ എഴുതുന്ന ജീവൻജോബ് തോമസ് എന്നിവർ ട്രാൻസ്ജന്റ റുകളുടെ യാഥാർത്ഥ്യങ്ങളെ വസ്തുനിഷ്ഠമായും ശാസ്ത്രീയമായും പങ്കുവെക്കുന്നു. ട്രാൻസ്ജന്ററുകളെ സംബന്ധിച്ചുള്ള കേരളീയ സമൂ ഹത്തിലെ നിർമ്മിതിബോധങ്ങളെ അടിമുടി മാറ്റിയെടുക്കാൻ പര്യാപ്ത മാണ് അനിൽ, ജീവൻജോബ് തോമസ് എന്നിവരുടെ വിശദീകരണങ്ങൾ....

പെണ്ണിൽനിന്നും ആണിലേക്കുള്ള അല്ലെങ്കിൽ ആണിൽനിന്നും പെണ്ണിലേക്കുള്ള ഒരു ട്രാൻസിഷനിലാണ് സെക്ഷ്വാലിറ്റി നിലനില്ക്കുന്നത്

ജീവൻ ജോബ് തോമസ്

ലൈംഗികത, ലൈംഗിക ന്യൂനപക്ഷങ്ങൾ എന്നിവയെക്കുറിച്ച് മുഖ്യധാരാ മാധ്യമങ്ങളിൽ പഠനങ്ങൾ എഴുതുന്ന വ്യക്തിയാണ് ജീവൻ ജോബ് തോമസ്. താങ്കൾ എപ്രകാരമാണ് ലൈംഗികതയെ നിർവ്വചിച്ചിരിക്കുന്നത്?

അതിനുള്ളിൽ രണ്ട് തലങ്ങളുണ്ട്. ഒന്ന് അതിന്റെ അനുഭവം എന്ന തലത്തിൽ, ലൈംഗിക അനുഭവം എങ്ങനെയാണ് ഉണ്ടാകുന്നത് എന്ന് മറ്റൊരു തലം. ഈ രണ്ടുവശങ്ങളെ അതിന്റെ അക്കാദമിക് സെൻസിൽ വിലയിരുത്തുകയാണ് ഞാൻ ചെയ്തിട്ടുള്ളത്. എനിക്ക് അനുഭവങ്ങളുണ്ടാകുമ്പോൾ അതുണ്ടാകുന്നതെങ്ങനെ എന്ന് ആഴത്തിൽ പരിശോധിക്കുകയാണ് നമ്മൾ ചെയ്യുന്നത്. സ്വാഭാവികമായും ഏതൊരു മനുഷ്യനും ലൈംഗികമായിട്ടുള്ള അനുഭവങ്ങളുണ്ടാകും. ആ അനുഭവങ്ങളുടെ രൂപപ്പെടൽ അതെങ്ങനെയാണ് നമുക്കനുഭവവേദ്യമാകുന്നത് എന്നുള്ള ഒരു മൈക്രോസെൻസ് അനാലിസുമുണ്ട്. അതിനെ രണ്ടിനേയും അന്വേഷിക്കുകയും കൂട്ടിയിണക്കുകയാണ്, അതിലൂടെ ഒരു ചിത്രമന്വേഷിക്കുകയാണ് അടിസ്ഥാനപരമായി ഞാൻ ചെയ്തു കൊണ്ടിരിക്കുന്നത്.

ലൈംഗികതയ്ക്ക് ഒട്ടനവധി വൈവിദ്ധ്യങ്ങളുടെ തലമുണ്ട്. അവയിലൊന്നാണ് സ്വവർഗ്ഗലൈംഗികത. സ്വവർഗ്ഗലൈംഗികത മാത്രമാണ് വ്യാപകമായ എതിർപ്പുകൾക്കു കാരണമാകുന്നത്?

ശരിക്കും പറഞ്ഞാൽ ലൈംഗികത എന്തിനുവേണ്ടിയാണ് എന്നുള്ള ചർച്ചകളാണ് ഇത്തരം പ്രശ്നങ്ങൾക്കടിസ്ഥാനം. ലൈംഗികത യഥാർത്ഥത്തിൽ പ്രത്യുല്പാദനത്തിനുവേണ്ടിയുള്ളതാണ്. സെക്സ് എന്ന പ്രക്രിയ രൂപപ്പെടുന്നത് പ്രത്യുല്പാദനവ്യവസ്ഥയുടെ ഭാഗമായിട്ടാണ്.

പ്രകൃതിയിലെ ലൈംഗികത, വൈവിദ്ധ്യങ്ങൾ എന്നിവയെ ലളിതമായ ഉദാഹരണത്തിലൂടെ പറയാവുന്നതാണ്.

വിശപ്പ് എന്നുപറയുന്നത് ഒരു വൈകാരികാവസ്ഥയാണ്. പക്ഷേ, അതിന്റെ ആവശ്യമെന്താണെന്നു നമ്മൾ ബോധതലത്തിൽ തിരിച്ചറിയുന്നതിനുമുമ്പേ തന്നെ നമ്മൾക്ക് വിശപ്പ് അനുഭവപ്പെട്ടുകൊണ്ടിരിക്കും. വിശപ്പ് എന്ന വികാരത്തിന്റെ ശമനത്തിനായി നമ്മൾ പലവഴികൾ തേടും പലതരം ഭക്ഷണങ്ങൾ കഴിക്കും. അപ്പോൾ നമ്മുടെ സംസ്കാരത്തിന്റെ രീതികൾ മാറുന്നതനുസരിച്ച് ഭക്ഷണത്തിന്റെ രീതികൾ മാറും. ഭക്ഷണം പാകം ചെയ്തു കഴിക്കുമ്പോൾ അതിന്റെ രുചി മാറും. നമ്മൾ ഇപ്പോൾ പെപ്സി, കൊക്കൊക്കോള പോലെയുള്ളവയും ഉപയോഗിക്കുന്നു. പക്ഷേ, ഇവയൊന്നും നമ്മുടെ ശരീരത്തിന്റെ നിലനില്പ്പ് എന്നു പറയുന്ന അടിസ്ഥാനാവശ്യവുമായി ബന്ധമുണ്ടായിരിക്കില്ല. അത് നമ്മുടെ വികാരത്തിന്റെ ആസ്വാദനതലത്തിലേക്ക് വളരുന്നതുകൊണ്ടാണ് ഇത്തരത്തിൽ ടേസ്റ്റി ഫുഡുകൾ നമ്മൾ കഴിക്കുന്നത്. അതിന്റെ ഏറ്റക്കുറച്ചിലുകൾ സമൂഹത്തിലുണ്ടാകും. ഇതുവെച്ച് നമുക്ക് ലൈംഗികതയുടെ കാര്യം ആലോചിക്കാവുന്നതാണ്. ലൈംഗികതയെന്നത് പൂർണ്ണമായും ഒരു വൈകാരികാവസ്ഥയാണ്. അത് എന്തിനുവേണ്ടിയാണെന്നു ചോദിച്ചാൽ പ്രത്യുല്പാദനത്തിനുവേണ്ടിയാണ്. യഥാർത്ഥത്തിൽ പ്രത്യുല്പാദനത്തിനു വേണ്ടിയാണെന്ന് ശരിക്കും നമുക്കറിയില്ല. നമുക്കു മാത്രമല്ല ഭൂമിയിലെ ഒരു ജീവിക്കും അതിന്റെ ബോധതലത്തിൽ ഇക്കാര്യം അറിയില്ല. പിന്നീടാണ് ലൈംഗികതയും പ്രത്യുല്പാദനവും തമ്മിലുള്ള ബന്ധത്തെ തിരിച്ചറിയുന്നത്. അത്തരമൊരു ഘട്ടത്തിൽ നമ്മൾ വികാരങ്ങളെ വ്യത്യസ്തമായ തലത്തിൽ ഇലാബറേറ്റ് ചെയ്യും. അപ്പോഴാണ് സ്വവർഗ്ഗലൈംഗികത പോലെയുള്ളവ രൂപപ്പെടുന്നത്. സ്വവർഗ്ഗലൈംഗികത മാത്രമല്ല ലൈംഗികതയുടെ മറ്റു പല വൈവിദ്ധ്യങ്ങളും അത്തരത്തിലുള്ളതാണ്.

എപ്പോൾ മുതലാണ് ഹോമോസെക്ഷ്വാലിറ്റി പ്രശ്നമായി മാറുന്നത്. ചരിത്രം പരിശോധിച്ചാൽ മനുഷ്യരുടെ യുക്തിപരത കൂടുന്ന ഒരു കാലഘട്ടമുണ്ട്. അത് ഈ സയൻസിന്റെ വളർച്ചയുടെയും വ്യവസായവല്ക്കരണത്തിന്റെയുമൊക്കെ ഭാഗമായി രൂപം കൊള്ളുന്നതാണ്. ആ സമയത്താണ് നമ്മൾ ഓരോ കാര്യത്തിനെയും മുൻനിർത്തി അതിന്റെ ആവശ്യകത അന്വേഷിക്കുന്നത്. ലൈംഗികത എന്തിനാണ് എന്നുള്ള അന്വേഷണത്തിലാണ് അത് പ്രത്യുല്പാദനത്തിനുവേണ്ടിയുള്ളതാണ് എന്നു കണ്ടെത്തുന്നത്. അതോടുകൂടി പ്രത്യുല്പാദനപരമല്ലാത്ത ലൈംഗികതകളെല്ലാം പ്രകൃതിവിരുദ്ധമായി കണക്കാക്കപ്പെട്ടു. സ്വയംഭോഗം വലിയ തെറ്റായി പതിനാറ്, പതിനേഴ് കാലഘട്ടങ്ങളിൽ പരിഗണിക്കപ്പെട്ടിരുന്നു. അതിനുള്ള കാരണം പ്രത്യുല്പാദനപരമല്ലായിരുന്നുവെന്നുള്ളതാണ്. അതോടൊപ്പം പാപബോധവും ചേർന്നു വന്നു. പുരാണകാലത്ത് സ്വവർഗ്ഗലൈംഗികതയുൾപ്പെടെയുള്ളവയിൽ പാപബോധം

കണക്കാക്കപ്പെട്ടിരുന്നില്ല. സയൻസിന്റെ വളർച്ചയോടുകൂടി റീസണിങ് നേച്ചറിലെ മതങ്ങൾ പല തരത്തിൽ ഉപയോഗിച്ചതിന്റെ ഫലമായിട്ടാണ് വിക്ടോറിയൻ മൊറാലിറ്റി രൂപപ്പെടുന്നത്. അതുകൊണ്ടാണ് സ്വവർഗ്ഗ ലൈംഗികത തെറ്റായി വ്യാഖ്യാനിക്കപ്പെടുന്നത്. അതിന്റെ തുടർച്ചയുള്ള വർത്തമാനകാലത്താണ് നമ്മൾ ഇന്നു നില്ക്കുന്നത്.

പ്രത്യുല്പാദനപരമല്ലാത്ത ഏതൊരു ലൈംഗികതയും ക്രിമിനൽകുറ്റമായി ഐ പി സി 377 വ്യാഖ്യാനിക്കുന്നു. ആ ഒരു തലത്തിൽ നോക്കിയാൽ ഭിന്നവർഗ്ഗലൈംഗികതയും ക്രിമിനൽകുറ്റമായി മാറുന്നില്ലേ?

അതേ. ക്രിമിനൽകുറ്റമാകുന്നതിന്റെ ചരിത്രമിതാണ്. നമ്മൾ ഇതിനെ മുഴുവൻ റാഷണൽ പോയിന്റ് ഓഫ് വ്യൂവിൽ കാണാൻ തുടങ്ങുന്നു. എന്നാൽ എപ്പോഴും റാഷണൽ പോയിന്റ് ഓഫ് വ്യൂ ഉണ്ടാകണമെന്നില്ല. യുക്തിപരമായ വീക്ഷണം എന്നാൽ പ്രായോഗികതയിൽ ഊന്നിക്കൊണ്ടുള്ള വീക്ഷണമാണ്. അത് സയൻസിന്റെ വളർച്ചയോടുകൂടിയാണ് വ്യാപകമായത്. പ്രായോഗികതയ്ക്കു കൂടുതൽ പ്രാധാന്യം നല്കുന്ന സയൻസിന്റെ ഇടപെടലുകളാണ് മനുഷ്യവംശത്തെ കൂടുതൽ വികസനത്തിലെത്തിച്ചത്. അതിനുമുമ്പ് പ്രായോഗികതയെ മുൻനിർത്തിയുള്ള രീതിശാസ്ത്രമല്ലായിരുന്നു. നമ്മുടെ മനസ്സിനെ കൂടുതൽ വിശകലനം ചെയ്യുന്ന ചിന്താപദ്ധതികളായിരുന്നു അപ്പോഴുണ്ടായിരുന്നത്. പ്രയോഗത്തിൽ ഗുണകരമായതിനെ സ്വീകരിക്കുകയും അല്ലാതുള്ളവയെ ഉച്ചാടനം ചെയ്യുന്ന ഒരു ഇടപെടലിന്റെ ചരിത്രമുണ്ട്. അതിൽ നെഗറ്റീവും പോസിറ്റീവുമുണ്ട്. പ്രായോഗികമായി പ്രൊഡക്റ്റീവല്ലാത്തതിനെ പുറം തള്ളുവാനുള്ള ശ്രമങ്ങൾ പണ്ട് ഉണ്ടായിരുന്നുവെങ്കിൽ ഇന്ന് സയൻസ് അങ്ങനെയല്ല. അത് കുറച്ചുകൂടി മാനസികമായ അവസ്ഥകൾ ഒക്കെ കൂടിയുണ്ടെന്നു സമർത്ഥിക്കുന്നു.

അധികാരം അതിന്റെ പ്രായോഗിക യുക്തിയെ പലകാലങ്ങളിൽ ഉപയോഗിച്ചിരുന്നു. അതുകൊണ്ടാണ് വിക്ടോറിയൻ മൊറാലിറ്റി ഇൻഡസ്ട്രിയലൈസേഷനുമായി ചേർന്ന് ഉത്ഭവിച്ചു എന്ന് ഞാൻ പറയുന്നത്. കൊളോണിയലൈസേഷനുമായി ചേർന്നു കൊണ്ടാണ് അത് ലോകം മുഴുവൻ വ്യാപിക്കുന്നത്. അധികാരത്തിന്റെ പ്രയോഗമാണ് പ്രത്യുല്പാദനപരമല്ലാത്ത ലൈംഗികബന്ധങ്ങളെ കുറ്റമായി വ്യാഖ്യാനിച്ചത്. സ്വവർഗ്ഗരതിക്കാരെ പോലുള്ളവർ ആ കാഴ്ചപ്പാടിന്റെ പുറത്താണ് പിൻതള്ളപ്പെട്ടത്. പഴയ കാലഘട്ടത്തിന്റെ കാഴ്ചപ്പാടുകളും രീതികളും തെറ്റായിരുന്നുവെന്നു തിരിച്ചറിയുന്ന ആധുനികകാലത്താണ് നമ്മൾ നില്ക്കുന്നത്. അതിനെ തിരുത്താനുള്ള ബാദ്ധ്യതയാണ് ആധുനിക സമൂഹത്തിനുള്ളത്.

ഗേ-ലെസ്ബിയൻസിനൊപ്പം ചർച്ച ചെയ്യപ്പെടുന്ന വിഭാഗങ്ങളിലൊന്നാണ് ട്രാൻസ്ജന്ററുകൾ. ജീവശാസ്ത്രപരമായി ട്രാൻസ്ജന്ററുകളെ എപ്രകാരമാണ് നിർവ്വചിക്കുന്നത്?

ലൈംഗികതയ്ക്ക് അതിന്റെ ആസ്വാദനതലവും ആസ്വാദനം സൃഷ്ടിക്കപ്പെടുന്ന തലവുമുണ്ട്. ട്രാൻസ്ജന്റർ എന്നു പറയുന്ന അവസ്ഥ ആണിനും പെണ്ണിനും ഇടയ്ക്കുള്ള അവസ്ഥയാണ്. ആണും പെണ്ണും മാത്രമേ ഭൂമിയിലുണ്ടാകാവൂ എന്നൊരു അവസ്ഥ നിലവിലുണ്ട്. കാരണം X, Y എന്നീ രണ്ടു ക്രോമോസോമുകളാണ് നമ്മുടെ ലൈംഗികതയെ, ലിംഗത്തെ നിർവ്വചിക്കുന്നത്. സ്വാഭാവികമായി XX പെണ്ണും XY ആണും ആകുന്ന അവസ്ഥ. പക്ഷേ, ഈ ശാരീരികാവസ്ഥയ്ക്കനുസരിച്ചാവണമെന്നില്ല നമ്മുടെ മാനസികാവസ്ഥ കാരണം. നമ്മുടെ ശാരീരികാവസ്ഥയെ നമ്മൾ മാനസികമായി ഉൾക്കൊള്ളുന്നുവെന്നതിന്റെ തലത്തിലാണ് ലൈംഗികാനുഭവത്തിന്റെ രണ്ടാം തലം വരുന്നത്. ലൈംഗികാനുഭവത്തിന്റെ അവസ്ഥ എങ്ങനെയാണ് നിർമ്മിക്കപ്പെടുന്നത്. നമ്മുടെ ശരീരത്തിൽ ലൈംഗിക ഹോർമോണുകൾ ഉല്പാദിപ്പിക്കപ്പെടുന്നു. അതിന്റെ അടിസ്ഥാനത്തിൽ ലൈംഗികാവയവങ്ങൾ വളരുകയും ലൈംഗികാനുഭൂതി ഉണ്ടാവുകയും ചെയ്യുന്നു. ഉദാഹരണമായി ലൈംഗികോദ്ധാരണം സംഭവിക്കണമെങ്കിൽ പ്രത്യേക തരത്തിലുള്ള ഹോർമോണുകൾ ഉല്പാദിപ്പിക്കപ്പെടണം. അത്തരം ഹോർമോണുകൾ ഉല്പാദിക്കപ്പെടുക മാത്രമല്ല ശരീരത്തിലെ തലച്ചോറിൽ അവ സെൻസ് ചെയ്യുകയും വേണം. അപ്പോൾ മാത്രമേ ലൈംഗികോദ്ധാരണം എന്നു പറയുന്ന അവസ്ഥ യഥാർത്ഥത്തിൽ സംഭവിക്കുകയുള്ളൂ. ഇവ രണ്ടും തമ്മിൽ ചില കൊടുക്കൽ വാങ്ങലുകളുണ്ട്. കാഴ്ച, ചിന്ത മുതലായ സാധനങ്ങളുമായി ഇതങ്ങനെ ബന്ധപ്പെട്ടു നില്ക്കുന്നു. തലച്ചോറിലൊരു ലൈംഗിക ചിന്തയുണ്ടായാൽ നേരിട്ട് ലൈംഗികോദ്ധാരണം നടക്കണമെന്നില്ല. അത് ഇൻഡയറക്ടായിട്ട് ശരീരത്തിനു സിഗ്നലുകൾ കൊടുക്കുകയും ഉദ്ധാരണം നടക്കുകയും ചെയ്യും. ഇതൊരു കൊടുക്കൽ വാങ്ങൽ നടക്കുന്ന പ്രക്രിയയാണ്. ഇതിനുള്ളിലുള്ള പ്രശ്നമെന്നാൽ നമ്മുടെ ശരീരം എത്ര ലൈംഗിക ഹോർമോണുകളെ ഉല്പാദിപ്പിച്ചാലും അത് നമ്മുടെ തലച്ചോർ എങ്ങനെ സെൻസ് ചെയ്യുന്നു എന്നൊരു പ്രശ്നമുണ്ട്. തലച്ചോറിലെ റിസപ്റ്റേഴ്സ് എന്നു പറയുന്ന സംവിധാനം ഹോർമോണുകളെ സ്വീകരിക്കുന്ന, സിഗ്നലുകളെ ഡിക്റ്റേറ്റ് ചെയ്യുന്ന സംവിധാനമാണ്. ആ റിസപ്റ്റേഴ്സ് എത്രയുണ്ടെന്ന് സെൻസ് ചെയ്യപ്പെടുക. നമ്മുടെ ശരീരത്തിൽ ടെസ്റ്റോസ്റ്റിറോൺ എത്ര പ്രൊഡ്യൂസ് ചെയ്താലും അതിനെ സെൻസുചെയ്യുന്ന സെൻസറുകൾ നമ്മുടെ ശരീരത്തിൽ കുറവാണെങ്കിൽ നമുക്ക് ലൈംഗിക ഉദ്ധാരണം സംഭവിക്കുന്നതിൽ ചെറിയൊരു കുറവു വരും. നമ്മുടെ ശരീരത്തിന്റെ ഒരു പ്രത്യേകത നമ്മുടെ ശരീരത്തിൽ ആൺ ഹോർമോണുകൾ മാത്രമല്ല പെൺ ഹോർമോണുകളും ഉല്പാദിപ്പിക്കപ്പെടുന്നുണ്ട് എന്നതാണ്. ഈ ഹോർമോണുകളെ പെൺ ഹോർമോണുകളെ സെൻസ് ചെയ്തെടുക്കുന്ന സെൻസറുകളുടെ എണ്ണം കൂടുതലാണെങ്കിൽ ആൺ ശരീരത്തിനുള്ളിലെ പെൺ ഹോർമോണുകൾ കൂടുതലായി സെൻസുചെയ്യപ്പെടു

കയും സ്ത്രൈണ ലൈംഗികാനുഭവങ്ങൾ ആണിന്റെ ശരീരത്തിൽ ഉണ്ടാവുകയും ചെയ്യുന്നു. അതായത് പുരുഷ ശരീരത്തിൽ ആൺ അനുഭവങ്ങളേക്കാൾ പെൺ അനുഭവങ്ങൾ സംഭവിക്കാനുള്ള അവസ്ഥയുണ്ടാകും. എങ്ങനെയാണ് നമ്മുടെ തലച്ചോറിൽ ഈ സെൻസറുകളുടെ എണ്ണത്തിൽ ഏറ്റക്കുറച്ചിലുകൾ ഉണ്ടാകുന്നതെന്നുവെച്ചാൽ അത് ഗർഭപാത്രത്തിൽ വെച്ചേ സംഭവിക്കുന്നു. അതായത് ഗർഭപാത്രത്തിൽ വച്ച് അമ്മയുടെ ശരീരത്തിൽ എത്രമാത്രം ഹോർമോണുകളുണ്ടോ എന്നുള്ള ഫാക്ടേഴ്സുകളെയൊക്കെ അടിസ്ഥാനമാക്കിയാണ് നമ്മുടെ തലച്ചോറിൽ എത്രമാത്രം ഹോർമോൺ സെൻസേഷൻ രൂപപ്പെടുന്നത്. ഇങ്ങനെയാണ് നമ്മുടെ ശരീരത്തിൽ സെക്ഷ്വൽ സെൻസേഷൻ എന്ന സാധനം യഥാർത്ഥത്തിൽ സംഭവിക്കുന്നത്. ആണ്/പെണ്ണ് എന്ന ലൈംഗിക ഹാർഡ് വെയറിങ്ങിനപ്പുറം നമ്മൾ ഇതിന്റെ അനുഭവത്തിന്റെ അവസ്ഥയിലെത്തുമ്പോൾ അത് കേവലം ആണ് പെണ്ണ് എന്നീ രണ്ട് അവസ്ഥകളുടെ ഇടയിലുള്ള ഒരായിരം അവസ്ഥകൾ സാദ്ധ്യമാണ്. കാരണം ഈ സെൻസറുകളുടെ ഏറ്റക്കുറച്ചിലുകളാണ് ഇതിനു കാരണമാകുന്നത്. ഇങ്ങനെയാണ് ചരിത്രപരമായി റെയ്ൻബോ സെക്ഷ്വാലിറ്റിയെ നമ്മൾ നിർവ്വചിക്കുന്നത്. അതായത് പെണ്ണിൽനിന്നും ആണിലേക്കുള്ള അല്ലെങ്കിൽ ആണിൽനിന്നും പെണ്ണിലേക്കുള്ള ഒരു ട്രാൻസിഷനിലാണ് സെക്ഷ്വാലിറ്റി നിലനില്ക്കുന്നത്. അത് തുടർച്ചയായി നില്ക്കുന്ന പ്രക്രിയയാണ്. അതിനുള്ളിലെവിടെയോ ആണ് നമ്മുടെ യഥാർത്ഥ ലൈംഗികാസ്വാദനത്തിന്റെ തലം നില്ക്കുന്നത്.

ആണിന്റെ ശരീരത്തിൽ സ്ത്രൈണതയും പെണ്ണിന്റെ ശരീരത്തിൽ പൗരുഷഭാവങ്ങളുണ്ടെന്നും പൂർവ്വകാല പഠനങ്ങൾ തെളിയിക്കുന്നു. അതിന്റെയൊരു ബാലൻസ് തെറ്റുന്നതാണ് ട്രാൻസ്ജന്റുകളുടെ രൂപീകരണത്തിനു കാരണമാകുന്നതെന്ന ധാരണ പൊതു സമൂഹത്തിനുണ്ട്?

ബാലൻസ് തെറ്റുന്നതല്ല. അത് അങ്ങനെ തന്നെയാണ്. പ്രകൃതിയിൽ എപ്പോഴും നടക്കുന്നതിങ്ങനെയാണ്. നമ്മൾ അതിനെ ഡിസൈൻ ചെയ്യുന്നതുകൊണ്ടാണ് ഇങ്ങനെ സംഭവിക്കുന്നത്. ആണും പെണ്ണും മാത്രമാണ് ലൈംഗികതയിലുള്ളത് എന്ന തീർപ്പിലെത്തുന്നത് കാഴ്ചയുടെ തലത്തിൽ നിന്നുകൊണ്ടാണ്. കാഴ്ചയിൽ കാണുന്നവ മാത്രമല്ല നമ്മുടെ ലൈംഗികാനുഭവങ്ങളിലുള്ളത്. കാഴ്ചയിൽ കാണുന്ന ലൈംഗികാനുഭവങ്ങളുടെ അടിസ്ഥാനത്തിൽ മാത്രമല്ല അനുഭവങ്ങളുണ്ടാകുന്നത്. ബയോളജിക്കലായി അത്തരമൊരവസ്ഥ ട്രാൻസ്ജന്ററുകളെ സംബന്ധിച്ച് നിലനില്ക്കുന്നു എന്നു തിരിച്ചറിയുവാൻ കഴിയുന്നതാണ്. ഒരു പെണ്ണിന്റെ ലൈംഗിക ഹോർമോണുകൾ കൂടുതലായി സെൻസ് ചെയ്യപ്പെടുമ്പോൾ പെണ്ണിന്റെ ലൈംഗികാനുഭവങ്ങളുണ്ടാകുന്ന വ്യക്തിക്ക് ആണിന്റെ ശരീരമായിരിക്കുമ്പോൾ തന്നെ ആണിനോടാണ് താല്പര്യമുണ്ടാവുക. ഇതു തിരിച്ചും സംഭവിക്കുന്നു.

ട്രാൻസ്ജന്റേഴ്സ് അവരുടെ അസ്വസ്ഥതകളെ മറികടക്കുന്നതിനായി, മാനസികമായ ആഗ്രഹപൂർത്തീകരണത്തിനായി ലിംഗമാറ്റ ശസ്ത്രക്രിയയിലൂടെ ട്രാൻസ്മെൻ, ട്രാൻസ്വുമൺ ആയി മാറുന്നുണ്ട്?

തീർച്ചയായും അതുതന്നെയാണ് സംഭവിക്കുന്നത്. ട്രാൻസ്സെക്ഷ്വൽസ് അതു ഫിസിക്കലായി പൂർത്തീകരിക്കുന്നുവെന്നേയുള്ളൂ. പക്ഷേ, അതിലേക്ക് അവർ ഒട്ടനവധി കടമ്പകൾ കടക്കേണ്ടതുണ്ട്. അതിനായി ലൈംഗികാവയവങ്ങൾ മാറ്റി വെക്കേണ്ടതുണ്ട്. ട്രാൻസ്ജന്ററുകളിൽ ഹോർമോണിന്റെ അളവിൽ വ്യത്യാസങ്ങളൊന്നുമില്ല. ശരീരത്തിനുള്ളിലെ ഹോർമോണിൽ ഏതാണോ കൂടുതലായി സെൻസു ചെയ്യപ്പെടുന്നത് അതിനനുസരിച്ച് ആൺ ശരീരത്തിൽ പെൺ ലൈംഗികാനുഭവങ്ങളും പെൺ ശരീരത്തിൽ ആൺ ലൈംഗികാനുഭവങ്ങളും രൂപപ്പെടുന്നു. അതുകൊണ്ടാണ് നമുക്ക് ഹോർമോൺ ട്രീറ്റ്മെന്റ് നടത്തേണ്ടി വരുന്നത്. ഇത്തരത്തിൽ ബയോളജിക്കലായ ചില അംശങ്ങൾ നിലനിൽക്കുന്നുണ്ട്. അതേ സമയം ടെക്നിക്കലായി മനസ്സിന്റെ താല്പര്യമനുസരിച്ച് അവർ ശരീരത്തെ മാറ്റിയെടുക്കുന്നു. എസ് ആർ എസിലൂടെ ട്രാൻസ്ജന്ററുകൾ ലക്ഷ്യമിടുന്നത് അത്തരമൊരു അവസ്ഥയെയാണ്. അത് ശരീരത്തിനുള്ളിൽ മാനസികമായി കുടുങ്ങിക്കിടക്കുന്ന ആളെ മോചിപ്പിക്കുന്നു. ആണിന്റെ ശരീരത്തിൽ ഒരു പെണ്ണു കുരുങ്ങിക്കിടക്കുന്നു എന്നു പറയുന്ന അവസ്ഥയെ മാറ്റിയിട്ട് പെണ്ണിന്റെ ശരീരത്തിലേക്ക് ഒരുക്കിയെടുക്കുമ്പോൾ പൊതുവേ ഒരു ആത്മവിശ്വാസം ആ വ്യക്തിക്കുണ്ടാകുന്നു. ജനുവിനിറ്റി കൂടുന്നു. നമ്മുടെ സമൂഹത്തിലുള്ളവർക്ക് ലിംഗമാറ്റ ശസ്ത്രക്രിയ ആവശ്യമായി വരുന്നത് ട്രാൻസ്ജന്ററുകളുടെ അവസ്ഥയെ പ്രശ്നവല്ക്കരിക്കുന്നതുകൊണ്ടാണ്. ആണിന്റെ ശരീരത്തിൽ പെണ്ണിന്റെ അവസ്ഥയിലുള്ള ഒരാൾക്ക് തനിക്കിഷ്ടമുള്ള ആണുമായി ലൈംഗികബന്ധം പുലർത്തുവാനോ കുടുംബമായി ജീവിക്കുവാനോ സാമൂഹ്യസ്വീകാര്യത നേടിയെടുക്കുവാനോ കഴിയുന്ന സ്ഥിതിവിശേഷം നമ്മുടെ സമൂഹത്തിലുണ്ടായിരുന്നെങ്കിൽ ട്രാൻസ്ജന്ററുകൾക്ക് ലിംഗമാറ്റ ശസ്ത്രക്രിയ നടത്തേണ്ടി വരുമായിരുന്നോ എന്നു നമ്മൾ ആലോചിക്കേണ്ടതുണ്ട്. ഹോമോസെക്ഷ്വാലിറ്റി, റെയ്ൻബോ സെക്ഷ്വാലിറ്റി എന്നിവ യാഥാർത്ഥ്യമാണെന്നു പൊതുസമൂഹം അംഗീകരിക്കുന്ന കാലത്ത് ശസ്ത്രക്രിയകളൊന്നുമില്ലാതെ ഒരു വ്യക്തി അത് ആയിരിക്കുന്ന ഏത് അവസ്ഥയാണോ അതേ അവസ്ഥയിൽതന്നെ നിലനില്ക്കുവാൻ കഴിയും.

നമ്മുടെ ട്രാൻസ്സെക്ഷ്വലുകളുടെ കാര്യം പരിഗണിച്ചാൽ മെയിൽ ടു ഫീമെയിൽ ആകുന്നവരും ഫീമെയിൽ ടു മെയിൽ ആകുന്നവരുമുണ്ട്. എന്നാൽ മെയിൽ ടു ഫീമെയ്ൽ ആകുന്നവരാണേറെയുള്ളത്?

ശീലങ്ങളുടേയും താല്പര്യങ്ങളുടേയും പ്രശ്നങ്ങൾ അതിലുണ്ടെന്നാണ് പുതിയ പഠനങ്ങൾ തെളിയിക്കുന്നത്. സ്ത്രീകളുടെ ഭാഗത്തു

നിന്ന് കൂടുതലായി ഇത്തരത്തിൽ എസ് ആർ എസുകൾ ഉണ്ടാകാത്തത് അവർ അവരുടെ യഥാർത്ഥ അവസ്ഥകൾ സാമൂഹ്യ സാഹചര്യങ്ങളുടെ സമ്മർദ്ദത്താൽ വെളിപ്പെടുത്താൻ കഴിയാത്തതിനാലാകാം. സാംസ്കാരികമായി നിലനില്ക്കുന്ന ഒരവസ്ഥ സ്ത്രീകൾക്ക് അവരുടെ ലൈംഗിക സ്വത്വം പലപ്പോഴും തിരിച്ചറിയാൻ കഴിയാതെ പോകുന്നതാണ്. അതിനു കാരണം ആൺകോയ്മയുള്ള സാമൂഹ്യ വ്യവസ്ഥിതി നിലനില്ക്കുന്നതാണ്.

ട്രാൻസ്ജെന്ററുകളെ സംബന്ധിച്ചിടത്തോളം പൊതുസമൂഹത്തിന്റെ ധാരണ സ്ത്രീ പുരുഷന്മാരിൽ നിന്നും ട്രാൻസ്ജെന്ററുകളുടെ ബൗദ്ധികനിലവാരവും ശാരീരിക ശേഷിയും കുറവായിരിക്കുമെന്നാണ്. ഇതിൽ വാസ്തവത്തിൽ എന്തേലും യുക്തിയുണ്ടോ?

അത് അങ്ങനെ പറയുവാൻ ബൗദ്ധികതലത്തിൽ ഒന്നും ഇതിനെ ബന്ധിപ്പിക്കേണ്ട കാര്യമില്ല. ആണും പെണ്ണും തമ്മിലുള്ള ബൗദ്ധികനിലവാരത്തെക്കുറിച്ചു നടത്തുന്ന വികലമായ ചർച്ചകൾ പോലെതന്നെയാണ് ട്രാൻസ്ജെന്ററുകളുടെ ബൗദ്ധികനിലവാരത്തെക്കുറിച്ചുള്ള അന്വേഷണങ്ങളും. കാരണം ഇതു പൂർണ്ണമായും നമ്മുടെ ലൈംഗികാനുഭവങ്ങളിലുണ്ടാകുന്ന സെൻസേഷന്റെ പ്രശ്നത്തെ ഊന്നിക്കൊണ്ടുള്ളതാണ്. അത് ഒരു തരത്തിലും നമ്മുടെ ബൗദ്ധിക നിലവാരത്തെ ബാധിക്കുന്നതല്ല. പിന്നെ ലൈംഗികമായ സമ്മർദ്ദങ്ങൾ, ഒറ്റപ്പെടലുകൾ എന്നിവ കൂടിയാൽ നമ്മുടെ ക്രിയേറ്റീവായ സൈഡിൽ ചില കുറവുകൾ സംഭവിച്ചേക്കാം. ട്രാൻസ്ജെന്ററുകൾ സ്കൂൾ ഡ്രോപ്പ് ഔട്ടാകുന്നത് അവർക്കു പഠിക്കുവാൻ താല്പര്യമില്ലാഞ്ഞിട്ടല്ല. ഭൗതികസാഹചര്യങ്ങൾ അനുകൂലമല്ലാത്തതിന്റെ പേരിൽ മാത്രമാണ്. അതുകൊണ്ട് ബൗദ്ധികമായ ഇടപെടലുകൾ ട്രാൻസ്ജെന്ററുകളിൽ കുറയാറുണ്ട്. പക്ഷേ, അവർക്കാവശ്യമായ കഴിവുകൾ എല്ലാം അവർക്കുണ്ട്. പണ്ട് ബ്രാഹ്മണരും ദളിതരും തമ്മിൽ ബൗദ്ധികമായ അന്തരങ്ങൾ ഉണ്ടായിരുന്നു. അതിന്റെ കാരണം ബ്രാഹ്മണർ വൈജ്ഞാനിക ഗ്രന്ഥങ്ങൾ വായിച്ചഭ്യസിച്ചു. അതിനുള്ള സാഹചര്യം ദളിതർക്ക് ലഭിക്കുകയുണ്ടായില്ല. അവർ കൃഷിപ്പണികൾ ചെയ്യേണ്ടി വന്നു. യഥാർത്ഥത്തിൽ ബ്രാഹ്മണരും ദളിതരും തമ്മിൽ വ്യത്യാസങ്ങളില്ലാതിരുന്നുവെങ്കിലും സാഹചര്യം രണ്ടു പേരേയും രണ്ടു തരത്തിൽ പ്രതിഷ്ഠിച്ചു. ട്രാൻസ്ജെന്ററുകളുടെ ഭൗതിക സാഹചര്യങ്ങൾ പ്രതികൂലമായതിനാൽ മാത്രമാണ് ബൗദ്ധിക മണ്ഡലത്തിൽ അവർക്ക് കൂടുതൽ പരിശീലിക്കാൻ കഴിയാതെ പോയത്.

(ശാസ്ത്രലേഖകൻ - വിശ്വാസത്തിന്റെ ശരീരശാസ്ത്രം, പരിണാമ സിദ്ധാന്തം: പുതിയ വഴികൾ. കണ്ടെത്തലുകൾ, പ്രപഞ്ചവും മനുഷ്യനും തമ്മിലെന്ത്, രതിരഹസ്യം എന്നീ ഗ്രന്ഥങ്ങളുടെ രചയിതാവ്)

ഭരണരംഗത്ത് ട്രാൻസ്ജൻഡർ പ്രാതിനിധ്യം ലഭിക്കണം

അനിൽ (ചില്ല)

ഇന്ത്യൻ സമൂഹത്തിലാണ് ലൈംഗിക ന്യൂനപക്ഷങ്ങൾക്കു ഏറ്റവും കൂടുതൽ പ്രതിസന്ധികൾ നേരിടേണ്ടി വരുന്നത്. അവർക്കുവേണ്ടി വർഷങ്ങളായി പ്രവർത്തിച്ചുകൊണ്ടിരിക്കുന്ന വ്യക്തിയാണ് അനിൽ. അത്തരമൊരു മേഖലയിലേക്ക് എത്തിയത് എന്നുമുതലാണ്. അതിന്റെ കാരണങ്ങൾ എന്തൊക്കെയാണ്?

ശരിക്കും ഞാൻ ആദ്യം പ്രവർത്തിച്ചു തുടങ്ങുന്നത് സെക്സ്വർക്കേഴ്സിനിടയിലാണ്. തൊണ്ണൂറുകളിൽ എച്ച് ഐ വിയെക്കുറിച്ച് സമൂഹം വല്ലാതെ ഭയപ്പെട്ടിരുന്നു. തിരുവനന്തപുരത്ത് രവി എന്നൊരു പേഷ്യന്റ് എച്ച് ഐ വി ബാധിതനായി റിപ്പോർട്ട് ചെയ്യുകയും സർക്കാർ ആ വ്യക്തിയെ ജനറൽ ആശുപത്രിയിൽ ചികിത്സിക്കുകയും ചെയ്തത് വലിയ വാർത്തയായി. സ്ത്രീ ലൈംഗിക തൊഴിലാളികളാണ് എച്ച് ഐ വി പരത്തുന്നതെന്നായിരുന്നു കേരളത്തിലുള്ളവരുടെ വിശ്വാസം. ഗവൺമെന്റ് ഹെൽത്ത് ഡിപ്പാർട്ട്മെന്റ് ഫ്രീയായി കോണ്ടം നല്കിത്തുടങ്ങിയ സമയത്ത് കേരളത്തിലെ ലൈംഗിക തൊഴിലാളികളെ കണ്ടെത്തുവാനും അവർക്കിടയിൽ പ്രവർത്തിക്കുന്നതിനുമായി ആളുകളെ ആവശ്യമായിരുന്നു. തിരുവനന്തപുരത്തെ ഹോട്ടൽ ബിസിനസിനിടയിൽ ലൈംഗികത്തൊഴിലാളികളെ, സ്ത്രീകളെ റോഡിൽ ഇട്ട് മൃഗീയമായി തല്ലിച്ചതയ്ക്കുന്നത് ഞാൻ പലവട്ടം കണ്ടു. ഗവൺമെന്റിന്റെ ഒരു മെഷീനറിയായ ഹെൽത്ത് ഡിപ്പാർട്ട്മെന്റ് നല്കുന്ന കോണ്ടം മറ്റൊരു ഗവൺമെന്റ് മെഷീനറിയായ പൊലീസ് പിടിച്ചെടുത്ത് അവർക്കെതിരായുള്ള തെളിവിനായി ഉപയോഗിക്കുന്നു. ഇത്തരം പ്രശ്നങ്ങൾ നേരിട്ടു കണ്ടതിനുശേഷം ലൈംഗികത്തൊഴിലാളികളുടെ ഒരു സമ്മേളനം ഹസ്സൻമരയ്ക്കാർ ഹാളിൽ നടക്കുമ്പോൾ ഞാൻ അതിൽ പങ്കെടുത്തു.

അതിൽ ദുരന്തപൂർണ്ണമായ അനുഭവങ്ങൾ ലൈംഗികത്തൊഴിലാളികൾ പങ്കുവെച്ചു. അവർ ജയിലിലാകുമ്പോൾ അവരുടെ കുട്ടികളെ നോക്കുവാൻ ആരുമില്ല. അനാഥാലയത്തിൽ ഏല്പിച്ചാൽ പിന്നെ തിരിച്ചു കിട്ടുകയില്ല. കുട്ടികളെ കിട്ടാതെ വരുമ്പോൾ ഈ സ്ത്രീകൾ അനാഥാലയത്തിനു മുമ്പിൽ പ്രശ്നങ്ങൾ സൃഷ്ടിക്കുമെന്നതിനാൽ അനാഥാലയം നടത്തിപ്പുകാരും കുട്ടികളെ ഏറ്റെടുക്കാൻ മടിക്കുന്നു. ഇത്തരമൊരു സാഹചര്യത്തിലാണ് ഞാനൊക്കെ ലൈംഗികതൊഴിലാളി കൾക്കിടയിൽ പ്രവർത്തിച്ചു തുടങ്ങുന്നത്. അതിന്റെ പ്രവർത്തനങ്ങൾ ക്കിടയിലാണ് ലൈംഗിക ന്യൂനപക്ഷങ്ങളെ കണ്ടെത്തുന്നതും.

കേരളത്തിൽ ലൈംഗിക ന്യൂനപക്ഷങ്ങളെ കടന്നാക്രമിക്കുന്ന ഒരു പ്രവർത്തന ശൈലിയാണ് മുഖ്യധാര പത്രമാധ്യമങ്ങൾക്കുള്ളത്. ഇത്തരക്കാരെ പിന്തുണയ്ക്കുന്ന വ്യക്തികളെയും മാധ്യമങ്ങൾ അപഹ സിക്കാറുണ്ട്. താങ്കൾക്ക് അത്തരം അനുഭവങ്ങൾ ഉണ്ടായിട്ടുണ്ടോ?

കേരളത്തിൽ ലൈംഗിക ന്യൂനപക്ഷങ്ങൾക്കിടയിൽ ഒരു ബ്രേക്കിങ് ഉണ്ടാകുന്നത് നന്ദു- ഷീല വെളിപ്പെടുത്തലോടുകൂടിയാണ്. രണ്ടു പെൺകുട്ടികൾ ഒരുമിച്ച് ജീവിക്കുവാൻ തീരുമാനിച്ചപ്പോൾ അതുവലിയ പ്രശ്നമായി മാധ്യമങ്ങൾ ഏറ്റെടുത്തു. നന്ദു – ഷീലയോടൊപ്പം ഞങ്ങൾ നിന്നു. മാധ്യമങ്ങൾ നിരന്തരമായി ആക്രമിച്ചപ്പോൾ വി ജെ ടി ഹാളിൽ പത്രസമ്മേളനം വിളിച്ച് മാധ്യമങ്ങളെ ചോദ്യം ചെയ്തപ്പോൾ പ്രശ്നങ്ങൾ ഒതുങ്ങിത്തുടങ്ങി. അക്കാലത്തെ പ്രധാന സദാചാരവാദികളായിരുന്നു കലാകൗമുദിക്കാർ. *ഫയർ* മാസിക വിറ്റ് ജീവിക്കുന്നവന്റെ സദാചാര പ്രസംഗങ്ങൾ വേണ്ടായെന്നു ആ പെൺകുട്ടികൾ തുറന്നു പറഞ്ഞതോടു കൂടിയാണ് കലാകൗമുദിക്കാർ അടങ്ങിയത്. അവർ താമസിക്കുന്ന വീടിനു ചുറ്റും ബൈക്കിൽ രാത്രി ഒരുമണിക്കും രണ്ടുമണിക്കും ഫയ റിന്റെ പ്രതിനിധികൾ കറങ്ങിനടന്നിരുന്നു. ഇനിയും ശല്യപ്പെടുത്തിയാൽ കേസ് നല്കുമെന്ന ഭീഷണിയിലാണ് മാധ്യമക്കാർ ഒരുവിധം ഒതുങ്ങിയത്. ഡോ. ജയശ്രീ ശക്തമായ പിന്തുണ ആ പെൺകുട്ടികൾക്ക് നല്കിയിരുന്നു. അവരെ പിന്തുണച്ചതിന്റെ പേരിൽ എന്നെക്കുറിച്ചൊക്കെ വളരെ മോശമായി പത്രങ്ങൾ എഴുതിയിരുന്നു. ഞാൻ അവയൊന്നും കാര്യമായി എടുത്തിട്ടില്ല. പത്രത്തിലാണെങ്കിൽ ഒരു ദിവസം വാരികയി ലാണെങ്കിൽ ഒരാഴ്ച അതിനപ്പുറം അവകൊണ്ടെന്തു കാര്യം. അവയങ്ങ് തൂക്കിവിറ്റാൽ തീരുന്ന പ്രശ്നമേയുള്ളൂ. ഇങ്ങനെയാണ് പത്രമാധ്യമ ങ്ങളുടെ രീതിശാസ്ത്രത്തെ ഞാൻ വിലയിരുത്തുന്നത്. എന്നും എപ്പോഴും ലൈംഗിക ന്യൂനപക്ഷങ്ങളെ, ലൈംഗികത്തൊഴിലാളികളെ അവഹേളി ക്കുവാനാണ് മാധ്യമങ്ങൾ ഉത്സാഹിക്കുന്നത്.

ഐപിസി 377 ഇന്ത്യയിലെ ലൈംഗികന്യൂനപക്ഷങ്ങളെ പ്രതിക്കൂട്ടിൽ നിർത്തുന്ന ഒന്നാണ്. 377 നെ സംബന്ധിച്ച് അരങ്ങേറിയ ചർച്ചകളിൽ

ബഹുഭൂരിപക്ഷവും പൊതുസമൂഹത്തെ കൺഫ്യൂഷനിലാക്കിയിട്ടുണ്ട്. 377 നെ എപ്രകാരമാണ് വിശകലനം ചെയ്യുന്നത്.

ഹോമോസെക്ഷ്വാലിറ്റിയെ കുറ്റകരമാക്കുന്ന ഒന്നാണ് 377 എന്നാണ് പൊതുധാരണ. ഡൽഹി ഹൈക്കോടതി വിധി. 377–ാം വകുപ്പ് ഇന്ത്യൻ പീനൽകോഡിലുള്ളതാണ്. ഒരു ഹൈക്കോടതിയുടെ പരാമർശം വഴി ഇല്ലാതാക്കാൻ കഴിയില്ല. അതുമാറണമെങ്കിൽ പാർലമെന്റ് നിയമം കൊണ്ടുവരണം. 377 നെ കൃത്യമായി സുപ്രീംകോടതി വിശദീകരിക്കുകയുണ്ടായി. കുട്ടികളെ ഉല്പാദിപ്പിക്കാനല്ലാതെയുള്ള ഏതൊരു ബന്ധവും ക്രിമിനൽ കുറ്റമാണ്. ഹോമോസെക്ഷ്വാലിറ്റിയെ അല്ല സെക്ഷ്വാലിറ്റിയെ ക്രിമിനലൈസ് ചെയ്യുന്ന ഒന്നാണ് ഐ പി സി 377. പ്രത്യുല്പാദനത്തിനുവേണ്ടിയല്ലാതെ ചെയ്യുന്ന ഏതൊരു സെക്സും ക്രിമിനൽ കുറ്റമായി മാറും. ഇത് യഥാർത്ഥത്തിൽ പൊതുസമൂഹത്തിനു കൃത്യമായി അറിയുകയില്ല. 377 നമ്മുടെ നാട്ടിൽ അവതരിപ്പിച്ച ബ്രിട്ടീഷുകാർ പോലും അവരുടെ നാട്ടിലെ നിയമങ്ങൾ എത്രയോ വർഷങ്ങൾക്കുമുമ്പേ സുതാര്യമാക്കി. 377–ാം വകുപ്പ് പീനൽകോഡിൽ ഉള്ളതാകയാൽ അത് കൺകറന്റ് ലിസ്റ്റിൽ പെടുന്നു. ഒരു സ്റ്റേറ്റ് ഗവൺമെന്റ് വിചാരിച്ചാൽ അത് മാറ്റാവുന്നതേയുള്ളൂ. ഭൂരിപക്ഷമുള്ള ഒരു ഗവൺമെന്റിനു നിയമസഭയിൽ പാസാക്കിയെടുക്കാവുന്നതേയുള്ളൂ. ഞങ്ങൾ ഈ ആവശ്യം യു ഡി എഫ് ഗവൺമെന്റിന്റെ (2011–2015 കാലഘട്ടം) ഉമ്മൻചാണ്ടിസർക്കാരിന്റെ മുമ്പാകെവെച്ചതാണ്. മുഖ്യമന്ത്രി എല്ലാം നോക്കാമെന്നു പറഞ്ഞെങ്കിലും മന്ത്രിസഭയുടെ കാലാവധി തീരുന്നതിനുള്ളിൽ അതു നടപ്പിലാക്കിയെടുക്കുവാൻ കഴിഞ്ഞില്ല.

കേരളത്തിലെ പൊതുസമൂഹത്തിൽ ലൈംഗികന്യൂനപക്ഷങ്ങളിൽ ഉൾപ്പെടുന്ന വിഭാഗങ്ങൾ ഏതെല്ലാമെന്ന കൃത്യധാരണ ഇല്ലായെന്നതാണ് വാസ്തവം. പൊതുപ്ലാറ്റ്ഫോമിൽ എല്ലാവരെയും അഡ്രസ് ചെയ്തു നില്ക്കുന്നത് ട്രാൻസ്ജന്ററാണ്. ഇവർക്കുള്ളിലെ വൈവിദ്ധ്യങ്ങളെ വിശദീകരിക്കാമോ?

സെക്ഷ്വൽ മൈനോറിറ്റിയും ജന്റർ മൈനോറിറ്റിയും തമ്മിൽ ഒരുപാട് വ്യത്യാസങ്ങളുണ്ട്. സെക്ഷ്വൽ മൈനോറിറ്റിക്കാരായ ഗേ, ലെസ്ബിയൻ എന്നിവരെ സംബന്ധിച്ചിടത്തോളം ഇവിടെയുള്ള നിയമങ്ങളിലാണ് മാറ്റങ്ങൾ വരേണ്ടതാണ്. അവർക്കു വിവാഹം കഴിക്കാനുള്ള നിയമം ഉണ്ടാകേണ്ടതാണ്. കുടുംബത്തിൽ നിന്നും സ്വത്തു ലഭിക്കുന്നതിനായുള്ള നിയമത്തിൽ മാറ്റം വരേണ്ടതുണ്ട്. പക്ഷേ, ഇത്തരം പ്രശ്നങ്ങൾ അല്ല ജന്റർ ന്യൂനപക്ഷങ്ങൾ നേരിടുന്നത്. ട്രാൻസ്ജന്റർ ആയ കുട്ടികളെ ജന്റർ നോൺ കൺഫേമിങ് ചിൽഡ്രൻ എന്നാണ് പൊതുവേ സൂചിപ്പിച്ചു വരുന്നത്. ഇവരെ കുറിക്കുവാൻ തത്തുല്യമായ ഒരു മലയാള പദം പോലുമില്ല. ഒരു കുട്ടി ട്രാൻസ്ജന്ററിന്റെ സ്വഭാവം കാണിച്ചുതുടങ്ങിയാൽ അവനെ സഹപാഠികൾ പരിഹസിക്കും.

ആണാണോ പെണ്ണാണോയെന്ന് തുണിയുരിഞ്ഞ് പരിശോധിച്ചു നാണം കെടുത്തും. പെൺകുട്ടികളുടെ കൂടെ കൂട്ടുകൂടുകയും കളിക്കുകയും ചെയ്യുന്നത് കാണുമ്പോൾ ടീച്ചേഴ്സ് പിടിച്ച് തല്ലുകയും വലിയ പ്രശ്നങ്ങൾ സൃഷ്ടിക്കുകയും ചെയ്യുന്നു. അതുകൊണ്ടുതന്നെ ഇത്തരം കുട്ടികൾ സ്കൂളിൽ പോകുവാൻ മടികാണിക്കും. വീട്ടുകാരുടെ മർദ്ദനങ്ങളും ഭീഷണികളും സഹിക്കാതെ വരുമ്പോഴാണ് പല കുട്ടികളും സ്വന്തം നാടുവിട്ട് ബാംഗ്ലൂരിലേക്കും ചെന്നൈയിലേക്കും പോകുന്നത്. സ്കൂളിലെ കുട്ടികളുടെ ഉപദ്രവങ്ങൾ കൂടാതെ അദ്ധ്യാപകരുൾപ്പെടുന്നവരും കുടുംബക്കാരും ലൈംഗിക ചൂഷണം ചെയ്യുന്നുണ്ട്. സ്കൂൾ പഠനം പോലും പൂർത്തിയാക്കാത്ത ട്രാൻസ്ജന്ററുകൾക്ക് ഒരു ജോലി പോലും ലഭിക്കുകയില്ല. നമ്മുടെ നാട്ടിൻപുറങ്ങൾ നന്മകളാൽ സമൃദ്ധമെന്ന് പറയുന്നത് വെറുതേയാണ്. ഇത്തരം കുട്ടികളെ ഉൾക്കൊള്ളാനോ അംഗീകരിക്കുവാനോ നമ്മുടെ നാട്ടിൻപുറങ്ങൾക്ക് ഇപ്പോഴും കഴിഞ്ഞിട്ടില്ല. നാടുവിട്ടുപോകുന്ന ട്രാൻസ്ജന്ററുകൾ തമിഴ്നാട്ടിലോ ബാംഗ്ലൂരിലോ തങ്ങളുടേതായ സംഘങ്ങളെ കണ്ടെത്തി അവരോടൊപ്പം ചേരുന്നു. ഹിജഡ യഥാർത്ഥത്തിൽ ഒരു കൾച്ചറൽ ഐഡന്റിറ്റിയാണ്. ഒരു വ്യക്തിക്കുള്ള ജീവിതചര്യപോലെ തന്നെയാണ് ഹിജഡ ജീവിതവും കൾച്ചറും. ആ ഗ്രൂപ്പിൽ ചേരുന്നവർ ലിംഗച്ഛേദനം നടത്തി അതിന്റെ ഭാഗമായിത്തീരുന്നു ലിംഗച്ഛേദനം നടത്താതെയും ഹിജഡ കമ്യൂണിസ്റ്റിയുടെ ഭാഗമായി ജീവിക്കുന്നവരുണ്ട്. ഇവരെല്ലാവരും ലൈംഗികത്തൊഴിലിനിറങ്ങുക, ഭിക്ഷാടനം നടത്തുക, നൃത്തം ചെയ്യുക എന്നിവയിലൂടെ ഉപജീവനം നടത്തി ജീവിക്കേണ്ടിവരുന്നു.

ട്രാൻസ്ജന്ററുകളെക്കുറിച്ചുള്ള പൊതുവായ ഒരു ആരോപണം അവർ പൊതുജനങ്ങളെ അവരുടെ യാത്രാവേളയിൽ കാശുചോദിച്ച് ശല്യപ്പെടുത്തുന്നു, മര്യാദകാട്ടുന്നില്ലായെന്നതാണ്.

ഇതിലേതെങ്കിലുമൊരു വ്യക്തി ട്രാൻസ്ജന്ററുകളോട് മര്യാദ കാട്ടിയിട്ടുണ്ടോ? ജനിപ്പിച്ച മാതാപിതാക്കൾ സ്വത്തുപോലും നല്കാതെ ആട്ടിയോടിക്കുന്നു. നാട്ടുകാരുൾപ്പെടെയുള്ളവർ തുണിയഴിച്ചു പരിശോധിക്കാനും പരിഹസിക്കാനും നില്ക്കുന്നു. വലിയ സന്മാർഗ്ഗ പാഠം പഠിപ്പിക്കുന്ന അദ്ധ്യാപകരുൾപ്പെടെയുള്ളവർ ചൂഷണം ചെയ്യാൻ നില്ക്കുന്നു. ഇവരാരും ട്രാൻസ്ജന്ററുകളോട് ഒരു മര്യാദയും കാട്ടിയിട്ടില്ല. പിന്നെ അവർ എന്തിനാണ് നിങ്ങളോട് മര്യാദകാട്ടുന്നത്? ആൺകുട്ടികളും പെൺകുട്ടികളും ഒറ്റബഞ്ചിൽ ഇരിക്കാൻ പാടില്ല, വെവ്വേറെ ബഞ്ചുകളിൽ ഇരിക്കണമെന്ന് വിദ്യാഭ്യാസമന്ത്രി അബ്ദുറബ്ബ് (2011–2015 ഉമ്മൻചാണ്ടി സർക്കാർ) പറയുന്നു. ട്രാൻസ്ജന്ററുകളായ കുട്ടികൾ എവിടെ ഏതു ബഞ്ചിൽ ഇരിക്കണമെന്ന് ഒരാളും പറഞ്ഞിട്ടില്ല. പൊതുഇടങ്ങളിലും സ്ഥാപനങ്ങളിലുമെല്ലാം സ്ത്രീകൾക്കും പുരുഷന്മാർക്കും ബാത്ത്റൂമുകൾ നിർമ്മിക്കുന്നു. ട്രാൻസ്ജന്ററുകളുടെ ബാത്ത്റൂമുകളുടെ കാര്യം ഇവിടെ ആരെങ്കിലും ചിന്തിച്ചിട്ടുണ്ടോ?

ട്രാൻസ്ജന്ററുകൾ നേരിടുന്ന പ്രധാന വെല്ലുവിളികൾ എന്തെല്ലാമാണ്? പ്രതിസന്ധി പരിഹാരത്തിനായി ട്രാൻസ്ജന്റർ സമൂഹം മുന്നോട്ടുവയ്ക്കുന്ന ആവശ്യങ്ങൾ എന്തൊക്കെയാണ്?

ട്രാൻസ്ജന്ററുകൾക്ക് പഠനം നടത്താൻ പറ്റുന്നില്ല, ബാത്ത് റൂം സൗകര്യമില്ല. കുടുംബത്തിൽ സ്ഥാനമില്ല. ട്രാൻസ്ജന്ററുകളെ അംഗീകരിച്ച് കഴിയുമ്പോൾ ആ വ്യക്തിക്ക് ഒരു പ്രണയവും വിവാഹവും കുടുംബവും വേണ്ടേ? സ്ത്രീപുരുഷബന്ധത്തെ അംഗീകരിക്കുന്നതു പോലെ ഇവരുടെ വിവാഹത്തിനും നിയമസാധുത നല്കണം. അതുപോലെ കുട്ടികളെ ദത്തെടുക്കാനും നിയമ സാധുത ഉണ്ടാക്കണം. ഉദ്യോഗം ലഭിക്കുന്നതിന് വിദ്യാഭ്യാസം ലഭിക്കണം. എന്നാൽ വിദ്യാഭ്യാസത്തിനു മാത്രമല്ല ഏതൊരു അപേക്ഷയിലും മെയിൽ/ഫീമെയിൽ കോളം മാത്രമേയുള്ളൂ എന്നതിനാൽ ടി ജിക്കാർക്ക് അപേക്ഷിക്കുവാൻ കഴിയില്ല. അതിലേക്കായി ടി ജിക്കാർക്കായി അതേഴ്സ് (others) എന്ന ഒരുകോളം കൂടിച്ചേർക്കണം. അതിനുള്ള ഓർഡർ 2015 ൽ യു ഡി എഫ് ഗവൺമെന്റ് തയ്യാറാക്കിയിരുന്നു. സാമ്പത്തികമായും അല്ലാതെയും എല്ലാതരത്തിലും പിന്നോക്കം നില്ക്കുന്നവരാണ് ട്രാൻസ്ജന്ററുകൾ. അതുകൊണ്ട്തന്നെ സംവരണം ടി ജികൾക്ക് അനിവാര്യമാണ്. ഞങ്ങൾ പറയുന്നത് പുതിയതായി ഒരു റിസർവ്വേഷൻ സമ്പ്രദായം കൊണ്ടുവരണമെന്നല്ല. മുസ്ലീം ആയിട്ടുള്ള ഒരു ടി ജിക്ക് മുസ്ലീം റിസർവ്വേഷനിലെ രണ്ടുശതമാനം നല്കുക. എസ് സി എസ്ടി ആയിട്ടുള്ള ടി ജിക്ക് എസ് സി എസ് ടി റിസർവ്വേഷനിലെ രണ്ടുശതമാനം നല്കുക, ഇവയിലൊന്നുംപെടാത്ത ടി ജിക്കാരെ ഒ ബി സിയായി പരിഗണിച്ച് റിസർവ്വേഷൻ നല്കുക. അതുപോലെതന്നെ ഭരണകൂടത്തിൽ മതിയായ പ്രാതിനിധ്യം നല്കുക. കേരളത്തിലെ ഒരു രാഷ്ട്രീയപ്പാർട്ടിയും ഇലക്ഷനിൽ ടി ജിക്കാരെ നിർത്തുന്നില്ല. അതിനു അവർക്ക് ഐ ഡി കാർഡ്പോലും കേരള ഗവൺമെന്റ് ഇത്രനാളായിട്ടും നല്കിയിട്ടില്ലായെന്നതാണ് സത്യം. ഈ ഒരവസരത്തിൽ ടി ജിക്കാരെ നോമിനേറ്റ് ചെയ്ത് നിയമസഭയിൽ അംഗമാക്കുക. നൂറ്റിനാല്പ്പത് എം എൽ എമാരും നോമിനേറ്റ് ചെയ്ത ഒരു ആംഗ്ലോ ഇന്ത്യനും അടങ്ങുന്നതാണല്ലോ നമ്മുടെ നിയമസഭ. ആംഗ്ലോ അന്ത്യൻ പ്രതിനിധിക്ക് മത്സരിച്ചു ജയിക്കാൻ കഴിയാത്തതിനാൽ നോമിനേറ്റ് ചെയ്യപ്പെടുന്നതുപോലെ ടി ജിയും നോമിനേറ്റ് ചെയ്യപ്പെടണം. രാജ്യസഭയിലേക്ക് ചലച്ചിത്രതാരങ്ങളും പാട്ടുകാരും ക്രിക്കറ്റ് കളിക്കാരും എല്ലാം നോമിനേറ്റ് ചെയ്യപ്പെടുന്നുണ്ടല്ലോ? അതുപോലെ എന്തുകൊണ്ട് ടി ജിയെ നോമിനേറ്റ് ചെയ്തുകൂടാ? കേരളത്തിൽ ടി ജികൾക്ക് ആശുപത്രികളിൽ ചികിത്സ ലഭിക്കുന്നില്ല. ആർട്ടിസ്റ്റായ സൂര്യക്ക് പനി പിടിച്ച് ജനറൽ ആശുപത്രിയിൽ എത്തിയിട്ട് അവിടെ ചികിത്സിക്കാൻ ഡോക്ടർമാർ തയ്യാറായില്ല. ഞങ്ങൾ പറയുന്നത് ജില്ലാ അടിസ്ഥാനത്തിൽ എല്ലാ ജില്ലാ ആശുപത്രി

കളിലും ആഴ്ചയിൽ ഒരു ദിവസം ട്രാൻസ്ജന്റർ ക്ലിനിക് ആരംഭിക്കണം. വാർഡുകളും ചികിത്സകളും അവർക്കും നല്കുക.

കേരളത്തിലെ ട്രാൻസ്ജന്ററുകളെ സംബന്ധിച്ചിടത്തോളം വലിയൊരു നേട്ടമാണ് ടി ജി പോളിസി. ഇന്ത്യയിൽത്തന്നെ ഇത്തരമൊരു പോളിസിക്ക് രൂപം കൊടുക്കുന്നത് ആദ്യമായിട്ടാണ്. അതിലേക്ക് എത്തിയത്, പോളിസി രൂപീകരിച്ചത് തുടങ്ങിയ സാഹചര്യങ്ങൾ പങ്കുവയ്ക്കാമോ?

മുനീർ സാമൂഹ്യ നീതിവകുപ്പ് മന്ത്രിയായപ്പോൾ ഹെൽത്ത് ഡിപ്പാർട്ട്മെന്റിനോട് ട്രാൻസ്ജന്ററുകളെക്കുറിച്ച് അന്വേഷിച്ചപ്പോൾ അവർക്ക് യാതൊരറിവുമില്ല. സോഷ്യൽ ജസ്റ്റിസ് ഡിപ്പാർട്ട്മെന്റിൽ അന്വേഷിച്ചപ്പോൾ ട്രാൻസ്ജന്ററുകൾ കേരളത്തിലില്ല എന്ന റിപ്പോർട്ട് അവർ നല്കി. ഇത്തരമൊരു സാഹചര്യത്തിലാണ് ഞങ്ങൾ മന്ത്രി മുനീറിനെ കാണുന്നതും. മുനീറിന്റെ നിർദ്ദേശപ്രകാരം എബ്രഹാം സാറിനെ കാണുകയും കേരളത്തിൽ ടി ജികൾ ഉണ്ടെന്ന് വാക്കാൽ പറയുന്നതല്ല മറിച്ച് ഗവൺമെന്റിന് ഒരു രേഖ ആവശ്യമാണെന്ന് മനസ്സിലാക്കുകയും അതിന്റെ ആദ്യപടിയായി സർവ്വേ നടത്തുവാൻ തീരുമാനം ആകുകയും ചെയ്തു. ഞങ്ങൾക്ക് രണ്ടായിരത്തി അഞ്ഞൂറോളം ടിജിക്കാരെ പരിചയമുണ്ട്. അവരെ മുൻനിർത്തി സർവ്വേ നടത്താമെന്ന് ആദ്യം കരുതി. സംഗമയാണ് സർവ്വേയ്ക്കുള്ള ചോദ്യാവലികൾ തയ്യാറാക്കിയതും സർവ്വേയ്ക്കാവശ്യമായ നിർദ്ദേശങ്ങൾ നൽകിയതും. ഗ്രൗണ്ട് ലെവൽ പ്രവർത്തനങ്ങൾ നടത്തിയത് സെക്ഷ്വൽ മൈനോറിറ്റി ഫോറം ഓഫ് കേരളയാണ്. ഈ സർവ്വേയിൽ പങ്കെടുത്തവരുടെ പേഴ്സണൽ വിവരങ്ങൾ എസ് എം എഫ് കെ സൂക്ഷിക്കാറുണ്ട്. സർവ്വേയുടെ അടിസ്ഥാനത്തിൽ കേരളത്തിൽ ഇരുപത്തയ്യായിരത്തോളം ട്രാൻസ്ജന്ററുകൾ ഉണ്ടെന്നു കണ്ടെത്തി. ഈവൻ ഡോക്യുമെന്റ്സ് ഉപയോഗിച്ച് സ്റ്റാറ്റീഷ്യൻസാണ് ഈ കണക്കെടുപ്പ് നടത്തിയത്. സർവ്വേയിൽ നാലായിരത്തോളം പേർ പങ്കെടുത്തുവെങ്കിൽ കേരളത്തിലെ മൂന്നുകോടിയിലധികം വരുന്ന ജനങ്ങൾക്കിടയിൽ ഏറ്റവും കുറഞ്ഞത് ഇരുപത്തയ്യായിരം ട്രാൻസ്ജന്ററുകൾ ഉണ്ടാകും. സർവ്വേയിൽ പങ്കെടുത്ത നാലായിരം പേരിൽനിന്ന് ലഭിച്ച ഡ്രോപ്പ് ഔട്ട് റേറ്റ് വലിയ റേറ്റ് ആയിരുന്നു. എയ്ഡഡ്, ഗവൺമെന്റ് സ്കൂളിൽനിന്നും ഡ്രോപ്പ് ഔട്ട് റേറ്റ് ഇരുപത്തിയഞ്ചു ശതമാനമാണ്. ആദിവാസികളുടെ ഡ്രോപ്പ് ഔട്ട് റേറ്റിനെക്കാൾ കൂടുതലാണിത്. പ്രാഥമിക കണ്ടെത്തലുകൾ വിളിച്ച് വിശകലനം നടത്തി ഡ്രോപ്പ് ഔട്ട് റേറ്റ് കുറയ്ക്കുന്നതിനായി സ്കൂളുകളിൽ ബോധവല്ക്കരണം നടത്തണം. കേരളത്തിൽ യു പി മുതൽ ഹയർ സെക്കൻഡറി വരെയുള്ള സ്കൂളുകളിൽ ഒരു ലക്ഷം അദ്ധ്യാപകരാണുള്ളത്. അവരെ മുഴുവൻ മീറ്റിംഗ് വിളിച്ച് കൂട്ടി ബോധവത്ക്കരണം നടത്തുന്നതിന്റെ ചെലവ് പ്രായോഗിക ബുദ്ധിമുട്ട് എന്നിവ പ്രശ്നമാകയാൽ അത്തരമൊരു

പരിപാടി നടത്തുവാൻ കഴിയില്ല. ഒരു ലക്ഷം പേർക്ക് പ്രത്യേകം ക്ലാസ് നല്കുന്നതിനു തുക ധാരാളമാകും. അടുത്തതായി ട്രാൻസ്ജന്റർ കുട്ടികൾക്ക് പഠിക്കുന്നതിനായി സ്കൂളുകളിൽ സ്കോളർഷിപ്പ് ഏർപ്പെടുത്തുവാൻ തീരുമാനിച്ചു. അതിന്റെ ഓർഡർ ഇറങ്ങുകയും ചെയ്തു. ഞാൻ അത് കണ്ടതുമാണ്. എന്നാൽ ഓർഡർ മലയാളത്തിൽ അച്ചടിച്ചു വന്നപ്പോൾ ലിംഗപരിവർത്തിതർ എന്നായി. ലിംഗപരിവർത്തിതർ എന്നത് സാങ്കേതികമായി ശരിയല്ലാത്തതിനാൽ അതു തിരുത്തുകയുണ്ടായി.

പലകാര്യങ്ങളും സാങ്കേതികമായ പരാമർശങ്ങളിൽ ഓർഡറുകളിൽ കുടുങ്ങിക്കിടക്കാറുണ്ട്. അതേയവസ്ഥ ട്രാൻസ്ജന്റർ പോളിസിക്കുമുണ്ടായി. അതിനെ മറികടന്നതെങ്ങനെ?

മുനീറിനെ നേരിട്ടു കണ്ട് ഓഡർ തിരുത്തി. ലിംഗപരിവർത്തിതർ എന്നല്ല ട്രാൻസ്ജന്റർ എന്ന പദം തന്നെ ഉപയോഗിക്കണമെന്ന് വ്യക്തമാക്കി. സാങ്കേതികമായ പ്രശ്നങ്ങൾ എന്നു പറയുമ്പോഴും യഥാർത്ഥത്തിൽ അതു വ്യക്തികളുടെ പ്രശ്നമാണ്. ഓർഡറുകൾ ചെയ്യുന്നവർക്കോ അതു നടപ്പാക്കുന്നവർക്കോ പ്രസ്തുത വിഷയങ്ങളെക്കുറിച്ച് യാതൊരു ബോധവുമില്ല. ട്രാൻസ്ജന്ററുകളെകുറിക്കുവാൻ തത്തുല്യമായ ഒരു മലയാളപദം നമ്മുടെ ഭാഷയിലല്ല. പകരം ഒമ്പത്, ചാന്ത് പൊട്ട് തുടങ്ങിയ അപഹസിക്കുന്ന പദങ്ങളേയുള്ളൂ. ട്രാൻസ്ജന്ററുകളെ സംബോധന ചെയ്യുന്നതിന് ഇനിയുമൊരു നല്ല പദം ഉണ്ടാകേണ്ടിയിരിക്കുന്നു. സ്കോളർഷിപ്പിനുള്ള ഓർഡർ തിരുത്തി പുറത്തിറങ്ങിയെങ്കിലും അതിന് ആരും അപ്ലൈ ചെയ്യുകയുണ്ടായില്ല. നമ്മൾ എത്ര പോസിറ്റീവായി കാര്യങ്ങൾ ചെയ്യുവാൻ ശ്രമിച്ചാലും ചിലപ്പോൾ അതിനു റിസൾട്ട് ലഭിക്കണമെന്നില്ല.

ട്രാൻസ്ജന്റർ പോളിസി തയ്യാറായപ്പോൾ എൽ ജി ബി ടി കമ്യൂണിറ്റിയുടെ പ്രതികരണങ്ങൾ എപ്രകാരമായിരുന്നു?

ട്രാൻസ്ജന്റർ പോളിസിക്കു വ്യാപകമായ സ്വീകാര്യത ലഭിച്ചു. പക്ഷേ, ചിലർ ടി ജി പോളിസിക്കു പകരം എൽ ജി ബി ടി പോളിസിയാണ് വരേണ്ടിയിരുന്നതെന്ന് അഭിപ്രായപ്പെട്ടു. നിലവിൽ ട്രാൻസ്ജന്റർ പോളിസിക്കുള്ള അവസരമാണ് ലഭിച്ചത്. എൽ ജി ബി റ്റി പോളിസി രൂപപ്പെടുന്നതിനുള്ള ഭൗതികസാഹചര്യങ്ങൾ കേരളത്തിലില്ലായിരുന്നു. ഇപ്പോൾ ട്രാൻസ്ജന്റർ പോളിസിയിലൂടെ ഒരു അടിത്തറയുണ്ടായി. അടുത്ത തവണ അതിൽ നിന്നുകൊണ്ട് ഗേ, ലെസ്ബിയൻ, ബൈസെക്ഷ്വൽ എന്നിവരുടെ അവകാശങ്ങൾക്കായി വാദിക്കുവാൻ കഴിയും. ട്രാൻസ്ജന്ററുകളുടെ ആവശ്യങ്ങൾ അംഗീകരിക്കപ്പെട്ടതുകൊണ്ട് എൽ ജി ബി ടി ഗ്രൂപ്പിലുള്ള മറ്റുള്ളവരുടെ ആവശ്യങ്ങളും നേടിയെടുക്കുവാൻ കഴിയും. ഉമ്മൻചാണ്ടി സർക്കാരിന്റെ കാലത്തു ഒരു ട്രാൻസ്ജന്റർ പോളിസി നടപ്പിലാകുമെന്ന് ഞങ്ങൾ സ്വപ്നത്തിൽപ്പോലും വിചാരിച്ചതല്ല. സാമൂ

ഹ്യക്ഷേമവകുപ്പ് മന്ത്രി എം കെ മുനീറിന്റെ അനുഭാവപൂർണ്ണമായ ഇടപെടലുകളും ഇതിനു സഹായകമായി. അതിനു പ്രത്യേകം നന്ദി അദ്ദേഹത്തിനോടുണ്ട്.

ട്രാൻസ്ജന്ററുകളെ മൂന്നാംലിംഗമെന്ന് വിശേഷിപ്പിച്ചുകൊണ്ട് 2014 ഏപ്രിലിൽ സുപ്രീംകോടതി വിധി പ്രഖ്യാപിച്ചു. ജസ്റ്റിസ് ആർ എസ് രാധാകൃഷ്ണനാണ് ട്രാൻസ്ജന്ററുകളെ തേർഡ് ജന്റർ എന്നു വിശേഷിപ്പിച്ചത്.

സുപ്രീംകോടതി ജഡ്ജി വസ്തുതകൾ മനസിലാക്കിയതിലുള്ള വീഴ്ചയാണ് അത്തരമൊരു മണ്ടൻ പ്രസ്താവനയിൽ പ്രതിഫലിച്ചത്. തേഡ് ജന്റർ എന്ന പ്രയോഗം തന്നെ തെറ്റാണ്. ഒന്ന്, രണ്ട്, മൂന്ന് എന്നിങ്ങനെയുള്ള കണക്കും സ്ഥാനങ്ങളും ജന്ററിനില്ല. അത്തരത്തിൽ ജന്ററിനെ ക്രമപ്പെടുത്തുവാൻ കഴിയില്ല. സെക്സ് ആണെങ്കിൽ മെയിൽ, ഫീമെയിൽ, മറ്റുള്ളവർ എന്നിങ്ങനെ തിരിക്കാവുന്നതാണ്. അല്ലാതെ ജന്റർ ഒന്ന്, രണ്ട്, മൂന്ന് എന്നിങ്ങനെ തിരിക്കുന്നവർക്ക് അതിനെക്കുറിച്ച് കൃത്യമായ വിവരമില്ല. ഒരു വ്യക്തിയുടെ പെർഫോമൻസിനെയാണ് ജന്റർ എന്നു വിശേഷിപ്പിക്കുന്നത്. ഒരു വ്യക്തി സ്ത്രീയോ പുരുഷനോ ആയി സമൂഹം കണക്കാക്കുന്നത് ഭൂരിഭാഗവും ഡ്രസ്കോഡിന്റെ അടിസ്ഥാനത്തിലാണ്. അതായത് പുരുഷശരീരമുള്ള വ്യക്തിയാണെങ്കിലും സ്ത്രീയുടെ വേഷവിധാനങ്ങൾ അണിഞ്ഞ് നടക്കുകയാണെങ്കിൽ അയാളെ സ്ത്രീയായി കണക്കാക്കുക. ഒരു വ്യക്തി ജനിക്കുമ്പോൾ തന്നെ ശാരീരിക സ്ഥിതിവെച്ച് അയാളെ സ്ത്രീ, പുരുഷൻ എന്നീ ഗണത്തിൽപ്പെടുത്തുന്നു. എന്നാൽ വളർന്നുവരുമ്പോൾ ഓപ്പോസിറ്റ് വ്യക്തിത്വം അതായത് അപരവ്യക്തിത്വത്തിൽ ജീവിക്കുവാനാണ് ചിലപ്പോൾ അയാൾ ഇഷ്ടപ്പെടുക. ട്രാൻസ്ജന്റർ ഒരു അംബ്രല്ലാ ടേം ആണ്. അതിനുള്ളിൽ ട്രാൻസ്വുമൺ, ട്രാൻസ്മെൻ, ഇന്റർസെക്സ് തുടങ്ങിയ നിരവധി വ്യക്തിത്വങ്ങളുണ്ടാകും. ജന്റർ വലിയ ഡൈവേഴ്സിറ്റിയുള്ളതാണ്. അതിനെ കൃത്യമായ അളവുകോലിലൂടെ നിർണ്ണയിച്ച് അടയാളപ്പെടുത്തുക സാദ്ധ്യമല്ല. തേഡ് ജന്റർ എന്നതിനു പകരം തേഡ് സെക്സ് എന്നായിരുന്നുവെങ്കിൽ കുഴപ്പമില്ലായിരുന്നു. നമ്മുടെ നാട്ടിലെ ജനങ്ങൾക്കു സെക്സും ജന്ററും വേർതിരിച്ചറിയുവാൻ കഴിയാത്തതിന്റെ പ്രശ്നങ്ങളുണ്ട്. അത്തരം തിരിച്ചറിവില്ലായ്മകൾ തന്നെയാണ് സുപ്രീംകോടതി ജഡ്ജിയിലുമുണ്ടായിരിക്കുന്നത്. തേഡ്ജന്റർ പ്രയോഗം തെറ്റായിരിക്കുമ്പോൾ തന്നെ ജസ്റ്റിസ് രാധാകൃഷ്ണന്റെ വിധി ഇന്ത്യൻ സമൂഹത്തിൽ ചലനങ്ങൾ സൃഷ്ടിച്ചതും നമ്മൾ ശ്രദ്ധിക്കേണ്ടതുണ്ട്.

ഐ പി സി 377 പാർലമെന്റ് നിയമം പാസാക്കിയാൽ പ്രശ്നങ്ങൾ തീരാവുന്നതേയുള്ളൂ. 2015 മെയ് മാസത്തിൽ അധികാരത്തിൽ എത്തിയ

നരേന്ദ്രമോദി ഗവൺമെന്റ് അനുകൂല നിലപാട് സ്വീകരിക്കുമെന്ന് വിശ്വസിക്കുന്നത് അങ്ങേയറ്റം കാല്പനികമല്ലേ?

പാർലമെന്റിനു തീരുമാനമെടുക്കുവാനുള്ളതേയുള്ളു. ഇതിൽ നിന്നും ഒഴിഞ്ഞ് നില്ക്കുവാൻ കേന്ദ്രത്തിലെ ഭരണകൂടത്തിനു കഴിയുകയില്ല. പക്ഷേ, കുറച്ചുകാലം താമസിപ്പിക്കുവാൻ കഴിയും. കഴിഞ്ഞയിടയ്ക്ക് നരേന്ദ്രമോദി പ്രഖ്യാപിച്ചത് എൽ ജി ബി ടി കമ്യൂണിറ്റിയുടെ പ്രശ്നങ്ങൾ മനുഷ്യാവകാശപ്രശ്നങ്ങളാണെന്നാണ്. ഇത്തരം പ്രഖ്യാപനങ്ങളേക്കാളുപരി പ്രവൃത്തികളാണ് ആവശ്യം. ലോകരാഷ്ട്രങ്ങളുടെ മുമ്പിൽ ഇന്ത്യയുടെ നിലപാടുകൾ ചോദ്യം ചെയ്യപ്പെട്ടുകൊണ്ടിരിക്കുന്നു. എൽ ജി ബി ടി കമ്യൂണിറ്റിക്ക് അനുകൂലമായ തീരുമാനങ്ങൾ ഉണ്ടാവുക തന്നെചെയ്യും. ഇപ്പോഴുള്ളവർക്ക് അത്തരം തീരുമാനങ്ങളെ വൈകിപ്പിക്കുവാൻ കഴിയും അത്രയേ ഉള്ളു.

ലൈംഗികന്യൂനപക്ഷസംഘടനകൾ ധാരാളമുണ്ടെന്നു പറയപ്പെടുന്നുണ്ടെങ്കിലും പലർക്കും അവയെക്കുറിച്ച് ധാരണകളില്ല. കേരളത്തിലെ പ്രധാനപ്പെട്ട ലൈംഗികന്യൂനപക്ഷ സംഘടനകൾ ഏതൊക്കെയാണ്. അവയുടെ പ്രവർത്തന ലക്ഷ്യങ്ങൾ എന്തെല്ലാമാണ്?

കേരളത്തിൽ നിലവിലുള്ളതിൽ വലിയ സംഘടന സെക്ഷ്വൽ മൈനോറിറ്റി ഫോറം ഓഫ് കേരള (എസ് എം എഫ് കെ)യാണ്. സെക്ഷ്വൽ മൈനോറിറ്റി ഫോറം ഓഫ് കർണ്ണാടക, തമിഴ്നാട് എന്നീ പേരുകളിൽ സംഘടനകളുണ്ട്. അവയെല്ലാം ഒരു കുടക്കീഴിൽ ആക്കണമെന്നു ആഗ്രഹിക്കുന്നു. അതേസമയം ക്യൂറള, അനന്യ തുടങ്ങിയ സംഘടനകളുമുണ്ട്. എറണാകുളത്തെ മാർവൽ, തിരുവനന്തപുരത്തെ ഒയാസിസ്, കൊല്ലത്തെ ലാസ തുടങ്ങിയ എച്ച് ഐ വി പ്രിവൻഷനു വേണ്ടി രൂപീകരിക്കപ്പെട്ട നിരവധി സി ബി ഒകളുമുണ്ട്. ഇവയൊക്കെ കാര്യക്ഷമമായ പ്രവർത്തനങ്ങൾ നടത്തി വരുന്നു. ഇവയുടെ ന്യൂനത സ്ട്രഗിൾ ചെയ്യുന്ന സംഘടനകളുമായി സഹകരിച്ച് പലപ്പോഴും പ്രവർത്തിക്കാറില്ലയെന്നതാണ്.

സമൂഹത്തിൽ അവഹേളിക്കപ്പെടുന്നവരാണ് ട്രാൻസ്ജന്ററുകൾ. അവരുടെ നിലനില്പിനായി സമൂഹത്തിന്റെ അടിസ്ഥാന നിലപാടുകൾ, മനോഭാവങ്ങൾ മാറ്റിയാൽ പ്രശ്നങ്ങൾ തീരില്ലേ?

സാമൂഹ്യമാറ്റങ്ങൾ കൊണ്ടുവരികയെന്നുള്ളതാണ് പ്രധാനം. ട്രാൻസ്ജന്ററുകൾ ഉൾപ്പെടെയുള്ള ആളുകളെ ഉൾപ്പെടുത്തിക്കൊണ്ട് പൊതുസമൂഹത്തിനു ബോധവല്ക്കരണവും പരിശീലനവും നല്കുക. പിന്നെ മറ്റൊരു സാദ്ധ്യത കൂടുതൽ ട്രാൻസ്ജന്ററുകളും മാധ്യമങ്ങളിലൂടെ പൊതുസമൂഹത്തിനു മുമ്പിൽ വിസിബിൾ ആകുകയെന്നതാണ്. മാധ്യമങ്ങൾ അവഹേളിക്കുന്നുവെങ്കിലും തങ്ങളുടെ തുറന്നു പറച്ചിൽ

ഒരു പരിധിവരെ പ്രേക്ഷകരിലെത്തുകയും പൊതുമനോഭാവത്തിൽ മാറ്റം വരുകയും ചെയ്യുവാൻ അതിനു കഴിയും എന്നുള്ളതാണ്.

പുതിയ ഇടതുപക്ഷ ഗവൺമെന്റിനുമുന്നിൽ വയ്ക്കുവാനാഗ്രഹിക്കുന്ന ആവശ്യകതകൾ എന്തെല്ലാമാണ്?

ഉമ്മൻചാണ്ടി ഗവൺമെന്റിന്റെ കാലത്തു ട്രാൻസ്ജന്റർ പോളിസി പാസാക്കിയെടുക്കുവാനേ കഴിഞ്ഞിട്ടുള്ളൂ. ഏതാണ്ട് രണ്ട് ഓർഡറുകൾ ഇതുസംബന്ധിച്ച് ഇറങ്ങിയപ്പോഴേക്കും സർക്കാർ കാലാവധി പൂർത്തിയായി. പുതിയ ഗവൺമെന്റ് ഞങ്ങളെ സംബന്ധിച്ച് നിർണ്ണായകമാണ്. ട്രാൻസ്ജന്റർ പോളിസി എല്ലാവിധത്തിലും നടപ്പിലാക്കണം. പിന്നെ എൽ ജി ബി ടി പോളിസി രൂപീകരിക്കണം, ഗേ, ലെസ്ബിയൻ തുടങ്ങിയ ലൈംഗിക ന്യൂനപക്ഷങ്ങളുടെ അവകാശപ്രശ്നങ്ങൾ നിയമരൂപീകരണത്തിലൂടെ ഏകീകരിക്കണം. വിവാഹം, ദത്തെടുക്കൽ തുടങ്ങിയ ആവശ്യങ്ങൾ അവർക്കായും പരിഗണന ലഭിക്കണം. കേന്ദ്രഗവൺമെന്റും സംസ്ഥാനഗവൺമെന്റും ലൈംഗികന്യൂനപക്ഷങ്ങൾക്കായി ചെയ്യേണ്ട നിരവധി കാര്യങ്ങളുണ്ട്. 377 ന്റെ കാര്യത്തിൽ സംസ്ഥാന ഗവൺമെന്റിന് തീരുമാനമെടുക്കാവുന്നതാണ്. നിയമസഭയിൽ പ്രമേയം പാസാക്കി രാഷ്ട്രപതിക്കയച്ചാൽ 377 ന്റെ കാര്യത്തിൽ സംസ്ഥാനത്ത് പുതിയ മാറ്റം വരുത്താവുന്നതാണ്. അങ്ങനെ ചെയ്താൽ ലൈംഗികന്യൂനപക്ഷങ്ങൾക്കനുകൂലമായി തീരുമാനങ്ങൾ ഉണ്ടാവുക തന്നെചെയ്യും. കുറേവർഷങ്ങളായുള്ള പോരാട്ടത്തിനൊടുവിലാണ് ഇന്നത്തെ അവസ്ഥയിലെത്തിയത്. ഇത്രയും പോസിറ്റീവായ അവസ്ഥയിൽ നിന്നും ഇനി താഴേയ്ക്ക് പോകുവാൻ കഴിയില്ല. ഞങ്ങളുടെ കാലത്തുതന്നെ ലൈംഗികന്യൂനപക്ഷങ്ങൾ അവകാശങ്ങൾ നേടിയെടുത്ത് പൊതുസ്വീകാര്യതയോടെ ജീവിക്കുന്നത് കാണണമെന്നാണ് ആഗ്രഹം. അതിനായി ശക്തമായി ഞങ്ങൾ പോരാടുക തന്നെചെയ്യും.

(സംഗമയുടെ മുൻ വൈസ് പ്രസിഡന്റ്, കേരളഘടകത്തിന്റെ കോ-ഓർഡിനേറ്റർ, 'ചില്ല' ഡയറക്ടർ, എസ് എം എഫ് കെയുടെ കോ-ഓർഡിനേറ്റർ)

അനുഭവം/ജീവിതം

ഏറ്റവും കൂടുതൽ ദുരിതങ്ങളനുഭവിക്കേണ്ടിവരുന്ന വിഭാഗമായ ട്രാൻസ്ജന്ററുകൾ പൊതുസമൂഹത്തിന്റെ ശാരീരിക മാനസിക പീഡനങ്ങളോടൊപ്പം ലൈംഗികമായ ചൂഷണങ്ങൾക്കും ഇരയാകുന്നു. ഗേ/ലെസ്ബിയനെ പൊതുസമൂഹത്തിൽ പ്രത്യക്ഷതലത്തിൽ അവരുടെ വെളിപ്പെടുത്തലുകളില്ലാതെ തിരിച്ചറിയാൻ കഴിയില്ലെന്നിരിക്കെ പുരുഷന്റെ 'സ്ത്രൈണത'യും സ്ത്രീയുടെ 'പുരുഷത്വ'വും അടിക്കുറിപ്പുകളോ വിശദീകരണങ്ങളോയില്ലാതെ ട്രാൻസ്ജന്ററിനെ പൊതുസമൂഹത്തിനു മുമ്പിൽ ദൃശ്യമാക്കും. ശരീരത്തിലും മനസ്സിലും സംഘർഷവുമായി ജീവിക്കേണ്ടി വരുന്ന ട്രാൻസ്ജന്റേഴ്സിനെ പുറന്തള്ളുന്ന സമൂഹം കലാസാഹിത്യാദി മാധ്യമങ്ങളിലൂടെ വികലമാക്കി അവഹേളിക്കുക കൂടി ചെയ്യുന്നു. 'ഞങ്ങൾ ആഗ്രഹിച്ചിട്ടല്ല ഞങ്ങൾ ഇങ്ങനെയായത്' എന്നു ട്രാൻസ്ജന്റേഴ്സ് വിലപിക്കുമ്പോഴും അതിനെ മാനസികനിലയുടെ തകരാറുകളായി വിലയിരുത്തിക്കൊണ്ട് കേരളീയ സമൂഹം തങ്ങളുടെ പുരോഗമനപരത ഉയർത്തിപ്പിടിക്കുന്നു. ശാരീരിക – മാനസിക സമ്മർദ്ദങ്ങൾക്കും പീഡനങ്ങൾക്കും മുമ്പിൽ നിശ്ശബ്ദരായി ഒടുങ്ങേണ്ടിവരുന്ന നൂറുകണക്കിനു ട്രാൻസ്ജന്റേഴ്സിനുവേണ്ടി രുദ്രയും ശീതളും സംസാരിക്കുന്നു. ശബ്ദമില്ലാതായി മാറ്റപ്പെടുന്നവരുടെ രാഷ്ട്രീയ ശബ്ദമായി മാറുവാൻ ഇവരുടെ ഇടപെടലുകൾക്കു കഴിയുമെന്നുള്ളതു തീർച്ച. അതിജീവനത്തിന്റെ ചരിത്രം കൂടി ഈ ട്രാൻസ്ജന്റേഴ്സിന്റെ ജീവിതത്തിലുണ്ട്.

"ഈ സമൂഹത്തിൽ ജീവിക്കുവാൻ ഞങ്ങൾക്കും അവകാശമുണ്ട്"

ഷിബു (രുദ്ര)

ജീവിതത്തിലെ പട്ടിണി മാറ്റുവാൻ കലാകാരനാകേണ്ടിവന്ന ഷിബു ഇന്ന് രുദ്രയാണ്. നിരവധി സ്റ്റേജ് ഷോകളിലൂടെ മിനിസ്ക്രീൻ രംഗത്ത് എത്തി ഏഷ്യാനെറ്റിലെ കോമഡി സ്റ്റാർസിലൂടെ താരമായ ഷിബു കേരളത്തിലങ്ങോളമിങ്ങോളം അറിയപ്പെടുന്ന ഫീമെയിൽ ആർട്ടിസ്റ്റ് ആണ്. ഹിജഡ സമൂഹത്തിന്റെ പ്രതിനിധിയായ ഷിബു തന്റെ ജീവിതാനുഭവങ്ങളെ ഒളിമറകളില്ലാതെ വെളിപ്പെടുത്തുന്നു.

താങ്കളുടെ ബാല്യകാലം എങ്ങനെയായിരുന്നു?

എനിക്കു തിരിച്ചറിവുണ്ടായ കാലം തൊട്ടേ പാവാടയും ബ്ലൗസും ഇട്ടാണ് നടന്നിരുന്നത്. അത് വീട്ടുകാർക്ക് പ്രത്യേകിച്ചു പ്രശ്നങ്ങൾ ഒന്നും തന്നെയുണ്ടായിരുന്നില്ല. എന്റെ കുടുംബത്തിന്റെ സാഹചര്യം വളരെ മോശമായിരുന്നു. ഇഷ്ടികച്ചൂളയിലെ പണിക്കാരായിരുന്നു അമ്മയും അച്ഛനും. ആവശ്യത്തിന് വസ്ത്രങ്ങൾ പോലുമില്ലായിരുന്നു. ഞാൻ കുട്ടിക്കാലത്തെ ഓരോ പണികൾ ചെയ്ത് വീട്ടുകാരെ സഹായിക്കുവാൻ തുടങ്ങി.

ട്രാൻസ്ജന്റർ സമൂഹത്തെക്കുറിച്ച് എന്തു പറയുന്നു.

കേരളത്തിൽ ഒരു സമൂഹമായി ട്രാൻസ്ജന്റർ നിലനില്ക്കുന്നില്ല. ബാംഗ്ലൂരിലും മറ്റുമാണ് സമൂഹവും അവർ ചിട്ടപ്പെടുത്തിയ ജീവിതക്രമങ്ങളുമുള്ളത്.

ഒരു ട്രാൻസ്ജന്റർ എന്ന നിലയിൽ പൊതുസമൂഹത്തിൽ നിന്ന്, പോലീസുകാരിൽ നിന്ന്, ഭരണകൂടത്തിൽ നിന്ന് എന്തെങ്കിലും പ്രശ്നങ്ങൾ ഉണ്ടായിട്ടുണ്ടോ?

പലരും പൊതുസമൂഹത്തിൽ നിന്ന് പീഡനങ്ങൾ ഉണ്ടായതായി പറഞ്ഞു കേട്ടിട്ടുണ്ട്. പക്ഷേ, എനിക്കൊരിക്കലും അത്തരത്തിൽ ദുരനുഭവങ്ങളുണ്ടായിട്ടില്ല. പൊലീസുകാരിൽ നിന്നും മോശമായ ഇടപെടലുകൾ ഉണ്ടായിട്ടില്ല. കോമഡിസ്റ്റാർസിലെ ആർട്ടിസ്റ്റ് എന്ന നിലയിൽ കൂടുതൽ സ്വീകാര്യത ലഭിക്കുന്നുണ്ട്. പിന്നെ ഓരോ സ്റ്റേജ് പ്രോഗ്രാമിനു പോകുമ്പോൾ പലരും കളിയാക്കാറുണ്ട്. ഞാൻ അതൊന്നും മൈൻഡ് ചെയ്യാറില്ല. ഞാൻ ഇങ്ങനെയാണ്. കളിയാക്കുന്നവർ കളിയാക്കട്ടെ. ഈ കളിയാക്കുന്നവർക്കൊന്നും ഞങ്ങളെപ്പോലുള്ളവരുടെ യഥാർത്ഥ പ്രശ്നങ്ങൾ അറിയില്ല.

ചാനൽഷോയിലേക്ക് എത്തിയത് എങ്ങനെയാണ് ?

സ്റ്റേജ് ഷോകൾ വഴിയാണ് ചാനലിൽ എത്തിയത്. ദൂരദർശനിൽ അവൾ എന്ന ടെലിഫിലിമിൽ അഭിനയിച്ചു. അതിനുശേഷം കൈരളിയിലെ കോമഡിയും മിമിക്സും പിന്നെ ഞാനും, രസികരാജ തുടങ്ങിയവയിലെത്തി. അതിനുശേഷമാണ് ഏഷ്യാനെറ്റിന്റെ കോമഡിസ്റ്റാർസിലെത്തുന്നത്. ഫീമെയിൽ വേഷങ്ങൾ ചെയ്യുവാനാണ് എനിക്കു താല്പര്യം.

ചാനൽ പ്രോഗ്രാമുകൾക്കു മുമ്പ് സ്റ്റേജ് ഷോകളിലും ഫീമെയിൽ വേഷങ്ങൾ അല്ലേ ചെയ്തിരുന്നത്?

തീർച്ചയായും. ഫീമെയിൽ വേഷങ്ങളോട് എനിക്കു വല്ലാത്ത താല്പര്യമുണ്ട്. സ്റ്റേജ് ഷോയ്ക്ക് മുമ്പ് കുട്ടിക്കാലത്ത് ധാരാളം 'റോഡ് ഷോകൾ' ചെയ്തിരുന്നു. അവയിൽ കൂടുതലും മോഹിനി വേഷമാണ് കെട്ടിയിരുന്നത്.

കോമഡി സ്റ്റാർസിലൂടെ ജനപ്രീതി നേടിയ ഒരു ആർട്ടിസ്റ്റ് ആയി മാറിയല്ലോ. സ്വാഭാവികമായും സിനിമയിൽ നിന്നുള്ള അവസരങ്ങൾ തേടിവരേണ്ടതാണ്. സിനിമകളിൽ അഭിനയിക്കുവാനുള്ള അവസരങ്ങൾ ഉണ്ടായിട്ടുണ്ടോ?

രണ്ടു സിനിമകളിൽ അഭിനയിക്കുവാനുള്ള അവസരങ്ങൾ ലഭിച്ചിട്ടുണ്ട്. ആദ്യത്തെ സിനിമ *തെമ്മാടിക്കൂട്ട*മായിരുന്നു. രണ്ടാമത് അഭിനയിച്ചത് ഞങ്ങളുടെ കഥ പറഞ്ഞ *അർദ്ധനാരി*യിലാണ്. കോമഡി സ്റ്റാർസിലെ ഫീമെയിൽ വേഷം കണ്ടിട്ടാണ് സംവിധായകൻ *അർദ്ധനാരി*യിലേക്കു വിളിക്കുന്നത്.

ഷൂട്ടിങ് സെറ്റുകളിൽ നിന്നും എത്തരത്തിലുള്ള പ്രതികരണം/സ്വീകരണമാണ് ലഭിച്ചത്?

എല്ലാവരും നല്ല രീതിയിലാണ് ഞങ്ങളോട് ഇടപെട്ടിരുന്നത്. ഒരു ഫീമെയിൽ ആർട്ടിസ്റ്റ് എന്ന നിലയിൽ നല്ല പരിഗണനകൾ ലഭിച്ചിരുന്നു. സെറ്റിലുള്ള നടിമാർ ഞങ്ങളോടു വിവേചനമൊന്നും കാട്ടിയിരുന്നില്ല.

ഞങ്ങളെയും സ്ത്രീകളായി അവർ കണ്ടിരുന്നു. ഞങ്ങളുടെ മുമ്പിൽ വെച്ച് വസ്ത്രം മാറുന്നതിനുപോലും അവർക്കു മടിയുണ്ടായിരുന്നില്ല. ചലച്ചിത്രാഭിനയം വളരെ രസകരമായിരുന്നു. നിരവധി സ്റ്റേജ് ഷോകൾ ചെയ്തിട്ടുണ്ടെങ്കിലും സെറ്റിൽ എത്തിയപ്പോൾ നല്ല ഭയമായിരുന്നു. തിലകൻസാർ, സുകുമാരിയമ്മ, മണിയൻപിള്ള രാജു തുടങ്ങിയ സീനിയർ താരങ്ങളോടൊപ്പം അഭിനയിക്കുക എന്നത് വലിയ കാര്യമായിരുന്നു. സുകുമാരിയമ്മയും മറ്റും വലിയ പ്രോത്സാഹനമായിരുന്നു. എനിക്ക് തിലകൻസാറുമായി കോമ്പിനേഷൻ സീൻ ഇല്ലായിരുന്നു. സൂര്യക്കാണ് അതിനുള്ള ഭാഗ്യമുണ്ടായത്. തിലകൻസാർ പൊതുവേ സെറ്റിൽ ഗൗരവക്കാരനായിരുന്നു. താൻ ചെയ്യുന്നതിനുമേലേ സുകുമാരിയമ്മ ചെയ്താൽ അത് അംഗീകരിക്കുവാൻ അദ്ദേഹത്തിന് ബുദ്ധിമുട്ടായിരുന്നു. ഞങ്ങൾ *അർദ്ധനാരി*യിൽ അഭിനയിച്ചുവെങ്കിലും അത് ചെറിയറോൾ ആയിരുന്നു. ഞങ്ങളുടെ യഥാർത്ഥ ജീവിതത്തെ പൂർണ്ണമായൊന്നും അവതരിപ്പിക്കാൻ ആ ചിത്രത്തിനു കഴിഞ്ഞുവെന്ന് എനിക്കു തോന്നുന്നില്ല.

ഫീമെയിൽ ആർട്ടിസ്റ്റുകളെ മാറ്റിനിർത്തിക്കഴിഞ്ഞാൽ നിങ്ങളെപ്പോലുള്ളവർ സ്ത്രീകളെ അപഹസിക്കുന്നുവെന്ന ആരോപണം ആരെങ്കിലും ഉന്നയിച്ചിരുന്നോ?

അത്തരം ആരോപണങ്ങൾ ധാരാളം പൊതുസമൂഹത്തിൽ നിന്നുണ്ടായിട്ടുണ്ട്. 'നമ്മൾ തമ്മിൽ' എന്ന പ്രോഗ്രാമുകളിൽ ഇത് ഒരു ചർച്ചാവിഷയമായി ഉയർന്നുവന്നതും ആണ്. ഞങ്ങളെ വിമർശിച്ച നിരവധി പേരുണ്ട്. എന്തായാലും സ്ത്രീകളെ പരിഹസിക്കുവാനായി ഞങ്ങൾ ഇതുവരെ നിന്നിട്ടില്ല. ഞങ്ങൾക്കിഷ്ടമുള്ള വസ്ത്രം ധരിക്കുന്നു. അത് ഒരാളെ കളിയാക്കാനും അപഹസിക്കാനുമുള്ളതായി കാണേണ്ടതില്ല.

ബന്ധുക്കളുടെ ഇടപെടലുകൾ എങ്ങനെയായിരുന്നു?

ബന്ധുക്കൾ ഭൂരിപക്ഷം പേരും ഒരുപാട് പരിഹസിച്ചിരുന്നു. പെൺകുട്ടിയെപ്പോലെ നടക്കുന്നുവെന്നു പറഞ്ഞു കളിയാക്കിയിരുന്നു. പ്രോഗ്രാമിലൂടെ ഒരു താരമായപ്പോൾ കളിയാക്കിയ ബന്ധുക്കൾ ഒക്കെ അടുത്തുവന്നു. പണ്ട് മിണ്ടാതെ തലകുനിച്ചു നടന്നു പോയിരുന്നവർ ഇന്നു സംസാരിക്കുവാൻ തയ്യാറാകുന്നുണ്ട്.

സ്കൂൾ പഠനകാലത്ത് മോശപ്പെട്ട അനുഭവങ്ങൾ എന്തെങ്കിലും ഉണ്ടായിട്ടുണ്ടോ?

മോശപ്പെട്ട അനുഭവങ്ങൾ ഒന്നും തന്നെയുണ്ടായിട്ടില്ല. ആരും ചൂഷണം ചെയ്യുവാൻ ശ്രമിച്ചിട്ടില്ല. പൊതുസമൂഹവുമായി ഞാൻ അധികം ഇടപെട്ടിട്ടില്ലായെന്നതാണ് വാസ്തവം. സ്കൂളിൽ പോകുന്നു. സ്കൂൾ വിട്ടാൽ നേരേ വീട്ടിലെത്തുന്നു. എന്തെങ്കിലും പ്രോഗ്രാമിനു പോയാൽ അതു കഴിഞ്ഞയുടനെ വീട്ടിലെത്തും. സ്കൂളിലൊക്കെ ഞാൻ

പൊതുവേ ഒതുങ്ങിയ ടൈപ്പ് ആയിരുന്നു. പെൺകുട്ടികളോടായിരുന്നു കൂടുതൽ അടുപ്പവും സഹകരണവും. ആൺകുട്ടികളോട് സഹകരിക്കാത്തതുകൊണ്ട് അവർക്ക് എന്നോടു ദേഷ്യമുണ്ടായിരുന്നു. ഒരു ആൺകുട്ടി എന്നെ ഉപദ്രവിച്ചിട്ടുണ്ട്. ഞാൻ പ്രോഗ്രാമിനു പോയിട്ട് വരുമ്പോൾ നോട്സ് നല്കി സഹായിച്ചിരുന്നത് പെൺകുട്ടികളായിരുന്നു. അദ്ധ്യാപകരൊന്നും കുറ്റം പറയുകയോ പരിഹസിക്കുകയോ ചെയ്തിരുന്നില്ല.

പ്രോഗ്രാം സ്ഥലത്തുവെച്ച് ഓഡിയൻസ് മോശമായി പെരുമാറിയിട്ടുണ്ടോ?

ഒരുപാട് സംഭവങ്ങൾ ഉണ്ടായിട്ടുണ്ട്. പരവൂരിൽവെച്ചാണ് ഏറ്റവും മോശമായ അനുഭവം ഉണ്ടായത്. സ്റ്റേജിൽനിന്നും ഇറങ്ങിവരുന്നവഴി നാലുപേരുള്ള ഒരു സംഘം ബലമായി എന്നെ ആക്രമിച്ചു. സ്റ്റേജിനോടു ചേർന്നുള്ള മതിലിനോടു ചേർത്തു നിർത്തി ബ്ലൗസൊക്കെ വലിച്ചു കീറി. എന്റെ കൂടെയുള്ള ആർട്ടിസ്റ്റുകൾ ഓടിയെത്തി അവരുമായി വലിയ അടി നടന്നു. പിന്നെ പൊലീസ് ഒക്കെ എത്തുകയുണ്ടായി. സ്റ്റേജിൽ വച്ച് എനിക്കു ധാരാളം പ്രേമലേഖനങ്ങൾ കിട്ടാറുണ്ട്. ഫോൺ നമ്പറുകൾ നല്കാറുണ്ട്. പലരും വിളിക്കുന്നത് എന്നെപ്പോലുള്ളവരെ സെക്സ് വർക്കിലേക്ക് അടുപ്പിക്കുവാനാണ്. സെക്സ് വർക്കിനു പോകാൻ എനിക്ക് താല്പര്യമില്ല. ജോലി ചെയ്ത് അന്തസ്സോടെ ജീവിക്കുവാനാണ് എനിക്കു താല്പര്യം.

ഷിബു പ്രേക്ഷകർക്കിടയിൽ അറിയപ്പെടുന്ന ഒരു ആർട്ടിസ്റ്റ് ആണല്ലോ. ഒരു കുടുംബജീവിതം ആഗ്രഹിക്കുന്നുണ്ടോ?

ഒരു കുടുംബജീവിതം എല്ലാവരെപ്പോലെ ഞാനും ആഗ്രഹിക്കുന്നുണ്ട്. ഏഴുവർഷമായി എനിക്ക് ഒരു പങ്കാളിയുണ്ട്. അത് എന്റെ വീട്ടുകാർക്കും അറിയാം. ഞാൻ വീട്ടിൽനിന്നും മാറിത്താമസിക്കുന്നുവെങ്കിലും എല്ലാ കാര്യത്തിനും വീട്ടുകാരുടെ പിന്തുണ ഞാൻ തേടാറുണ്ട്. കാരണം ജീവിതത്തിൽ അവസാനംവരെ വീട്ടുകാരേ കൂടെയുണ്ടാവുകയുള്ളു. എന്നോടൊപ്പമുള്ള പങ്കാളി എപ്പോഴും എന്റെ കൂടെ കാണണമെന്നില്ല. അവർക്ക് മടുക്കുമ്പോൾ അവർ ഉപേക്ഷിച്ചു പൊയ്ക്കളയും. ആ ഒരു ബോധമുള്ളതുകൊണ്ട് ഞാൻ എപ്പോഴും എന്റെ വീട്ടുകാരെ കൂടെ നിറുത്താറുണ്ട്. നാളെ എന്റെ പങ്കാളി വിവാഹം കഴിച്ച് ഒരു കുട്ടിയെ ദത്തെടുത്തുവളർത്താമെന്നു പറഞ്ഞാലും ഞാൻ എന്റെ വീട്ടുകാരുടെ സമ്മതത്തോടെയേ അതു ചെയ്യുകയുള്ളൂ.

പൊതുസമൂഹത്തിന്റെ നിലപാട് എന്നു പറയുന്നത് ട്രാൻസ്ജന്ററുകളെ പരിഹസിക്കുക, പുറംതള്ളുക എന്നുള്ളതാണ്. അതിനോട് എങ്ങനെ പ്രതികരിക്കുന്നു.

സമൂഹത്തിലുള്ള നിരവധി പേർ എന്നെപ്പോലുള്ളവരെ കുറ്റം പറ

യുന്നു. ഞാൻ അതു കാര്യമാക്കുന്നില്ല. എനിക്ക് എന്റെ വീട്ടുകാരാണ് വലുത്. അവർ പറയുന്നത് മാത്രമേ ഞാൻ കേൾക്കേണ്ടതുള്ളൂ. ഈ കുറ്റം പറയുന്ന നാട്ടുകാർ പട്ടിണി ആയിരുന്നപ്പോൾ സഹായിച്ചില്ലല്ലോ. വെറുതേയിരുന്നു കുറ്റം പറയുവാൻ എല്ലാവർക്കും പറ്റും. സമൂഹത്തിലുള്ളവരെ തൃപ്തിപ്പെടുത്തി ജീവിക്കാൻ എനിക്കു കഴിയില്ല. വളരെ മാന്യമായി ഒരു തൊഴിലെടുത്താണ് ഞാൻ ജീവിക്കുന്നത്.

സൂര്യയൊക്കെയുള്ള ഫീമെയിൽ ആർട്ടിസ്റ്റുകളെക്കുറിച്ച് എന്തു പറയുന്നു?

സൂര്യയുമായി നീണ്ടവർഷത്തെ പരിചയവും സൗഹൃദവുമാണുള്ളത്. ഞങ്ങൾ ഫീമെയിൽ ആർട്ടിസ്റ്റുകൾ തമ്മിലെല്ലാം നല്ല ബന്ധമാണുള്ളത്. പരസ്പരം പാരവയ്ക്കലുകളോ മത്സരങ്ങളോ ഞങ്ങൾ തമ്മിലില്ല. ഞങ്ങളെ മനസ്സിലാക്കുവാൻ ഞങ്ങൾക്കുമാത്രമേ കഴിയുള്ളൂ. പിന്നെ കലാരംഗത്ത് ഓരോ വേഷവും മികച്ചതാക്കുവാൻ, നല്ല ഡ്രസ്സുകൾ ധരിക്കുവാൻ എല്ലാം ഞങ്ങൾ മത്സരിക്കാറുണ്ട്.

ഈയൊരു വീട്ടിൽ കൂടുതലും ഫീമെയിൽ ആർട്ടിസ്റ്റുകൾ സംഘമായിട്ടാണല്ലോ താമസം?

എന്റെ വീട്ടിൽ കൂട്ടുകാർ വന്നുപോകുന്നതിനുള്ള സൗകര്യങ്ങൾ കുറവായിരുന്നു. അതുകൊണ്ടാണ് ഞാൻ ഇവിടെ (പാരിപ്പള്ളി) ഒരുവീട് എടുത്തത്. നാട്ടുകാർക്ക് എല്ലാവർക്കും വലിയ കാര്യമാണ്. ടി വിയിൽ കാണുന്ന താരങ്ങളെ അടുത്തുകാണാൻ കഴിയുന്നതിന്റെ അത്ഭുതത്തിലാണ് നാട്ടുകാർ. എല്ലാവരും നല്ല സഹകരണമാണ്. ഇവിടെ ഫീമെയിൽ ആർട്ടിസ്റ്റുകൾ വരാറുണ്ട്. ട്രാൻസ്ജന്റർ സമൂഹത്തിൽപെട്ടവരും വന്നു താമസിച്ചു പോകാറുണ്ട്. എന്റെ കൂട്ടുകാർക്കുവേണ്ടി ഇത്രയെങ്കിലും ചെയ്യുവാൻ കഴിഞ്ഞതിന്റെ സന്തോഷത്തിലാണ് ഞാൻ.

കേരളത്തിൽ പൊതുവേ ട്രാൻസ്ജന്ററുകൾക്ക് ജീവിക്കുവാൻ കഴിയാത്ത സ്ഥിതിവിശേഷമാണല്ലോ ഉള്ളത്. അതിനെക്കുറിച്ച് എന്തു പറയുന്നു ?

ഒരുപാടുപേർ കുറ്റം പറയുവാനും പരിഹസിക്കുവാനുമൊക്കെയുണ്ടാകും. നമ്മൾ അതിനോടു പ്രതികരിക്കാതെ നമ്മുടെ കാര്യം നോക്കി കടന്നു പോകുക. പണ്ട് ഞാൻ ഒരുപാടുവട്ടം 'പെണ്ണാളൻ പോകുന്നു' വെന്ന അധിക്ഷേപങ്ങൾ കേട്ടതാണ്. കോമഡി സ്റ്റാർസിലൂടെ താരമായപ്പോൾ അധിക്ഷേപങ്ങളും കളിയാക്കലുകളും കുറഞ്ഞു. നമ്മൾ നമുക്കറിയാവുന്ന തൊഴിലെടുത്ത് മാന്യമായി ജീവിക്കുക. ഞാനിതുവരെ സെക്സ് വർക്കിനു പോയിട്ടില്ല. ഇനിയൊട്ടുപോകാനും താല്പര്യമില്ല. ബാംഗ്ലൂർ പോലുള്ള സ്ഥലങ്ങളിൽ ട്രാൻസ്ജന്ററുകൾക്ക് ഒരു പൊതു സ്വീകാര്യതയും അംഗീകാരവും ലഭിക്കാറുണ്ട്. എന്നാൽ കേരളത്തിൽ അത്തരമൊരു സാഹചര്യമില്ല.

ഞങ്ങളുടെ രാഷ്ട്രീയം നിലനില്പിന്റെ രാഷ്ട്രീയമാണ്

ശീതൾ

തൃശൂർ സ്വദേശിയായ ശ്യാം ഇപ്പോൾ 'ശീതൾ' ആണ്. ട്രാൻസ് ജന്ററുകളുടെ അവകാശങ്ങൾക്കുവേണ്ടി പ്രവർത്തിക്കുന്ന വ്യക്തിത്വം. തന്റെ ഐഡന്റിറ്റി ധൈര്യപൂർവ്വം വെളിപ്പെടുത്തുകയും നിർഭയമായി തൃശൂരിൽ ജീവിക്കുകയും ചെയ്യുന്ന ശീതൾ വ്യത്യസ്തത പുലർത്തുന്നത് തന്റെ ഐഡന്റിറ്റി സ്ഥാപിച്ചുകിട്ടുവാൻ വേണ്ടി ഭരണകൂടത്തിന്റെ മുമ്പിൽ ആവശ്യങ്ങളുന്നയിച്ച് അവ നേടിയെടുക്കുവാൻ പരിശ്രമിച്ചുവെന്നയിടത്തിലാണ്. ആധാർകാർഡ് ട്രാൻസ്ജന്ററിന്റെ പേരിൽ നേടിയെടുത്ത വ്യക്തികളിലൊരാളാണ് ശ്യാം എന്ന ശീതൾ. തൃശൂർ ജില്ലയിൽ ആദ്യത്തെ സംഭവമാണിത്. വർത്തമാനകാല ഇന്ത്യൻ സാമൂഹ്യാവസ്ഥയിൽ ലൈംഗികന്യൂനപക്ഷങ്ങൾ നേരിടുന്ന വെല്ലുവിളികളെ സ്വന്തം ജീവിതത്തോടു ചേർത്ത് ശീതൾ പങ്കുവെക്കുന്നു.

വെളിപ്പെടുത്തലുകൾ നടത്തിയ ട്രാൻസ്ജെന്ററുകളിൽ ഒരാളാണ് ശ്യാം എന്ന ശീതൾ. ബാല്യകാലാനുഭവങ്ങൾ എന്തൊക്കെയായിരുന്നു?

തൃശൂർ ജില്ലയിലെ തൊടുപുഴയിൽ ഒരു ക്രിസ്ത്യൻ കുടുംബത്തിലായിരുന്നു ജനനം. ആൺകുട്ടിയായി ജനിച്ചുവെങ്കിലും പെൺകുട്ടിയുടെ ശാരീരിക ചേഷ്ടകളും ശബ്ദവുമായിരുന്നു എനിക്കുണ്ടായിരുന്നത്. അതുകൊണ്ട് പെൺകുട്ടികളോട് കൂട്ടുകൂടുവാനും നടക്കുവാനുമായിരുന്നു താല്പര്യം. ആൺകുട്ടികളോട് കൂട്ടുകൂടുവാനോ ഇടപെടുവാനോ കഴിഞ്ഞിരുന്നില്ല. അനുജന് ധാരാളം കൂട്ടുകാരുണ്ടായിരുന്നു. അവരുടെ സൗഹൃദങ്ങളും ഇടപെടലുകളും എനിക്ക് വലിയ അത്ഭുതമായിരുന്നു. പഠിക്കുന്ന മിക്സഡ് സ്കൂളിൽവെച്ച് എന്റെ അടുപ്പം കൂടുതലും പെൺകുട്ടികളോടായിരുന്നു. അവർ തിരിച്ചും എന്നോട് വളരെ നല്ല അടു

പ്പത്തിലായിരുന്നു. അതുകൊണ്ടുതന്നെ ക്ലാസിലെ ആൺകുട്ടികൾക്ക് എന്നോടു വല്ലാത്ത ദേഷ്യമായിരുന്നു.

ബാല്യകാലത്ത് ശാരീരിക മാനസിക വ്യതിയാനങ്ങളുണ്ടായല്ലോ. അത്തരമൊരു പ്രതിസന്ധി ഘട്ടത്തിലാണോ ട്രാൻസ്ജന്റർ ആണെന്ന വെളിപ്പെടുത്തൽ നടത്തിയത്.

എന്റെ ഐഡന്റിറ്റി വളരെച്ചെറുപ്പത്തിലേ വെളിപ്പെട്ടതാണ്. അത് വലിയ പ്രതിസന്ധികളാണ് എന്നിൽ സൃഷ്ടിച്ചത്. പള്ളിയിൽനിന്നും പാഠശാലയിൽനിന്നുമൊക്കെ നിരവധി പരിഹാസങ്ങൾ കേട്ടു. നമ്മുടെ സമൂഹത്തിന്റെ പ്രശ്നമാണിത്. സമൂഹത്തിൽ വ്യത്യസ്തരായവരെ ഒറ്റപ്പെടുത്തി ആക്രമിച്ചുകളയും. ആണിനെയും പെണ്ണിനെയും ഓരോ കള്ളികളിലാക്കി തിരിച്ചിട്ട് അവരുടെ രീതികൾ എല്ലാം നിശ്ചിതമായ രീതിയിൽ ഒതുക്കിയെടുത്തിരിക്കുന്നു. ഉറക്കെ സംസാരിക്കുന്നതും അധികാരം കാട്ടുന്നതും കരുത്തുറ്റ ശരീരമുള്ളതും ആണ്, തരളിതമായ ശബ്ദവും ശരീരവും വിധേയത്വസ്വഭാവമുള്ളത് പെണ്ണ് എന്ന് സമൂഹം മുൻകൂട്ടി കല്പിച്ചുവെച്ചിരിക്കുകയാണ്. എന്റെ ഐഡന്റിറ്റി വെളിപ്പെട്ടപ്പോൾ അത് എങ്ങനെ കൈകാര്യം ചെയ്യണമെന്നു വീട്ടുകാർക്കും ടീച്ചർക്കുമറിയില്ലായിരുന്നു. ചീത്തവിളിയും ഉപദ്രവങ്ങളും എന്നെ മാനസികമായി തളർത്തി. എന്റെ വീടിനടുത്തുള്ള ഒരു സുഹൃത്തുമായി അടുപ്പം ഉണ്ടായപ്പോഴാണ് എന്നെപ്പോലെ നിരവധിപേർ ഉണ്ടെന്നു തിരിച്ചറിഞ്ഞത്. അതു വലിയൊരു ആശ്വാസമായിരുന്നു. അതോടുകൂടി ആത്മഹത്യ ചെയ്യണമെന്ന തോന്നലുകൾ മാറിപ്പോയി. പിന്നീട് ബാംഗ്ലൂരിലെത്തി എന്നെപ്പോലുള്ളവരെ അടുത്തറിഞ്ഞപ്പോൾ കൂടുതൽ ധൈര്യം കിട്ടി. അങ്ങനെയാണ് ഞാൻ വെളിപ്പെടുത്തൽ നടത്തുന്നത്. ഗ്രാമത്തിൽനിന്നും തൃശൂർ നഗരത്തിലെത്തിയപ്പോൾ എന്റെ ഗ്രൂപ്പിൽപ്പെട്ട നിരവധിയാളുകളുടെ സൗഹൃദം ലഭിക്കുകയുണ്ടായി.

കേരളീയ ഗ്രാമങ്ങൾക്കും നഗരങ്ങൾക്കും ഗേ/ലെസ്ബിയൻ ട്രാൻസ്ജന്ററുകളുടെ വെളിപ്പെടുത്തലുകളെ വിശാലഹൃദയത്തിൽ അംഗീകരിക്കുവാൻ കഴിയാറില്ല. ശീതളിനുനേരേ പൊതുസമൂഹത്തിൽ നിന്നുണ്ടായ പ്രതികരണങ്ങൾ എത്തരത്തിലുള്ളതായിരുന്നു.

പൊതുസമൂഹത്തിന് എന്നെപ്പോലുള്ളവരെ അംഗീകരിക്കുവാൻ കഴിഞ്ഞിട്ടില്ല. ഞാൻ മുടി നീട്ടിവളർത്തുന്നത്, ഞാൻ എനിക്കിഷ്ടപ്പെടുന്ന വസ്ത്രം ധരിക്കുന്നത്, എനിക്കിഷ്ടപ്പെട്ട രീതിയിൽ നടക്കുന്നത് ഒന്നും ആർക്കും അംഗീകരിക്കുവാൻ കഴിഞ്ഞിട്ടില്ല. ഇന്ത്യൻ ഭരണഘടന പൗരന്മാർക്ക് പൗരസ്വാതന്ത്ര്യം നല്കുന്നുവെങ്കിലും ഞങ്ങളെപ്പോലുള്ളവർക്ക് അത്തരം സ്വാതന്ത്ര്യങ്ങൾ ലഭിക്കുന്നില്ല. പലരും ബോധപൂർവ്വം അനാവശ്യമായി നമ്മുടെ ജീവിതത്തിൽ കയറി ഭരിക്കുവാനുള്ള പ്രവണതകൾ കാട്ടുന്നു. സാധാരണ വ്യക്തികളെപ്പോലെ ഞങ്ങൾക്കും ഇവിടെ

ജീവിക്കുവാൻ കഴിയണം. ഞങ്ങളെപ്പോലുള്ളവരെ തുരത്തിയോടിക്കുവാനാണ് പൊതുസമൂഹത്തിലുള്ളവരുടെ താല്പര്യം. നമ്മുടെ നാട്ടിലെ ആദിവാസികൾ ഇവിടത്തെ ജനങ്ങൾക്കു ഭൂമി നല്കിയവരാണ്. ഇപ്പോൾ അവരെ ആട്ടിയോടിച്ചിട്ട് അപരിഷ്കൃതരെന്നു പറയുന്നു. ഞങ്ങളെപ്പോലുള്ളവരെ അകറ്റിനിർത്തിയും ചവിട്ടിത്താഴ്ത്തിയും ഇല്ലായ്മ ചെയ്യുവാനാണ് നമ്മുടെ സമൂഹത്തിന്റെ താല്പര്യം. ഡൽഹി ഹൈക്കോടതി വിധിയുടെ പശ്ചാത്തലത്തിലാണ് കേരളത്തിൽ എൽ ജി ബി ടി എന്ന ഗ്രൂപ്പ് ഉള്ളതായിത്തന്നെ ഭൂരിപക്ഷം പേരും അറിയുന്നത്. അതിനും എത്രയോ മുൻപേ ഞങ്ങളെപ്പോലുള്ളവർ ഇവിടെയുണ്ടായിരുന്നു.

സ്കൂൾ കാലഘട്ടത്തിൽ അല്ലെങ്കിൽ അതുകഴിഞ്ഞുള്ള ജീവിതഘട്ടങ്ങളിൽ പ്രണയാനുഭവങ്ങൾ എന്തെങ്കിലും ഉണ്ടായിട്ടുണ്ടോ? താങ്കളെപ്പോലുള്ളവരുടെ പ്രണയം എങ്ങനെയാണ്.

സ്കൂൾ കാലഘട്ടത്തിൽ ഞാൻ പ്രണയിച്ചിരുന്നു. അയാൾ അംഗീകരിക്കില്ലായെന്ന് എനിക്കുറപ്പായിരുന്നു. കാരണം അത് എന്റെ അദ്ധ്യാപകനായിരുന്നു. ഗുരു–ശിഷ്യബന്ധത്തിനപ്പുറത്തേക്ക് അത് തുറന്നു പറയുവാൻ എനിക്കു കഴിഞ്ഞില്ല. അതിനുശേഷം വീടിനടുത്തുള്ള ഒരു ഹോക്കി പ്ലെയറോട് പ്രണയം തോന്നിയിരുന്നു. ആ പ്രണയവും തുറന്നു പറയുവാൻ കഴിഞ്ഞില്ല. പക്ഷേ, എന്റെ ബാംഗ്ലൂർ ജീവിതകാലത്ത് അയാൾ ജോലി തേടി ബാംഗ്ലൂർ എത്തിയപ്പോൾ ഞങ്ങൾ പരിചയപ്പെടുകയും കുറച്ചുനാൾ ഞങ്ങൾ ബന്ധം പുലർത്തുകയും ചെയ്തിരുന്നു. ആ വ്യക്തി ഒരു ബൈസെക്ഷ്വൽ പ്രാക്ടീസ് ചെയ്യുന്ന ആൾ ആയിരുന്നതുകൊണ്ട് അധികകാലം എന്റെ കൂടെയുണ്ടാകില്ല എന്ന് എനിക്കുറപ്പായിരുന്നു. ഒരു ബൈസെക്ഷ്വലിന് ഒരു ട്രാൻസ്ജന്ററിനെ ഒരുപാടു കാലം സ്വീകരിക്കുവാൻ കഴിയില്ല, ഏതൊരു ബന്ധത്തിലും സെക്സ് ആണല്ലോ പ്രധാന ഘടകം. കാരണം അയാൾക്ക് കുറച്ചു കഴിയുമ്പോൾ മടുക്കുകയും സ്ത്രീയെ തേടുകയും ചെയ്യും. പക്ഷേ, ഹോമോസെക്ഷ്വൽ പ്രാക്ടീസ് ചെയ്യുന്ന ആൾ കൂടുതൽകാലം ഹോമോസെക്ഷ്വലിനെ ത്തന്നെ കൂടെ കൊണ്ടുപോകും.

പൊതുവേ ട്രാൻസ്ജന്റേഴ്സിനെത്തേടി വരുന്നവരിൽ കൂടുതലും ബൈസെക്ഷ്വൽ ആയിരിക്കും. അവർക്കിടയിൽ കള്ളനാണയങ്ങൾ ഉണ്ടായിരിക്കുമോ? രതിയിലെ വ്യത്യസ്തതകൾ തേടിവരുന്നവർ ബൈസെക്ഷ്വൽസിന്റെ കൂടെയുണ്ടായിരിക്കില്ലേ?

ബൈസെക്ഷ്വൽസ് എന്നു പറഞ്ഞാൽ സ്ത്രീയോടും പുരുഷനോടും ലൈംഗികമായ താല്പര്യമുള്ളവ്യക്തികളാണ്. പക്ഷേ, ബൈസെക്ഷ്വൽസിൽനിന്നും ഹോമോഹോമോസെക്ഷ്വൽസ് വ്യത്യാസപ്പെട്ടിരിക്കും. ഹോമോസെക്ഷ്വാലിറ്റിയിൽ കോത്തി, പാന്തിസ് എന്നീ വിഭാഗങ്ങളുണ്ട്. കോത്തികൾ ലൈംഗിക പ്രക്രിയയിൽ പാസീവ് റോൾ ആണ്

കൈകാര്യം ചെയ്യുന്നത്. അതായത് കോത്തികൾക്ക് സ്ത്രൈണ സ്വഭാവം കൂടുതലായിരിക്കുക വഴി സെക്സ് റിസീവ് ചെയ്യുന്നവരായി മാറുന്നു. പാന്തിസുകളാവട്ടെ ലൈംഗിക പ്രക്രിയയിൽ ആക്ടീവ് റോൾ കൈകാര്യം ചെയ്യുന്നു. സെക്സിൽ മാസ്കുലിൻ പവർ ഇക്കൂട്ടർ പ്രകടിപ്പിക്കുകയും ചെയ്യുന്നു. ഡബിൾ ഡക്കേഴ്സ് എന്നൊരു വിഭാഗമുണ്ട്. സെക്സിൽ റിസീവ് ചെയ്യുവാൻ താല്പര്യമുള്ളവരും സെക്സിൽ മാസ്കുലിനിറ്റി കാട്ടുവാൻ താല്പര്യമുള്ളവരും പരസ്പരം കൊടുക്കൽ വാങ്ങലുകൾ നടത്തുന്നു. ഇത്തരക്കാരാണ് 'ഡബിൾ ഡക്കേഴ്സ്' എന്നറിയപ്പെടുന്നത്. പിന്നെയുള്ള ഗ്രൂപ്പ് ട്രാൻസ്ജന്റേഴ്സിന്റെയാണ്. മെയിൽ ടു ഫീമെയിൽ ആയ എനിക്കു മാസ്കുലിൻ പവർ പ്രകടിപ്പിക്കുന്ന ഒരു പുരുഷനോടായിരിക്കും താല്പര്യം. ഫീമെയിൽ ടു മെയിൽ ആയ വ്യക്തിക്കു സ്ത്രീയോടായിരിക്കും താല്പര്യം. പരമ്പരാഗതമായ പ്രണയം, ലൈംഗികത എന്നിവ ഇത്തരം ഗ്രൂപ്പുകളിൽ വഴിമാറ്റപ്പെടുന്നു. ഇതൊരു ഡൈവേഴ്സിറ്റിയുടെ ഭാഗമാണ്. ഒരു ഹെറ്ററോസെക്ഷ്വൽ മനസ്സുവെച്ചുകൊണ്ട് ട്രാൻസ്ജന്റേഴ്സ് പുരുഷൻമാരേ മാത്രമേ സ്നേഹിക്കൂ എന്നു വിചാരിക്കുന്നവരുണ്ട്. ചില ട്രാൻസ്ജെന്റേഴ്സ് ഗേയെ പ്രണയിക്കാറുണ്ട്. വ്യവസ്ഥാപിതമായ കാഴ്ചപ്പാടുകളൊക്കെ ഇത്തരം വ്യക്തികളുടെ പ്രണയ–ലൈംഗിക ബന്ധങ്ങൾ പുറന്തള്ളുന്നു.

ബാംഗ്ലൂരിൽ ആണ് ട്രാൻസ്ജന്ററുകൾ വലിയ സമൂഹമായി ജീവിക്കുന്നത്. കേരളം ഉൾപ്പെടെയുള്ള പല സംസ്ഥാനങ്ങളിൽനിന്നും ട്രാൻസ്ജന്ററുകൾ ബാംഗ്ലൂരിലേക്ക് പലായനം ചെയ്യാറുണ്ട്. താങ്കളും ബാംഗ്ലൂർ ജീവിതത്തിന്റെ ഭാഗമായിരുന്നിട്ടില്ലേ?

2004 ൽ ആണ് ജോലിക്കായി ബാംഗ്ലൂരിൽ പോകുന്നത്. എന്റെ വിഭാഗത്തിൽപ്പെട്ട ആളുകളുമായി കൂടുതൽ ഇടപഴകിയപ്പോൾ അത് എന്നിൽ കൂടുതൽ മാറ്റങ്ങളുണ്ടാക്കി. ജോലി കളയുവാനുള്ള സാഹചര്യങ്ങൾ ഞാൻ തന്നെ സൃഷ്ടിച്ചിട്ട് നാട്ടിൽ തിരിച്ചെത്തി എന്റെ നാലുകൂട്ടുകാരോട് കാര്യങ്ങൾ പറഞ്ഞു. അങ്ങനെ ശസ്ത്രക്രിയയ്ക്കായി ഞങ്ങൾ അഞ്ചുപേരും ബാംഗ്ലൂർ എത്തിയെങ്കിലും ചില പ്രതിസന്ധികൾ ഉണ്ടായി. അതുകൊണ്ട് ഞങ്ങൾക്ക് നാട്ടിലേക്കു തിരിച്ചു പോരേണ്ടിവന്നു.

ആ പ്രതിസന്ധികൾ എന്തൊക്കെയായിരുന്നു?

ട്രാൻസ്ജന്റർ സമൂഹത്തിൽപ്പെട്ട ഒരു കുട്ടിയെ അതിന്റെ വീട്ടുകാർ തിരിച്ച് വീട്ടിലേക്കു പിടിച്ചുകൊണ്ടു പോയി. ആ കുട്ടിക്ക് ചില മാനസിക പ്രശ്നങ്ങൾ ഉണ്ടായിരുന്നു. അതിന്റെ സ്വന്തം ഇഷ്ടപ്രകാരം ഗുരുവിനെ സ്വീകരിക്കുകയും അവരുടെ സാമ്പത്തിക സഹായം കൊണ്ട് ലിംഗമാറ്റ ശസ്ത്രക്രിയ നടത്തുകയും ചെയ്തു. വീട്ടുകാർ പിടിച്ചുകൊണ്ടു പോയപ്പോൾ ആ കുട്ടി ട്രാൻസ്ജന്ററുകൾ തന്നെ ബലമായി പിടിച്ചുകൊണ്ടു പോയി ലിംഗമാറ്റ ശസ്ത്രക്രിയ നടത്തിച്ചെന്നു പറയുകയും ആ വീട്ടു

കാർ പൊലീസിൽ പരാതി നല്കുകയും ചെയ്തു. അത് വലിയ ഇഷ്യൂ ആയി. ആ പ്രശ്നത്തിൽ ഉൾപ്പെട്ട ട്രാൻസ്ജന്ററുകൾ രണ്ടരക്കൊല്ല ത്തോളം ജയിലിൽ കിടക്കുകയുണ്ടായി. ഇതൊക്കെയും ആ ഒരു കുട്ടി സൃഷ്ടിച്ച പ്രശ്നങ്ങളാണ്. ഈ പ്രശ്നത്തിന്റെ മറുവശം രസകരമാണ്. ആ കുട്ടിയുടെ വീട്ടുകാർ തിരിച്ച് പുരുഷനാക്കുന്നതിനായി ആ കുട്ടിക്ക് വീണ്ടും ലിംഗമാറ്റശസ്ത്രക്രിയ നടത്തി. അതിനു പ്രത്യേകിച്ചു ഫലങ്ങ ളൊന്നും ഉണ്ടായില്ല. ഈ പ്രശ്നങ്ങളുടെ സമയത്താണ് ഞങ്ങൾ ബാംഗ്ലൂ രിലെത്തുന്നത്. ഞങ്ങൾ താമസിച്ച ഹള്ളിയിൽ നിരവധി സംഘങ്ങൾ ഉണ്ടായിരുന്നു. പൊലീസുകാരുടെ നിരന്തരമായ റെയ്ഡുകളും അറസ്റ്റു കളും എല്ലാവർക്കും ബുദ്ധിമുട്ടുകൾ സൃഷ്ടിച്ചു. അപ്പോഴാണ് ഞങ്ങൾ നാട്ടിലേക്കു മടങ്ങുന്നത്. അന്യനാട്ടിൽ നിന്നു പ്രശ്നങ്ങൾ നേരിടുന്ന തിലും നല്ലത് സ്വന്തം നാട്ടിൽ നില്ക്കുന്നതാണെന്നു എനിക്കു തോന്നി. ഒരു ട്രാൻസ്ജന്റർ സെക്സ് വർക്കറോ ഭിക്ഷക്കാരനോ ആയി മാറുന്ന തിനു പിന്നിൽ സമൂഹമാണ്. കാരണം ജീവിക്കുവാനുള്ള പൈസ വേണ്ടേ? ഞങ്ങൾക്കും ഇവിടെ ജീവിക്കാൻ കഴിയണം.

ബാംഗ്ലൂരിൽ താമസിച്ച കാലത്ത് ആ സമൂഹവുമായി അടുത്ത് ഇടപഴ കിയല്ലോ? അവരുടെ സംവിധാനത്തിന്റെ, സംസ്കാരത്തിന്റെ ഭാഗമായി നിന്നിരുന്നോ?

ഞാനും ഒരു ഗുരുവിനെ സ്വീകരിച്ചിരുന്നു. എനിക്കും ചേലകളുണ്ടാ യിരുന്നു. ആ സമൂഹത്തിന്റെ ഭാഗമായി മാറി പുതിയ പേരു സ്വീകരി ക്കുന്ന ചടങ്ങിനെയാണ് 'റീത്ത്' എന്നു പറയുന്നത്. പുതിയ ട്രാൻസ്ജന്ററിന്റെ നാമകരണമാണ് അവിടെ നിർവ്വഹിക്കപ്പെടുന്നത്. ആ സമൂഹത്തിന്റെ ഭാഗമായി മാറിക്കഴിഞ്ഞാൽ കാശില്ലാത്തവരാണെങ്കിൽ ഗുരുതന്നെ കാശുമുടക്കി ലിംഗമാറ്റശസ്ത്രക്രിയ നടത്തിക്കൊടുക്കുകയും ചെയ്യും. ജൽസ ചടങ്ങിനുശേഷം സെക്സ് വർക്കിലൂടെ/ഭിക്ഷാടനത്തി ലൂടെ ഗുരുതന്ന പൈസ തിരിച്ചുകൊടുക്കേണ്ടിവരും. ഞാൻ ഇതുവരെ ലിംഗമാറ്റ ശസ്ത്രക്രിയ നടത്താത്ത ട്രാൻസ്ജന്ററാണ്. ട്രാൻസ്ജന്റർ സമൂഹത്തിന്റെ ഭാഗമാകുന്നവർക്ക് ശസ്ത്രക്രിയ നടത്തിയതിനു ശേഷ മുള്ള നാല്പതുദിവസത്തെ വിശ്രമം പോലും ലഭിച്ചെന്നുവരില്ല. മുറിവു ണങ്ങും മുൻപ് ലൈംഗിക തൊഴിലിൽ ഏർപ്പെടുവാൻ ഗുരുവിന്റെ കല്പന ഉണ്ടായേക്കും. കസ്റ്റമേഴ്സിന്റെ തിരക്കും തന്റെ പൈസ തിരിച്ചുപിടിക്കാ നുള്ള ഗുരുവിന്റെ ശ്രമവുമാണ് അതിനുപിന്നിലുള്ളത്. ഇന്ത്യയിൽ പ്രധാ നമായും ഏഴ് ഗൃഹങ്ങളിലായാണ് ഇവർ ജീവിക്കുന്നത്. വേണമെങ്കിൽ ട്രാൻസ്ജന്ററിന് ഒരു ഗൃഹത്തിൽ നിന്ന് മറ്റൊന്നിലേക്ക് മാറാവുന്നതാണ്. അത്തരം സന്ദർഭങ്ങളിൽ ജമാഅത്ത് കൂടി കാര്യങ്ങൾ അന്വേഷിച്ച് ചേല യുടെ ഭാഗത്ത് തെറ്റുണ്ടെങ്കിൽ ദണ്ഡ് വിധിക്കുന്നു. അതൊരു പിഴ ശിഷ യാണ്. വിധിക്കുന്ന തുക നമ്മൾ പിഴകൊടുക്കണം. കൂടുതലും ദണ്ഡ് വിധിക്കപ്പെടുന്നത് ഗുരുകാശുമുടക്കി ശസ്ത്രക്രിയ നടത്തിക്കഴിയുമ്പോൾ

ഗുരുവിനെ പറ്റിച്ചു ചേല മറ്റു ഗൃഹത്തിലേക്കു പോകുമ്പോഴാണ്. ലിംഗമാറ്റ ശസ്ത്രക്രിയ നടത്തിയതിനുശേഷം നാല്പതാമത്തെ ദിവസമുള്ള ചടങ്ങുകളാണ് ഹൽദിമെഹന്തിയും ജൽസയും. അത് വളരെവലിയ ആഘോഷമാണ്. ഒരു ട്രാൻസ്ജന്റർ ഏറ്റവും കൂടുതൽ അംഗീകരിക്കപ്പെടുന്നത് അപ്പോഴാണ്. ഈ ആഘോഷച്ചടങ്ങുകളും വലിയ സാമ്പത്തിക ബാദ്ധ്യതകളാണ് വരുത്തുന്നത്. വസ്ത്രങ്ങളും ആഭരണങ്ങളും എന്നു തുടങ്ങി വന്നെത്തുന്ന ആളുകൾക്കുവേണ്ടി വിഭവ സമൃദ്ധമായ ഭക്ഷണങ്ങളും ഒരുക്കുന്നതിന്റെ ചെലവുകളും ചേല തന്നെ വഹിക്കേണ്ടിവരും. സാമ്പത്തിക ശേഷിയില്ലാത്ത ആൾ ആണെങ്കിൽ ഗുരു അത് വഹിക്കുകയും ചേല പിന്നീട് കടം വീട്ടുകയും വേണം. പക്ഷേ, മുടക്കിയ തുകയെക്കുറിച്ച് ഗുരു ശരിയായ കണക്കുകൾ പറയണമെന്നില്ല. ആഘോഷദിവസത്തെ ഭക്ഷണത്തിനു ചെലവ് ഇരുപതിനായിരമേ ആയിട്ടുള്ളൂവെങ്കിലും ഗുരു ചിലപ്പോൾ അമ്പതിനായിരമെന്നു പറയും. അതുപോലെതന്നെ ലിംഗമാറ്റ ശസ്ത്രക്രിയയ്ക്കും അതിനുശേഷമുള്ള വിശ്രമകാലാവധിയിലെ ചെലവുകളും കൂട്ടി ഒരു ലക്ഷമെന്നു പറയും. യഥാർത്ഥത്തിൽ അമ്പതിനായിരമൊക്കെയേ ചെലവായിട്ടുണ്ടാവുകയുള്ളൂ. എന്നാലും ഗുരു പറയുന്ന പൈസ അവിടെ കൊടുക്കണം. അറിഞ്ഞോ അറിയാതെയോ ട്രാൻസ്ജന്റർ സമൂഹത്തിൽ എത്തിച്ചേരുന്ന ഒരാൾ അവിടെ വലിയ കടക്കാരിയായി മാറുകയാണ്.

സംഘത്തിൽനിന്നും ചാടിപ്പോകുന്നവരെ സംഘക്കാർ ആക്രമിക്കുകയോ മർദ്ദിക്കുകയോ ചെയ്യാറുണ്ടോ?

അത്തരത്തിലുള്ള മർദ്ദനങ്ങൾ പണ്ട് അപൂർവ്വമായി നടന്നിട്ടുണ്ട്. ഇപ്പോൾ അത്തരത്തിലുള്ള രീതികൾ ഒന്നുമില്ല. ഗുരു ചേല ബന്ധം ആത്മാർത്ഥമായ രീതിയിൽ മുമ്പോട്ടു പോകുന്നുണ്ട്. ഗുരുവിന്റെ വാത്സല്യം പ്രധാനഘടകമാണ്. സൗന്ദര്യവും ശരീരപുഷ്ടിയുമുള്ളവർക്ക് കൂടുതൽ പരിഗണനകൾ ലഭിക്കുന്നതാണ്. ഞാൻ ഒരു ചേലയാണെങ്കിൽ എനിക്കു ശിഷ്യകളെ/ചേലകളെ സ്വീകരിച്ചു ഗുരു ആകാവുന്നതാണ്. പത്തും പതിനഞ്ചും ചേലകൾവരെയുള്ള ഗുരുക്കന്മാരുണ്ട്. ചേലകളുടെ എണ്ണമാണ് ഗുരുവിന്റെ മതിപ്പ് മറ്റുള്ളവരുടെയിടയിൽ വർദ്ധിപ്പിക്കുന്നത്.

ലൈംഗിക ന്യൂനപക്ഷങ്ങളെ ക്രിമിനലുകളാക്കുന്ന വിധിയാണ് നമ്മുടെ സുപ്രീം കോടതിയുടെ ഭാഗത്തു നിന്നുണ്ടായത്. സുപ്രീം കോടതിവിധിയോട് രാഷ്ട്രീയ കക്ഷികൾ കാര്യമായ രീതിയിൽ പ്രതികരിച്ചുവെന്നു വിശ്വസിക്കുന്നുണ്ടോ?

സുപ്രീം കോടതിയുടെ വിധി വരുന്നതിനു മുൻപുതന്നെ സോണിയ ഗാന്ധിയും രാഹുൽ ഗാന്ധിയും അനുഭാവ പൂർണ്ണമായ നിലപാടുകളാണ് ലൈംഗിക ന്യൂനപക്ഷങ്ങളോട് പുലർത്തിയത്. കേസ് അറ്റോർണി ജന

റൽ പഠിച്ചുകൊണ്ടിരുന്ന സമയത്താണ് സുപ്രീംകോടതി വിധി വന്നത്. ഹൈന്ദവ സംഘടനകളും ക്രൈസ്തവ ഇസ്ലാം മതസംഘടനകളും ചേർന്നാണ് സുപ്രീം കോടതിയിൽ ഹർജി ഫയൽ ചെയ്യുന്നത്. പ്രധാന മായും അഖിലേന്ത്യാ മുസ്ലീം പേഴ്സനൽ ലോ ബോർഡ്, ഉത്കൽ ക്രിസ്റ്റ്യൻ കൗൺസിൽ, അപ്പോസ്റ്റോലിക് ചർച്ച് അലയൻസ്, തമിഴ്നാട് മുസ്ലീം മുൻകഴകം, എസ് ഡി പ്രതിനിധി സഭ, ജോയിന്റ് ആക്ഷൻ കൗൺസിൽ തുടങ്ങിയ സംഘടനകളാണ്. ലൈംഗിക ന്യൂനപക്ഷങ്ങളോട് സി പി എമ്മിന്റെ ബൃന്ദ കാരാട്ട്, പ്രകാശ് കാരാട്ട് തുടങ്ങിയവരും അനു കൂലമായ അഭിപ്രായങ്ങൾ പ്രകടിപ്പിച്ചിരുന്നത് ശ്രദ്ധേയമാണ്. ട്രാൻസ്ജ ന്റേഴ്സിനു അനുകൂലമായ തീരുമാനങ്ങൾ ഉണ്ടായാലും അവിടേയും 377 പ്രശ്നമായി നില്ക്കുന്നു. ഇത് എടുത്തുമാറ്റേണ്ട കാലം അതിക്രമിച്ചിരി ക്കുന്നു. വിക്ടോറിയൻ സദാചാര ഭാവനയുടെ ഭാഗമായി ബ്രിട്ടീഷുകാർ ഇന്ത്യയിൽ ഇറക്കുമതി ചെയ്ത നിയമത്തെ നമ്മൾ പിൻതുടരുമ്പോഴും അവർ അവരുടെ നാട്ടിൽ ഇത്തരം നിയമങ്ങളെ മാറ്റിക്കഴിഞ്ഞിരിക്കുന്നു. വിശ്വാസകേന്ദ്രമായ വത്തിക്കാനിൽ പോലും കാര്യങ്ങൾ മാറിക്കഴിഞ്ഞി രിക്കുന്നു. നാലു വോട്ടിന്റെ കുറവിലാണ് സിനഡിൽ പ്രമേയം പരാജയ പ്പെട്ടത്. പക്ഷേ, ഇനിയുള്ള കാലത്ത് നാലു വോട്ടിന്റെ ദൂരം മാറുമെന്നു ള്ളതിൽ സംശയമില്ല. ലോകരാഷ്ട്രങ്ങളിൽ പ്രകടമായ മാറ്റങ്ങൾ നട ക്കുമ്പോഴും ഇന്ത്യൻ സമൂഹത്തിൽ യാഥാസ്ഥിതികമായ നിലപാടുകൾ തന്നെയാണുള്ളത്. അതിനു തൊട്ടു പിന്നാലെ ബി ജെ പി ഗവൺമെന്റ് അധികാരത്തിലെത്തി. നരേന്ദ്രമോദിയുടെ ഭരണകൂടത്തിൽനിന്നും ഒരു അനുകൂല നിലപാട് പ്രതീക്ഷിക്കേണ്ടതില്ല. ബീഫും മുട്ടയും വരെ നിരോ ധിക്കുന്ന അവസ്ഥയാണ് ഇപ്പോഴുള്ളത്. 2009 ൽ ഡൽഹി ഹൈക്കോ ടതി വിധി വരുന്നതിനു മുമ്പു തന്നെ കേന്ദ്രമന്ത്രി അൻപുമണി രാമ ദോസ് ലൈംഗികന്യൂനപക്ഷങ്ങളെക്കുറിച്ച് പാർലമെന്റിൽ സംസാരിക്കു കയുണ്ടായി. സുപ്രീം കോടതിയുടെ വിധിക്കു മീതെ ഞങ്ങളെപ്പോലു ള്ളവർക്കനുകൂലമായി പാർലമെന്റ് തീരുമാനമെടുത്തിരുന്നെങ്കിലെന്നു ഒട്ടനവധി പേർ ആഗ്രഹിക്കുന്നുണ്ട്. നമ്മുടെ അയൽ രാജ്യങ്ങളിൽപ്പോലും സ്വവർഗ്ഗരതിക്കാരുടെ അവകാശങ്ങൾ സംരക്ഷിക്കപ്പെടുന്നു. പക്ഷേ, ഇന്ത്യൻ സമൂഹത്തിൽനിന്നും അനുഭാവപൂർണ്ണമായ നിലപാടുകൾ ഞങ്ങളോടുണ്ടാകുന്നില്ല. പാശ്ചാത്യരാജ്യത്തെ നിലപാടുകൾ സ്വീകരി ക്കുവാൻ പല കാര്യങ്ങളിലും നമ്മുടെ ആൾക്കാർ അമിതമായ ആവേശ ങ്ങൾ കാട്ടുമെങ്കിലും ഞങ്ങളുടെ കാര്യത്തിൽ മാത്രം വിവേചനങ്ങൾ പ്രകടിപ്പിക്കുന്നു.

ഞങ്ങളെപ്പോലുള്ളവർക്ക് സ്വതന്ത്രമായി സഞ്ചരിക്കുവാനുള്ള സ്വാതന്ത്ര്യം പോലും കേരളീയ സമൂഹത്തിലില്ല. കഴിഞ്ഞയിടയ്ക്കു ഞാൻ ട്രെയിനിൽ യാത്ര ചെയ്യുമ്പോൾ ഒരു പുരുഷൻ എന്റെ സീറ്റിനടു ത്തുവന്നു നിന്നപ്പോൾ കംപാർട്ട്മെന്റിലെത്തിയ പൊലീസുകാരൻ അയാളെ ചോദ്യം ചെയ്തു. പക്ഷേ, അയാൾ എന്നോടു മര്യാദയ്ക്കാണു

സംസാരിച്ചത്. ആ പൊലീസുകാരന്റെ മനസ്സിലെ തെറ്റായ ധാരണകളാണ് ഇത്തരം ചോദ്യം ചെയ്യലുകൾക്കു കാരണം. പൊതുസമൂഹത്തിനെ ബോധവല്ക്കരിക്കേണ്ടത് ഒരു അടിയന്തര ആവശ്യമാണ്. തമിഴ്നാട്ടിലെപ്പോലെ മാറ്റങ്ങൾ കേരളത്തിലും വരേണ്ടതുണ്ട്. പ്രത്യേകമായി ബാത്ത്റൂമൊക്കെ വേണം എന്ന നിബന്ധനയൊന്നുമില്ല. പൊതുസമൂഹത്തിന്റെ ആക്രമണങ്ങളില്ലാതെ നിർഭയമായി ജീവിക്കുവാൻ കഴിയണം. സ്കൂൾതലം മുതലേ സെക്സ് എഡ്യൂക്കേഷൻ സമ്പ്രദായം നടപ്പിലാക്കണം. വൈവിദ്ധ്യങ്ങളെക്കുറിച്ചുള്ള ബോധവല്ക്കരണങ്ങൾ നടത്തണം. എങ്കിലേ പൊതുസമൂഹത്തിന്റെ കാഴ്ചപ്പാടുകൾ മാറുകയുള്ളൂ.

ന്യൂനപക്ഷങ്ങളുടെ അവകാശങ്ങൾക്കുവേണ്ടി ഇടപെടുന്ന താങ്കൾക്ക് ഭരണകൂടത്തിൽനിന്നും എന്തെങ്കിലും നേടിയെടുക്കുവാൻ കഴിഞ്ഞിട്ടുണ്ടോ?

തീർച്ചയായും. എന്റെ ആധാർ കാർഡ് ട്രാൻസ്ജന്റർ എന്ന പേരിൽ നേടിയെടുക്കുവാൻ കഴിഞ്ഞിട്ടുണ്ട്. ആധാർ കാർഡ് എടുക്കുന്ന സ്ഥലത്തു ചെന്നപ്പോൾ അവിടെയിരുന്ന പെൺകുട്ടി എന്നെ മെയിൽ കോളത്തിൽ അടയാളപ്പെടുത്തി. ഞാൻ പറഞ്ഞു ഞാൻ മെയിൽ കോളത്തിൽ അല്ല ട്രാൻസ്ജന്റർ ഗ്രൂപ്പിലാണ് നില്ക്കുന്നത്. അതുകൊണ്ട് കാർഡിൽ അതു രേഖപ്പെടുത്തണം. അത്തരമൊരു ഓപ്ഷൻ ഇല്ലായെന്നു പറഞ്ഞ് എന്നെ പിൻതിരിപ്പിക്കാൻ ശ്രമിച്ചെങ്കിലും ഞാൻ പിന്മാറിയില്ല. അവർക്കു മുകളിലുണ്ടായിരുന്ന ഉദ്യോഗസ്ഥർക്ക് അറിയാമായിരുന്നു. കമ്പ്യൂട്ടറിൽ അത്തരമൊരു ഓപ്ഷൻ ഉണ്ടായിരുന്നു. എന്റെ ആധാർ കാർഡിൽ ഇംഗ്ലീഷിൽ രേഖപ്പെടുത്തിയിരിക്കുന്നത് ട്രാൻസ്ജന്റർ എന്നും മലയാളത്തിൽ ലിംഗമാറ്റം എന്നുമാണ്. ഞാൻ ലിംഗമാറ്റശസ്ത്രക്രിയ നടത്തിയിട്ടില്ല. അത് നടത്തിയവരെയാണ് ട്രാൻസെക്ഷ്വൽസ് എന്നു വിളിക്കുന്നത്. ഞാൻ ട്രാൻസ്ജന്ററാണ്. അങ്ങനെ തന്നെ അറിയപ്പെടാനുമാണ് ആഗ്രഹിക്കുന്നത്. നമ്മുടെ ഭരണസംവിധാനത്തിന്റെ അറിവില്ലായ്മയാണ് ഇത്തരം ചില പ്രശ്നങ്ങൾക്കു കാരണം. മറ്റു സംസ്ഥാനങ്ങളിൽ ഹെൽപ് ലൈൻ ക്ലിനിക്കുകൾ, കൗൺസലിങ് സെന്ററുകൾ തുടങ്ങിയവ ഞങ്ങളെപ്പോലുള്ളവർക്കായി പ്രവർത്തിക്കുന്നുണ്ട്. വരുംകാലങ്ങളിൽ കേരളത്തിലും മാറ്റങ്ങൾ ഉണ്ടാകുമെന്നു പ്രതീക്ഷിക്കാം.

വോയ്സ് എന്ന സ്വവർഗ്ഗരതിക്കാരുടെ സംഘടനയിൽ പ്രവർത്തിച്ചിരുന്നുവല്ലോ? സംഘടനാ പ്രവർത്തനരംഗത്തെ അനുഭവങ്ങൾ എന്തൊക്കെയാണ്?

പ്രധാനമായും രണ്ടു സംഘടനകളെക്കുറിച്ചു പറയാം. വോയ്സ് എന്ന സംഘടന C B O (Community Based Organisation) ആണ്. വോയ്സ് പുരുഷസ്വവർഗ്ഗാനുരാഗികൾക്ക് വേണ്ടിയുള്ള സംഘടനയാണ്. എയ്ഡ്സ് കൺട്രോൾ സൊസൈറ്റിയുടെ എച്ച് ഐ വി പ്രിവൻഷൻ

ഏറ്റെടുത്ത് നടത്താറുണ്ട്. വോയ്സിനു സമാനമായ ഗ്രൂപ്പുകൾ തിരുവനന്തപുരം, കൊല്ലം, കോട്ടയം, പത്തനംതിട്ട, എറണാകുളം എന്നിവിടങ്ങളിലുണ്ട്. വർഷാവർഷം എല്ലാവർക്കും ഒത്തുകൂടുവാനുള്ള ഒരു വേദിയാണ് വോയ്സ് ഒരുക്കുന്നത്. ഇപ്പോൾ സാമ്പത്തിക പ്രതിസന്ധി കാരണം വോയ്സിന്റെ പ്രവർത്തനങ്ങൾ മന്ദഗതിയിലാണ്. പ്രത്യേക സാമ്പത്തിക സ്രോതസ്സുകൾ ഒന്നുംതന്നെ സംഘടനയ്ക്കില്ലാത്തതിനാൽ പലരുടെയും സംഭാവനകളിലാണ് പ്രവർത്തനങ്ങൾ നടക്കാറുള്ളത്. വോയ്സിനെയപേക്ഷിച്ച് സജീവമായി നില്ക്കുന്ന സംഘടനയാണ് എസ് എം എഫ് കെ (S M F K) സെക്ഷ്വൽ മൈനോറിറ്റി ഫോറം ഇൻ കേരളയെന്ന സംഘടന. വോയ്സ് ജില്ലാതലത്തിൽ പ്രവർത്തിക്കുമ്പോൾ എസ് എം എഫ് കെ സ്റ്റേറ്റ് ലെവലിൽ എല്ലാ ലൈംഗികന്യൂനപക്ഷ വിഭാഗങ്ങൾക്കു വേണ്ടിയും പ്രവർത്തിക്കുന്നു. എസ് എം എഫ് കെയുടെ ഈ വർഷത്തെ സെക്രട്ടറി ഞാനാണ്. പ്രസിഡന്റ് കോഴിക്കോടുകാരനായ നാസറും. സംഗമയുടെ പിന്തുണയോടുകൂടി പ്രവർത്തിക്കുന്ന എസ് എം എഫ് കെ യുടെ പ്രവർത്തനങ്ങളുടെ ഫലമായിട്ടാണ് ഇന്ത്യയിൽ ആദ്യമായി ഒരു സംസ്ഥാന ഗവൺമെന്റ് ട്രാൻസ്ജെന്റർ സർവ്വേ നടത്തിയത്.

വർത്തമാനകാല കേരളത്തിൽ ലൈംഗിക ന്യൂനപക്ഷങ്ങൾ ഒട്ടനവധി പ്രതിസന്ധികളെ നേരിട്ടു കൊണ്ടിരിക്കുകയാണ്. ഇത്തരം പ്രതിസന്ധികളുടെ അതിജീവനവും ലൈംഗികന്യൂനപക്ഷങ്ങളുടെ മൗലികാവകാശങ്ങൾ നേടിയെടുക്കുന്നതിനുള്ള ശ്രമങ്ങളും വ്യാപകമായ രീതിയിൽ നടക്കുന്നു. ക്വീയർ പ്രൈഡ് ഘോഷയാത്രയെക്കുറിച്ച് ശീതളിന് എന്താണ് പറയുവാനുള്ളത്?

വിമതലൈംഗികത ഉയർത്തിപ്പിടിക്കുന്ന രാഷ്ട്രീയ മുദ്രാവാക്യങ്ങളുമായിട്ടാണ് ലൈംഗിക സ്വാഭിമാന ഘോഷയാത്ര നടത്തപ്പെടുന്നത്. രണ്ടായിരത്തി ഒമ്പത് ജൂലൈ മാസത്തിൽ ഇന്ത്യൻ ശിക്ഷാനിയമം 377–ാം വകുപ്പിന് ഡൽഹി ഹൈക്കോടതി നടത്തിയ ചരിത്രപരമായ പുനർവായനയുടെ ഓർമ്മ പുതുക്കലുകളോടൊപ്പം ലൈംഗിക ന്യൂനപക്ഷങ്ങളുടെ സാന്നിദ്ധ്യം രാഷ്ട്രീയപരമായി പൊതുസമൂഹത്തെ അറിയിക്കുവാനും വേണ്ടിയാണ് ഓരോ വർഷവും ലൈംഗിക സ്വാഭിമാന ഘോഷയാത്ര നടത്തുന്നത്. ഇതിനു തുടക്കം കുറിച്ചത് ക്വീയർ പ്രൈഡ് കേരളം ആണ്. പൊതുസമൂഹവുമായി തുറന്ന സംവാദങ്ങൾക്കു വഴിതെളിക്കുന്ന ലൈംഗിക സ്വാഭിമാന ഘോഷയാത്ര ഡൽഹി ഹൈക്കോടതി വിധി റദ്ദാക്കിയ സുപ്രീം കോടതിയുടെ നടപടികൾക്കെതിരെയുള്ള പ്രതിഷേധം കൂടിയാണ്. ഞങ്ങളുടെ ജീവിതത്തിൽ അനുഭവിക്കുന്ന പീഡനങ്ങൾ, വിഷമങ്ങൾ, പ്രതിസന്ധികൾ എന്നിവ പൊതുസമൂഹത്തിനോട് തുറന്നു പറയുവാനുള്ള ഒരു വേദികൂടിയാക്കി ഈ ഘോഷയാത്രയെ ഞങ്ങൾ മാറ്റുന്നുണ്ട്. സ്വന്തം ലൈംഗികത വെളിപ്പെടുത്തുവാൻ കഴിയാതെ പ്രതി

സന്ധികളിൽ വീർപ്പുമുട്ടുന്ന നിരവധിയാളുകൾ മുഖ്യധാരയിലേക്കു കടന്നുവരുവാനും വെളിപ്പെടുത്തലുകൾ നടത്തുവാനും ഭയമില്ലാതെ ജീവിക്കുവാനും വേണ്ടിയുള്ള ആത്മധൈര്യം പകരുവാനും ലൈംഗിക സ്വാഭിമാന ഘോഷയാത്രയ്ക്കു കഴിയും. സ്വവർഗ്ഗ പ്രണയം ജൈവികമായ ഒന്ന് ആയതിനാൽ പാശ്ചാത്യ രാജ്യങ്ങൾ അതിനെ അംഗീകരിക്കുകയും ആവശ്യമായ നിയമപരിരക്ഷകൾ നല്കുകയും ചെയ്യുമ്പോൾ സംസ്കാര സമ്പന്നരെന്നു നടിക്കുന്ന കേരളീയ സമൂഹം സ്വവർഗ്ഗരതിക്കാരെ ആട്ടിയോടിക്കുകയാണ് ചെയ്യുന്നത്. അതുപോലെ ട്രാൻസ്ജന്റേഴ്സുകളെ കേരളീയ സമൂഹത്തിൽ അവഹേളിച്ച് ആണും പെണ്ണും കെട്ടവരായി തള്ളിക്കളയുമ്പോൾ കേരളത്തിനു പുറത്തുള്ള പല സംസ്ഥാനങ്ങളും ട്രാൻസ്ജന്റേഴ്സുകൾക്കു വേണ്ടി പുരോഗമനപരമായ നിലപാടുകൾ സ്വീകരിക്കുന്നു. പ്രകൃതിയിലെ വൈവിദ്ധ്യങ്ങളെ അംഗീകരിക്കുവാൻ കേരളീയ സമൂഹത്തിനു കഴിയുന്നില്ല. വ്യത്യസ്ത ലൈംഗിക സ്വത്വങ്ങൾ അംഗീകരിക്കപ്പെടുന്നതിന് ലൈംഗിക സ്വാഭിമാന ഘോഷയാത്ര കാരണമാകുമെന്ന് ഞാൻ വിശ്വസിക്കുന്നു. കേരളത്തിൽ ആദ്യത്തെ ക്വീയർ പ്രൈഡ് മാർച്ച് നടക്കുന്നത് 2009 ൽ ആണ്. ഇതിൽ ക്യൂർ ആയ ഗ്രൂപ്പുകളെല്ലാം ഉൾപ്പെട്ടിരുന്നു. രണ്ട് വട്ടം പ്രൈഡ് മാർച്ച് തൃശൂരിൽ നടന്നിട്ടുണ്ട്. കോഴിക്കോട്, പാലക്കാട്, എറണാകുളം എന്നീ ജില്ലകളിലും പ്രൈഡ് നടന്നിരുന്നു. രണ്ടായിരത്തിപ്പതിനാലിൽ എറണാകുളത്തു നടന്ന പ്രൈഡിൽ രഞ്ജിനി ഹരിദാസ് ഉൾപ്പെടെയുള്ള നിരവധി സെലിബ്രിറ്റികൾ പങ്കെടുത്തിരുന്നു. കേരളത്തിലെ ആറാമത് ലൈംഗിക സ്വാഭിമാന ഘോഷയാത്രയാണ് 2015 ജൂലൈ പതിനൊന്നിന് മൂന്നു മണിക്ക് തിരുവനന്തപുരത്ത് നടന്നത്. ആ പ്രൈഡിൽ ട്രാൻസ്ജന്റർ ആക്ടിവിസ്റ്റ് സ്മൈലിവിദ്യ പങ്കെടുത്തു. പുരോഗമനപരമായ നിലപാടുകൾ പുലർത്തുന്ന രാഷ്ട്രീയ സാംസ്കാരിക സംഘടനകൾ, മാധ്യമ സ്ഥാപനങ്ങൾ എന്നിവയുടെ പിന്തുണകൾ പ്രൈഡ് മാർച്ചിനു ലഭിക്കുന്നുണ്ട്. നിലനില്പിന്റെ രാഷ്ട്രീയം വിളിച്ചോതുന്ന ലൈംഗിക സ്വാഭിമാന ഘോഷയാത്ര കേരളീയ സമൂഹത്തിൽ പ്രകടമായ മാറ്റങ്ങൾ വരുത്തുകതന്നെ ചെയ്യും.

സാഹിത്യ ചലച്ചിത്രമാധ്യമങ്ങൾ ഗേ/ലെസ്ബിയൻ/ട്രാൻസ്ജന്റേഴ്സിനെ വികൃതവും വികലവുമായ രീതിയിൽ സ്ഥാപിച്ചെടുക്കുവാനുള്ള ശ്രമങ്ങളാണ് നടത്തിയിട്ടുള്ളത്. ബദലായി ഒരു ചലച്ചിത്ര കാഴ്ചകൾ സൃഷ്ടിക്കുവാൻ, ആസ്വാദന മണ്ഡലം സൃഷ്ടിക്കുവാൻ പലരും വിമുഖത പുലർത്തുന്നു ഇത്തരം അവസ്ഥകളോട് എങ്ങനെ പ്രതികരിക്കുന്നു?

നളിനി ജമീലയുടെ ആത്മകഥ അംഗീകരിക്കുവാൻ കഴിയാത്ത കേരളീയ സമൂഹത്തിന് ജെറീനയുടെയും രേവതിയുടെയും ആത്മകഥകളെ എങ്ങനെ അംഗീകരിക്കുവാൻ കഴിയും? ഭൂരിപക്ഷം പേരും അവരുടെ ആത്മകഥകൾ വായിച്ചിട്ടുപോലുമില്ല. കേരളത്തിലെ അക്കാദമിക് സമൂഹത്തിനു ലൈംഗിക ന്യൂനപക്ഷങ്ങളെക്കുറിച്ച് അവരുടെ യഥാർത്ഥ അവ

സ്ഥകളെക്കുറിച്ച് കൃത്യമായ അറിവുകൾ ഇല്ല. പലർക്കും അത് അറിയുവാനുള്ള താല്പര്യങ്ങളില്ലെന്നു മാത്രമല്ല. അന്വേഷണങ്ങളും പഠനങ്ങളും നടത്തുവാൻ തയ്യാറാകുന്ന വിദ്യാർത്ഥികളെ, ഗവേഷകരെ നിരുത്സാഹപ്പെടുത്തുവാൻ കേരളത്തിലെ അക്കാദമിക് സമൂഹം വ്യഗ്രത കാട്ടുന്നുണ്ട്. അപ്പോൾപ്പിന്നെ അത്ര വലിയ അറിവോ ധാരണകളോ ഇല്ലാത്ത ചലച്ചിത്രകാരന്മാർ ലൈംഗിക ന്യൂനപക്ഷങ്ങളെ വികലമായി ചിത്രീകരിക്കുന്നതിൽ അത്ഭുതമില്ല. ഒരു ചിത്രത്തെ സംബന്ധിച്ചിടത്തോളം അതിലെ സംവിധായകന്റെയോ തിരക്കഥാകൃത്തിന്റെ കാഴ്ചപ്പാടുകളായിരിക്കും പ്രകടമാവുക. അവരുടെ അറിവിന്റെയും അന്വേഷണത്തിന്റെയും പരിമിതികൾ അവരുടെ സൃഷ്ടികളിൽ പ്രതിഫലിക്കും. ലൈംഗിക ന്യൂനപക്ഷങ്ങളോട് ചലച്ചിത്ര സാഹിത്യമാധ്യമങ്ങൾ പുലർത്തുന്ന അവഹേളനങ്ങളോട് ആ വിഭാഗത്തിൽപ്പെട്ട ഒരു വ്യക്തി എന്ന നിലയിൽ എനിക്കു ശക്തമായ പ്രതിഷേധമുണ്ട്. നമ്മുടെ സമൂഹത്തിന്റെ അടിസ്ഥാനപരമായ കാഴ്ചപ്പാടുകളിലാണ് ആദ്യം മാറ്റം വരേണ്ടത്.

കേരളീയ സമൂഹത്തിലെ ട്രാൻസ്ജന്റേഴ്സിനു വേണ്ടി പ്രവർത്തിക്കുകയും ഞാനൊരു ട്രാൻസ്ജന്ററാണ് എന്നു വെളിപ്പെടുത്തി ധൈര്യപൂർവ്വം ജീവിക്കുകയും ചെയ്യുന്ന ശ്യാമിന്റെ (ശീതൾ) ലക്ഷ്യങ്ങളും സ്വപ്നങ്ങളും എന്തൊക്കെയാണ്?

സ്വതന്ത്രമായി ജീവിക്കുവാനുള്ള സാഹചര്യം ട്രാൻസ്ജന്റേഴ്സിനുണ്ടാകണമെന്നുള്ളതാണ് എന്റെ ആഗ്രഹം. അതിനുവേണ്ടിയുള്ള പ്രവർത്തനങ്ങളാണ് കഴിഞ്ഞ ഇരുപതുകൊല്ലമായി ഞാൻ നടത്തിക്കൊണ്ടിരിക്കുന്നത്. ട്രാൻസ്ജന്റേഴ്സിന്റെ ജീവിതം, സാമൂഹ്യാംഗീകാരം എന്നിവ വലിയ പ്രശ്നമേഖലകളാണ്. രണ്ടായിരത്തിയെട്ടു മുതൽ എനിക്ക് ഒരു മെയിൽ പാർട്ട്ണറുണ്ട്. ഏഷ്യാനെറ്റിന്റെ നമ്മൾ തമ്മിൽ എന്ന പരിപാടിയിൽ പങ്കെടുത്തപ്പോൾ ഞങ്ങൾ പരസ്പരം മാലയിട്ടു. അതുകണ്ട നാട്ടുകാർ തിരിച്ചറിഞ്ഞു പ്രശ്നങ്ങളുണ്ടായി. സ്വതന്ത്രമായും നിർഭയമായും ട്രാൻസ്ജന്റേഴ്സിനു കേരളത്തിൽ ജീവിക്കാൻ കഴിയാത്ത അവസ്ഥയ്ക്ക് മാറ്റമുണ്ടാകണം. പുറം നാടുകളിൽ ട്രാൻസ്ജന്റർ വിവാഹങ്ങളെ/ കുടുംബങ്ങളെ അംഗീകരിച്ചു കഴിഞ്ഞു. അത്തരമൊരു സാമൂഹ്യാംഗീകാരം ഇന്ത്യൻ സമൂഹത്തിലുമുണ്ടാകണം. കമ്യൂണിറ്റിയുടെ പ്രവർത്തനങ്ങൾ മെച്ചപ്പെടുത്തി അവരെ ശരിയായ ദിശയിലേക്കു കൊണ്ടു വരിക, കുടുംബങ്ങളുമായി സംസാരിച്ച് ട്രാൻസ്ജന്ററിന്റെ പ്രശ്നങ്ങൾ ബോദ്ധ്യപ്പെടുത്തുക എന്നീ ലക്ഷ്യങ്ങളുമുണ്ട്. സമൂഹത്തിന്റെ അടിസ്ഥാന ഘടകമായ കുടുംബത്തിൽ മാറ്റമുണ്ടായാൽ സമൂഹത്തിലും മാറ്റങ്ങളുണ്ടാകുമെന്നതുറപ്പാണ്. നിലനില്പിനായി പോരാടുന്ന ഞങ്ങളെപ്പോലുള്ള ട്രാൻസ്ജന്റേഴ്സിനുവേണ്ടി സംസാരിക്കുവാൻ കേരളത്തിലെ മതരാഷ്ട്രീയ സംഘടനകൾ ഇതുവരെ തയ്യാറായിട്ടില്ല. ഇനിവരുന്ന നാളുകളിൽ അവരതിനു തയ്യാറാകുമെന്നു വിശ്വസിക്കുന്നു.

ഭാഗം രണ്ട്
ട്രാൻസ്സെക്ഷ്വൽസ്

1

ട്രാൻസ്സെക്ഷ്വൽസ് ചരിത്രം, സിദ്ധാന്തം

ജന്മനായുള്ള ലിംഗവ്യക്തിത്വത്തിൽനിന്നും തന്റെ ശാരീരിക മാനസിക ചോദനകളെ അടിസ്ഥാനമാക്കി മറ്റൊരു ലിംഗാവസ്ഥയിലേക്ക് പരിവർത്തനം ചെയ്യുന്നവരെയാണ് ട്രാൻസ്സെക്ഷ്വൽസ് (Transsexuals) എന്നു പറയുന്നത്. പുരുഷനായി ജനിക്കുന്ന വ്യക്തിയുടെ മാനസിക വ്യാപാരങ്ങൾ സ്ത്രീയുടേതാകുമ്പോൾ അല്ലെങ്കിൽ സ്ത്രീയായി ജനിച്ച വ്യക്തിയുടെ ഇടപെടലുകൾ പുരുഷന്റേതിനു തുല്യമാകുമ്പോൾ പലരും ലിംഗമാറ്റ ശസ്ത്രക്രിയയിലൂടെ സ്ത്രീയായോ പുരുഷനായോ മാറുന്നു. പുരുഷനിൽ നിന്നും സ്ത്രീയായി മാറുന്ന വ്യക്തിയെ ട്രാൻസ്വുമൺ (Transwomen) എന്നും സ്ത്രീയിൽ നിന്നും പുരുഷനായി മാറുന്നവരെ ട്രാൻസ്മെൻ (Transmen) എന്നും പൊതുവെ വിളിച്ചുവരുന്നു.

ട്രാൻസ്സെക്ഷ്വൽസ് ആയിട്ടുള്ള വ്യക്തികൾ ശാരീരിക മാനസിക വളർച്ചയുടെ ഘട്ടങ്ങളിൽ തങ്ങളുടെ അവസ്ഥ തിരിച്ചറിയണമെന്നില്ല. ബാല്യ കൗമാരദശകളിൽ എതിർലിംഗവിഭാഗത്തിൽപ്പെട്ട വ്യക്തികളുടേതുപോലെ വസ്ത്രങ്ങൾ ധരിക്കുവാനും പെരുമാറുവാനും ഇക്കൂട്ടർ താല്പര്യപ്പെടുന്നു. ആണത്തം നിലനില്ക്കുന്നതു കൊണ്ടുതന്നെ പുരുഷ/ആൺ വേഷങ്ങളെന്നു പൊതുവേ കേരളീയ സമൂഹം മുദ്രകുത്തിയ ജീൻസ്/ പാന്റ്സ്, ഷർട്ട്/ ടീഷർട്ട്, ബനിയൻ തുടങ്ങിയ വേഷങ്ങളോട് ചില പെൺകുട്ടികൾ കൂടുതൽ താല്പര്യം പ്രകടിപ്പിക്കുകയും അത് ധരിക്കുന്നതിനായി വാശിപിടിക്കുകയും ചെയ്യുന്നു. ശൈശവ–ബാല്യ ഘട്ടങ്ങളിലെ പിടിവാശികളായി മാത്രം അവയെ തിരിച്ചറിയുന്ന മാതാപിതാക്കൾ അനുവദിക്കാറുമുണ്ട്. കൗമാരത്തിനു ശേഷമുള്ള ഘട്ടങ്ങളിലാണ് മാതാപിതാക്കളും ഒരുവേള ഇത്തരം കുട്ടികൾ പോലും തങ്ങളുടെ പ്രശ്നത്തെ പൂർണ്ണമായും തിരിച്ചറിയുക. ആൺ–പെൺകുട്ടികൾക്ക് പരസ്പരം

ലൈംഗികാകർഷണമുണ്ടാകുന്ന ഘട്ടത്തിലാണ് തങ്ങൾക്കുള്ളിൽ രൂപപ്പെടുന്ന വൈകാരിക സമ്മർദ്ദത്തെ തിരിച്ചറിയുന്നത്. രൂപത്തിൽ പെൺകുട്ടിയായിരിക്കുമ്പോഴും മാനസികമായി ആൺ ആയിരിക്കുന്ന കുട്ടിക്ക് ഒരിക്കലും ആൺകുട്ടിയോട് ലൈംഗികാകർഷണമുണ്ടാകാറില്ല മറിച്ച് പെൺകുട്ടികളോടാണ് ലൈംഗികമായ അഭിനിവേശം തോന്നുക.

പെൺശരീരത്തിൽ ആണത്തം നിലനില്ക്കുന്ന കുട്ടികളുടേതിനു സമാനമായ അവസ്ഥ തന്നെയാണ് ആൺ ശരീരത്തിനുള്ളിൽ പെണ്ണത്തം ചുമക്കേണ്ടി വരുന്ന കുട്ടികളുടേതും. ഇക്കൂട്ടർക്ക് ഭിന്നവർഗ്ഗ ലൈംഗികതയുടെ ഭാഗമായി സ്ത്രീ പുരുഷ ബന്ധത്തെ സ്വീകരിക്കുവാൻ കഴിയാതെ സ്വന്തം വർഗ്ഗത്തിൽപ്പെട്ട ആൺകുട്ടികളോടാണ് താല്പര്യം പ്രകടമാകുക. കൗമാരകാലഘട്ടത്തിലെ ലൈംഗികതയുടെ കൗതുകങ്ങൾ മാത്രമായി പലരും ഇതിനെ കാണുകയും പിന്നീട് ശരി ആയിക്കോളും എന്ന് വിശ്വസിക്കുകയും ചെയ്യുമ്പോൾ സ്വന്തം ലിംഗ ശരീരത്തിനുള്ളിൽ അപരലിംഗത്തിന്റെ അവസ്ഥകളെ സ്വീകരിക്കേണ്ടിവരുന്ന വ്യക്തികൾ അനിയന്ത്രിതമായ സമ്മർദ്ദങ്ങൾക്കടിമപ്പെടുന്നു. ഇന്റർനെറ്റ്, ഫെയ്സ്ബുക്ക് ഉൾപ്പെടെയുള്ള നവമാധ്യമങ്ങളുടെ കാലത്ത് ഇത്തരം വ്യക്തിത്വങ്ങൾക്ക് വസ്തുതകളറിയുവാനും സമാനവ്യക്തിത്വങ്ങളോട് സംസാരിക്കുവാനും കഴിയുന്നുവെങ്കിൽ തൊണ്ണൂറുകൾക്ക് മുമ്പുള്ള കാലഘട്ടങ്ങളിൽ തിരിച്ചറിവില്ലാതെ സാമൂഹ്യ സമ്മർദ്ദങ്ങൾക്കു വഴങ്ങി ഒളിച്ചു കഴിയുകയോ ആത്മഹത്യ ചെയ്യുകയോ ചെയ്തിരുന്നു. കേരളീയ സമൂഹത്തിലെ അമ്പതുകൾക്കു ശേഷമുള്ള ആത്മഹത്യകളിൽ നാല്പത് ശതമാനവും ലൈംഗിക ന്യൂനപക്ഷ വിഭാഗത്തിൽ ഉൾപ്പെടുന്നവരായിരുന്നു. ആ കാലഘട്ടങ്ങളിൽ ലൈംഗിക ന്യൂനപക്ഷങ്ങൾ എന്ന പ്രയോഗവും അതിനുള്ളിലുൾപ്പെടുന്ന വിഭാഗങ്ങളെക്കുറിച്ചും തുറന്ന ചർച്ചകളും കേരളീയ സമൂഹത്തിൽ സൃഷ്ടിക്കപ്പെട്ടിരുന്നില്ല, ലൈംഗിക ന്യൂനപക്ഷങ്ങൾ പരസ്പരം സംവദിക്കുകയോ കമ്യൂണിറ്റികൾ രൂപവല്ക്കരിക്കുകയോ ചെയ്തിരുന്നില്ല. അതുകൊണ്ടുതന്നെ കേരളീയ സമൂഹത്തിലെ പല ആത്മഹത്യകളെയും മനോനില തകർന്നവരുടേയും സാമ്പത്തിക പ്രതിസന്ധികൾ നേരിടുന്നവരുടേയും ആത്മഹത്യകൾ മാത്രമായി പത്രമാധ്യമങ്ങളും വ്യക്തികളും പ്രതിഷ്ഠിച്ചു.

ട്രാൻസ്ജന്ററുകളിൽ ചിലർമാത്രമാണ് ലിംഗമാറ്റ ശസ്ത്രക്രിയ നടത്തി ബാഹ്യരൂപങ്ങളിൽ അപരലിംഗവ്യക്തിത്വം നേടിയെടുക്കുന്നത്. ലിംഗമാറ്റ ശസ്ത്രക്രിയ നടത്തുന്നവർ മെയിൽ ടു ഫീമെയിൽ (male to female) ഫീമെയിൽ ടു മെയിൽ (female to male) ആയി മാറുന്നു. ഇത്തരത്തിൽ ലിംഗമാറ്റ ശസ്ത്രക്രിയ വിജയകരമായി നടത്തി ജീവിക്കുന്നവരെയാണ് ട്രാൻസ് വുമൺ, ട്രാൻസ്മെൻ എന്നീ സംജ്ഞകളിൽ സൂചിപ്പിക്കുന്നത്. പാശ്ചാത്യ നാടുകളിൽ ഈ രണ്ടു പദങ്ങൾക്കും അവ പ്രതിനിധാനം ചെയ്യുന്ന വ്യക്തിത്വങ്ങൾക്കും സാമൂഹ്യാംഗീകാരങ്ങൾ ലഭിക്കുമ്പോൾ കേരളീയ സമൂഹത്തിൽ ഈ പദങ്ങൾക്കോ വ്യക്തിത്വ

ങ്ങൾക്കോ പരിഗണനകളോ സ്വീകാര്യതയോ ലഭിക്കുന്നില്ല. ട്രാൻസ്ജന്റേഴ്സിൽനിന്നും ലിംഗമാറ്റ ശസ്ത്രക്രിയ നടത്തിയവരിൽത്തന്നെ ഒരു വിഭാഗം തങ്ങളുടെ ഐഡന്റിറ്റി പുറം ലോകത്തെ അറിയിക്കാതെ ജീവിക്കുകയാണ്.

ലിംഗമാറ്റ ശസ്ത്രക്രിയ നടത്തി സ്ത്രീ/പുരുഷനായി മാറുന്ന വ്യക്തികൾ തങ്ങൾ യഥാർത്ഥ സ്ത്രീ/പുരുഷൻ ആയി അറിയപ്പെടുവാനുള്ള താല്പര്യങ്ങൾ പ്രകടിപ്പിക്കുകയും ആ രീതിയിൽ ജീവിതം നയിക്കുകയും ചെയ്യുന്നു. ട്രാൻസ്ജന്റേഴ്സിൽ ഒരു വിഭാഗം മാത്രമാണ് ശാരീരികമായ പരിവർത്തനത്തെ ആഗ്രഹിക്കുന്നത്. ഇതിനു വിപരീതമായ വ്യക്തികളും കേരളീയ സമൂഹത്തിലുണ്ട്. 'ട്രാൻസ്ജന്റർ ഐഡന്റിറ്റി തന്നെ വേണം എന്ന നിലപാടുള്ള ആളാണ് ഞാൻ. ഒരു സ്ത്രീ എന്ന നിലയിലറിയപ്പെടുവാൻ എനിക്കൊട്ടും ആഗ്രഹമില്ല' എന്ന് തൃശൂർ സ്വദേശിയായ ശ്യാം (ശീതൾ) തന്റെ നിലപാട് വ്യക്തമാക്കുന്നു. ചിലർ ട്രാൻസ്ജന്ററായിത്തന്നെ അറിയപ്പെടാനുള്ള ഉറച്ച നിലപാടിൽ നിന്നുകൊണ്ട് ലിംഗമാറ്റ ശസ്ത്രക്രിയയിൽ നിന്നും പിന്മാറുമ്പോൾ ഒരു വിഭാഗം ആളുകൾ സർജറിക്കു വേണ്ടിവരുന്ന ഭീമമായ ചെലവിന്റെ പേരിൽ, സാമ്പത്തികം സ്വരുക്കൂട്ടിയെടുക്കുവാൻ കഴിയാതെ വരുമ്പോൾ പിന്തിരിയുന്നു. ലിംഗമാറ്റ ശസ്ത്രക്രിയ നടത്തിയവരിൽ തന്നെ സർജറിയുടെ ഒരു ഘട്ടം മാത്രം നടത്തി രൂപമാറ്റ പ്രക്രിയ അവസാനിപ്പിച്ചവരുമുണ്ട്.

2

ലിംഗമാറ്റ ശസ്ത്രക്രിയ
(Sex Reassignment therapy)

ട്രാൻസ്ജന്റർ ആയിട്ടുള്ള വ്യക്തികളിൽ പലരും സ്ത്രീയായോ പുരുഷനായോ മാറുവാനുള്ള താല്പര്യങ്ങൾ പ്രകടിപ്പിക്കുന്നതിന്റെ അടിസ്ഥാനത്തിൽ ചികിത്സയിലൂടെ സ്ത്രീ/ പുരുഷൻ ആയി മാറുന്നു. പഴയ കാലങ്ങളിൽ പ്രാകൃതമായ രീതിയിലായിരുന്നു ലിംഗമാറ്റ ശസ്ത്രക്രിയ നടത്തിയിരുന്നത്. അക്കാലങ്ങളിൽ അതിനെ ഷണ്ഢീകരിക്കൽ എന്നാണ് പറഞ്ഞിരുന്നത്. ഷണ്ഢീകരണത്തെക്കുറിച്ചുള്ള പ്രതിപാദനം *ഹിജഡയുടെ പൊരുളിൽ* (പുറം: 36–37) പി സുരേന്ദ്രൻ വിശദമായി പറയുന്നുണ്ട്.

> ലിംഗവൃഷണങ്ങൾ ഛേദിക്കുന്നത് ഇവർക്കിടയിൽ വലിയൊരു അനുഷ്ഠാനമാണ്. രഹസ്യ സങ്കേതത്തിൽവച്ചാണ് അത് നടക്കുക. ഷണ്ഡീകരണത്തിനു വിധേയനാകാൻ നല്ല മനോധൈര്യം ആവശ്യമാണ്. ഷണ്ഡീകരണത്തിനു മുമ്പുള്ള ഒരാഴ്ച മാനസികമായ തയ്യാറെടുപ്പിന്റേതാണ്. പ്രാകൃതരീതിയിലുള്ള ഷണ്ഡീകരണം മരണത്തിനുതന്നെ കാരണമാകാം. ഒരു യജമാനത്തി (ഹിജഡ) യുടെ കീഴിലാണ് ഷണ്ഡീകരണം നടക്കുന്നത്. ലിംഗവൃഷണങ്ങൾ മുറിച്ചെടുക്കുന്നതിൽ സവിശേഷമായ പരിശീലനം നേടിയ ഒരു ഹിജഡ യജമാനത്തിയെ സഹായിക്കാനുണ്ടാവും. ഒരാഴ്ച അവന് യജമാനത്തിക്കൊപ്പം കഴിയാം. ഏത് ആഗ്രഹവും യജമാനത്തി സഫലമാക്കിക്കൊടുക്കും. അവൻ ആഗ്രഹിക്കുംപ്പോലെ യജമാനത്തിയുമായി ലൈംഗികകേളികളിൽ ഏർപ്പെടാം. പുരുഷൻ സ്ത്രീയോട് ചെയ്യുന്നതൊക്കെ ചെയ്യാം. ഇത്തരമൊരു അനുഭൂതിയുടെ ലോകം എന്നെന്നേക്കുമായി വെട്ടിമാറ്റപ്പെടുകയാണെന്ന് യജമാനത്തി ഓർമ്മിപ്പിച്ചുകൊണ്ടിരിക്കും. ഒടുവിൽ പൂർ

ണ്ണമായ മനോധൈര്യം ആർജ്ജിച്ചുവെന്ന് ഉറപ്പായാൽ ലിംഗവൃഷണങ്ങൾ മുറിച്ചെടുക്കുന്ന അനുഷ്ഠാനത്തിന് അവനെ കൊണ്ടുപോകും.

അനുഷ്ഠാനം അരങ്ങേറുന്ന മുറിയിൽ യജമാനത്തി സിംഹാസനത്തിൽ ഇരിക്കുന്നുണ്ടാവും. മേശയും ആയുധങ്ങളും തയ്യാറാക്കി വച്ചിരിക്കും. നപുംസകമാകാൻ തീരുമാനിക്കുന്ന അടിമയെ പൂർണ്ണനഗ്നനാക്കി ആനയിച്ചു കൊണ്ടുവരും. ഗുഹ്യഭാഗത്തെ രോമം വടിച്ചുകളഞ്ഞിരിക്കും. യജമാനത്തിയുടെ ചോദ്യങ്ങൾക്ക് അടിമ ഉത്തരം പറയണം. നിന്റെ പുരുഷത്വത്തെ മുറിച്ചുമാറ്റട്ടെ എന്നാണ് യജമാനത്തിക്ക് ചോദിക്കാനുള്ളത്. ഹിജഡയായി സമൂഹത്തിൽ ജീവിക്കേണ്ടിവരും. എല്ലാറ്റിനും സമ്മതമാണോ എന്ന് ആവർത്തിച്ചു ചോദിക്കും. ജീവിതബീജത്തിന്റെ മാംസളത മുഴുവൻ യജമാനത്തിക്കു നിവേദിക്കുകയാണെന്നും ഇത് എനിക്കുമേലുള്ള നിങ്ങളുടെ നിയന്ത്രണത്തിന്റെ പ്രതീകാത്മക സമ്മാനമാണെന്നും അടിമ പറയും. എന്റെ നൈവേദ്യം സ്വീകരിക്കുകയില്ലേ എന്നു ചോദിക്കും. അടിമ തനിക്കു സമർപ്പിക്കാൻ പോകുന്നത് സ്നേഹത്തിന്റെയും സമർപ്പണത്തിന്റെയും വിശ്വാസത്തിന്റെയും നൈവേദ്യമാണെന്ന് യജമാനത്തിക്കറിയാം. പുരുഷലൈംഗികമോഹങ്ങളും അനുഭൂതികളും ഒക്കെയാണത്. അതിനാൽ ആ സമ്മതത്തെ സ്തുതിക്കുകയും ചെയ്യും. എന്റെ ലിംഗവൃഷണങ്ങൾ മുറിച്ചെടുത്തുകൊള്ളുകയെന്ന് അടിമ പറയുമ്പോൾ യജമാനത്തിക്ക് കുറേക്കാര്യങ്ങൾ കൂടി ഓർമ്മിപ്പിക്കേണ്ടതുണ്ട്. വൃഷണം മുറിച്ചെടുക്കൽ കർമ്മം ഒരു ജന്മം വെടിയലാണ്. മറ്റൊരു ജന്മത്തിലേക്ക് ചേക്കേറലാണ്. അത് വേദനാജനകമാണ്. അതിനുള്ള ആസക്തി പൂർണ്ണതയിലെത്തിക്കഴിഞ്ഞുവോ എന്നറിയേണ്ടതുണ്ട്. വൃഷണഛേദനത്തിനു ശേഷമുള്ള ഹോർമോൺ തെറാപ്പി ചിലപ്പോൾ വിജയിക്കണമെന്നില്ലെന്നും അതിനാൽ ലൈംഗിക സംതൃപ്തിയും സ്ഖലനത്തിന്റെ സ്വർഗ്ഗീയസുഖവും എന്നെന്നേക്കുമായി നഷ്ടപ്പെട്ടേക്കാമെന്നും അടിമയ്ക്ക് ആവർത്തിച്ച് താക്കീത് നല്കേണ്ടതുണ്ട്. ഇതിനൊക്കെശേഷം ഷണ്ഡീകരണത്തിനുള്ള സമ്മതം അചഞ്ചലമായി അറിയിച്ചാൽ അടുത്ത ഘട്ടത്തിലേക്ക് കടക്കാം. നിന്റെ സമ്മാനം ഞങ്ങൾ സ്വീകരിക്കുകയാണെന്ന് യജമാനത്തി അടിമയെ അറിയിക്കും. അടിമയുടെ വൃഷണത്തിൽ നിന്നും അല്പം ചോര ആദ്യം പുറത്തെടുക്കണം. ഇതുപയോഗിച്ചാണ് അടിമയുടെ പൂർണ്ണസമ്മതത്തിന്റെ കരാർ ഒപ്പുവയ്ക്കുക. യജമാനത്തിയും ഛേദിക്കുന്ന ആളും ഒപ്പുവയ്ക്കണം. അതിനുശേഷം അടിമയെ മേശമേൽ കിടത്തും. ബലിദാനത്തിനുള്ള ശയനമാണ്. വേദനയുടെ ഞരക്കത്തിനും നിലവിളിക്കും വേണ്ടി ചുറ്റും നില്ക്കുന്നവർ അടിമയെ

പ്രോത്സാഹിപ്പിക്കും. ഞരമ്പുകളാണ് മുറിക്കുക. രക്തസ്രാവം തടയാനും വേദന കുറയ്ക്കാനുമുള്ള മരുന്നുകൾ കരുതിയിരിക്കും. ഭാംഗ്പോലുള്ള ലഹരിവസ്തുകൾ അടിമയ്ക്ക് മുൻകൂർ നല്കാറുണ്ട്. മുറിച്ചെടുത്ത വൃഷണം യജമാനത്തിക്കാണ് സമ്മാനിക്കുക. അതോടെ ചടങ്ങ് തീരും. വൃഷണത്തോടെ ലിംഗവും ഛേദിച്ചു കളയുന്നതാണ് പൂർണ്ണ ഓപ്പറേഷൻ. വളരെ അപകടകരമാണത്. മരണസാദ്ധ്യതയും കൂടും. ഗുഹ്യഭാഗത്ത് ത്രികോണാകൃതിയിൽ മുറിവുണ്ടാകും. മുറിവിൽ ഔഷധക്കൂട്ട് ചേർത്ത് തിളപ്പിച്ച എണ്ണ ചൂടാറ്റാതൊഴിക്കും. മൂത്രദ്വാരത്തിനായി ഒരു ചെമ്പുകുഴൽ ഘടിപ്പിച്ച് മുറിവുണക്കും. അതിനുശേഷം ചെമ്പുകുഴലും എടുത്തുമാറ്റും. നല്ല ആരോഗ്യമുള്ളവരെ മാത്രമേ ഇത്തരം ശസ്ത്രക്രിയയ്ക്ക് വിധേയമാക്കു.

ഇത്തരത്തിലുള്ള പ്രക്രിയയിലേക്ക് ട്രാൻസ്ജന്ററുകളെ നയിച്ചത് അക്കാലത്തെ ആശുപത്രികളിൽ ഇത്തരം ശസ്ത്രക്രിയകൾ നടത്താറില്ലാത്തതിനാലാണ്. മറ്റൊന്ന് പുറംലോകത്തിന്റെ അതിരുകളിലേക്ക് ഒതുക്കപ്പെട്ട ട്രാൻസ്ജന്ററുകൾ ദാരിദ്ര്യത്തിന്റെ പടുകുഴിയിലായിരിക്കുന്നതും തങ്ങളുടെ കൂട്ടായ്മയ്ക്കുള്ളിൽത്തന്നെ ശസ്ത്രക്രിയ നടത്തുവാൻ കാരണമാകുന്നു. ഹിജഡ കമ്മ്യൂണിറ്റിയുടെ ഭാഗമായ ഒരാൾ ലിംഗമാറ്റശസ്ത്രക്രിയയിലൂടെയാണ് പൂർണ്ണമായ അർത്ഥത്തിൽ ഭാഗഭാക്കാവുന്നത്. ഈ കമ്മ്യൂണിറ്റിക്കിടയിൽ ലിംഗമാറ്റശസ്ത്രക്രിയ നിർവ്വാൺ എന്ന പേരിലാണ് അറിയപ്പെടുന്നത്. കമ്മ്യൂണിറ്റിയിൽ വന്നുചേർന്ന വ്യക്തിയുടെ രീതികളും ആഗ്രഹങ്ങളും താല്പര്യങ്ങളും മനസ്സിലാക്കുകയും ചെയ്തതിനു ശേഷമാണ് നിർവ്വാണിനു വിധേയനാക്കുന്നത്. ആ കമ്മ്യൂണിറ്റിയിലുള്ള ഒരാൾ ശസ്ത്രക്രിയ ചെയ്യുന്നരീതിയും ആശുപത്രിയിൽ ചെയ്യുന്ന രീതിയും നിലവിലുണ്ട്. ആശുപത്രിയിലെ സർജറി തെരഞ്ഞെടുക്കുന്ന വ്യക്തിയെ സാമ്പത്തികമായും അല്ലാതെയുമുള്ള കാര്യങ്ങൾ നടത്തുന്നത് ഗുരുവായിരിക്കും. ഗുരു നല്കുന്ന സാമ്പത്തികം ആരോഗ്യം വീണ്ടെടുത്തശേഷം ജോലിചെയ്ത് ചേല തിരിച്ചു നല്കണമെന്നാണ് കമ്മ്യൂണിറ്റിയിലെ നിയമം. തമിഴ്നാട്ടിലെ ക്ലിനിക്കുകളിലും ഹോസ്പിറ്റലുകളിലും ലിംഗമാറ്റ ശസ്ത്രക്രിയകൾ നടത്തപ്പെടുന്നു. പുതിയ കാലഘട്ടത്തിൽ ബഹുഭൂരിപക്ഷംപേരും ആധുനിക വൈദ്യശാസ്ത്രത്തിന്റെ സഹായത്തോടെയുള്ള സർജറികൾ നടത്താൻ താല്പര്യപ്പെടുന്നവരാണ്. ഹോസ്പിറ്റലുകളിൽ സർജറി നടത്തുന്നതിനായി കൃത്യമായ പ്രൊസീജിയറുകൾ നിലവിലുണ്ട്.

ലിംഗമാറ്റ ശസ്ത്രക്രിയയിലൂടെ സ്ത്രീ/പുരുഷൻ ആകുന്നതിനു മുന്നോടിയായി ആ വ്യക്തി മെഡിക്കൽ കൗൺസലിങ്ങിനു വിധേയമാവുകയും തന്റെ ട്രാൻസ്ജന്റർ ഐഡന്റിറ്റി തെളിയിച്ച് മെഡിക്കൽ സർട്ടിഫിക്കറ്റ് നേടുകയും ചെയ്യണം. ഒരു വർഷം മുതൽ രണ്ടു വർഷം വരെ

നീണ്ടു നില്ക്കുന്ന കൗൺസലിങ്ങിൽ ലിംഗമാറ്റ ശസ്ത്രക്രിയയുടെ അപകടങ്ങൾ, ഹോർമോൺ ചികിത്സയുടെ പ്രത്യാഘാതങ്ങൾ എന്നിവയെല്ലാം ചർച്ചചെയ്യപ്പെടുന്നു. കൗൺസലിങ് പ്രക്രിയയിൽ ലിംഗമാറ്റ ശസ്ത്രക്രിയയിൽനിന്നും പിന്മാറാതെ ഉറച്ചു നില്ക്കുന്ന വ്യക്തികൾക്ക് പ്രാഥമികമായി ഹോർമോൺ ട്രീറ്റ്മെന്റ് നല്കുന്നു. ഇതിനുശേഷമാണ് ലിംഗമാറ്റ ശസ്ത്രക്രിയ നടത്തപ്പെടുന്നത്. പുരുഷനിൽനിന്നും സ്ത്രീയായി മാറുന്ന വ്യക്തികൾക്ക് ഹോർമോൺ ട്രീറ്റ്മെന്റിലൂടെ സ്തനങ്ങൾ വളർത്തുന്നു. ശാരീരിക മാറ്റങ്ങൾ ഇതിലൂടെ സംഭവിക്കുന്നു. അതിനു ശേഷം ലിംഗച്ഛേദനം നടത്തി കൃത്രിമ യോനി നിർമ്മിച്ചെടുക്കുന്നു. സ്ത്രീരൂപത്തിൽ നിന്നും പുരുഷനായിമാറുന്ന വ്യക്തിക്ക് പല ഘട്ടങ്ങളിലായാണ് ശസ്ത്രക്രിയ നടത്തുന്നത്. ആദ്യഘട്ടത്തിൽ മുലച്ഛേദനം (brest removing) നടത്തുന്നു. രണ്ടാം ഘട്ടത്തിൽ യൂട്രസ് നീക്കം ചെയ്യുന്നു. ലിംഗമാറ്റ ശസ്ത്രക്രിയയിലൂടെ സ്ത്രീയായി മാറുന്ന വ്യക്തിക്ക് (ട്രാൻസ് വുമൺ) ഗർഭധാരണം, പ്രസവം എന്നീ പ്രത്യുല്പാദന പ്രക്രിയ നിർവ്വഹിക്കുവാൻ കഴിയുകയില്ല.

ട്രാൻസ്ജന്റർ കമ്മ്യൂണിറ്റിയിൽ ഉൾപ്പെട്ടിരുന്നവർ മുൻപു നടത്തിയിരുന്ന അത്യന്തം ഭീകരമെന്നു ആധുനിക സമൂഹം വിലയിരുത്തുന്ന ഒന്നാണ് തായമ്മ നിർവ്വാൺ. ഇരുപതുവർഷത്തിലധികമായി ട്രാൻസ്ജന്റർ ജീവിതങ്ങളോടൊപ്പം സഞ്ചരിക്കുന്ന ഫോട്ടോഗ്രാഫർ പി അഭിജിത്ത് (പച്ചക്കുതിര ജനുവരി 2014, പുറം: 23) തായമ്മ നിർവ്വാണത്തെക്കുറിച്ച് പറയുന്നത് ഇപ്രകാരമാണ്.

> തായമ്മ നിർവ്വാണമാണ് വ്യക്തി ആഗ്രഹിക്കുന്നതെങ്കിൽ മാനസികമായി അദ്ദേഹത്തെ അതിനായി തയ്യാറാക്കുകയും എന്തെങ്കിലും ആഗ്രഹമുണ്ടോയെന്ന് ചോദിക്കുകയും ഒരു തേങ്ങ ഉടയ്ക്കുകയും ചെയ്യും. തേങ്ങ കൃത്യം രണ്ടുമുറിയായിട്ടാണ് ഉടഞ്ഞതെങ്കിൽ അത് മംഗളമായിക്കരുതി ശസ്ത്രക്രിയ നടത്താൻ തയ്യാറാകും. അവർക്കിടയിലെ തന്നെ ഒരാൾ (തായമ്മ) ആണ് ഭക്തിയുടെ അന്തരീക്ഷത്തിൽ, പാലിൽ മുക്കിത്തിളപ്പിച്ച കത്തിയെടുത്ത് ലിംഗഛേദം നടത്തുന്നു. തുടർന്നുള്ള ദിവസങ്ങളിൽ കാലുകൾ അകറ്റിവച്ച് കിടക്കും. മുറവുണങ്ങുന്നതിനായി പച്ചമരുന്നുകളും മറ്റും പ്രയോഗിക്കും. ഇരുപതു ദിവസം കഴിയുമ്പോഴേക്കും മുറിവുകൾ കുറേശ്ശെയായി ഉണങ്ങിത്തുടങ്ങും. നാല്പതാം ദിവസമാകുമ്പോഴേക്കും സ്ത്രൈണതയിലേക്കുള്ള മാറ്റങ്ങൾ കണ്ടുതുടങ്ങും. ഇപ്പോൾ കൂടുതൽപേരും ശസ്ത്രക്രിയയ്ക്കായി ആശുപത്രികളെയാണ് ആശ്രയിക്കുന്നത്. പക്ഷേ, തായമ്മ നിർവ്വാൺ നടത്തുന്നവർക്ക് സമൂഹത്തിൽ പ്രത്യേക പരിഗണന ലഭിക്കാറുണ്ട്. തായമ്മ നിർവ്വാണിൽ മരണപ്പെടാനുള്ള സാദ്ധ്യത അധികമാണ്. അതുകൊണ്ടാവാം ഇതിനെ അതിജീവിച്ചെത്തുന്നവർക്ക് പ്രത്യേക പരിഗണന ലഭിക്കുന്നതും.

ലിംഗമാറ്റ ശസ്ത്രക്രിയ ആഗ്രഹിക്കുന്ന ഒരു ട്രാൻസ്ജന്ററിനെ സംബന്ധിച്ചിടത്തോളം അതിനു വേണ്ടുന്ന സാമ്പത്തികം കണ്ടെത്തുകയെന്നുള്ളത് പ്രധാന വെല്ലുവിളിതന്നെയാണ്. എൺപതുകളിൽ പതിനായിരം രൂപ ആയിരുന്നു ട്രീറ്റ്മെന്റ് ചെലവെങ്കിൽ ഇന്നത് ലക്ഷങ്ങളായി മാറിയിരിക്കുന്നു. ആരും ജോലി നല്കാത്ത സാഹചര്യത്തിൽ ട്രാൻസ്ജന്ററുകളുടെ പരമ്പരാഗതമായ പണസമ്പാദനരീതികളായ ഭിക്ഷാടനം, ലൈംഗികത്തൊഴിൽ തുടങ്ങിയവ ചെയ്ത് ശസ്ത്രക്രിയയ്ക്കുള്ള തുക കണ്ടെത്തേണ്ടിവരും. മറ്റൊരു വഴി ഇതിലേക്കായി ഗുരുവിന്റെ സഹായം സ്വീകരിച്ചാലും ഇതേ വഴികളിലൂടെ സാമ്പത്തികം തിരിച്ചുകൊടുക്കേണ്ടിവരും. അങ്ങനെ ആ സമൂഹത്തിൽ ഗുരുചേലാ ബന്ധത്തിൽ വലിയൊരു കടബാദ്ധ്യത അറിഞ്ഞോ അറിയാതെയോ ശസ്ത്രക്രിയ ചെയ്ത വ്യക്തിക്കുണ്ടാകുന്നു.

ലിംഗമാറ്റശസ്ത്രക്രിയയ്ക്ക് അന്യസംസ്ഥാനങ്ങളെ കേരളത്തിലുള്ള ട്രാൻസ്ജന്ററുകൾ വൻതോതിൽ ആശ്രയിക്കേണ്ടിവരുന്നതിനു പിന്നിൽ കേരളത്തിലെ ആശുപത്രികൾ ഡോക്ടർമാർ തുടങ്ങിയവയുടെ നിസ്സഹകരണമാണുള്ളത്. ബാല്യകാലംമുതൽ ചൂഷണംചെയ്യപ്പെടുന്ന ട്രാൻസ്ജന്ററുകൾ അക്കാദമികമായും സാമ്പത്തികമായും എപ്പോഴും പിന്നിലായിരിക്കും. ലിംഗമാറ്റശസ്ത്രക്രിയ ആഗ്രഹമുണ്ടെങ്കിലും സാമ്പത്തിക പരാധീനതകൾ അവരെ അതിൽനിന്നും പിന്തിരിപ്പിക്കുന്നു. ചെന്നൈ, ബാംഗ്ലൂർ തുടങ്ങിയയിടങ്ങളിലെപ്പോലെ ഭിക്ഷാടനം, ലൈംഗികത്തൊഴിൽ എന്നിവ ചെയ്ത് സാമ്പത്തികം കണ്ടെത്താനുള്ള സാഹചര്യമോ സാദ്ധ്യതകളോ കേരളത്തിലില്ല. 2015 ൽ കേരളാ ഗവൺമെന്റ് രൂപീകരിച്ച ട്രാൻസ്ജന്റർ പോളിസിയിൽ പറയുന്നതുപോലെ ജില്ലാ അടിസ്ഥാനത്തിൽ ആഴ്ചയിൽ ഒരിക്കൽ ട്രാൻസ്ജന്റർ ക്ലിനിക്കും മെഡിക്കൽ കോളേജിൽ സൗജന്യ ലിംഗമാറ്റശസ്ത്രക്രിയയും അനുവദിക്കപ്പെട്ടാൽ ട്രാൻസെക്ഷ്വലുകളാകാൻ അതിയായി ആഗ്രഹിക്കുന്ന കേരളത്തിലെ ട്രാൻസ്ജന്ററുകൾക്ക് ഉപകാരപ്രദമായിരിക്കും. ലോകരാഷ്ട്രങ്ങളിൽ ഉണ്ടാകുന്ന മാറ്റങ്ങളെ അംഗീകരിക്കുവാൻ, സങ്കുചിതവും യാഥാസ്ഥിതികവുമായ ചിന്തകളിൽനിന്നും മാറാൻ കേരളീയ സമൂഹം ശ്രമിക്കേണ്ടതുണ്ട്. അതിലൂടെമാത്രമേ ട്രാൻസ്ജന്ററുകളെയും ട്രാൻസെക്ഷ്വൽസിനെയും അംഗീകരിക്കാനും അവർക്ക് മാന്യമായ സ്ഥാനം, പരിഗണന എന്നിവ ലഭിക്കാനും കഴിയൂ.

3

ട്രാൻസ്‌വുമൺ/ട്രാൻസ്‌മെൻ- അഭിലാഷ പൂർത്തീകരണങ്ങൾ

പുരുഷന്റെ ശരീരഘടനയും സ്ത്രീയുടെ മാനസികവ്യാപാരവുമായി ജീവിക്കുവാൻ വിധിക്കപ്പെട്ട നിരവധി വ്യക്തികൾ നമ്മുടെ സമൂഹത്തിലുണ്ട്. അവരിൽ ഒരു ന്യൂനപക്ഷം ആളുകൾ വെല്ലുവിളികളെ/പ്രതിസന്ധികളെ അതിജീവിച്ച് തങ്ങളുടെ സ്വത്വത്തെ വെളിപ്പെടുത്തി ജീവിക്കുമ്പോൾ ഭൂരിപക്ഷം വരുന്നവർ അദൃശ്യതയുടെ ഇടങ്ങളിൽ വെളിപ്പെടുവാൻ ധൈര്യമില്ലാതെ കഴിയുന്നു. ജന്മനാ ക്രമീകൃതമായ ലിംഗാവസ്ഥയെ ശസ്ത്രക്രിയയിലൂടെ മാറ്റിയെടുത്ത് 'അപരലിംഗ'ത്തിന്റെ രൂപഭാവങ്ങളെ സ്വീകരിക്കുവാൻ തയ്യാറായ ഒന്നിലധികം വ്യക്തിത്വങ്ങൾ നമ്മുടെ സമൂഹത്തിലുണ്ട്. കേരളത്തിൽ നന്ദുകൃഷ്ണ, നന്ദു, സീമ, തമിഴ്നാട്ടിൽ സെൽവി, ഏയ്ഞ്ചൽ ഗ്ലാഡി, റോസ്, രേവതി എന്നിവർ ചില ഉദാഹരണങ്ങൾ.

ബ്രിട്ടൺ അടക്കമുള്ള പാശ്ചാത്യരാജ്യങ്ങളിൽ ഒട്ടനവധി ട്രാൻസെക്ഷൽസ് ഭരണ നിർവ്വഹണ കേന്ദ്രങ്ങളിൽ ഉദ്യോഗസ്ഥകളായി പ്രവർത്തിക്കുന്നു. ബ്രിട്ടീഷ് പട്ടാളത്തിലെ ആദ്യ ഭിന്നലിംഗക്കാരിയായ ഉദ്യോഗസ്ഥയാണ് ഹന്ന വിന്റർബേൺ. പട്ടാളത്തിലെ റോയൽ ഇലക്ട്രിക്കൽ ആൻഡ് മെക്കാനിക്കൽ എഞ്ചിനിയേഴ്സ് വിഭാഗം ക്യാപ്റ്റനായിരുന്ന ഹന്ന ലിംഗമാറ്റശസ്ത്രക്രിയയിലൂടെ സ്ത്രീയായപ്പോൾ ജോലി നഷ്ടമാകുമെന്നു ഭയന്നിരുന്നുവെങ്കിലും ജോലി ചെയ്തിരുന്ന അതേ സ്ഥാനത്തു തന്നെ തുടരുവാൻ മേധാവികൾ അനുവദിച്ചു.

ട്രാൻസ്ജന്ററുകൾ ചവിട്ടിയരയ്ക്കപ്പെടുന്ന ഇന്ത്യൻ സമൂഹത്തിൽ പുതിയൊരു ചരിത്രം രചിച്ച വ്യക്തിയാണ് മനാബി ബാനർജി. പശ്ചിമ ബംഗാൾ കൃഷ്ണനഗർ വിമൻസ് കോളേജ് പ്രിൻസിപ്പലായി 2015 ജൂൺ ഒമ്പതിനു ചാർജെടുത്ത മനാബി ബാനർജി കോളേജ് പ്രിൻസിപ്പലാകുന്ന ആദ്യ ട്രാൻസ്ജന്ററാണ്. ഇന്ത്യയിൽ ഡോക്ടറേറ്റ് നേടിയ ആദ്യ

ട്രാൻസ്ജന്റർ എന്ന പദവിക്കും അർഹയാണ് മനാബി. മുപ്പത്തിയേഴുവയസ്സുവരെ പുരുഷനായി ജീവിച്ച സോമനാഥ് ബാനർജിയാണ് ലിംഗമാറ്റ ശസ്ത്രക്രിയയിലൂടെ മനാബി ബാനർജിയായത്. ബംഗാളി സാഹിത്യത്തിൽ ഫസ്റ്റ് ക്ലാസ് വാങ്ങി പാസായി കോളേജിൽ അദ്ധ്യാപകനായി. 2003 ൽ ശസ്ത്രക്രിയയിലൂടെ സ്ത്രീയായി മാറിയ മനാബി ബാനർജിയെ ജോലിയിൽ നിന്നു പിരിച്ചുവിടുവാനുള്ള ശ്രമങ്ങൾ കോളേജ് അധികൃതർ നടത്തിയപ്പോൾ കേസ് നടത്തി അതിൽ വിജയിച്ച് ജോലിയിൽ തുടർന്ന മനാബിയുടെ കഴിവുകൾക്കുള്ള അംഗീകാരമായിരുന്നു വനിതാ കോളേജ് പ്രിൻസിപ്പൽ പദവി. ട്രാൻസ്വുമൺ ആയ മനാബിയെ കോളേജ് പ്രിൻസിപ്പലാക്കുന്നതിനുള്ള തീരുമാനമെടുത്തത് പശ്ചിമബംഗാൾ കോളേജ് സർവ്വീസ് കമീഷനും വിദ്യാഭ്യാസ മന്ത്രിയുമാണ്. ഉന്നത വിദ്യാഭ്യാസരംഗത്തുള്ള മനാബിയുടെ പദവി ട്രാൻസെക്ഷ്വലുകൾക്കുള്ള അംഗീകാരമാണ്. ഒപ്പം മനാബിയുടെ പാതകളെ പിന്തുടർന്ന് സാമൂഹ്യ പദവിയിലൂടെ അംഗീകാരങ്ങൾ നേടിയെടുക്കുവാനുള്ള പ്രചോദനവും.

കേരളത്തിൽ ആദ്യത്തെ വിജയകരമായ ലിംഗമാറ്റ ശസ്ത്രക്രിയ നടത്തിയ വ്യക്തിയാണ് പരമേശ്വരൻ എന്ന നന്ദുകൃഷ്ണ. പുത്തനങ്ങാടി സ്വദേശിയായ പരമേശ്വരൻ ഹൈസ്കൂൾ പഠനകാലത്താണ് തന്റെ ലിംഗാവസ്ഥകളെക്കുറിച്ചുള്ള കാര്യങ്ങളിൽ കൂടുതൽ ശ്രദ്ധിക്കുന്നത്. പുരുഷന്റെയും സ്ത്രീയുടെയും സമ്മിശ്രഘടനയാണ് തന്റെ ശരീരത്തിനുള്ളതെന്നു തിരിച്ചറിഞ്ഞ പരമേശ്വരൻ നിരവധി ഡോക്ടർമാരെ സമീപിച്ചെങ്കിലും പ്രത്യേകിച്ചു ഫലമൊന്നുമുണ്ടായില്ല. പത്താംക്ലാസിലെ പഠനത്തിനു ശേഷം തൃപ്പൂണിത്തുറ ആർ എൽ വി കോളേജിൽ നൃത്തം പഠിച്ച പരമേശ്വരൻ മലയാള കലാഭവനിൽ പരിപാടികളവതരിപ്പിക്കുകയും തുടർന്ന് മദ്രാസിലെ ഇന്ത്യൻ നൃത്തവേദിയിൽ അംഗമായി ഒട്ടനവധി സ്റ്റേജ് പ്രോഗ്രാമുകൾ അവതരിപ്പിക്കുകയും ചെയ്തു. ആൺരൂപത്തിനുള്ളിലെ സ്ത്രൈണ ചോദനകളെ അടക്കുവാൻ കഴിയാതിരുന്ന പരമേശ്വരന് പുല്ലിംഗ ശരീരത്തിൽനിന്നും സ്ത്രീലിംഗശരീരത്തിലേക്കു 'മാറുക' എന്ന തീവ്രമായ ലക്ഷ്യമുണ്ടായപ്പോൾ അതു സാക്ഷാൽക്കരിക്കുവാനുള്ള സ്ഥലമൊരുങ്ങിയത് എറണാകുളം മെഡിക്കൽ ട്രസ്റ്റ് ഹോസ്പിറ്റലിലായിരുന്നു. 1998 ൽ ഡോ. ജോർജ് പി എബ്രഹാമിന്റെ നേതൃത്വത്തിലുള്ള സംഘം സങ്കീർണ്ണവും സുദീർഘവുമായ ശസ്ത്രക്രിയയിലൂടെ പരമേശ്വരനെ സ്ത്രീലിംഗാവസ്ഥയിലേക്കു മാറ്റിയെടുത്തു. ശസ്ത്രക്രിയയിൽ മരണത്തിനുള്ള സാദ്ധ്യതകൾ വളരെ കൂടുതലായിരുന്നുവെങ്കിലും അതിൽനിന്നും രക്ഷപെട്ട് പരമേശ്വരൻ നീലിമയെന്ന സ്ത്രീയായി മാറി. നീലിമയെന്ന പേരുമാറ്റി തന്നെ നന്ദു കൃഷ്ണയാക്കിയത് യശഃശരീരനായ തിക്കുറിശ്ശി സുകുമാരൻ നായരായിരുന്നുവെന്ന് പരമേശ്വരൻ തന്റെ ഓർമ്മക്കുറിപ്പിൽ നന്ദിയോടെ സ്മരിക്കുന്നുണ്ട്.

ലിംഗമാറ്റ ശസ്ത്രക്രിയയിലൂടെ സ്ത്രീയായി മാറിയ കേരളത്തിലെ പ്രഥമ വ്യക്തിയായ പരമേശ്വരന്റെ (നന്ദു കൃഷ്ണ) തുടർന്നുള്ള സ്ത്രീ

ജീവിതം വിചിത്രവും സങ്കീർണ്ണവുമായ ജീവിതസാഹചര്യങ്ങളിലൂടെയാണ് കടന്നുപോയത്. വീട്ടുകാരുടെ ഭർത്സനങ്ങൾ, വധഭീഷണികൾ, പ്രാദേശികവാസികളുടെ പരിഹാസങ്ങൾ, സ്നേഹം നടിച്ചെത്തിയവരുടെ ലൈംഗികാതിക്രമങ്ങൾ എന്നിവ അതിജീവിച്ച നന്ദുകൃഷ്ണ ഇന്ന് ഒരു സാധാരണ സ്ത്രീയായി ആലപ്പുഴ ജില്ലയിൽ അദ്ധ്വാനിച്ചു ജീവിക്കുന്നു. ആണും പെണ്ണുമല്ലാത്തൊരു സംഘർഷാത്മക ജീവിതത്തിൽനിന്നും സ്വയം സംതൃപ്തി നേടിത്തന്ന 'സ്ത്രൈണ' വ്യക്തിത്വമായി മാറുവാൻ കഴിഞ്ഞതിന്റെ ആനന്ദത്തിലാണ് നന്ദുകൃഷ്ണ ജീവിക്കുന്നത്.

നന്ദുവിനുശേഷം കേരളത്തിൽ ലിംഗമാറ്റ ശസ്ത്രക്രിയ നടത്തി സ്ത്രീയായി മാറിയവരാണ് ലക്ഷ്യ(രാജേഷ് ആലുവ), സീമ (വിനീത്–തിരുവനന്തപുരം), സൂര്യ(തിരുവനന്തപുരം) തുടങ്ങിയവർ. ആലുവയിലെ സാധാരണകുടുംബത്തിൽ പുരുഷന്റെ രൂപത്തിൽ ജനിച്ച രാജേഷിന് പ്രത്യക്ഷതലത്തിൽ സ്ത്രൈണ ഭാവങ്ങളൊന്നുമില്ലായിരുന്നുവെങ്കിലും ഉള്ളിൽ സ്ത്രീയുടെ താല്പര്യങ്ങളുണ്ടായിരുന്നു. അതുകൊണ്ടുതന്നെ കൗമാര ഘട്ടത്തിൽ പെൺകുട്ടികളോടല്ല ആൺകുട്ടികളോടായിരുന്നു താല്പര്യം. പതിനെട്ടാം വയസ്സിൽ മദ്രാസിലെത്തിയ രാജേഷ് ഭരതനാട്യത്തിൽ പോസ്റ്റ് ഡിപ്ലോമയെടുക്കുകയും ചെന്നൈ കലാക്ഷേത്രത്തിൽ ട്രെയിനറായി കയറുകയും ചെയ്തു. അതിനു ശേഷം ലക്ഷ്യ എന്നപേരിൽ ഒരു ഡാൻസ് സ്കൂൾ തുടങ്ങി. പുരുഷന്റെ ശരീരവും സ്ത്രീയുടെ മനസ്സുമായി മുപ്പത്തിമൂന്നുകൊല്ലം ജീവിച്ച രാജേഷ് ചെന്നൈ രാമചന്ദ്രാ മെഡിക്കൽ കോളേജിൽ വെച്ചുനടത്തിയ ശസ്ത്രക്രിയയിലൂടെ ലക്ഷ്യയായി മാറി. പ്രസവിക്കുവാൻ കഴിയില്ലെങ്കിലും ഒരു സ്ത്രീയായി മാറുവാൻ കഴിഞ്ഞതിന്റെ സന്തോഷത്തിൽ ലക്ഷ്യ ഇന്നു ജീവിക്കുന്നു.

തിരുവനന്തപുരം സ്വദേശിയായ വിനോദ് സൂര്യയെന്നപേരിൽ മലയാളികൾക്ക് ഏറെ പരിചിതമാണ്. കോമഡിയും മിമിക്സും പിന്നെ ഞാനും, വോഡാഫോൺ കോമഡിസ്റ്റാർസ് തുടങ്ങിയ പ്രോഗ്രാമുകളിൽ ഫീമെയിൽ ആർട്ടിസ്റ്റായി പ്രവർത്തിച്ച സൂര്യ 2015 ൽ ലിംഗമാറ്റ ശസ്ത്രക്രിയ നടത്തി താൻ ആഗ്രഹിച്ചതുപോലെ സ്ത്രീയായി മാറി. ഒട്ടനവധി പീഡനങ്ങൾ, പരിഹാസങ്ങൾ ഏറ്റു വാങ്ങേണ്ടിവന്ന സൂര്യക്ക് പൊതു സ്വീകാര്യത നേടിക്കൊടുത്തത് ചാനൽ പ്രോഗ്രാമുകളാണ്. ട്രാൻസെക്ഷ്വലായി മാറിയതിനു ശേഷം ഏഷ്യാനെറ്റിന്റെ അവാർഡ്, വനിതാപാർലമെന്റ് അവാർഡ്, സാമൂഹ്യക്ഷേമ വകുപ്പിന്റെ പുരസ്കാരം എന്നിവ ലഭിക്കുകയുണ്ടായി. സൂര്യക്ക് ലഭിക്കുന്ന അംഗീകാരങ്ങൾ, ജനപ്രീതി തുടങ്ങിയവ ട്രാൻസ്ജന്റർ/ട്രാൻസെക്ഷ്വൽ സമൂഹത്തിന് അഭിമാനവും പ്രചോദനവുമാണ്. സ്ത്രീയെന്നു രേഖപ്പെടുത്തിയ തിരിച്ചറിയൽ കാർഡുള്ള കേരളത്തിലെ ആദ്യ ട്രാൻസ്വുമൺ ആണ് സൂര്യ. 2016 മെയ് 16 ലെ നിയമസഭാ തിരഞ്ഞെടുപ്പിൽ തിരുവനന്തപുരം വട്ടിയൂർക്കാവ് മണ്ഡലത്തിൽ സൂര്യ തന്റെ ആദ്യ പെൺവോട്ട് രേഖപ്പെടുത്തി.

മെയിൽ ടു ഫീമെയിൽ ആയവരുടെ ശ്രേണിയിലെ ഒരാളാണ്

ഹരിണി. എറണാകുളം കുമ്പളങ്ങി സ്വദേശിയായ വിപിനാണ് ഹരിണിയായി മാറിയത്. ട്രാൻസ്ജന്റർ കമ്യൂണിറ്റിയിൽ ലൈംഗിക തൊഴിൽ ചെയ്തിരുന്ന വിപിൻ ആ സമൂഹത്തിന്റെ സാമ്പത്തിക സഹായത്തോടെയാണ് എസ് ആർ എസ് നടത്തിയത്. വളരെ ചെറിയ പ്രായത്തിൽ തന്നെ ശസ്ത്രക്രിയ ചെയ്തതിനാൽ ട്രാൻസെക്ഷ്വലെന്നതിനേക്കാൾ ഒരു സ്ത്രീയാണെന്നേ ആദ്യ കാഴ്ചയിൽ തോന്നൂ. വില്ലുപുരത്തെ കൂത്താണ്ടവർ ക്ഷേത്രോത്സവത്തോടനുബന്ധിച്ചുള്ള മിസ് കൂവാഗം മത്സരത്തിൽ 2012 ലെ വിജയിയാണ് ഹരിണി. ബാംഗ്ലൂരിലെ ബന്ധങ്ങളെല്ലാം ഉപേക്ഷിച്ച് തിരുവനന്തപുരത്ത് താമസമാക്കിയ ഹരിണി കോട്ടയം കലാഭാവനയുടെ സ്റ്റേജ് ആർട്ടിസ്റ്റായി പ്രവർത്തിക്കുന്നു.

തമിഴ്നാട്ടിലെ മുത്തുസെൽവൻ, പോൾ ഗ്ലാഡി, വെങ്കടേശ്വരൻ, ദൊരൈസ്വാമി എന്നിങ്ങനെ നിരവധി പേർ ലിംഗമാറ്റ ശസ്ത്രക്രിയയിലൂടെ സ്ത്രീയായി മാറിയിട്ടുണ്ട്. തിരുനൽവേലി സ്വദേശിയായ മുത്തുസെൽവൻ സ്കൂൾ കാലഘട്ടത്തിലേ സ്ത്രൈണചേഷ്ടകൾ പ്രകടിപ്പിച്ചുകൊണ്ട്, തന്റെ 'വ്യത്യസ്തമായ' ലിംഗാസ്തിത്വം വെളിപ്പെടുത്തിയെങ്കിലും വീട്ടുകാരും നാട്ടുകാരും അതിനെ അംഗീകരിക്കാതെ പരിഹസിക്കുകയും ഉപദ്രവിക്കുകയും ചെയ്തു. ദുരിതപൂർണ്ണമായ സ്കൂൾ ജീവിതത്തിനു ശേഷം ഫിസിയോതെറാപ്പി പഠിക്കുവാൻ മുത്തുസെൽവൻ ചെന്നൈയിലെത്തുകയും പുതിയ സൗഹൃദങ്ങൾ രൂപപ്പെടുകയും ചെയ്തു. പ്രണയിച്ച കൂട്ടുകാരൻ ലൈംഗികാവശ്യങ്ങൾ നിറവേറ്റിയതിനു ശേഷം ഉപേക്ഷിച്ചുപോയപ്പോൾ മുത്തു സെൽവൻ മാനസികമായി തകർന്നു. തകർച്ചയെ അതിജീവിച്ച മുത്തു സെൽവൻ സ്ത്രീയും പുരുഷനുമല്ലാത്ത തന്റെ അവസ്ഥയാണ് സാമൂഹ്യജീവി എന്ന നിലയിലുള്ള തന്റെ തിരസ്കാരത്തിനു പിന്നിലുള്ളതെന്നു തിരിച്ചറിഞ്ഞു. മാനസികമായും ശാരീരികമായും സ്ത്രൈണഭാവങ്ങൾ പ്രകടിപ്പിക്കുന്ന മുത്തു ലിംഗമാറ്റശസ്ത്രക്രിയയിലൂടെ ഒരു യഥാർത്ഥ പെണ്ണായി മാറുവാൻ തീരുമാനിച്ചു. ചെന്നൈയിലെ സർക്കാർ ആശുപത്രിയിൽ സർക്കാർ ചെലവിൽ ലിംഗമാറ്റ ശസ്ത്രക്രിയ നടത്തിയ മുത്തുസെൽവൻ 'സെൽവി'യായി മാറി.

ശാരീരികമായ വ്യതിയാനങ്ങളെ ശസ്ത്രക്രിയയിലൂടെ പരിഹാരം കാണുന്ന ട്രാൻസ്ജന്ററുകൾ ഒരു സ്ത്രീയായി എന്നു സ്വയം അഭിമാനിക്കുമ്പോഴും പൊതുസമൂഹം യഥാർത്ഥസ്ത്രീയായി അവരെ അംഗീകരിക്കുവാൻ മടിക്കുന്നു. പരിമിതമായ സാമൂഹ്യ സാഹചര്യങ്ങൾ ഉപജീവനത്തിനായി ഭിക്ഷാടനമോ ലൈംഗികവൃത്തിയോ തൊഴിലായി സ്വീകരിക്കുവാൻ ഇത്തരക്കാരെ നിർബ്ബന്ധിതരാക്കുന്നു. ഉന്നത വിദ്യാഭ്യാസമുള്ള മുത്തു സെൽവൻ എന്ന സെൽവി ട്രാൻസ്ജന്ററുകളുടെ ദുരിതാവസ്ഥകളിലേക്ക് കയറിക്കൂടാതെ അന്തസ്സോടെ ജീവിക്കുന്നതിനായി താൻ പഠിച്ച കോഴ്സിനെ ഉപയോഗപ്പെടുത്തി. ഫിസിയോതെറാപ്പിസ്റ്റായി

ജോലി ചെയ്യുന്ന 'സെൽവി' ട്രാൻസ്ജെന്റർ സമൂഹത്തിലെ മാന്യതയുടെ 'മുഖമുദ്ര'യാണ്.

ട്രാൻസ്സെക്ഷ്വലുകൾക്ക് അഭിമാനമായി മാറിയ മറ്റൊരു വ്യക്തിയാണ് കൽക്കി സുബ്രമണ്യം. കോയമ്പത്തൂരിനടുത്ത് പൊള്ളാച്ചിയിൽ സുബ്രഹ്മണ്യം – രാജാമണി ദമ്പതികളുടെ മകനായി ജനിച്ചു. പതിനാലാം വയസ്സിൽ സ്ത്രീയാകണമെന്നാഗ്രഹിച്ച ആ പയ്യൻ ഇരുപതാമത്തെ വയസ്സിൽ ലിംഗമാറ്റ ശസ്ത്രക്രിയ നടത്തി കൽക്കിയെന്ന പേരു സ്വീകരിച്ചു. എല്ലാ ട്രാൻസ്ജന്ററുകളെയും പോലെ സ്കൂൾ വിദ്യാഭ്യാസ കാലഘട്ടത്തിൽ അവഗണനകൾ, അവഹേളനങ്ങൾ, പീഡനങ്ങൾ എന്നിവ ഏറ്റുവാങ്ങേണ്ടിവന്ന അനുഭവങ്ങളും കൽക്കിക്കുമുണ്ട്. സുഹൃത്തുക്കളും അദ്ധ്യാപകരും തള്ളിക്കളഞ്ഞുവെങ്കിലും പ്രതിസന്ധികളിൽ തളരാതെ ബിരുദവും ബിരുദാനന്തരബിരുദവും നേടിയെടുത്തു. ജേർണലിസം ആന്റ് മാസ് കമ്യൂണിക്കേഷൻ, ഇന്റർനാഷണൽ റിലേഷൻസ് എന്നിവയിൽ ബിരുദാനന്തരബിരുദങ്ങൾ നേടിയ കൽക്കി സഹോദരിയെന്ന സംഘടന സ്ഥാപിച്ച് ട്രാൻസ്ജന്ററുകളുടെ ഉന്നമനത്തിനായി പ്രവർത്തിച്ചു വരുന്നു. 2007 ലാണ് സഹോദരിയെന്ന സംഘടന ഉയർന്നുവന്നത്. ശ്രദ്ധേയമായ പ്രവർത്തനങ്ങൾ കാഴ്ച വെച്ചതിനെത്തുടർന്ന് കൽക്കിക്ക് ഐക്യരാഷ്ട്രസഭയിൽ പ്രസംഗിക്കുവാൻ അവസരം ലഭിച്ചു. ആക്ടിവിസ്റ്റ്, എഴുത്തുകാരി എന്നീ നിലകളിൽ ലോകശ്രദ്ധ നേടിയ കൽക്കി സുബ്രഹ്മണ്യം അഭിനേത്രികൂടിയാണ്. ട്രാൻസ്ജന്ററുകളുടെ പ്രശ്നങ്ങളെ അവതരിപ്പിച്ച നർത്തകിയെന്ന ചലച്ചിത്രത്തിൽ പ്രധാന കഥാപാത്രത്തെ അവതരിപ്പിച്ചു. വിജയ പത്മ സംവിധാനം ചെയ്ത നർത്തകിയിലൂടെ ട്രാൻസ് സെക്ഷ്വലുകൾക്കിടയിൽ നിന്നൊരു അഭിനേത്രിയെന്ന സ്ഥാനം നേടിയെടുത്തു. വിദേശങ്ങളിലും വിവിധ സംസ്ഥാനങ്ങളിലും ട്രാൻസ്ജന്ററുകളുടെ പ്രശ്നങ്ങൾ, അവകാശങ്ങൾ എന്നിവയെക്കുറിച്ച് കാമ്പയിൻ നടത്തുന്ന കൽക്കി കേരളത്തിലും എത്തി തന്റെ നിലപാടുകൾ പങ്കുവെച്ചിട്ടുണ്ട്.

മദ്രാസ് സർവ്വകലാശാലയിലെ ആദ്യത്തെ ട്രാൻസ്ജന്റർ വിദ്യാർത്ഥി എന്നു വിശേഷിപ്പിക്കപ്പെട്ട പോൾ ഗ്ലാഡി ലിംഗമാറ്റ ശസ്ത്രക്രിയയിലൂടെ ഏയ്ഞ്ചൽ ഗ്ലാഡിയായി മാറി. ആൺകുട്ടിയുടെ രൂപവും പെൺകുട്ടിയുടെ മനസ്സുമായി വളർന്നുവന്ന പോൾ ഗ്ലാഡി ഹൈസ്കൂൾ കാലഘട്ടത്തിൽ വെച്ച് താനൊരു യഥാർത്ഥ ആൺകുട്ടി അല്ലായെന്നു വ്യക്തമായി തിരിച്ചറിഞ്ഞു. സ്ത്രൈണ ഭാവങ്ങൾ കൂടുതലായി പ്രകടമാക്കിയപ്പോൾ നാട്ടുകാരുടെയും വീട്ടുകാരുടെയും പരിഹാസങ്ങളും ഭീഷണികളും നേരിടേണ്ടിവന്നു. മറ്റുള്ള ട്രാൻസ്ജന്റേഴ്സിനെപ്പോലെ അപമാനിതനായി പലായനങ്ങൾക്കു നില്ക്കാതെ അതിജീവനത്തിന്റെ വഴി തേടിയ പോൾ ഗ്ലാഡി തഞ്ചാവൂർ ഭാരത് കോളേജ് ഓഫ് സയൻസ് ആൻഡ് മാനേജ്മെന്റിൽ നിന്നു ബിരുദവും മദ്രാസ് സർവ്വകലാശാലയിൽനിന്നും മാസ് കമ്യൂണിക്കേഷനിൽ ബിരുദാനന്തര ബിരുദവും നേടി. കൺസൾട്ടൻസി

കമ്പനിയിൽ ജോലി ചെയ്യുന്ന ഗ്ലാഡി ലിംഗമാറ്റ ശസ്ത്രക്രിയ വിജയകരമായി പൂർത്തിയാക്കി ഏയ്ഞ്ചൽ ഗ്ലാഡിയായി പൊതുസമൂഹത്തിൽ ജീവിക്കുന്നു. തമിഴ്നാട്ടിലെ മറ്റൊരു ട്രാൻസ്ജന്ററായ രമേശ് വെങ്കിടേശ് ലിംഗപരമായ പ്രതിസന്ധികളും സ്കൂൾ പഠന കാലയളവിൽ ലൈംഗിക ചൂഷണങ്ങളും പീഡനങ്ങളും നേരിടുകയും അമേരിക്കയിലെ ഉപരിപഠനത്തോടെ സ്ത്രീയായി മാറുവാൻ തീരുമാനിക്കുകയും ചെയ്ത വ്യക്തിയാണ്. ലിംഗമാറ്റ ശസ്ത്രക്രിയയിലൂടെ റോസ് വെങ്കിടേശൻ ആയി മാറിയ രമേശ് ഇന്നൊരു ചാനൽ പ്രോഗ്രാമറാണ്.

ഇന്ത്യയിലാദ്യമായി ഭിന്നലിംഗ വിഭാഗത്തിൽ നിന്ന് സബ് ഇൻസ്പെക്ടറായി തിരഞ്ഞെടുക്കപ്പെട്ട വ്യക്തിയാണ് പ്രിതിക യാഷ്നി. ചരിത്രപഥത്തിൽ ട്രാൻസ്സെക്ഷ്വലുകൾക്ക് അഭിമാനമായിത്തീരുവാൻ ഇതുവഴി പ്രീതികയ്ക്ക് കഴിഞ്ഞു. തമിഴ്നാട്, സേലം സ്വദേശിയായ പ്രദീപ് പതിനൊന്നാം ക്ലാസിൽവെച്ചാണ് തന്റെ ട്രാൻസ്ജന്റർ ഐഡന്റിറ്റി തിരിച്ചറിയുന്നത്. മാതാപിതാക്കൾ, സഹോദരങ്ങൾ, പൊതുസമൂഹം എന്നിവയുടെ പ്രതികരണങ്ങളെ ഭയന്ന് തന്റെ വ്യക്തിത്വം വെളിപ്പെടുത്താതിരുന്ന പ്രദീപ് കടുത്ത മാനസിക സംഘർഷങ്ങളിലായി. വീട്ടുകാരുടെ മന്ത്രവാദം, പൂജകൾ, വഴിപാടുകൾ, കൗൺസലിങ്ങുകൾ എന്നിവ പരാജയപ്പെട്ടപ്പോൾ മറ്റുള്ള ട്രാൻസ്ജന്ററുകളെ പോലെ വീടുവിട്ടറങ്ങുകയും ആ ഗ്രൂപ്പുകൾക്കൊപ്പം ചേരുകയും ചെയ്തു. കോളേജ് വിദ്യാഭ്യാസം പൂർത്തീകരിച്ച പ്രദീപ് രണ്ടായിരത്തിപ്പതിനൊന്നിലാണ് ലിംഗമാറ്റ ശസ്ത്രക്രിയയ്ക്കുള്ള ചികിത്സകൾ ആരംഭിക്കുന്നത്. 2013 ലെ ലിംഗമാറ്റ ശസ്ത്രക്രിയയിലൂടെ സ്ത്രീയായി മാറിയ പ്രദീപ് പ്രീതികയെന്ന പേരും സ്വീകരിച്ചു.

രണ്ടായിരത്തിപ്പതിനഞ്ച് ഫെബ്രുവരിയിൽ സബ് ഇൻസ്പെക്ടർ ടെസ്റ്റിന് അപേക്ഷിച്ച പ്രീതികയ്ക്ക് ജോലി തടസ്സങ്ങൾ ഉണ്ടായപ്പോൾ മദ്രാസ് ഹൈക്കോടതിയുടെ ഇടപെടലുകളാണ് പ്രീതികയെ വിജയപഥത്തിലെത്തിച്ചത്. ലിംഗമാറ്റ ശസ്ത്രക്രിയയിലൂടെ സ്ത്രീയായി മാറിയപ്പോൾ പഴയ സർട്ടിഫിക്കറ്റിലെ പ്രദീപിനെ തിരുത്തുവാൻ ഒട്ടനവധി കടമ്പകൾ കടക്കേണ്ടിയിരുന്നു. ആപ്ലിക്കേഷൻ ഫോമിൽ സ്ത്രീയെന്നു രേഖപ്പെടുത്തിയതിന്റെ പേരിൽ എഴുത്തു പരീക്ഷയുടെ അപേക്ഷ നിരസിച്ചപ്പോൾ, കായിക ക്ഷമതാ പരീക്ഷയിൽ നിസ്സാര തടസ്സങ്ങളുടെ പേരിൽ നിയമനം തടസ്സപ്പെട്ടപ്പോഴെല്ലാം മദ്രാസ് ഹൈക്കോടതിയുടെ ഇടപെടലുകൾ പ്രീതികയെ തുണച്ചു. 2015 നവംബർ 6 ന് മദ്രാസ് ഹൈക്കോടതി കെ പ്രീതിക യാഷ്നിയെ സബ് ഇൻസ്പെക്ടറായി നിയമിക്കുവാൻ തമിഴ്നാട് യൂണിഫോംഡ് സർവ്വീസ് റിക്രൂട്ട്മെന്റ് ബോർഡിനു നിർദ്ദേശം നല്കി. മദ്രാസ് ഹൈക്കോടതി വിധി ഇന്ത്യയിലെ ട്രാൻസ്ജന്ററുകളുടെ ജീവിതത്തിലെ ചരിത്രവിധിയാണ്. ഇന്ത്യയിൽ പൊലീസ് ഓഫീസറായി ജോലിയിൽ പ്രവേശിക്കുന്ന ആദ്യ ട്രാൻസ്സെക്ഷ്വൽ വുമൺ എന്ന സ്ഥാനം പ്രീതിക നേടി. ഇത്തരമൊരു

നേട്ടത്തിനു പിന്നിൽ പ്രവർത്തിച്ചത് അഡ്വക്കറ്റ് ഭവാനി സുബ്രായനായിരുന്നു. അതിജീവനത്തിന്റെ പോരാട്ടത്തിന്റെ വിജയഗാഥയാണ് പ്രീതിക ഇന്ത്യൻ ട്രാൻസ്ജന്റർ സമൂഹത്തിനു മുമ്പിൽ വെക്കുന്നത്.

ട്രാൻസ്സെക്ഷ്വലുകളെക്കുറിച്ചുള്ള ചർച്ചയിൽ മെയിൽ ടു ഫീമെയിൽ ആയവരെക്കുറിച്ചാണ് കൂടുതൽ പരാമർശമുള്ളത്. എം ടു എഫ് ആയവർ ഇന്ത്യൻ സമൂഹത്തിൽ എഫ് ടു എമ്മിനേക്കാൾ താരതമ്യേന കൂടുതലാണ്. ഫീമെയിലിൽനിന്നും മെയിൽ ആയ വ്യക്തിയാണ് സോനു നിരഞ്ജൻ. തിരുവനന്തപുരം സ്വദേശി സോണിയയാണ് ലിംഗമാറ്റ ശസ്ത്രക്രിയയിലൂടെ സോനു ആയി മാറിയത്. നിരവധി പ്രതിസന്ധികളിലൂടെ സഞ്ചരിച്ച സോനുവിനും അടിത്തറനല്കിയത് ട്രാൻസ്ജന്ററിനു അഭയമാകുന്ന ബാംഗ്ലൂർ നഗരമാണ്. പെൺശരീരത്തിനുള്ളിലെ ആണിനെ സ്ഥിരപ്രതിഷ്ഠ നടത്തിയെടുത്ത സോനുവിന്റെ ജീവിതത്തെ അടിസ്ഥാനമാക്കി *അഖിൽ സത്യൻ ദാറ്റ്സ് മൈ ബോയ്* (thats my boy) എന്നൊരു ഡോക്യുമെന്ററി സംവിധാനം ചെയ്തിട്ടുണ്ട്.

2003 ഡിസംബറിൽ പത്രമാധ്യമങ്ങളിൽ പ്രത്യക്ഷപ്പെട്ട ശ്രീനന്ദു - ഷീല വാർത്തകളിൽ ലെസ്ബിയൻ ബന്ധത്തിന്റെ വിവരണങ്ങളുണ്ടായിരുന്നു. തിരുവനന്തപുരം ആനയറ സ്വദേശിയായ നന്ദുവും തിരുവനന്തപുരം കാട്ടാക്കട സ്വദേശിയായ ഷീലയും പ്രണയിക്കുകയും പ്രതിസന്ധികൾക്കിടയിൽ ഒരുമിച്ചു താമസിക്കുകയും ചെയ്തു. കുടുംബക്കാർ, മാധ്യമങ്ങൾ ഉൾപ്പെടെയുള്ള പൊതുസമൂഹത്തിന്റെ വിവിധ സ്ഥാപനങ്ങൾ സാധാരണമായൊരു ജീവിതം നന്ദു- ഷീലമാർക്ക് അനുവദിച്ചുകൊടുക്കുകയുണ്ടായില്ല. കേരളീയ സമൂഹത്തിൽ വലിയ വിവാദങ്ങൾ സൃഷ്ടിച്ച നന്ദു - ഷീല ബന്ധം ഒരു ചെറിയ കാലയളവിനുള്ളിൽ അവസാനിക്കുകയും വഴി പിരിയുകയും ചെയ്തു. രൂപത്തിൽ പുരുഷനെപ്പോലെ തോന്നിച്ചിരുന്ന നന്ദു ഷീലയുമായുള്ള ബന്ധത്തിനു മുമ്പ് ഹോർമോൺ ചികിത്സ നടത്തിയിരുന്നു. ഇപ്പോൾ ബാംഗ്ലൂരിൽ താമസിക്കുന്ന നന്ദു ലിംഗമാറ്റ ശസ്ത്രക്രിയയിലൂടെ ട്രാൻസ്മെൻ ആയി ജീവിക്കുകയാണ്. കേരളത്തിലെ മാധ്യമങ്ങൾക്കു മുമ്പിൽ തന്റെ ജീവിതം വെളിപ്പെടുത്തുവാൻ താല്പര്യമില്ലെന്ന് നന്ദു ലേഖകരോട് വ്യക്തമാക്കി.

4

ട്രാൻസ്സെക്ഷ്വൽസ് നേരിടുന്ന വെല്ലുവിളികൾ

സ്ത്രീയിൽ നിന്നും പുരുഷനിലേക്കും പുരുഷനിൽ നിന്നും സ്ത്രീയിലേക്കും മാറുന്നവരെ പൊതുസമൂഹത്തിന് അംഗീകരിക്കുവാൻ മടിയാണ്. സ്ത്രീ-പുരുഷൻ എന്നീ വ്യവസ്ഥാപിത രൂപങ്ങൾക്കുള്ളിലേക്കു കടന്നു കയറുന്നവരുടെ ശാരീരിക മാനസിക സംഘർഷങ്ങൾ ആരോഗ്യ, വിദ്യാഭ്യാസമേഖലയിലുള്ളവർപോലും തിരിച്ചറിയുന്നില്ല എന്ന യാഥാർത്ഥ്യം മുമ്പിലുള്ളപ്പോൾ സാധാരണക്കാരായ പൊതുജനത്തിന്റെ അവസ്ഥ ഊഹിക്കാവുന്നതേയുള്ളൂ. സ്റ്റേജ് ഷോകളിൽ/കലാപരിപാടികളിൽ ആണ് പെൺവേഷം കെട്ടുമ്പോൾ അല്ലെങ്കിൽ പെണ്ണ് ആൺവേഷം കെട്ടുമ്പോൾ കൈയടിച്ച് ആഘോഷത്തോടെ സ്വീകരിക്കുന്നവർ തന്നെയാണ് സാമൂഹ്യജീവിതത്തിൽ ട്രാൻസ്ജന്റേഴ്സിനെ/ട്രാൻസ്സെക്ഷ്വൽസിനെ അവഹേളിക്കുന്നതും. കേരളത്തിൽ ലിംഗമാറ്റ ശസ്ത്രക്രിയ നടത്തി സ്ത്രീയായി മാറിയ നീലിമ (നന്ദുപരമേശ്വരൻ) ആലപ്പുഴയിലെ മുഹമ്മയിൽ ജീവിക്കുമ്പോഴും പരിഹാസങ്ങൾ നേരിടേണ്ടി വരുന്നത് തുറന്നുപറയുന്നുണ്ട്.

> പെണ്ണായി തിരിച്ചെത്തിയ എനിക്ക് വീട്ടിൽ ജീവിക്കാൻ പറ്റാത്ത സ്ഥിതിയായി. രണ്ടാനമ്മയ്ക്ക് വെറുപ്പായിരുന്നു. അച്ഛനാണെങ്കിൽ കണ്ണിൽ കണ്ടുകൂടാത്തത്ര അരിശവും. ചില വീടുകളിൽ നൃത്തം പഠിപ്പിച്ചുകിട്ടുന്ന വരുമാനം കൊണ്ടാണ് ഞാൻ കഴിഞ്ഞുകൂടിയത്. പക്ഷേ, അതിനും അച്ഛൻ തടസ്സമുണ്ടാക്കി. എന്നെ വല്ലപ്പോഴും കാണാൻ വരുമായിരുന്ന, ആശുപത്രിയിലെ സിസ്റ്റർമാരെയും മറ്റും അപമാനിച്ചുവിട്ടു. ഭക്ഷണം തരാതെയായി. അടുത്ത വീടുകളിൽനിന്നും ആരെങ്കിലും എനിക്ക് ഭക്ഷണം കൊണ്ട് തരുന്നതും വിലക്കി. അതേസമയം, അച്ഛന്റെ ചില

> കൂട്ടുകാർ അച്ഛനറിയാതെ എന്നെ സഹായിച്ചുകൊണ്ടിരുന്നു. എന്നെ വകവരുത്തുകയെന്നതായിരുന്നു അച്ഛന്റെ ലക്ഷ്യം. ഞാനില്ലാതെയായിക്കഴിഞ്ഞാൽ മാനം രക്ഷപ്പെടുമെന്ന് അദ്ദേഹം കരുതി. കൊടുവാളുമായി വീടിനുസമീപത്തെ കുളത്തിന്റെ പരിസരത്ത് അച്ഛൻ ഒളിച്ചിരിക്കാൻ തുടങ്ങി. എന്നെ കൊല്ലുമെന്ന് ഉറപ്പായതോടെ ഞാൻ വീടുവിട്ടോടി.

സ്ത്രീയായി മാറുക എന്ന ലക്ഷ്യം നിറവേറ്റിയാലും പ്രതിസന്ധികൾ വിട്ടുമാറുന്നില്ലെന്നു മാത്രമല്ല സാമൂഹ്യമായ അംഗീകാരങ്ങളും ലഭിക്കാതെ വരുന്നു. അതിവിചിത്രമായ നിലപാടുകളാണ് കേരളീയ സമൂഹം എപ്പോഴും പുലർത്തുന്നത്. നീലിമയുടെ അനുഭവം ഇപ്രകാരമാണ്.

> ഞാൻ നടന്നുപോകുമ്പോൾ ഒരാൾ എന്നെനോക്കി മറ്റൊരാളെ പരിചയപ്പെടുത്തുന്നതുകേട്ടു. ആണു പെണ്ണായ ചേച്ചി പോണു എന്ന്. കേൾക്കുമ്പോൾ സങ്കടം തോന്നും. ഇക്കാലമത്രയും ഇവിടെ ജീവിച്ചിട്ടും ആൾക്കാർ എന്നെ തിരിച്ചറിയുന്നില്ലല്ലോ. നമ്മളെക്കൂടി പരിഗണിക്കണേ എന്ന പൂവാലൻ കമന്റുകൾ ചിലയിടത്തുനിന്ന് ഇപ്പോഴും ഉണ്ട്. ലിംഗമാറ്റം വാർത്തയായ കാലത്ത് അതേവരെയുണ്ടായിരുന്ന സൗഹൃദബന്ധങ്ങളെല്ലാം എന്നെ വിട്ടുപോയിരുന്നു. ഞാൻ നടന്നുപോകുമ്പോൾ എതിരെ വരുന്ന പരിചയമുള്ളവർ ഒരപകടകാരിയെ കണ്ടതുപോലെ തിരിച്ചു നടക്കുന്നതും വഴിമാറിപ്പോകുന്നതും അറപ്പോടെ നോക്കുന്നതും കണ്ട് ഞാൻ വേദനിച്ചിട്ടുണ്ട്. അത്തരം അനുഭവങ്ങൾ പലതരത്തിൽ കാലം ഇത്രകഴിഞ്ഞിട്ടും വിടാതെ പിടികൂടുന്നു. ഇത്തരം മനോഭാവത്തിൽ നിന്നു മാറുകയും തിരിച്ചറിവുണ്ടാവുകയും ചെയ്യുന്ന സമൂഹം ഇവിടെ ഉണ്ടായി വരുമോ എന്ന് എനിക്കൊരു തീർച്ചയില്ല. (പച്ചക്കുതിര, ജനുവരി 2011, പുറം 25)

നീലിമയുടെ അവസ്ഥ ഇതാണെങ്കിൽ കേരളത്തിലുള്ള ഭൂരിപക്ഷം പേരും ലിംഗമാറ്റ ശസ്ത്രക്രിയയ്ക്കും ശസ്ത്രക്രിയാനന്തര പുതുജീവിതത്തിനുമായി കേരളത്തിൽനിന്നും പുറത്തുള്ള സംസ്ഥാനങ്ങളെ ആശ്രയിക്കുന്നു. മലയാളി സമൂഹത്തിന്റെയത്ര സങ്കുചിത മനോഭാവങ്ങൾ ഇതരസംസ്ഥാനങ്ങളിലെ ജനങ്ങൾക്കില്ലായെന്നത് ട്രാൻസ്സെക്ഷ്വൽസിന് ആശ്വാസകരമാണ്. ലിംഗമാറ്റ ശസ്ത്രക്രിയ നടത്തി പൂർണ്ണമായും സ്ത്രീയായി മാറുന്ന ട്രാൻസ്ജന്ററുകൾ ബാഹ്യരൂപത്തിൽ മാത്രമേ സ്ത്രീയായി മാറുന്നുള്ളു. ഹോർമോൺ ചികിത്സയിലൂടെ മാറിടം, നിതംബം എന്നിവയുടെ വലുപ്പം വർദ്ധിപ്പിച്ച് 'സ്ത്രൈണത' നേടുന്ന ട്രാൻസ്ജന്റർ സ്ത്രീകൾക്ക് ഗർഭപാത്രമില്ലാത്തതിനാൽ പ്രസവിക്കാനാകില്ല. ലിംഗമാറ്റ ശസ്ത്രക്രിയ നടത്തി സ്ത്രീയായി മാറി സമൂഹത്തിൽ

ജീവിക്കുന്നവരിൽ ഭൂരിപക്ഷം പേരും മാന്യമായി ജീവിക്കുമ്പോഴും ഇവർ ട്രാൻസ്ജന്റർ ആണെന്നു തിരിച്ചറിയുമ്പോൾ പൊതുസമൂഹത്തിലുള്ള വർ ഉപദ്രവിക്കാൻ വരുമെന്ന് സാക്ഷ്യപ്പെടുത്തുന്നു. പൂർണ്ണമായും സ്ത്രീയുടെ മനസ്സുമായി ജീവിക്കുന്ന ഇക്കൂട്ടർ കുടുംബ – ദാമ്പത്യ ജീവിത ബന്ധങ്ങളെ അദമ്യമായി ആഗ്രഹിക്കുകയും എല്ലാ അർത്ഥ ത്തിലും തങ്ങളെ മനസ്സിലാക്കുന്ന പങ്കാളിയെ പ്രതീക്ഷിക്കുകയും ചെയ്യുന്നു. പ്രസവിക്കുവാൻ കഴിയാത്ത ട്രാൻസ്ജന്റർ സ്ത്രീകൾ കുട്ടി കളെ ദത്തെടുത്ത് വളർത്തുവാനും താല്പര്യപ്പെടുന്നുണ്ട്. എന്തായാലും സ്ത്രീ – പുരുഷ ബന്ധത്തിന്റെയത്ര ഇഴയടുപ്പമോ ദീർഘകാലയളവി ലേക്കുള്ള നിലനില്പോ ട്രാൻസ്ജന്റർ സ്ത്രീകളും അവരുടെ പങ്കാളി കളും തമ്മിൽ സാദ്ധ്യമാകാറില്ല. ലൈംഗികതയിലെ രുചിഭേദങ്ങളും കൗതുകങ്ങളും അവസാനിച്ചു കഴിയുമ്പോൾ പങ്കാളികൾ കടന്നുകള യുക പതിവാണ്. പീഡനങ്ങൾക്കും ലൈംഗിക ചൂഷണങ്ങൾക്കും ഇര യായിത്തീരുന്നവരിൽ ഭൂരിഭാഗവും പരാതിപ്പെടുവാൻ പോകാറില്ല. നിയമ പാലകന്മാരുടെ ശാരീരിക പരിശോധനകളും പീഡനങ്ങളും നേരിടേണ്ടി വരുമെന്നുള്ളതുകൊണ്ടാണ് കൂടുതൽ ട്രാൻസ്ജന്റർ സ്ത്രീകളും നിയമപരിരക്ഷകൾ തേടാത്തത്.

ഇന്ത്യയിലെ ട്രാൻസ്ജന്റർ സമൂഹത്തെ സംബന്ധിച്ചിടത്തോളം ഒട്ടും ആശാവഹമായ സാമൂഹ്യാവസ്ഥകളല്ല നിലവിലുള്ളത്. താരത മ്യേന വളരെ ചെറിയൊരു വിഭാഗം മാത്രമേ വിദ്യാഭ്യാസപരമായും തൊഴിൽപരമായും മുൻപന്തിയിൽ നിന്നുകൊണ്ട് മുഖ്യധാരാസമൂഹ ത്തിന്റെ ഭാഗമായി മാറുവാൻ കഴിഞ്ഞിട്ടുള്ളൂ. ജീവിക്കുവാൻ നിവൃത്തി യില്ലാത്തവർ ലൈംഗിക തൊഴിലാളിയായി മാറുന്നതുകൊണ്ട് പൊതു സമൂഹം ആ വിഭാഗത്തെ അപ്പാടെ അകറ്റി നിറുത്തുന്നു. ട്രാൻസ്ജന്ററു കൾക്ക് ജീവിക്കുവാൻ കഴിയുന്ന സാമൂഹ്യ സാഹചര്യങ്ങളും അവർ ചൂഷണം ചെയ്യപ്പെടാതിരിക്കുന്നതിനുവേണ്ടിയുള്ള നിയമനിർമ്മാണ ങ്ങളും ഇവിടുത്തെ ഭരണകൂടങ്ങൾ നടപ്പിലാക്കിയെങ്കിൽ മാത്രമേ ഈയൊരു വിഭാഗത്തിന് സാമൂഹ്യ സുരക്ഷിതത്വമുണ്ടാവുകയുള്ളൂ. ട്രാൻസ്മെൻ/വുമൺ തന്റെ പങ്കാളിയുമൊത്തുള്ള ജീവിതം നയിക്കുവാൻ ശ്രമിക്കുമ്പോഴും സ്ത്രീ – പുരുഷ ബന്ധംപോലെ ദീർഘകാലം ആ ബന്ധം നിലനില്ക്കപ്പെടാതെ പോകുന്നു. ശസ്ത്രക്രിയയുടെയും ഹോർ മോൺ ട്രീറ്റ്മെന്റിന്റെയും അനന്തരഫലമായുണ്ടാകുന്ന അസ്വാസ്ഥ്യങ്ങൾ ഇതിനു കാരണമാകാറുണ്ട്.

5

ട്രാൻസ്സെക്ഷ്വൽ ചലച്ചിത്രങ്ങൾ

ട്രാൻസ്ജന്ററുകളുടെ ജീവിതത്തെ അടിസ്ഥാനമാക്കി നിർമ്മിക്കപ്പെട്ട ചിത്രങ്ങൾ ആ ജീവിതരീതികളെ ഉപരിപ്ലവമായ രീതിയിൽ അവതരിപ്പിക്കുകയാണുണ്ടായത്. അതേസമയം ട്രാൻസ്സെക്ഷ്വലുകളുടെ ജീവിതത്തെ മുൻനിർത്തി ഇന്ത്യൻ സിനിമയിൽ ആവിഷ്കരിക്കപ്പെട്ട പ്രധാന രണ്ടു ചിത്രങ്ങളാണ് വിജയ പത്മ സംവിധാനം ചെയ്ത *നർത്തകി*യും ബി എസ് ലിംഗദേവരു സംവിധാനം ചെയ്ത *നാനു അവനല്ല അവളു*വും. ഈ രണ്ടു ചിത്രങ്ങളും സവിശേഷമായ പ്രാധാന്യമർഹിക്കുന്നത് *നർത്തകി*യിൽ പ്രധാന കഥാപാത്രത്തെ ഒരു ട്രാൻസ്സെക്ഷ്വൽ തന്നെ അവതരിപ്പിച്ചു എന്നുള്ളതും *നാൻ അവനല്ല അവളു* ഒരു ട്രാൻസ്സെക്ഷ്വലിന്റെ ആത്മകഥയെ പിൻതുടർന്ന് ആവിഷ്കരിച്ചതെന്ന വസ്തുതയുമാണ്.

വിജയ പത്മ സംവിധാനം ചെയ്ത *നർത്തകി* (2011) തമിഴ് ചലച്ചിത്രം ട്രാൻസ്സെക്ഷ്വൽസിന്റെ ജീവിതം വസ്തുനിഷ്ഠമായി അടയാളപ്പെടുത്തുന്നു. കൽക്കി സുബ്രഹ്മണ്യത്തോടൊപ്പം സഹോദരി ടീമിലെ സൗന്ദര്യ, സന്ധ്യ, അഭിനയ, ആനന്ദി, റോജ, റീമ എന്നുതുടങ്ങി ഇരുപത്തിയഞ്ചോളംപേർ ചിത്രത്തിലെ പ്രധാന കഥാപാത്രങ്ങളെയവതരിപ്പിച്ചു. 2011 മെയ് പതിനാലിനു ഇന്ത്യയിൽ റിലീസ് ചെയ്യപ്പെട്ട *നർത്തകി* ക്വാലാലംമ്പൂർ, മലേഷ്യ തുടങ്ങിയ രാജ്യങ്ങളിലും പ്രദർശനങ്ങൾ നടത്തുകയുണ്ടായി.

ചിലമ്പാട്ട കലാകാരന്റെ മകനായ സുബ്ബു (ചെറുപ്പത്തിലേ വികൃതിയായ ആൺകുട്ടി) അയൽപക്കത്തുള്ള മീനയുമായി ദൃഢമായ സുഹൃദ്ബന്ധത്തിലാവുന്നു. മീന – സുബ്ബു ബന്ധത്തെ ഇരുവീട്ടുകാരും അംഗീകരിക്കുന്നുവെങ്കിലും കൗമാരഘട്ടത്തിൽ സുബ്ബുവിന്റെ സ്ത്രൈണ

ഭാവങ്ങൾ ഉണരുകയും സ്കൂളിലെ വിദ്യാർത്ഥിയായ ഭാസ്കറിനോട് പ്രണയമുണ്ടാവുകയും ചെയ്യുന്നു. സുബ്ബു ഭാസ്കർ ബന്ധത്തെ കണ്ടെ റിയുന്ന ഗ്രാമവാസി സുബ്ബുവിന്റെ അച്ഛനെ വിവരങ്ങളറിയിക്കുമ്പോൾ സുബ്ബുവിനെ മർദ്ദിച്ച് വീട്ടിൽനിന്നും പുറത്താക്കുന്നു. മകനെ സിംഹ ക്കുട്ടിയായി വളർത്തുവാനാഗ്രഹിച്ച മാതാപിതാക്കൾക്ക് മകന്റെ സ്ത്രൈണ ചേഷ്ടകൾ അംഗീകരിക്കുവാൻ കഴിഞ്ഞില്ല. ഗ്രാമത്തിൽ നിന്നും ഒളിച്ചോടുന്ന സുബ്ബുവിന്റെകൂടെ മീനയും യാത്ര തിരി ക്കുന്നുവെങ്കിലും അച്ഛൻ ബലമായി പിടിച്ചുനിർത്തുന്നതിനാൽ അവൾ യാത്ര പാതിവഴിയിലവസാനിപ്പിക്കുന്നു. വഴിയിൽ കണ്ടുമുട്ടുന്ന ട്രാൻ സ്ജന്ററുകളുടെ കൂടെ യാത്രയാകുന്ന സുബ്ബു മുംബൈയിലെത്തി ആ സമൂഹത്തിന്റെ ഭാഗമായി മാറുന്നു. ലിംഗമാറ്റശാസ്ത്രക്രിയയിലൂടെ സ്ത്രീയായി മാറുന്ന സുബ്ബു കൽക്കിയെന്നു പേരു സ്വീകരിക്കുന്നു.

ഭിക്ഷാടനം, ലൈംഗികത്തൊഴിൽ എന്നിവയോടു താല്പര്യമില്ലാത്ത കൽക്കി ഭരതനാട്യം പഠിച്ച് പ്രശസ്ത നർത്തകിയാകുന്നു. തഞ്ചാവൂരിൽ നിന്നും എത്തുന്ന മധിവാണൻ കൽക്കിയെ പ്രണയിച്ച് വിവാഹം കഴി ക്കുന്നുവെങ്കിലും വിവാഹശേഷം അയാൾ അപ്രത്യക്ഷനാകുന്നു. മധി വാണനെത്തേടി തറവാട്ടിലെത്തുന്ന കൽക്കിയെ അയാളുടെ അച്ഛൻ ബല മായി പുറത്താക്കുന്നു. മധിവാണന്റെ സുഹൃത്തിൽനിന്നും അയാളെ സംബന്ധിക്കുന്ന യാഥാർത്ഥ്യങ്ങൾ കൽക്കി അന്വേഷിച്ചറിയുന്നു. ദാമ്പത്യ ജീവിതത്തിൽ കുട്ടികളുണ്ടാകാത്ത മധിവാണൻ അറവാണിയെക്കെട്ടി ബന്ധമൊഴിഞ്ഞ് കുളത്തിൽ കുളിച്ചു കയറിയാൽ സന്താനദോഷങ്ങൾ മാറുമെന്ന ജ്യോൽസ്യന്റെ നിർദ്ദേശപ്രകാരമാണ് കൽക്കിയെത്തേടിയെ ത്തുന്നത്. ഭരതനാട്യത്തോടൊപ്പം ട്രാൻസ്ജന്റർ സമൂഹത്തിന്റെ ഉന്ന തിക്കുവേണ്ടി പ്രവർത്തിക്കുന്ന കൽക്കി ഹോസ്പിറ്റലിൽ വെച്ച് മധിവാ ണനെയും ഭാര്യയെയും കുട്ടിയെയും കാണുന്നു. അവരുടെ കുട്ടി ഒരു ട്രാൻസ്ജന്ററായിരുന്നു. ട്രാൻസ്ജന്റർ സമൂഹത്തിന്റെ പ്രതിസന്ധികളെ കൽക്കിയുടെ വാക്കുകളിലൂടെ അവതരിപ്പിച്ചുകൊണ്ടാണ് നർത്തകി അവ സാനിക്കുന്നത്.

നിറമില്ലാത്ത യാഥാർത്ഥ്യങ്ങൾ

നാലുഘട്ടങ്ങളിലൂടെയാണ് കൽക്കിയെന്ന ട്രാൻസ്വുമണിന്റെ ജീവിതം *നർത്തകി* അവതരിപ്പിക്കുന്നത്. ബാല്യത്തിൽ സുബ്ബുവെന്ന ആൺകുട്ടിയായുള്ള ജീവിതം, കൗമാരഘട്ടത്തിൽ സ്ത്രൈണതയിലേക്കു പരിവർത്തിക്കപ്പെടുന്ന പ്രതിസന്ധികൾ നേരിടുന്ന ജീവിതഘട്ടം, മുംബൈയിൽ ലിംഗമാറ്റ ശസ്ത്രക്രിയ നടത്തി കൽക്കിയാവുന്ന ഘട്ടം, നൃത്തത്തിന്റെയും സാമൂഹ്യ പ്രവർത്തനങ്ങളുടെയും നാലാമത്തെ ഘട്ടം എന്നിവയിലൂടെ അവതരിപ്പിക്കപ്പെടുന്ന ട്രാൻസ്സെക്ഷ്വൽസിന്റെ ജീവിതം ഇന്ത്യൻ സിനിമയിൽത്തന്നെ അപൂർവ്വമായൊരു ആഖ്യാന മാണ്. മുഖ്യധാരാസമൂഹത്തിന്റെ മിഥ്യാധാരണകളെ പൊളിച്ചെഴുതുന്ന

തിന് ഉപയുക്തമായ ചലച്ചിത്രം പൊതുസമൂഹത്തിന് വ്യക്തമായ ചില സന്ദേശങ്ങൾ നല്കുന്നുണ്ട്. ഒരു വ്യക്തി ട്രാൻസ്ജന്റർ ആയിത്തീരുന്നത് അയാളുടെ വ്യക്തിപരമായ താല്പര്യങ്ങളുടെ അടിസ്ഥാനത്തിലല്ല, മറിച്ച് ജനിതകമായ കാരണങ്ങളാലാണെന്നുള്ള യാഥാർത്ഥ്യത്തെ അവതരിപ്പിക്കുന്ന *നർത്തകി* ട്രാൻസ്ജന്റർ/ട്രാൻസെക്ഷ്വലിന്റെ ജീവിതം അതിഭാവുകത്വങ്ങളൊന്നുമില്ലാതെയാണ് ആവിഷ്കരിക്കുന്നത്.

നാലുപെൺകുട്ടികളുള്ള മാതാപിതാക്കൾ സുബ്ബുവിനെ കരുത്തുറ്റ ആൺരൂപമായി വളർത്തിയെടുക്കാനുത്സാഹിക്കുമ്പോൾ അതിനു വഴങ്ങാത്ത മനസ്സും ശരീരവുമായി ജീവിക്കേണ്ടിവരുന്ന സുബ്ബുവിനെ മാതാപിതാക്കൾ പുറന്തള്ളിക്കൊണ്ട് കുടുംബത്തിനു ഇങ്ങനെയൊരാൾ ആവശ്യമില്ലായെന്നു പ്രഖ്യാപിക്കുന്നു. സുബ്ബുവിന്റെ വസ്ത്രങ്ങൾ ഉൾപ്പെടെയുള്ളവ മാതാപിതാക്കൾ കത്തിക്കുമ്പോൾ അവരുടെ മനസ്സിൽ ചിത കത്തിച്ച് സുബ്ബുവിനെയൊഴിവാക്കുകയായിരുന്നു. ട്രാൻസ്ജന്ററുകളുടെ പലായനത്തെ ഓർമ്മിപ്പിക്കുന്ന നർത്തകി സുബ്ബുവിന്റെ യാത്ര ബോംബെയിലെ ഘരാനയിൽ എത്തുന്നതിലൂടെ ട്രാൻസ്ജന്ററുകൾ നേരിടേണ്ടിവരുന്ന പ്രതിസന്ധികൾ വെളിപ്പെടുത്തുന്നു. ശരീരപുഷ്ടിയും സൗന്ദര്യവുമുള്ള ട്രാൻസ്ജന്ററുകളെ സാമൂഹ്യവിരുദ്ധരും പകൽമാന്യന്മാരും ലൈംഗികമായി പീഡിപ്പിക്കുന്നുവെന്ന യാഥാർത്ഥ്യം കൽക്കിക്കു നേരിടേണ്ടിവന്ന ലൈംഗികാതിക്രമങ്ങളിലൂടെ സൂചിപ്പിക്കുന്നു. ലൈംഗികാതിക്രമങ്ങൾ നേരിടേണ്ടിവരുന്ന ട്രാൻസ്സെക്ഷ്വലുകൾക്ക് പൊതുവേ ഇന്ത്യൻ സമൂഹത്തിൽ നിയമ പരിരക്ഷകൾ ലഭിക്കാറില്ല. അരക്ഷിതാവസ്ഥ നിറഞ്ഞൊരു ജീവിതാവസ്ഥയാണ് ട്രാൻസ്ജന്ററിനുള്ളത് എന്ന് ഓർമ്മപ്പെടുത്തുന്ന ചിത്രം സാഹചര്യങ്ങളുടെ സമ്മർദ്ദം അവരെ മറ്റൊരു നാട്ടിലേക്ക് പലായനം ചെയ്യിപ്പിക്കുന്നുവെന്ന സത്യം ആവിഷ്കരിക്കുന്നു.

ട്രാൻസ്സെക്ഷ്വലുകൾക്ക് അഭിമാനമായ ചലച്ചിത്രം

കൽക്കി സുബ്രഹ്മണ്യം പ്രധാന വേഷം അവതരിപ്പിച്ച നർത്തകി ഒരു സമൂഹത്തിന്റെ അഭിമാനവും പ്രതീകവുമാണ്. മുഖ്യധാരാ ചലച്ചിത്ര മാധ്യമങ്ങൾ അവഗണിക്കുകയോ ഔദാര്യപൂർവ്വം പരിഗണിക്കുന്നുവെന്ന് സമർത്ഥിച്ചുകൊണ്ട് അവഹേളിക്കുകയോ ചെയ്ത, ക്രിമിനലുകളായി പ്രഖ്യാപിക്കുകയോ ട്രാൻസ്ജന്ററുകളുടെ ജീവിതാനുഭവങ്ങളെ സത്യസന്ധമായി വെള്ളിത്തിരയിൽ അവതരിപ്പിക്കുവാൻ കഴിഞ്ഞുവെന്നതാണ് *നർത്തകി*യെ ചലച്ചിത്ര ചരിത്രത്തിൽ പ്രതിഷ്ഠിക്കുന്നത്. ട്രാൻസ്സെക്ഷ്വലുകളാണ് പ്രധാനകഥാപാത്രങ്ങളെ അവതരിപ്പിച്ചതെന്ന പ്രത്യേകതയും *നർത്തകി*ക്കുണ്ട്. ട്രാൻസ്സെക്ഷ്വൽസിനൊരു മാന്യതയുടെ, സാമൂഹ്യപദവിയെ നിർമ്മിച്ചു നല്കുന്നതിനു പര്യാപ്തമായ നർത്തകി ചലച്ചിത്രങ്ങളുടെ പാരമ്പര്യ ആഖ്യാന വഴികളെ നിരാകരിക്കുവാൻ ശ്രമിക്കുമ്പോൾതന്നെ പതിവ് മസാലക്കൂട്ടുകൾക്കുള്ളിൽ ചെന്നെത്തി നില്ക്കുവാനും ഉത്സാഹിക്കുന്ന വിചിത്രമായ കാഴ്ചകളുമുണ്ട്. കൗമാരക്കാരി

യുടെ കാഴ്ചപ്പാടിലൂടെ മീന - സുബ്ബു പ്രണയത്തെ ഗ്ലാമർ രംഗങ്ങൾ നിറഞ്ഞ പാട്ടിലൂടെ ചിത്രീകരിച്ചിരിക്കുന്നത് മനുഷ്യന്റെ സാമാന്യയുക്തിയെ പരിഹസിക്കുന്നു. അതേസമയം 'ജയ് ജയ് മാതാ, ജയ് ജയ് സന്തോഷി മാതാ.. പോയ് വാ മകളേ പോയ്‌വാ പുതു പെണ്ണാകെ ഒരു..' എന്ന ഗാനത്തിലൂടെ ആ സമൂഹത്തിലെ ഹൽദി മെഹ്ന്ദി, ജൽസ, ലിംഗച്ഛേദനം, പേരിടീൽ എന്നിത്യാദി ആചാര അനുഷ്ഠാന ആഘോഷ പരിപാടികളെയവതരിപ്പിക്കുകയും അവരുടെ സംസ്കാരത്തെ സാമാന്യമായി പ്രേക്ഷകനു പരിചയപ്പെടുത്തിക്കൊടുക്കുകയും ചെയ്യുന്നുണ്ട്. ട്രാൻസ്ജന്ററുകൾക്ക് ഭിക്ഷാടനം, ലൈംഗിക തൊഴിൽ എന്നിവയ്ക്കപ്പുറം പൊതുസമൂഹത്തിൽ സാധാരണ വ്യക്തികളെപ്പോലെ കലാ - സാമൂഹ്യരംഗങ്ങളിലെ പ്രവർത്തനങ്ങളിലൂടെ ജീവിക്കുവാൻ കഴിയുമെന്ന നിലപാട് *നർത്തകി* പങ്കുവെക്കുന്നു. ദുരന്താനുഭവങ്ങളുടെ തീച്ചൂളയിൽ നീറുന്ന ട്രാൻസ്സെക്ഷ്വൽ സമൂഹത്തിന് അതിജീവനത്തിന്റെ കരുത്തു പകരുവാൻ കൽക്കിയുടെ *നർത്തകി*ക്ക് കഴിഞ്ഞു. നടിയും സംവിധായികയുമായ സുഹാസിനി *നർത്തകി*യെ വിലയിരുത്തിയത് 'തിളങ്ങുന്ന പ്രകടനം, അത്ഭുതകരമായ ചലച്ചിത്രം' എന്നാണ്. ട്രാൻസ്ജന്റർ സമൂഹത്തിന്റെ അവകാശങ്ങൾക്കു വേണ്ടിയുള്ള പ്രക്ഷോഭങ്ങൾക്കിടയിൽ ചരിത്രപരമായ ഒരു അടയാളപ്പെടുത്തലായി മാറിയ ചിത്രമാണ് *നർത്തകി.*

നാൻ അവനല്ല അവളു

ദേശീയ തലത്തിൽ ട്രാൻസ്സെക്ഷ്വലുകളുടെ ജീവിതമാവിഷ്കരിച്ച് ശ്രദ്ധനേടിയ ചിത്രമാണ് ബി എസ് ലിംഗദേവരുവിന്റെ *നാൻ അവനല്ല അവളു* (2014). സ്മൈലി വിദ്യയുടെ ആത്മകഥയെ അടിസ്ഥാനമാക്കി ചിത്രീകരിച്ച *നാൻ അവനല്ല അവളു*വിലെ മുഖ്യകഥാപാത്രത്തെ അവതരിപ്പിച്ച സഞ്ചാരിവിജയ് അറുപത്തിരണ്ടാമത്തെ ദേശീയ പുരസ്കാരങ്ങളിൽ മികച്ച നടനുള്ള അവാർഡുനേടി. കർണ്ണാടകത്തിലെ ഒരു സാധാരണ ഗ്രാമത്തിൽ ജനിച്ചുവളർന്ന മാദേശൻ കൗമാരഘട്ടത്തിൽ തന്റെ ഐഡന്റിറ്റി തിരിച്ചറിയുന്നു. തന്റെ സുഹൃത്തിനെ പ്രണയിക്കുന്ന മാദേശനെ അവൻ വെറുപ്പോടെ തള്ളിക്കളയുമ്പോൾ സ്ത്രൈണഭാവത്തിലേക്ക് മാറുന്ന മാദേശനെ അച്ഛൻ ക്രൂരമായി പീഡിപ്പിക്കുന്നു. ഗ്രാമത്തിൽനിന്നും പട്ടണത്തിൽ സഹോദരിയുടെ വീട്ടിലെത്തുന്ന മാദേശനെ ഉപദേശിച്ചും വഴക്കുപറഞ്ഞും പരിഹസിച്ചും നല്ലതാക്കിയെടുക്കാൻ ശ്രമിക്കുന്നുവെങ്കിലും അവർ പരാജയപ്പെടുന്നു. ബസിൽവെച്ചു പരിചയപ്പെടുന്ന ട്രാൻസ്ജന്റർ സുഹൃത്തിലൂടെ അവരുടെ താവളത്തിലെത്തിച്ചേരുന്ന മാദേശൻ തന്റെ വർഗ്ഗക്കാർക്കിടയിൽ സമാധാനം കണ്ടെത്തുന്നു. ട്രാൻസ്ജന്റർ സമൂഹത്തിന്റെ ഭാഗമായി മാറുന്ന മാദേശൻ ലിംഗമാറ്റ ശസ്ത്രക്രിയയിലൂടെ വിദ്യയായി മാറുന്നു. ടി ജികളുടെ ചൂഷണങ്ങളും പീഡനങ്ങളും അപമാനവും അനുഭവിച്ചറിയുന്ന വിദ്യ അവയിൽ നിന്നും രക്ഷപെടുന്നതിനായി പഠനമേഖലയിലേക്ക് തിരിഞ്ഞ്

തന്റെ ഇടം കണ്ടെത്തുന്നു. ഭരണകൂട അധികാരസ്ഥാപനങ്ങളുടെ മുമ്പിൽ നിർഭയമായി നിന്നുകൊണ്ട് സംസാരിക്കുന്ന പുറംലോകത്തിനു മുമ്പിൽ പഠനപ്രഭാഷണങ്ങൾ നടത്തുന്ന വിദ്യ ട്രാൻസ്ജന്റർ സമൂഹത്തിന്റെ അഭിമാനമായി മാറുന്നിടത്താണ് ഞാൻ അവനല്ല അവളു പൂർണ്ണമാകുന്നത്.

കമ്പോളവിജയം മാത്രം ലക്ഷ്യമിട്ട് മസാല സിനിമകൾ നിർമ്മിക്കപ്പെടുന്ന ഫിലിം ഇന്റസ്ട്രിയാണ് കന്നട ചലച്ചിത്രമേഖലയെന്ന് പൊതുവേ വിലയിരുത്താമെങ്കിലും ദേശീയ തലത്തിൽതന്നെ ശ്രദ്ധിക്കപ്പെടുന്ന ചലച്ചിത്രങ്ങളും അവർ നിർമ്മിക്കാറുണ്ട്. മികച്ച നടനുള്ള പുരസ്കാരത്തിനൊപ്പം മികച്ച മേയ്ക്കപ്പ് ആർട്ടിനുള്ള പുരസ്കാരവും നേടിക്കൊടുത്ത *നാൻ അവനല്ല അവളു* ഇന്റർനാഷണൽ ഫിലിം ഫെസ്റ്റിവൽ ഓഫ് കേരള(2015) അടക്കമുള്ള ഒട്ടനവധി ദേശീയ അന്തർദ്ദേശീയ മേളകളിൽ പ്രദർശിപ്പിക്കപ്പെടുകയുണ്ടായി. സങ്കല്പങ്ങളും ഭാവനകളും കൂടിക്കലർന്ന് അതിലളിതവല്കരിക്കപ്പെടുന്ന മലയാള ട്രാൻസ്ജന്റർ സിനിമകളിൽ നിന്നും തുലോം വ്യത്യസ്തമായ *നാൻ അവനല്ല അവളു* ട്രാൻസ്ജന്റർ ജീവിതങ്ങളുടെ നേർക്കാഴ്ചകളാണ് അവതരിപ്പിക്കുന്നത്. ട്രാൻസ്ജന്ററുകളുടെ ശാരീരികമാനസിക വെല്ലുവിളികൾ, ഭരണകൂട അധികാരസ്ഥാനങ്ങളിൽ നിന്നും നേരിടുന്ന പ്രതിസന്ധികൾ, അതിസങ്കീർണ്ണമായ ലിംഗമാറ്റശസ്ത്രക്രിയ, അനുബന്ധചികിത്സകൾ എന്നിത്യാദികളെ കച്ചവടക്കണ്ണോടുകൂടിയല്ലാതെ അവതരിപ്പിച്ച ചിത്രമാണ് *നാൻ അവനല്ല അവളു*.

*നാൻ അവനല്ല അവളു*വും *നർത്തകി*യും ട്രാൻസ്ജന്റർ സമൂഹത്തിന്റെ യാഥാർത്ഥ്യങ്ങളുടെ പ്രതിനിധാനമായാണ് ചലച്ചിത്രലോകത്തു നിലനില്ക്കുന്നത്. ഇന്ത്യൻ സമൂഹത്തിൽ നിർമ്മിക്കപ്പെട്ട വ്യാജ ട്രാൻസ്ജന്റർ ജീവിതാവിഷ്കാരങ്ങളുടെ ചലച്ചിത്രഭാഷയിൽനിന്നും വിടുതൽ പ്രാപിച്ചുകൊണ്ടാണ് ഇരുചിത്രങ്ങളും നില്ക്കുന്നത്. ശരീരശാസ്ത്ര സംബന്ധിയായ കൗതുകങ്ങൾ പിൻതുടരുന്ന ട്രാൻസ് സെക്ഷ്വലുകളുടെ അതിസങ്കീർണ്ണമായ അവസ്ഥകളിലേക്ക് സഞ്ചരിച്ച ഇരുചിത്രങ്ങളും ഇന്ത്യൻ ട്രാൻസ്ജന്റർ സമൂഹത്തിന് പ്രചോദനമായവയാണ്. പോരാട്ടത്തിന്റെ, അതിജീവനത്തിന്റെ രാഷ്ട്രീയത്തെ അവതരിപ്പിച്ച *നർത്തകി*, *നാനു അവനല്ല അവളു* തുടങ്ങിയവ ട്രാൻസ്ജന്ററുകളെ കേന്ദ്രീകരിച്ചു നിർമ്മിക്കപ്പെട്ട പൊതുബോധ നിർമ്മിതികളെ, അതിയാഥാർത്ഥ്യങ്ങളെ പൊളിച്ചെഴുതുകയുണ്ടായി. ലിംഗപദവിയെ സംബന്ധിച്ചുള്ള വിശകലനങ്ങളിൽ അഭിമാനബോധം പുലർത്തുന്ന ട്രാൻസ്ജന്ററുകളുടെ ഐഡന്റിറ്റി ഇനിയൊരിക്കലും തിരസ്കൃതമാവുകയില്ല.

അനുഭവം/ജീവിതം

സങ്കീർണ്ണമായ മനുഷ്യവ്യക്തിത്വങ്ങളെ രേഖീയമായ ക്രമങ്ങളിലേക്കു വലിച്ചിഴയ്ക്കുന്നവരാണ് സാമൂഹ്യ സംവിധാനങ്ങളിൽ സ്ത്രീ – പുരുഷ വ്യക്തിത്വങ്ങളെ രൂപപ്പെടുത്തിയെടുക്കുന്നത്. ശാരീരികമായി ദുർബ്ബല രൂപമായിരിക്കുക, മുടി നീട്ടിവളർത്തുക, പതിഞ്ഞതും വിധേയത്വമുള്ളതുമായ ശബ്ദമുണ്ടായിരിക്കുക, അടക്കവും ഒതുക്കവും പാലിക്കുക എന്നീ രീതികൾ സ്ത്രീരൂപത്തിനും കരുത്തുറ്റ ശരീരത്തിലൂടെ ധൈര്യം പ്രകടിപ്പിക്കുക, ഉറച്ചതും ഗൗരവത്തിലുള്ളതുമായ ശബ്ദത്തിൽ സംസാരിക്കുക, ഇടപെടുന്ന മേഖലകളിൽ ആധിപത്യസ്വഭാവത്തോടെ പെരുമാറുക എന്നീ രീതികൾ പുരുഷരൂപത്തിനുമായി ക്രമപ്പെടുത്തിയിരിക്കുന്നു. ഇവയിൽ നിന്നു ഭിന്നമായ രീതികൾ പ്രകടിപ്പിക്കുന്നവർ എക്കാലത്തും സമൂഹത്തിലുണ്ടായിരുന്നു. സ്ത്രീ ശരീരത്തിനുള്ളിൽ പുരുഷന്റെ മാനസികാവസ്ഥകളുമായി ജീവിക്കേണ്ടിവരുന്നവരും പുരുഷ ശരീരത്തിനുള്ളിൽ സ്ത്രീ മാനസികാവസ്ഥകളുമായി ജീവിക്കേണ്ടിവരുന്നവരും സമൂഹത്തിൽ നിന്ന് ഒളിച്ചോടുകയോ കുടുംബബന്ധങ്ങൾക്കു കീഴടങ്ങി ഉത്തമ സ്ത്രീ/പുരുഷൻ ആയി മാറുകയോ ചെയ്യേണ്ടി വരുന്നു. വേഷം കെട്ടലുകൾക്കപ്പുറം ജൈവികമായ അടിസ്ഥാനത്തിൽ ട്രാൻസ് സെക്ഷ്വലുകളായ ഇവരുടെ ജീവിതം സ്ത്രീ പുരുഷ വ്യക്തിത്വങ്ങളെ/ബന്ധങ്ങളെ ക്രമപ്പെടുത്തുന്നവർക്കുള്ള നിഷേധ പാഠപുസ്തകങ്ങളാണ്. പ്രതിസന്ധികളെ അതിജീവിച്ച് ആക്ടിവിസ്റ്റും അഭിനേത്രിയുമായി മാറിയ കൽക്കി സുബ്രഹ്മണ്യത്തിന്റെ അനുഭവങ്ങൾ ട്രാൻസ്സെക്ഷ്വൽ സമൂഹത്തെ പ്രചോദിപ്പിക്കുന്നവയാണ്. കൽക്കിയോടൊപ്പം സൂര്യ (മലയാളിക്കു സ്റ്റേജ്ഷോകളിലൂടെ പ്രിയപ്പെട്ട ഫീമെയിൽ ആർട്ടിസ്റ്റ്), മിസ് കൂവാഗം ഹരിണി തുടങ്ങിയ ട്രാൻസ്വിമണും മായ, സോനു തുടങ്ങിയ ട്രാൻസ്മെനും തങ്ങളുടെ അനുഭവങ്ങൾ പങ്കുവെക്കുന്നു.

ആക്ടിവിസം ഒരു പ്രതിരോധ തന്ത്രമാണ്

കൽക്കി സുബ്രഹ്മണ്യം (ട്രാൻസ്‌വുമൺ)

ഇന്ത്യയിൽ തന്നെ ശ്രദ്ധേയയായ ട്രാൻസ്ജന്ററാണ് കൽക്കി സുബ്രഹ്മണ്യം. കൽക്കിയുടെ ജീവിത പശ്ചാത്തലമൊന്നു പരിചയപ്പെടുത്താമോ?

കോയമ്പത്തൂരിനടുത്ത് പൊള്ളാച്ചിയിലാണ് ജനിച്ചതും വളർന്നതും. ബിസിനസുകാരനായ സുബ്രഹ്മണ്യവും രാജാമണിയുമാണ് മാതാപിതാക്കൾ. രണ്ടു സഹോദരിമാരുണ്ട്. സ്കൂളിൽ പഠിക്കുമ്പോൾ ആണും പെണ്ണും കെട്ട ജന്മം എന്ന ആക്ഷേപങ്ങളോടൊപ്പം അദ്ധ്യാപകരുടെ ശിക്ഷകളും ഏറ്റുവാങ്ങേണ്ടിവന്നു. വീട്ടുകാർ നല്ല രീതിയിൽ സ്നേഹിക്കുന്നതിനൊപ്പം മികച്ച വിദ്യാഭ്യാസവും നല്കിയിരുന്നു. ജേർണലിസം ആന്റ് മാസ് കമ്യൂണിക്കേഷനിലും, ഇന്റർനാഷണൽ റിലേഷൻസിലുമായി രണ്ടു ബിരുദാനന്തര ബിരുദങ്ങൾ നേടി. പതിനാലാമത്തെ വയസ്സിൽ ലിംഗമാറ്റം ആഗ്രഹിച്ചുവെങ്കിലും ആറു വർഷത്തിനു ശേഷമാണ് അത് സാദ്ധ്യമായത്. കൽക്കിയെന്ന പേരു സ്വീകരിച്ചു. ട്രാൻസ്ജന്റർ സമൂഹത്തിനുവേണ്ടി പ്രവർത്തിക്കുന്നു. നിലവിൽ പുതുച്ചേരിയിലെ ഓറോ വില്ലിൽ താമസിക്കുന്നു.

വർത്തമാനകാല ഇന്ത്യൻ സാമൂഹ്യാവസ്ഥയിൽ ട്രാൻസ്ജന്ററുകളുടെ അവസ്ഥകൾ എന്തൊക്കെയാണ്?

ട്രാൻസ്ജന്ററുകളുടെ ജീവിതാവസ്ഥ വളരെ പരിതാപകരമാണ്. സമൂഹത്തിൽ ഒരു മാന്യതയുള്ള ജീവിതം നയിക്കുവാൻ ട്രാൻസ്ജന്ററുകൾക്ക് കഴിയുന്നില്ല. ഇവരെ മനുഷ്യരായി പരിഗണിക്കുന്ന സാമൂഹ്യാവസ്ഥ വളരെക്കുറവാണ്. പുരോഗമനാത്മകമായ ചില മാറ്റങ്ങൾ ഇന്ന് സമൂഹത്തിൽ നടക്കുന്നുണ്ട്. അതിലൂടെ വളരെ ചെറിയ ഒരു ശതമാനം

ട്രാൻസ്ജന്ററുകളുടെ സാമൂഹ്യാവസ്ഥ, ജീവിതരീതി തുടങ്ങിയവ മാറിക്കൊണ്ടിരിക്കുന്നു. ഇത് നല്ലതാണ്. വരുംകാലങ്ങളിൽ മാന്യമായ ഒരു സ്ഥാനം ഇവർക്ക് ലഭിക്കുമെന്നും കരുതാം.

ഒരു സോഷ്യൽ ആക്ടിവിസ്റ്റായ കൽക്കി സുബ്രഹ്മണ്യം സുപ്രീം കോടതിയുടെ സ്വവർഗ്ഗരതി ക്രിമിനൽകുറ്റമായി വിധിച്ച നടപടിയോട് എങ്ങനെ പ്രതികരിക്കുന്നു?

കോടതിയുടെ 377 വകുപ്പ് പ്രകാരമുള്ള വിധി ശരിയല്ല. വകുപ്പ് പുനഃക്രമീക്കിക്കേണ്ടതാണ്. ഭരണഘടനയിലെ മൗലിക അവകാശങ്ങളനുസരിച്ച് ഒരു വ്യക്തിയുടെ പ്രണയം, ലൈംഗികത അതെല്ലാം അവനു തീരുമാനിക്കാം എന്നിരിക്കേ ഐ പി സി 377 പ്രകാരം ചില തീരുമാനങ്ങൾ കുറ്റകൃത്യമാക്കുകയാണ്. അതു ശരിയല്ല. ഈ വകുപ്പ് സ്വവർഗ്ഗ ലൈംഗികതയ്ക്കും സ്വവർഗ്ഗാനുരാഗത്തിനും എതിരാണ്. ഒരു വ്യക്തി ആരോടൊത്ത് ജീവിക്കണം, ആരെ പ്രണയിക്കണം എന്നത് ആ വ്യക്തിയുടെ ഇഷ്ടമാണ്. ഇതനുസരിച്ച് ഒരു വ്യക്തിയുടെ സ്വാതന്ത്ര്യത്തിന് എതിരാണ് കോടതിവിധി.

ഈ കോടതിവിധിക്കെതിരെ കാമ്പയിനുകൾ നടത്തിയിട്ടില്ലേ?

തീർച്ചയായും. ഇതിനെതിരെ ധാരാളം പ്രതിഷേധങ്ങൾ നടത്തിയിട്ടുണ്ട്. നിങ്ങളെല്ലാവരും അവകാശങ്ങൾക്കായി എങ്ങനെ പ്രതികരിക്കുന്നുവോ, പ്രതിഷേധിക്കുന്നുവോ അതുപോലെ ഞങ്ങളും പ്രതിഷേധങ്ങൾ പ്രകടിപ്പിക്കുന്നു. പ്രകടനങ്ങൾ, പ്രൈഡ് മാർച്ച് തുടങ്ങിയ രീതിയിലും മാധ്യമങ്ങളിലൂടെയും തങ്ങളുടെ പ്രതിഷേധങ്ങൾ പൊതുസമൂഹത്തിൽ രേഖപ്പെടുത്തുന്നു.

മുൻകാലങ്ങളെയപേക്ഷിച്ച് ട്രാൻസ്ജന്റേഴ്സിന്റെ സാമൂഹ്യാവസ്ഥകളിൽ വന്ന മാറ്റങ്ങൾ എന്തൊക്കെയാണ്?

പഴയകാല സമൂഹത്തിൽനിന്നും ഇന്ന് ധാരാളം മാറ്റങ്ങൾ ട്രാൻസ്ജന്ററുകളുടെ ജീവിതത്തിൽ വന്നിട്ടുണ്ട്. അതിനു തെളിവാണ് രാജ്യത്തിന്റെ പലസ്ഥലങ്ങളിലും തങ്ങളുടെ സ്വത്വം അവർ വെളിപ്പെടുത്തുന്നത്. സമൂഹത്തിൽ മാറ്റങ്ങൾ വരുമ്പോഴാണല്ലോ ആളുകൾ കൂടുതൽ സ്വതന്ത്രരാകുന്നത്. സമൂഹത്തിൽ ഇന്ന് ചെറിയ ശതമാനം ട്രാൻസ്ജന്ററുകൾ നല്ലരീതിയിൽ ജീവിക്കുന്നതും കമ്മ്യൂണിറ്റിക്കായുള്ള പ്രവർത്തനങ്ങൾ ശക്തമായി നടക്കുന്നതും സമൂഹത്തിന്റെ മാറ്റങ്ങളുടെ ഫലമാണ്. ഉയർന്ന ജോലിയും വിദ്യാഭ്യാസവും നേടാൻ വളരെക്കുറച്ചു പേർക്കെങ്കിലും സാധിക്കുന്നു. വരുംകാലങ്ങളിൽ കൂടുതൽ ട്രാൻസ്ജന്ററുകൾക്ക് ഇത്തരം മാറ്റങ്ങൾ സാദ്ധ്യമാകും.

ട്രാൻസ്ജന്ററുകൾക്കു വേണ്ടിയുള്ള സംഘടനയായ സഹോദരി

ഫൗണ്ടേഷൻ ആരംഭിക്കുവാനുള്ള കാരണങ്ങൾ എന്താണ്?

14–ാം വയസ്സുമുതൽ വീട്ടുകാരുടേയും സമൂഹത്തിന്റെയും കളിയാക്കലുകൾ ഞാൻ കേൾക്കേണ്ടിവന്നിട്ടുണ്ട്. സ്കൂളുകളിൽനിന്നും കൂട്ടുകാരിൽ നിന്നും 'പെണ്ണാണ്' എന്നു പറഞ്ഞ് ധാരാളം കളിയാക്കലുകൾ നേരിട്ടതിൽ നിന്നുമുള്ള വിഷമങ്ങളിൽ നിന്നാണ് സഹോദരി ഫൗണ്ടേഷൻ രൂപീകരിക്കുന്നത്. എന്നെപ്പോലെ വിഷമതകൾ അനുഭവിച്ച ആളുകൾക്ക് ഒരു സഹായം എന്ന നിലയിലാണ് സഹോദരി സംഘടന സ്ഥാപിച്ചത്. കുടുംബക്കാരുടെയും സമൂഹത്തിന്റെയും അടിച്ചമർത്തലിന്റെ ഫലമായി ധാരാളംപേർക്ക് നാടുവിടേണ്ടിവരുന്നുണ്ട്. അത്തരക്കാർക്ക് ഒരു അഭയസ്ഥാനം എവിടെയെങ്കിലും വേണ്ടേ? ആ ഒരു ചിന്തയാണ് എന്നെ ഇതിലേക്ക് അടുപ്പിച്ചത്. ഒരു തെറ്റും ചെയ്യാത്ത ഞങ്ങളോട് സമൂഹം കാണിക്കുന്ന വിവേചനത്തോട്/ അടിച്ചമർത്തലിനോട് ഉള്ള ദേഷ്യം/ കോപമാണ് സഹോദരി ഫൗണ്ടേഷന്റെ രൂപീകരണത്തിന്റെ അടിസ്ഥാനം. ഞങ്ങൾക്ക് ഞങ്ങളുടെ പ്രശ്നങ്ങൾ തുറന്നുപറയുവാനും പരസ്പരം കമ്യൂണിക്കേറ്റ് ചെയ്യാനും ഒത്തുകൂടാനും ആശ്രയമാകാനും ഒരു സ്ഥലം അതാണ് സഹോദരി.

സഹോദരി ഫൗണ്ടേഷന്റെ ലക്ഷ്യങ്ങൾ എന്താണ്?

ട്രാൻസ്ജന്ററുകളുടെ സാമൂഹിക ഉന്നമനം തന്നെയാണ് അടിസ്ഥാന ലക്ഷ്യം. സാധാരണ കുട്ടികൾക്ക് ലഭിക്കുന്നതുപോലെ ഉന്നതവിദ്യാഭ്യാസം, ജോലി, സമൂഹത്തിൽ സ്ഥാനം ഇവയെല്ലാം ഞങ്ങളും നേടാൻ ആഗ്രഹിക്കുന്നു. സമൂഹത്തിലെ ചൂഷണങ്ങളിൽ നിന്നും രക്ഷപ്പെടണം. നല്ല ജീവിതാവസ്ഥ ഞങ്ങൾക്കും ആവശ്യമുണ്ട്. ഇതെല്ലാം നേടിയെടുക്കാൻ ഒരു വ്യക്തി മാത്രം ശ്രമിച്ചാൽ സാധിക്കില്ല. അതുകൊണ്ട് തന്നെ വിദ്യാർത്ഥികൾ ഉൾപ്പെടെയുള്ള ഒരു ഗ്രൂപ്പായി സംഘടിത ശക്തിയായി പ്രവർത്തിക്കുകയാണ് സഹോദരി ഫൗണ്ടേഷൻ.

2016 ൽ സഹോദരി ഫൗണ്ടേഷന്റെ പ്രവർത്തനങ്ങളെ വിലയിരുത്തുമ്പോൾ ആരംഭകാലം മുതലുള്ള ലക്ഷ്യങ്ങൾ നേടുവാൻ കഴിഞ്ഞിട്ടുണ്ടെന്ന് വിശ്വസിക്കുന്നുണ്ടോ?

തീർച്ചയായും. ആരംഭത്തിലേ മുന്നോട്ടുവച്ച ലക്ഷ്യങ്ങളെ വലിയ ഒരളവോളം നേടുവാൻ ഞങ്ങൾക്ക് കഴിഞ്ഞിട്ടുണ്ട്. ഇന്ന് ഒരു വലിയ ഓഫീസ് കെട്ടിടം സഹോദരിക്കുണ്ട്. ക്ലാസുകൾ, ചർച്ചകൾ, പ്രോജക്ടുകൾ എല്ലാം നടത്തുവാൻ സമൂഹത്തിൽ അവകാശം നേടിയെടുക്കുവാൻ ഞങ്ങൾക്ക് സാധിച്ചു. ഇത് പെട്ടെന്ന് നേടിയെടുത്ത ഒന്നല്ല. വർഷങ്ങളായുള്ള പ്രവർത്തനങ്ങളുടെ ഫലമാണ്. തുടക്കത്തിൽ എല്ലാം നേടാൻ കഴിയില്ല. ശക്തമായി, നിരന്തരമായുള്ള പ്രവർത്തനങ്ങളുടെ ഫലമാണ് ഇന്നത്തെ ട്രാൻസ്ജന്ററുകളുടെ സാമൂഹികാവസ്ഥ. ഇതെല്ലാം നേടാൻ സാധിച്ചത് സഹോദരിയിലൂടെയാണ്. സ്കൂൾ, കോളേജ് വിദ്യാർത്ഥികൾ

ഉൾപ്പെടെയുള്ള ഒരു ഗ്രൂപ്പ് ഇതിലുണ്ട്. അവരുടെ ആത്മവിശ്വാസത്തോടെയുള്ള ശ്രമങ്ങളാണ് വിജയത്തിനു പിന്നിൽ.

കുടുംബം, ജീവിതം തുടങ്ങി പല വിഷയങ്ങൾക്കും മറ്റുള്ളവരെപ്പോലെ ഞങ്ങൾക്കും അവകാശമുണ്ട്. ഇത് നേടിയെടുക്കാൻ കഴിഞ്ഞിട്ടുണ്ട്. ചില വിഷയങ്ങൾ/അവകാശങ്ങൾ നേടാൻ ഇനിയുമുണ്ട്. നിരന്തരമായ പ്രവർത്തനങ്ങളിലൂടെ അതും നേടിയെടുത്ത് സമൂഹത്തിൽ മാന്യമായ ഒരു ജീവിതം എല്ലാവരെയും പോലെ ട്രാൻസ്ജന്ററുകൾക്കും ലഭിക്കാൻ ഞങ്ങൾ പോരാടും. ഭാവിയിലെ തലമുറകൾക്ക്/ വരുംകാലങ്ങളിലെ ട്രാൻസ്ജന്ററുകൾക്ക് ഞങ്ങളുടെ പോരാട്ടത്തിന്റെ ഫലം പൂർണ്ണമായും ലഭിക്കും.

തമിഴ്നാട്ടിലെ ഇതര ലൈംഗിക ന്യൂനപക്ഷഗ്രൂപ്പുകൾ/സംഘടനകൾ അവയുടെ പ്രവർത്തന രീതികൾ വിശദമാക്കുമോ ?

ധാരാളം സംഘടനകൾ ഇന്ന് സമൂഹത്തിൽ പ്രവർത്തിക്കുന്നുണ്ട്. ചെന്നൈയിൽ തന്നെ പല ഗ്രൂപ്പുകളുണ്ട്. എല്ലാ സംഘടനകളുടെയും പ്രവർത്തനങ്ങൾ ഒന്നുപോലെയാണ്. എച്ച് ഐ വി പ്രതിരോധമാണ് ഇതിൽ മുഖ്യം. ബോധവല്കരണ ക്ലാസുകൾ, ചർച്ചകൾ, ചികിത്സകൾ എല്ലാം ഇതിന്റെ ഭാഗമായി നടത്താറുണ്ട്. ജീവിതം, സാമൂഹികാവസ്ഥ ഇതെല്ലാം നേടിയെടുക്കാൻ ഒരേ ശബ്ദത്തിൽ സംഘടനകളെല്ലാം പ്രവർത്തിക്കുന്നു.

തമിഴ്നാട്ടിൽ ഗവൺമെന്റ് തലത്തിൽ ട്രാൻസ്ജന്ററുകൾക്ക് ലഭിച്ച അംഗീകാരങ്ങൾ എന്തൊക്കെയാണ്?

പൊതുസമൂഹത്തിൽ അത്രവലുത് എന്ന് പറയാൻ കഴിയാത്ത എന്നാലും ചില അംഗീകാരങ്ങൾ ലഭിക്കുന്നുണ്ട്. ചെന്നൈയിലെ ഒരാശുപത്രിയിൽ സൗജന്യ ചികിത്സ ലഭ്യമാകുന്നുണ്ട്. റേഷൻകാർഡ്, ആധാർ, വോട്ടേഴ്സ് ഐ ഡി തുടങ്ങി സാധാരണക്കാരന്റെ അവകാശങ്ങൾ ഞങ്ങൾക്കും ലഭിക്കുന്നുണ്ട്. ഇത് വളരെ ഉപയോഗപ്രദവുമാണ്. കുടുംബമായി ജീവിക്കുന്ന ട്രാൻസ്ജന്റേഴ്സിനു ചൂഷണത്തിൽനിന്നും രക്ഷപ്പെടാൻ ഒരു പരിധിവരെ സഹായിക്കുന്നുണ്ട്. ഇതെല്ലാം ട്രാൻസ്ജന്റേഴ്സിന്റെ സാമൂഹ്യജീവിതാവസ്ഥകളിൽ മാറ്റം ഉണ്ടെന്നുകാണിക്കുന്നതാണ്. ഇനി വരുന്ന കാലത്ത് കൂടുതൽ സ്ഥാനം ലഭിക്കുമെന്ന് വിശ്വസിക്കാം.

ട്രാൻസ്ജന്റേഴ്സിൽ മെയിൽ ടു ഫീമെയിൽ ആയവർക്കും ഫീമെയിൽ ടു മെയിൽ ആയവർക്കും ഒരേ പരിഗണനയാണോ തമിഴ്നാട്ടിൽ ലഭിക്കുന്നത്?

സമൂഹത്തിൽ ഒരുപോലെതന്നെയാണ് രണ്ടു വിഭാഗക്കാരും. എന്നാൽ മെയിൽ ടു ഫീമെയിൽ ആയവരാണ് കൂടുതൽ പേരും. അവർ

അവകാശങ്ങൾക്കായി സമൂഹത്തിൽ മുന്നോട്ടുവരുന്നു. ഫീമെയിൽ ടു മെയിൽ ആയവർ ചുരുക്കമാണ്. അങ്ങനെയുള്ളപ്പോൾ തന്നെ ആരും ശക്തമായി സമൂഹത്തിൽ അവകാശംനേടാൻ ശ്രമിക്കുന്നില്ല. അവകാശങ്ങൾക്കായി അല്ലെങ്കിൽ പ്രശ്നങ്ങളും സമ്മർദ്ദങ്ങളും തുറന്നു പറയാൻ പെൺ ടു ആൺ (F2M) ആയവർക്ക് പൊതുവേദികളുണ്ടാക്കുന്നില്ല. പോരാടാൻ വന്നാൽ മാത്രമേ സ്ഥാനം/അവകാശം നേടിയെടുക്കാൻ സാധിക്കുകയുള്ളു. ഇന്ന് സമൂഹത്തിൽ M2F ആയവരെപ്പോലെ F2M ആയവർ അവകാശങ്ങൾക്കായി പ്രവർത്തിക്കുന്നില്ല. ഐഡന്റിറ്റി ഒളിച്ച് പിടിച്ച് സമൂഹത്തിൽ മാറിനില്ക്കുകയാണ് ഇവർ.

നോവലും ആത്മകഥാംശമുള്ള രചനയും നടത്തി സമൂഹത്തിൽ ട്രാൻസ്ജന്റേഴ്സിനും സാഹിത്യരചന അന്യമല്ലായെന്നു കൽക്കി തെളിയിച്ചു. താങ്കളുടെ രചനയ്ക്ക് സമൂഹത്തിൽനിന്നും ട്രാൻസ്ജന്റേഴ്സ് ഗ്രൂപ്പിൽനിന്നും ലഭിച്ച പ്രതികരണങ്ങൾ എന്തൊക്കെയായിരുന്നു?

എനിക്ക് മുൻപ് തന്നെ രേവതി, ജറീന തുടങ്ങിയവരുടെ രചനകൾ സമൂഹത്തിൽ വന്നിരുന്നു. സമൂഹത്തിൽ ട്രാൻസ്ജന്ററുകളെക്കുറിച്ചുള്ള ചിന്തകൾ/തെറ്റിദ്ധാരണകൾ മാറാൻ എഴുത്ത് സഹായകമാകുമെന്ന് ഞങ്ങൾ വിശ്വസിക്കുന്നു. എഴുത്ത് ഒരു പ്രതിരോധതന്ത്രമല്ലേ? ഞങ്ങളുടെ പ്രവർത്തനങ്ങളും മറ്റും പൊതുസമൂഹത്തെ അറിയിക്കുവാൻ പ്രിന്റ് മീഡിയ ഉൾപ്പെടെയുള്ള മാധ്യമങ്ങളെ ആദ്യം മുതലേ ഞങ്ങൾ സ്വീകരിച്ചിരുന്നു. അതുതന്നെയാണ് എഴുത്തിന്റെ ശക്തി മനസ്സിലാക്കാൻ സഹായിച്ചതും. സമൂഹത്തിൽ ട്രാൻസ്ജന്ററുകളുടെ ദുരിതാവസ്ഥ മാറണം. അവരെക്കുറിച്ചുള്ള തെറ്റിദ്ധാരണകളും. എങ്കിൽ മാത്രമേ അവകാശങ്ങളും പരിഗണനകളും നേടിയെടുക്കാൻ കഴിയൂ. ഇത് എഴുത്തിലൂടെ സാധിക്കുമെന്ന് ഞാൻ വിശ്വസിക്കുന്നു.

ട്രാൻസ്സെക്ഷ്വൽ വുമണിന്റെ ജീവിതം അവതരിപ്പിച്ച നർത്തകി ചിത്രത്തിലെ കേന്ദ്രകഥാപാത്രത്തെ കൽക്കി അവതരിപ്പിച്ചപ്പോഴുണ്ടായ അനുഭവങ്ങൾ പറയാമോ?

വളരെ നല്ലതായിരുന്നു ചിത്രത്തിലെ അഭിനയം എന്ന് ധാരാളം അഭിനന്ദനം ലഭിച്ചു. ഞങ്ങളുടെ ജീവിതമാണ് അതിൽ ചിത്രീകരിച്ചത്. അഭിനയിക്കുകയല്ല ഞങ്ങൾ അനുഭവിച്ച ജീവിതത്തെ ചിത്രീകരിക്കുകയായിരുന്നു *നർത്തകി*. സഹോദരി ഫൗണ്ടേഷനിലെ ആളുകൾ തന്നെയാണ് കൂടുതലും അതിലുണ്ടായിരുന്നത്. അതാണ് എനിക്ക് അഭിനയിക്കാൻ ധൈര്യം തന്നതും. ജീവിതത്തിലെ വലിയ ഒരു കാര്യമായിരുന്നു ഈ ചലച്ചിത്രാഭിനയം.

നടി/തിരക്കഥാകൃത്ത് എന്ന് നിലകളിൽ ലഭിച്ച അംഗീകാരങ്ങൾ എന്തൊക്കെയാണ്? ചിത്രത്തിൽ അഭിനയിച്ചതിനു പൊതുസമൂഹത്തിൽനിന്നും എതിർപ്പുകൾ ഉണ്ടായിട്ടുണ്ടോ?

ഒരുപാട് അംഗീകാരങ്ങൾ ലഭിക്കുകയുണ്ടായി. എതിർപ്പുകൾ സ്വാഭാവികമാണല്ലോ. ഞങ്ങളെ പൊതുസമൂഹത്തിൽ അംഗീകരിക്കാത്തവർ ചിത്രത്തിൽ/അവരുടെ അധികാരമേഖലയിൽ എത്തുന്നത് അംഗീകരിക്കുമോ?

ചലച്ചിത്രങ്ങൾ പരിശോധിച്ചാൽ ട്രാൻസ്ജന്ററുകളെ ശക്തമായ രീതിയിൽ അവതരിപ്പിച്ച ചിത്രങ്ങൾ ഉണ്ടോ? മിക്ക ചലച്ചിത്രങ്ങളും ട്രാൻസ്ജന്ററുകളെ മോശമായി ചിത്രീകരിക്കുകയല്ലേ ചെയ്യുന്നത്? ഇതിനെതിരെ പ്രതികരിക്കാറുണ്ടോ ?

ചിത്രങ്ങളെല്ലാം മോശമായി തന്നെയാണ് ട്രാൻസ്ജന്റർ വിഭാഗത്തെ ചിത്രീകരിക്കുന്നത്. ഈ അടുത്തസമയത്ത് പ്രദർശനത്തിനെത്തിയ *ഐ* എന്ന ചിത്രത്തിൽ ട്രാൻസ്ജന്ററെ വളരെ മോശമായി ചിത്രീകരിച്ചതിലുള്ള പ്രതിഷേധം ഞങ്ങൾ ചലച്ചിത്രപ്രവർത്തകരെ അറിയിച്ചിട്ടുണ്ട്. ഈ ചിത്രം ഒരു ഉദാഹരണം മാത്രം. ഇന്നത്തെ സമൂഹത്തിൽ നവമാധ്യമങ്ങൾ ഉപയോഗിക്കുന്ന ഞങ്ങൾ പ്രതിഷേധങ്ങൾ രേഖപ്പെടുത്താനും പ്രതികരണങ്ങൾ അറിയിക്കാനും ഇത്തരം മാധ്യമങ്ങളെ സ്വീകരിക്കാറുണ്ട്.

ഒരു ട്രാൻസ്ജന്റർ നേരിടുന്ന പ്രതിസന്ധികൾ എന്താണ്?

തന്റെ സ്വത്വാവസ്ഥ തിരിച്ചറിഞ്ഞ് മനസ്സിലാക്കാൻ ശ്രമിക്കുന്ന ഒരു കുടുംബസാമൂഹ്യ ചുറ്റുപാടില്ലാത്തതാണ് ഒരു ട്രാൻസ്ജന്ററിന്റെ യഥാർത്ഥ പ്രതിസന്ധി. ഇന്നും ഈ അവസ്ഥയ്ക്ക് മാറ്റമില്ല. സഹോദരങ്ങൾപോലും മനസ്സിലാക്കാതെ അടിച്ചും ദ്രോഹിച്ചും ട്രാൻസ്ജന്റേഴ്സിനെ അടിച്ചമർത്തുന്നു. തങ്ങളുടെ തെറ്റുകൊണ്ടല്ലാതെ ഇങ്ങനെ ആയിത്തീരുന്നവരെ ഒരു മനുഷ്യജീവിയെന്ന പരിഗണന നല്കാത്ത കുടുംബസാമൂഹ്യവ്യവസ്ഥിതികൾ മാറേണ്ടതാണ്. ഇത് മാറുമ്പോൾ തന്നെ ട്രാൻസ്ജന്ററുകളുടെ പ്രതിസന്ധി പകുതിയും മാറും.

രാഷ്ട്രീയ/അധികാരമണ്ഡലങ്ങളിൽ ലൈംഗിക ന്യൂനപക്ഷങ്ങൾ എത്തിയാൽ അവരുടെ സാമൂഹ്യാവസ്ഥകൾ മാറുമെന്ന് പ്രതീക്ഷിക്കാമോ?

തീർച്ചയായും. പക്ഷേ, അതിനു പറ്റിയ സമൂഹം ആദ്യമുണ്ടാകണം. സാമൂഹികമായ ഒരു സ്ഥാനം നേടിയെടുത്തതിനു ശേഷമേ അധികാരമണ്ഡലങ്ങളിലേക്ക് എത്താൻ കഴിയൂ. ട്രാൻസ്ജന്ററുകൾ തിരഞ്ഞെടുപ്പിൽ മത്സരിച്ചത് ഓർക്കേണ്ടതാണ്. അവകാശങ്ങൾ നേടിയെടുത്ത് വരുംകാലങ്ങളിൽ ഈ വിഭാഗത്തിൽനിന്നും അധികാര മണ്ഡലങ്ങളിൽ എത്തുന്നവർ ഉണ്ടാകും.

വിദേശരാജ്യങ്ങളിൽ സ്വവർഗ്ഗാനുരാഗത്തെ അംഗീകരിക്കുന്ന നിയമസംവിധാനങ്ങൾ വന്നു കഴിഞ്ഞു. ഇന്ത്യൻ ഗവൺമെന്റ് ഇതിനായി എന്തെങ്കിലും ചെയ്യുമെന്നു വിശ്വസിക്കുന്നുണ്ടോ?

ഇന്ത്യൻ ഗവൺമെന്റ് ഹോമോസെക്ഷ്വലുകൾക്ക് എതിരാണ്. അതാണ് സുപ്രീംകോടതിയുടെ വിധിയും. 377 പ്രകാരം ക്രിമിനൽകുറ്റമായി കണക്കാക്കുന്നതിനെതിരെ എൽ ജി ബി റ്റി ഗ്രൂപ്പുകൾ പ്രതിഷേധിക്കുന്നുണ്ട്. പുതിയ ഗവൺമെന്റിൽ നിന്നും മാറ്റംവരുമെന്ന് ഞാൻ വിശ്വസിക്കുന്നില്ല.

സഹോദരി ഫൗണ്ടേഷന്റെ മുമ്പോട്ടുള്ള ലക്ഷ്യങ്ങൾ എന്താണ് ?

വിദ്യാഭ്യാസത്തിലൂടെ ഉയർന്ന സാമൂഹ്യ സാമ്പത്തികാവസ്ഥ നേടിയെടുക്കാൻ ട്രാൻസ്ജന്ററുകൾക്ക് കഴിയണം. അതാണ് പ്രധാനലക്ഷ്യം. സമൂഹത്തിലെ അടിച്ചമർത്തലുകൾക്കെതിരെ ശക്തമായി പ്രതിഷേധിച്ച് അവകാശങ്ങൾ നേടിയെടുക്കാൻ ഗ്രൂപ്പുകളെ സജ്ജരാക്കണം.

അഞ്ചാമത് Queer pride march-ൽ പങ്കെടുക്കാൻ കേരളത്തിലെത്തിയപ്പോഴുണ്ടായ അനുഭവങ്ങൾ വിശദമാക്കാമോ?

ഗ്രൂപ്പിന്റെ കൂട്ടായ പ്രവർത്തനമാണ് Queer pride march. അതിൽ ഗേ, ലെസ്ബിയൻ, ട്രാൻസ്ജന്റർ തുടങ്ങിയ എല്ലാ വിഭാഗക്കാരും പങ്കെടുത്തു. വലിയൊരു സന്തോഷമായിരുന്നു അത്തരം സമ്മേളനത്തിൽ കേരളത്തിൽ പ്രവർത്തിക്കാൻ കഴിഞ്ഞത്. വരുംകാലങ്ങളിലും ശക്തമായ പ്രതിഷേധവും ചരിത്രവുമായി ഇത്തരം മാർച്ചുകൾ രേഖപ്പെടുത്തപ്പെടും അത് തീർച്ചയാണ്.

(ട്രാൻസ്ജന്റർ ആക്ടിവിസ്റ്റ്,
അഭിനേത്രി, എഴുത്തുകാരി, ചിത്രകാരി)

കവലപ്രസംഗങ്ങളും ഫീച്ചറെഴുത്തുകളും കൊണ്ട് ട്രാൻസ്ജന്ററുകളുടെ അവസ്ഥ മാറുന്നില്ല

സൂര്യ (ട്രാൻസ്വുമൺ)

വിനോദ് എന്ന ആൺകുട്ടിയാണ് വർത്തമാനകാല കേരളീയ സമൂഹത്തിൽ സൂര്യ എന്ന പെൺകുട്ടിയായി നില്ക്കുന്നത്. സൂര്യയുടെ ബാല്യകാലം - വളർച്ച - അനുഭവങ്ങൾ എന്നിവ പങ്കുവയ്ക്കാമോ?

അച്ഛനും അമ്മയും കൂടി എനിക്കിട്ട പേരാണ് വിനോദ്. വഞ്ചിയൂർ ഗവൺമെന്റ് സ്കൂളിൽ നാലാം ക്ലാസുവരെയും പിന്നെ സെന്റ് ജോസഫ്സ് ഹയർസെക്കന്ററി സ്കൂളിൽ അഞ്ചുമുതൽ പത്തുവരെയും പഠിച്ചു. അച്ഛനുമമ്മയും കൂടാതെ ഒരു സഹോദരനും സഹോദരിയുമുണ്ട്. സഹോദരി വിവാഹം കഴിഞ്ഞ് കുടുംബവുമായി താമസിക്കുന്നു. അച്ഛന് കൂലിപ്പണിയും അമ്മയ്ക്ക് മെഡിക്കൽ കോളേജിൽ പൊതിച്ചോറ് കൊടുക്കുന്ന ജോലിയുമാണുള്ളത്. ചെറിയ ക്ലാസിൽ പഠിക്കുമ്പോഴേ പെൺകുട്ടിയെപ്പോലെ പെരുമാറിയിരുന്നത് വീട്ടുകാർ കണ്ടുപിടിക്കുകയും ധാരാളം വഴക്കുകൾ പറയുകയും ചെയ്തു. പക്ഷേ, അതുകൊണ്ടൊന്നും എനിക്കു പ്രത്യേകിച്ചു മാറ്റങ്ങൾ ഒന്നും തന്നെയുണ്ടായില്ല. സ്കൂളിൽ നിന്നും സമൂഹത്തിൽനിന്നും പല പ്രശ്നങ്ങളും എനിക്കു നേരിടേണ്ടിവന്നിട്ടുണ്ട്. സാമ്പത്തിക ബുദ്ധിമുട്ടുമൂലം പത്താം ക്ലാസിൽവെച്ച് പഠിത്തം നിർത്തേണ്ടിവന്നു. സ്കൂൾ ടൈമിൽ തന്നെ ഞാൻ എന്റെയുള്ളിലെ സ്ത്രീയെ തിരിച്ചറിഞ്ഞിരിക്കുന്നു.

സ്ത്രീയായി മാറുമ്പോൾ അല്ലെങ്കിൽ അത്തരമൊരു തിരിച്ചറിവുണ്ടായപ്പോൾ സമൂഹത്തിൽനിന്നുള്ള പ്രതികരണങ്ങൾ എങ്ങനെയുള്ളതായിരുന്നു.

വളരെയധികം വേദനിപ്പിക്കുന്ന പ്രതികരണങ്ങളാണ് ഉണ്ടായിട്ടുള്ളത്. എനിക്കൊരു സഹോദരിയും സഹോദരനുമാണുള്ളത്. സഹോ

ദരന് സുഹൃത്തുക്കൾക്കിടയിൽ പ്രശ്നമായി. മാതാപിതാക്കൾക്ക് നാട്ടുകാർക്കിടയിലും ബന്ധുക്കൾക്കിടയിൽ നിന്നും കളിയാക്കലുകൾ, പരിഹാസങ്ങൾ, കുറ്റപ്പെടുത്തലുകൾ, എന്നിവയെല്ലാം ധാരാളം കേൾക്കേണ്ടിവന്നു. എന്റെ മാതാപിതാക്കൾ ധനികരല്ല. സാധാരണക്കാരിൽ സാധാരണക്കാരാണ്. ബന്ധുക്കളിൽ നിന്നാണ് ഏറ്റവും കൂടുതൽ പരിഹാസങ്ങൾ അവർ കേട്ടത്. എന്നെ സ്നേഹിക്കുന്നതിന്റെ പേരിൽ ആ അപമാനങ്ങളൊക്കെ അവർ സഹിച്ചു. സഹപാഠികൾ, അദ്ധ്യാപകർ എന്നിവരെല്ലാം ഒരു തരത്തിൽ എന്റെ സ്ത്രൈണതയെ ചൂഷണം ചെയ്തിട്ടുണ്ട്. ഞാൻ സ്കൂളിലെ ഒരു താരമായിരുന്നതുകൊണ്ട് പ്രത്യക്ഷത്തിലല്ല, ഓരോ പ്രോഗ്രാമുകളുടെ പേരിൽ ഓരോ ആവശ്യങ്ങളുടെ പേരിൽ രഹസ്യമായി ചൂഷണം ചെയ്തവരാണ് ഏറെയും. തൂപ്പുകാരിയായ മേരിച്ചേച്ചിയെ കൂടാതെ മറ്റൊരു സ്ത്രീയും ഞാൻ പഠിച്ചിരുന്ന സെന്റ് ജോസഫ്സ് ഹയർ സെക്കൻഡറി സ്കൂളിൽ ഉണ്ടായിരുന്നില്ല. പിന്നെ സ്ത്രീയുടെ മാനസികാവസ്ഥയുണ്ടായിരുന്ന ഞാനും. സ്കൂളിലെല്ലാവരും എന്നെ സുന്ദരിയെന്ന ഇരട്ടപ്പേരിലാണ് വിളിച്ചിരുന്നത്. ഞാൻ പഠിച്ച സ്കൂളിനു തൊട്ടടുത്തുള്ള ഹോളി എയ്ഞ്ചൽസ് പെൺകുട്ടികൾ മാത്രമുള്ള സ്കൂളാണ്. ബസ്സ്റ്റോപ്പിൽ വെച്ച്, ബസിൽ വെച്ച് ഒക്കെ ഒരുപാടുപേരുടെ പരിഹാസങ്ങളെ ഞാൻ നേരിട്ടിട്ടുണ്ട്. തനിച്ചൊന്നു പുറത്തേക്കോ കടയിലേക്കോ പോകുവാൻ കഴിയാതിരുന്ന സന്ദർഭങ്ങളുണ്ട്. ഏതെങ്കിലുമൊരിടത്തു പോയാൽ എന്റെ സ്ത്രൈണത തിരിച്ചറിയപ്പെടുമ്പോൾ ഞാൻ പരിഹസിക്കപ്പെട്ടിരുന്നു.

വിനോദ് തന്റെ സ്ത്രൈണത തിരിച്ചറിഞ്ഞപ്പോൾ അത് അമ്മ തിരിച്ചറിഞ്ഞിരുന്നില്ലേ ? അമ്മ ഉൾപ്പെടെയുള്ളവർ അംഗീകരിക്കുകയും പിന്തുണ നല്കുകയും ചെയ്തിരുന്നില്ലേ?

തീർച്ചയായും അമ്മ തിരിച്ചറിഞ്ഞിരുന്നു. പിന്തുണകൾ ഒന്നും കിട്ടിയിരുന്നില്ല. പലരീതിയിലുള്ള ചികിത്സകൾക്ക് എന്നെ കൊണ്ടുപോയിട്ടുണ്ട്. സൈക്യാട്രിസ്റ്റിന്റെ അടുത്തു കൊണ്ടുപോയി ചികിത്സിച്ചിട്ടുണ്ട്. പക്ഷേ, അതുകൊണ്ടൊന്നും എന്റെ മാനസികാവസ്ഥ മാറിയില്ല. പകരം ഞാൻ വീട്ടുകാരെ എന്റെ അവസ്ഥ കൃത്യമായി പറഞ്ഞു ബോദ്ധ്യപ്പെടുത്തി. എനിക്കു മാറുവാൻ കഴിയില്ല എന്നു ബോദ്ധ്യപ്പെട്ട വീട്ടുകാർ പിന്നെ ചികിത്സയുൾപ്പെടെയുള്ള രീതികൾക്കു എന്നെ നിർബ്ബന്ധിച്ചിട്ടില്ല. ഒരുവേള അവർ നാണക്കേടു സഹിച്ചായിരിക്കാം ഇത്രയും കാലം ജീവിച്ചത്. ഇപ്പോഴും അവർക്ക് നാണക്കേടു തോന്നുന്നുണ്ടാകാം. കഷ്ടപ്പെട്ട് അദ്ധ്വാനിച്ച് എന്റെ കുടുംബത്തെ ഞാൻ പോറ്റുന്നുണ്ട്. സംരക്ഷിക്കുന്നുണ്ട്. ഞാൻ ആരുടെയും ഒന്നും മോഷ്ടിക്കുന്നില്ല. പിടിച്ചുപറിക്കുന്നില്ല. ചൂഷണം ചെയ്യുന്നില്ല. വഞ്ചിക്കുന്നില്ല. ഞാൻ അദ്ധ്വാനിച്ചുണ്ടാക്കുന്ന കാശിൽ നിന്നും കുറച്ചെടുത്ത് എനിക്കിഷ്ടപ്പെട്ട വസ്ത്രം വാങ്ങുകയും അത് ധരിച്ച് പുറത്തിറങ്ങി നടക്കുകയും ചെയ്യുന്നതിൽ എന്താണ് തെറ്റ്.

എന്റെ വസ്ത്രധാരണരീതികൊണ്ട് ഞാൻ ആരെയും വഞ്ചിക്കുകയോ ചൂഷണം ചെയ്യുകയോ ചെയ്യുന്നില്ല. പിന്നെ ലൈംഗികത. അത് സ്ത്രീക്കും പുരുഷനുമുള്ളതുപോലെ തന്നെ എനിക്കുമുണ്ട്. പക്ഷേ, എനിക്ക് ഓപ്പോസിറ്റാകുന്നത് എന്റെ കുറ്റമല്ല. ഞാൻ ആരേയും തേടി പ്പോകുന്നില്ല. വിളിച്ചുവരുത്തുന്നില്ല. മൂന്നാം ലിംഗം എന്ന പേരിൽ എന്നെ പ്പോലുള്ളവരെ മാറ്റി നിർത്തുന്നവരിൽ പലരുമാണ് സെക്സിനു വേണ്ടി മാത്രം ഞങ്ങളെപ്പോലുള്ളവരുടെ അടുത്തുവരുന്നതും.

വ്യക്തി-സാമൂഹ്യ ജീവിതത്തിലെ പ്രതിസന്ധികളാണോ സൂര്യയെ തിരുവനന്തപുരത്തു നിന്നും കോഴിക്കോട്ടേക്ക് മാറി നില്ക്കുവാൻ പ്രേരിപ്പിച്ചത്?

ചെറുപ്പകാലത്ത് ഇത്തരമൊരു അവസ്ഥ തിരിച്ചറിഞ്ഞപ്പോൾ ഞാൻ എന്തുനിലപാട് എടുക്കണം അത് എന്റെ വീട്ടുകാർ എങ്ങനെ സ്വീകരിക്കും എന്നതിനെച്ചൊല്ലി വളരെ വലിയ മാനസിക സംഘർഷത്തിലായിട്ടുണ്ട്. അത്തരമൊരു സാഹചര്യത്തിൽ എനിക്കൊന്നു മനസ്സ് തുറന്നു സംസാരിക്കുവാൻ പോലും ആരുമുണ്ടായിരുന്നില്ല. ഞാൻ വിഷാദരോഗത്തിന് അടിപ്പെടുകയോ ഒളിച്ചോടുകയോ ഏതെങ്കിലും രീതിയിൽ ആത്മഹത്യ ചെയ്യുകയോ ചെയ്യാതെ പിടിച്ചു നില്ക്കുകയാണ് ചെയ്തത്. സമൂഹത്തോട് എനിക്കു ചോദിക്കുവാനുള്ളത് ഞാൻ എന്തു ചെയ്യണമായിരുന്നു? ഒളിച്ചോടുകയോ ആത്മഹത്യ ചെയ്യുകയോ ചെയ്യണമായിരുന്നോ? എനിക്കും മറ്റുള്ളവരെപ്പോലെ തന്നെ ജീവിക്കണം. ഞാൻ ആത്മഹത്യ ചെയ്താൽ എന്റെ വീട്ടുകാർക്ക് ആരുമില്ലാതെയാകും. ഞാൻ വിശ്വസിക്കുന്ന ഈശ്വരന്മാർ എന്നെ തുണച്ചതുകൊണ്ടു മാത്രമാണ് ഞാൻ ആത്മഹത്യ ചെയ്യാതെ പിടിച്ചുനിന്നത്. മാനസിക പരിവർത്തനം ലക്ഷ്യമിട്ട് നിരവധി ക്ഷേത്രങ്ങൾ സന്ദർശിക്കുവാൻ കുടുംബക്കാർ പ്ലാൻ ചെയ്തതനുസരിച്ചാണ് ഞങ്ങൾ കാടാമ്പുഴയിലേക്ക് പോയത്. തിരിച്ചു വരുമ്പോൾ കോഴിക്കോട്ടുവച്ച് എന്നെപ്പോലുള്ള ചിലരെ ഞാൻ അതിവേഗം തിരിച്ചറിഞ്ഞു. നൂറു പേരിൽ ഒരാൾ മാത്രമായി ഞാൻ ഒറ്റപ്പെട്ടു നില്ക്കുന്നുവെന്ന വേദനകൾക്കിടയിൽ എന്നെപ്പോലെതന്നെയുള്ളവർ വേറെയുമുണ്ട് എന്ന തിരിച്ചറിവ് നല്കിയ സന്തോഷം വളരെ വലുതായിരുന്നു. കോഴിക്കോട്ടേക്ക് പോകണമെന്നുള്ള ആഗ്രഹത്തിന്റെ പുറത്ത് ജോലിക്കായി പോകുന്നുവെന്ന് വീട്ടിൽ പറഞ്ഞിട്ട് കോഴിക്കോട്ടേക്കു യാത്ര തിരിച്ചു. തികച്ചും അപരിചിതമായ നാട്ടിൽ ചെന്നപ്പോൾ പിടിച്ചു നില്ക്കുവാനായി പല കാര്യങ്ങളും ചെയ്യേണ്ടി വന്നു. ഞാൻ ചെന്നുപെട്ടത് ഒരു സെക്സ് വർക്ക് ഗ്രൂപ്പിന്റെ കൂടെയായിരുന്നു പിന്നെ ഒന്നു രണ്ട് സ്ഥാപനങ്ങളിൽ ജോലി ചെയ്തു. ഒരു പരിചയവുമില്ലാത്ത ഒരിടത്ത് നമ്മൾ എത്തിപ്പെട്ടാൽ നമ്മുടെ പ്രധാന വിഷയം ഭക്ഷണവും വസ്ത്രവും താമസിക്കാനുള്ള സൗകര്യങ്ങളുമാണ്. കോഴിക്കോട് എത്തിക്കഴിഞ്ഞപ്പോൾ എന്റെ പ്രധാനവിഷയം വിശപ്പ് ആയിരുന്നു. വിശന്നു

പൊരിയുന്നവർ പിടിച്ചു പറിക്കുകയോ മോഷ്ടിക്കുകയോ ചെയ്യും. എന്നെ ക്കൊണ്ട് അതിനു കഴിയുമായിരുന്നില്ല. അത്തരമൊരു സാഹചര്യത്തിൽ എനിക്ക് സെക്സ് വർക്കിന് ഇറങ്ങേണ്ടിവന്നു. ഏതെങ്കിലും സ്ഥാപന ങ്ങളിൽ ജോലി തരുമായിരിക്കാം. പക്ഷേ, അവിടങ്ങളിലൊക്കെയും ചൂഷണം ചെയ്യപ്പെടും. ഓടവെട്ടുവാനും വിറകുവെട്ടുവാനും കോൺക്രീറ്റ് ഇടുന്ന പണിക്കും എന്നു തുടങ്ങി ഞാൻ ചെയ്യാത്ത ജോലികളില്ലായി രുന്നു നാട്ടിൽ. അവിടൊക്കെയും ഞാൻ ചൂഷണം ചെയ്യപ്പെട്ടിട്ടുണ്ട്. ഞാൻ കഷ്ടപ്പെട്ട് ജോലി ചെയ്യുകയും അതിനു ശേഷമുള്ള ലൈംഗിക ചൂഷണങ്ങൾക്കും കൂടി നിന്നുകൊടുക്കുകയും ചെയ്യേണ്ട കാര്യമുണ്ടോ യെന്ന തിരിച്ചറിവാണ് എന്നെ സെക്സ് വർക്കിലേക്ക് നയിച്ചത്. എന്റെ ശരീരം ചൂഷണം ചെയ്യപ്പെടുമെങ്കിൽ, എന്റെ ശരീരത്തിനു വിലയുണ്ടെ ങ്കിൽ പിന്നെ ചൂഷണത്തിനു നിന്നുകൊടുക്കാതെ ഞാൻ എന്റെ സെക്സ് വില്ക്കുവാൻ തീരുമാനിച്ചു. ഏതാണ്ട് നാലര – അഞ്ച് കൊല്ലത്തോളം ഞാൻ കോഴിക്കോട്ടുണ്ടായിരുന്നു. അവിടത്തെ താമസത്തിലൂടെ ഞാൻ ഒരുപാടു കാര്യങ്ങൾ മനസ്സിലാക്കിയെടുക്കുകയായിരുന്നു. വീട്ടുകാർ കോഴിക്കോട്ടു വന്ന് തിരിച്ചുവിളിച്ചുകൊണ്ടുവന്നതിനു ശേഷമൊരിക്കലും ഞാൻ കോഴിക്കോട്ടേക്കു തിരിച്ചുപോയിട്ടില്ല. ഇവിടെ തിരിച്ചെത്തിയതി നുശേഷം എന്നെ ചൂഷണം ചെയ്യുവാൻ വന്നവരോട് പറ്റില്ല എന്ന് ഞാൻ ധൈര്യപൂർവ്വം പറയുവാൻ തുടങ്ങി.

കോഴിക്കോട് കണ്ടെത്തിയ കൂട്ടുകാർക്ക് സൂര്യയെ കാര്യമായി മനസ്സി ലാക്കുവാൻ കഴിഞ്ഞിരുന്നോ?

ഒരുപാടു കൂട്ടുകാർ ഉണ്ടായിരുന്നു. ഇത്തരം അവസ്ഥകൾ തിരിച്ച റിയുവാനും മനസ്സിലാക്കുവാനും അവർ കൂടെയുണ്ടായിരുന്നു. ഒപ്പം തിരു വനന്തപുരത്തുള്ള സുഹൃത്തുക്കളും. അവരുടെയൊക്കെ സൗഹൃദപൂർ ണ്ണമായ ഉപദേശങ്ങളാണ് മാന്യമായ രീതിയിൽ ജീവിക്കാൻ എന്നെ പ്രേരി പ്പിച്ചതും പ്രോത്സാഹിപ്പിച്ചതും.

നമ്മുടെ പൊതുസമൂഹത്തിനു സ്ത്രീ – പുരുഷ വ്യക്തിത്വങ്ങൾക്കപ്പുറ ത്തുള്ളവരെ അംഗീകരിക്കുവാൻ കഴിയില്ല. അതേസമയം ഇത്തരക്കാരെ ലൈംഗികമായി ചൂഷണം ചെയ്യുകയും ചെയ്യും. സൂര്യക്ക് എന്തു തോന്നുന്നു?

ആവശ്യക്കാർ ഉപയോഗിക്കും. അല്ലാത്തവർ പുച്ഛിക്കുകയും ഉപദ്ര വിക്കുകയും ചെയ്യും. കോഴിക്കോട് എന്നെപ്പോലുള്ളവരെ 'അമ്മായിച്ചി' എന്നാണ് വിളിച്ചിരുന്നത്. സാരിയുടുത്തു നടന്നുപോകുന്നതു കണ്ടാൽ പരിഹസിക്കുന്നവരിൽത്തന്നെ ചിലർ പിന്നീട് തേടിവന്നിട്ടുണ്ട്. അന്ന് എനി ക്കൊരു ഐഡന്റിറ്റി ഇല്ലായിരുന്നു. പെൺ വേഷങ്ങൾ കെട്ടിനടക്കുന്ന ഒരാളിൽനിന്നും ഒരു ആർട്ടിസ്റ്റ് എന്ന നിലയിൽ ഇന്ന് എനിക്കൊരു ഐഡന്റിറ്റിയുണ്ട്. അതുകൊണ്ടു തന്നെ ആരും മോശമായി എന്റെ അടുത്ത് ഇടപെടാറില്ല.

അയൽവാസികൾ, ബന്ധുക്കൾ, സുഹൃത്തുക്കൾ എന്നിവർ സൂര്യയുടെ വ്യക്തിത്വത്തെ തിരിച്ചറിഞ്ഞ് അംഗീകരിക്കുവാൻ തയ്യാറായിട്ടുണ്ടോ ?

എന്നോടു സംസാരിച്ചിട്ടുള്ളവർ, ഇടപെട്ടിട്ടുള്ളവർ, എന്നെ കൃത്യമായി തിരിച്ചറിയുകയും മനസ്സിലാക്കുകയും ചെയ്തിട്ടുണ്ട്. ഞാൻ ഇങ്ങനെ നടക്കുമ്പോൾ അയൽക്കാർ കുറ്റം പറഞ്ഞിട്ടില്ല. സൂര്യ അങ്ങനെയാണ്. സൂര്യ അങ്ങനെ നടന്നോട്ടെ എന്നേ അയൽക്കാർ പറഞ്ഞിട്ടുള്ളു. പലപ്പോഴും സ്ത്രീ വേഷം ധരിച്ചുനടക്കുമ്പോൾ അത് ചേരുന്നുണ്ട്, ഇത് ചേരുന്നുണ്ട് എന്നു പറഞ്ഞ് അവർ പ്രോത്സാഹിപ്പിച്ചിട്ടേയുള്ളു. നല്ലവണ്ണം കഷ്ടപ്പെട്ട് എന്റെ കുടുംബം നോക്കുന്ന ആളാണ് ഞാൻ. അതുകൊണ്ട് ഒരിക്കൽപ്പോലും എന്റെ കുടുംബം എന്നെ തള്ളിപ്പറഞ്ഞിട്ടില്ല. ആർട്ടിസ്റ്റ് ആകുന്നതിനു മുമ്പും ആർട്ടിസ്റ്റ് ആയതിനു ശേഷവും. ആർട്ടിസ്റ്റ് ആകുന്നതിനുമുമ്പ് പരിഹസിക്കുകയും തള്ളിപ്പറയുകയും ചെയ്തിരുന്ന ബന്ധുക്കൾ ഇപ്പോൾ സൂര്യയെ അംഗീകരിക്കുന്നുണ്ട്. പണ്ട് പൊതു നിരത്തിലൂടെ സ്വതന്ത്രമായി സഞ്ചരിക്കുവാനോ കടകളിൽ പോയി എന്തെങ്കിലും സാധനങ്ങൾ വാങ്ങുവാനോപോലും പറ്റുമായിരുന്നില്ല. ഇന്ന് അത്തരം അവസ്ഥകൾ എല്ലാം തന്നെ മാറി.

സൂര്യയെന്ന വ്യക്തി സമൂഹത്തിന്റെ താഴേ തട്ടിലുള്ള ഒരാളാണ്. ഏതൊരു വിഷയവും വലിയ പ്രശ്നമായി മാറുന്നതും താഴേ തട്ടിലുള്ള ജനവിഭാഗങ്ങൾക്കിടയിലാണ്. മദ്ധ്യ - ഉപരിവർഗ്ഗവിഭാഗങ്ങളെ സംബന്ധിച്ചിടത്തോളം നിരവധി കാര്യങ്ങൾ പൊതുസമൂഹത്തിൽനിന്നു മറയ്ക്കുവാനും മാന്യതകാട്ടാനും കഴിയുന്നവരാണ്

തീർച്ചയായയും താഴേതട്ടിലുള്ളവർക്ക് പരിഹാസങ്ങൾ ഉണ്ടെങ്കിലും അവർ വസ്തുതകളെ അംഗീകരിക്കുവാൻ തയ്യാറാകുന്നവരാണ്. താഴേ തട്ടിൽ നിന്നും മുകളിലേക്കു പോകുമ്പോൾ ഏറ്റവും മുകളിലുള്ളവർക്കു ഞങ്ങളോടു വെറും പുച്ഛവും പരിഹാസവും മാത്രമാണ്. ബാംഗ്ലൂരിലും മറ്റും 'കൈ തട്ടാൻ' (ബതായ് സ്വീകരിക്കുന്നവൻ) പോകുമ്പോൾ താഴേ തട്ടിലുള്ള സാധാരണക്കാരിൽ സാധാരണക്കാർ ഞങ്ങളെ ദൈവത്തെപ്പോലെ കാണുകയും ബഹുമാനിക്കുകയും ചെയ്യുന്നു. നഗരത്തിലെ സമ്പന്ന വ്യാപാരികൾ പുച്ഛത്തോടെയും വെറുപ്പോടെയും നോക്കിയിട്ടാണ് ഒരു രൂപ എങ്കിലും തരിക. സമ്പന്നവർഗ്ഗത്തിനു ഞങ്ങളെപ്പോലുള്ളവർ വെറും പിച്ചക്കാർ മാത്രമാണ്.

പലരും സെക്സ്‌വർക്കിനു പോകുന്നവരാണ്. അതുകൊണ്ടാണോ പൊതുസമൂഹം ട്രാൻസ്ജന്ററുകളെ ആട്ടിപ്പായിക്കുന്നത് ?

എല്ലാവരും സെക്സ് വർക്കിൽ ഏർപ്പെടുന്നവരല്ല. അവർക്ക് സമൂഹത്തിലുള്ള പലരുമായും അടുപ്പമുണ്ടാകും. അതെല്ലാം സെക്സ് ആയിരിക്കണമെന്നില്ല. പിന്നെ സെക്സ് വർക്കിനു വേണ്ടിമാത്രം നടക്കുന്ന

വരുമുണ്ട്. ഉപജീവനത്തിനായി ഒരു ജോലിയും ലഭ്യമാകാതെ വരുമ്പോഴാണ് പലരും ലൈംഗിക തൊഴിലാളികളായി മാറുന്നത്.

സൂര്യ ട്രാൻസ്ജന്റർ സമൂഹത്തിന്റെ ഭാഗമാണ്. സ്ത്രീവേഷം ധരിച്ചു നടക്കുമ്പോൾ അത് സ്ത്രീ സമൂഹത്തിനുള്ളിലേക്കു കടന്നു കയറുന്നതായി സ്ത്രീകൾ പരാതി പറഞ്ഞിട്ടുണ്ടോ?

പെൺകുട്ടികൾ പൊതുവേ പരാതികൾ ഒന്നും പറഞ്ഞിട്ടില്ല. നല്ല സൗഹൃദമനോഭാവത്തോടുകൂടിയാണ് പെരുമാറിയിട്ടുള്ളത്. കുട്ടിക്കാലത്ത് സ്ത്രൈണ സ്വഭാവങ്ങൾ പ്രകടിപ്പിച്ചിരുന്നപ്പോൾ പ്രായമായ സ്ത്രീകൾ ഉപദേശിക്കുകയും അമ്മയുടെ അടുത്ത് പരാതിപറയുകയും ചെയ്തിരുന്നു. ഫലമില്ലാത്തതുകൊണ്ട് അവർ അത്തരം പറച്ചിലുകൾ ഉപേക്ഷിച്ചു. പിന്നെ ഞാൻ ആർട്ടിസ്റ്റ് ആയതിനു ശേഷം ചില 'ടോക് ഷോ' കളിൽ പങ്കെടുത്തപ്പോൾ അതിൽവന്ന സ്ത്രീകൾ മോശമായി സംസാരിച്ചു. 'ഞങ്ങൾ സ്ത്രീകളെ നാണം കെടുത്തുവാനല്ലേ, അപമാനിക്കുവാനല്ലേ നിങ്ങളെപ്പോലെയുള്ളവർ സ്ത്രീവേഷം ധരിച്ചു നടക്കുന്നത്?' എന്നെപ്പോലുള്ളവർ ഒരിക്കലും സ്ത്രീസമൂഹത്തെ ആക്ഷേപിക്കുകയോ അവഹേളിക്കുകയോ ചെയ്യുന്നില്ല. മറിച്ച് സ്ത്രീകളെ കൂടുതൽ ആദരിക്കുകയും സ്നേഹിക്കുകയും ചെയ്യുന്നതുകൊണ്ടാണ് ഞങ്ങളെപ്പോലുള്ളവർ സ്ത്രീയായി മാറുവാൻ ആഗ്രഹിക്കുന്നത്. ഞങ്ങളെ കുറ്റം പറയുന്നവരിൽ തന്നെ മോശമായി ജീവിക്കുന്ന, വേശ്യാവൃത്തി ചെയ്യുന്ന എത്രയോ സ്ത്രീകളുണ്ട്. അവർ സ്ത്രീസമൂഹത്തിനു വരുത്തിവയ്ക്കുന്ന അപമാനങ്ങളെ ഇവിടുത്തെ സ്ത്രീകൾ ചോദ്യം ചെയ്യാത്തത് എന്താണ്? സ്ത്രീയായി ജനിച്ച് സ്ത്രീസമൂഹത്തിനു അപമാനം വരുത്തിവയ്ക്കുന്നവരേക്കാൾ നല്ലവരാണ് സ്ത്രീയെപ്പോലെ ജീവിക്കുവാനാഗ്രഹിക്കുന്ന ഞങ്ങളെപ്പോലുള്ളവർ. സ്വന്തം ഭാര്യയുടെ സൗന്ദര്യം അയൽക്കാരന്റെ ജനലിലൂടെ തിരിച്ചറിയുന്നവരാണ് നമ്മൾ മലയാളികൾ. ഇവിടുത്തെ സ്ത്രീകളേക്കാൾ സൗന്ദര്യം ഞങ്ങൾക്കുള്ളതുകൊണ്ടാകാം സ്ത്രീകൾ ഞങ്ങളെ കുറ്റം പറയുന്നത്.

ട്രാൻസ്ജന്റർ സമൂഹത്തിന്റെ ഭാഗമായി നില്ക്കുന്ന വ്യക്തിയാണ് സൂര്യ. ആ സമൂഹത്തെ താങ്കൾ എങ്ങനെയാണ് അഭിസംബോധന ചെയ്യുന്നത്?

കേരളത്തിൽ ഞങ്ങൾക്ക് സ്വതന്ത്രരായി ജീവിക്കുവാൻ കഴിയുന്ന ഒരു സാമൂഹ്യാവസ്ഥയില്ല. കേരളത്തിനു പുറത്ത് ബാംഗ്ലൂർ, ചെന്നൈ, ഹൈദരാബാദ് തുടങ്ങിയ സ്ഥലങ്ങളിലാണ് ഒരു സമൂഹമായി ജീവിക്കുന്നത്. ദുരിതങ്ങളും പീഡനങ്ങളുമാണ് ഓരോ ട്രാൻസ്ജന്ററേയും മറുനാടുകളിലേക്ക് എത്തിക്കുന്നത്. അവിടെ ഓരോ 'നായക്' ഉണ്ടായിരിക്കും. തീരുമാനങ്ങളും നിയന്ത്രണങ്ങളും നായക്കിൽ നിന്നാണുണ്ടാകുക. കൂട്ടത്തിൽ പുതിയതായി ഒരാൾ എത്തിയാൽ ആ വ്യക്തി ചേല (മകൾ)യാണ്. ചേലയെ സ്വീകരിക്കുന്ന ആൾ ഗുരു (അമ്മ)വാണ്.

തുടർന്ന് ഗുരുവിന്റെ കാര്യങ്ങൾ ചേലയാണ് നോക്കേണ്ടത്. ബതായ് (ദക്ഷിണ) സ്വീകരിക്കുക, കുട്ടികളെ അനുഗ്രഹിക്കുക, ശുഭകാര്യങ്ങൾക്കു കണിയായി നില്ക്കുക, മറ്റുള്ളവരുമായുള്ള ലൈംഗിക വേഴ്ചകളിലൂടെയൊക്കെ ലഭിക്കുന്ന പണം കൊണ്ടുവേണം ഗുരുവിന്റെ കാര്യങ്ങൾ നോക്കുവാൻ. ഗുരുവിന്റെ അടുത്ത് നില്ക്കുവാനോ ഉറക്കെ സംസാരിക്കുവാനോ ചേലകൾക്ക് സ്വാതന്ത്ര്യമില്ല. ഏല്പിക്കുന്ന ജോലികൾ എല്ലാം കൃത്യമായി ചെയ്യുകയും വേണം.

ഭരണകൂടങ്ങൾ പൊതുവേ ജാതി, മത, ലൈംഗികവിഭാഗങ്ങളെ അർഹമായ നിയമപരിരക്ഷകൾ നല്കി സംരക്ഷിക്കാറില്ലെന്നു മാത്രമല്ല പലപ്പോഴും ഇത്തരക്കാരെ അടിച്ചമർത്തുവാനും താല്പര്യം പ്രകടിപ്പിക്കാറുണ്ട്. സൂര്യക്ക് ഭരണകൂട-അധികാര-നിയമ സംവിധാനങ്ങളിൽ നിന്നും നേരിടേണ്ടിവന്ന പ്രതിസന്ധികൾ എന്തൊക്കെയാണ്?

നമ്മുടെ ഭരണകൂടം ഞങ്ങളെപ്പോലുള്ളവരെ കൃത്യമായി തിരിച്ചറിഞ്ഞിട്ടില്ലായെന്നതാണ് വാസ്തവം. അതുകൊണ്ടുതന്നെ ഞങ്ങളുടെ പ്രശ്നങ്ങൾ പൊതുസമൂഹത്തിൽ ഒരു ഇഷ്യുവോ, സെൻസേഷൻ ന്യൂസോ ആയിട്ടില്ല. 2013 ൽ തിരവനന്തപുരത്തുവെച്ച് ട്രാൻസ്ജന്റർ ഫെസ്റ്റ് നടന്നപ്പോൾ ആ ചടങ്ങിൽ പങ്കെടുക്കുവാൻ വന്ന പലരും ഇത്തരക്കാർ കേരളത്തിലുണ്ടെന്ന് അപ്പോഴാണ് തിരിച്ചറിഞ്ഞത്. ഞങ്ങളെക്കുറിച്ചൊരു ധാരണയുമില്ലാത്ത ഗവൺമെന്റുമായി ഏതെങ്കിലും തരത്തിലുള്ള ഇടപെടലുകൾ ഞങ്ങൾ നടത്തിയിട്ടില്ല. ഭരണകൂടത്തിന്റെ താഴെതട്ടിലുള്ള അധികാര കേന്ദ്രമായ നീതിനടപ്പാക്കുന്ന പൊലീസുമായി ചില സംഘർഷങ്ങളൊക്കെയുണ്ടായിട്ടുണ്ട്. 2005 ൽ ഞാൻ സാരിയുടുത്ത് സിറ്റിയിൽ പോയപ്പോൾ എന്നെ പൊലീസ് അറസ്റ്റ് ചെയ്ത് ഫോർട്ട് സ്റ്റേഷനിൽ കൊണ്ടുപോയി. ചീറ്റിങ് കേസിന്റെ പേരിലാണ് അറസ്റ്റ് ചെയ്യുന്നത്. എനിക്ക് സാരിയുടുത്ത് പുറത്തു പോകുവാൻ ആഗ്രഹമുണ്ടായപ്പോൾ ഞാൻ അതു ചെയ്തുവെന്നല്ലാതെ ഒരു മനുഷ്യനെയും ഞാൻ പറ്റിക്കുകയോ വഞ്ചിക്കുകയോ ചെയ്തിട്ടില്ല. അന്നത്തെ ഫോർട്ട് സി ഐ ആയിരുന്ന വേലായുധൻ സാറിനോട് കാര്യങ്ങൾ പറഞ്ഞപ്പോൾ അദ്ദേഹം എന്നെ വീട്ടിലേക്കു മടങ്ങുവാൻ അനുവദിച്ചു. പത്രത്തിലൊക്കെ വാർത്ത വന്നത് മറ്റാരുടെയോ പേരിലാണ്. പോലീസുകാർ എന്നെ സഹായിക്കുവാനായി ബോധപൂർവ്വം പേരു വേറെ നല്കിയതാണ്. ഇതല്ലാതെ ഭരണകൂട അധികാര സംവിധാനങ്ങളുമായി ശാരീരിക മാനസിക സംഘർഷങ്ങളുണ്ടായിട്ടില്ല. ഞങ്ങൾ നിയമസഭയ്ക്ക് മുമ്പിലോ സെക്രട്ടറിയേറ്റിനു മുമ്പിലോ പ്രകടനങ്ങളോ മുദ്രാവാക്യം വിളികളോ നടത്തിയിട്ടില്ല.

ഭരണകൂട സ്ഥാപനങ്ങളുമായി രാഷ്ട്രീയമായ ഒരു സംവാദങ്ങളും ഇടപെടലുകളും നടത്തിയിട്ടില്ല അല്ലേ?

ഞങ്ങളെപ്പോലുള്ളവർക്ക് ജീവിക്കാനുള്ള അവകാശം വേണമെന്നു തന്നെയാണ് എന്റെ അഭിപ്രായം. പക്ഷേ, അതു പൊതുവേദിയിൽ പൊതു ഇടത്തിൽ പ്രകടിപ്പിക്കുവാൻ പലരും തയ്യാറല്ല. ചിലർ കേരളത്തിനു വെളിയിലേക്ക് ഓടിരക്ഷപ്പെടുന്നു. മറ്റു ചിലരാകട്ടെ ആണിന്റെ രൂപം ധരിച്ച് പരമാവധി സ്ത്രൈണത ഒഴിവാക്കി പൊതുസമൂഹത്തിന്റെ മുമ്പിൽ മാന്യമായി ഒളിച്ചുതാമസിക്കുന്നു. എല്ലാവരും പൊതുസമൂഹത്തിൽ ഭയന്നു ജീവിക്കുമ്പോൾ തുറന്ന ചർച്ചകൾക്കും സംവാദങ്ങൾക്കും പ്രകടനങ്ങൾക്കും എങ്ങനെ കൂട്ടായ്മ ഉണ്ടാകും. ട്രാൻസ്ജന്ററുകളെ ആക്രമിച്ചു പുറംതള്ളുന്ന അവരെ അംഗീകരിക്കാത്ത ഒരു സമൂഹത്തിന്റെ മുമ്പിൽ ട്രാൻസ്ജന്ററുകൾ എങ്ങനെ അവകാശം ചോദിച്ച് എത്തും? ഞങ്ങൾക്ക് സംവരണവും ആനുകൂല്യങ്ങളും ഒന്നും വേണ്ട, പൊതുസമൂഹത്തിൽ മാന്യമായി, ഭയമില്ലാതെ ജീവിക്കുവാനുള്ള അവകാശം മാത്രം ലഭിച്ചാൽ മതി. അതിനപ്പുറത്ത് ഒന്നുംതന്നെ ഞങ്ങൾ അഗ്രഹിക്കുന്നില്ല.

സൂര്യയെന്ന പെൺകുട്ടിയെ സംശയദൃഷ്ട്യാ നോക്കുവാനും ഭയപ്പെടുത്തുവാനും പൊലീസുകാർ ശ്രമിച്ചിട്ടുണ്ടോ?

സാരിയുടുത്ത് സിറ്റിയിൽ പോയതും പൊലീസ് അറസ്റ്റ് ചെയ്തതും ഞാൻ പറഞ്ഞല്ലോ. അതിനുശേഷവും ചിലപ്പോഴൊക്കെ ചോദ്യം ചെയ്യലുകളൊക്കെയുണ്ടായിട്ടുണ്ട്. പോപ്പുലർ ആർട്ടിസ്റ്റ് ആയിക്കഴിഞ്ഞപ്പോൾ അത്തരം ചോദ്യം ചെയ്യലുകൾ ഒഴിവാക്കപ്പെട്ടു. ഒരു വ്യക്തി അയാൾക്കിഷ്ടപ്പെട്ട വസ്ത്രം മാന്യമായി വൃത്തിയോടെ ധരിച്ചു പൊതുസമൂഹത്തിലൂടെ നടക്കുന്നതിനെ പൊലീസ് അധികാരികൾ ചോദ്യം ചെയ്യേണ്ട കാര്യമില്ല.

നമ്മുടെ സമൂഹത്തിലെ ഹൈന്ദവ, ക്രൈസ്തവ, ഇസ്ലാം മതസ്ഥാപനങ്ങൾ വിമതലൈംഗിക വ്യക്തിത്വങ്ങളുടെ മുഖ്യധാര സമൂഹത്തിലുള്ള ഇടപെടലുകളെ, സാന്നിദ്ധ്യങ്ങളെ തമസ്കരിക്കുവാൻ ശ്രമിക്കാറുണ്ട്. ജാതി, മത സ്ഥാപനങ്ങളിൽ നിന്നും സൂര്യക്ക് അവഹേളനങ്ങൾ, ഭീഷണികൾ നേരിടേണ്ടതായി വന്നിട്ടുണ്ടോ ?

ക്രിസ്ത്യൻ സംഘടനകളാണ് കൂടുതലും ഞങ്ങളെപ്പോലുള്ളവരെ അടുപ്പിക്കാത്തത്. എന്റെ ജീവിതത്തിൽ വളരെയധികം വേദനിപ്പിച്ചത് ഒരു ക്രിസ്തീയ സഭാ പുരോഹിതനാണ്. നെടുമങ്ങാടിനടുത്തുള്ള ഒരു സ്കൂളിലെ പ്രോഗ്രാമിന് ഉദ്ഘാടനത്തിനായി വിളിച്ചു. ഒരു ക്രിസ്റ്റ്യൻ പള്ളിയോടുചേർന്നുള്ള സ്കൂളായിരുന്നു അത്. സ്കൂളിലെ പേരന്റ്സാണ് എന്റെ ടി വി പ്രോഗ്രാമുകൾ കണ്ട് എന്നെ ഉദ്ഘാടനത്തിനു തെരഞ്ഞെടുത്തത്. സാധാരണ സാരിയുടുത്തു പുറത്തുപോകാറുള്ള ഞാൻ ഒരു കുർത്തയിട്ടാണ് ഫങ്ഷനു ചെല്ലുന്നത്. നല്ല സ്വീകരണമൊക്കെ ലഭിച്ചതിനു ശേഷം സമയം ഒരുപാടായിട്ടും പ്രോഗ്രാം തുട

ങ്ങുന്നതിനായി ആരും എന്നെ വിളിക്കുന്നില്ല. ഗസ്റ്റ് റൂമിൽ ഞാനിരുന്നു വിഷമിക്കുമ്പോൾ അപ്പുറത്തുമിപ്പുറത്തുമൊക്കെ എന്തൊക്കെയോ ചർച്ച കൾ നടക്കുന്നു. ഞാൻ മുടി നീട്ടിവളർത്തിയതിന്റെ പേരിൽ എന്നോ ടൊപ്പം വേദി പങ്കിടില്ലെന്ന് ഒരു ഫാദർ വാശി പിടിച്ചതാണ് ചർച്ചകൾക്ക് കാരണം. ഞാൻ ആ ഫാദറിനോടു ചോദിച്ചു 'നിങ്ങൾ ആരാധിക്കുന്ന യേശുക്രിസ്തു മുടി നീട്ടി വളർത്തിയില്ലേ? നന്മയുടെ പാഠങ്ങൾ മറ്റുള്ള വർക്കു പകർന്നു കൊടുക്കുന്ന നിങ്ങളെപ്പോലുള്ളവർ ഇത്തരം മര്യാദ കേടുകൾ കാട്ടുവാൻ പാടില്ല. എന്നെപ്പോലെയുള്ളവരെ അംഗീകരി ക്കാത്ത നിങ്ങൾ യേശുക്രിസ്തുവിന്റെ അമ്മയെ അംഗീകരിക്കുന്നുണ്ടോ? ദിവ്യ ഗർഭം ധരിച്ച ആ സ്ത്രീയെ നിങ്ങൾ എന്താണ് വിളിക്കുക?' എന്റെ വിഷമങ്ങളെല്ലാം കൊണ്ട് ഇങ്ങനെയൊക്കെ ഞാൻ ചോദിച്ചുപോയി. നിര വധി പേർ വന്ന് അതിന്റെ ഇടയിൽ ക്ഷമ പറയുന്നുണ്ടായിരുന്നു. ഫാദ റില്ലെങ്കിൽ വേണ്ട സൂര്യ തന്നെ ഉദ്ഘാടനം നിർവ്വഹിച്ചാമതിയെന്ന് പേരന്റ്സ് തീരുമാനിച്ചു. പക്ഷേ, ഞാനതു നിരസിച്ചിട്ട് അവർ തന്ന പൈസ തിരികെ കൊടുത്ത് വീട്ടിലേക്കു മടങ്ങി. മറ്റൊരു സംഭവം മീഡിയ വൺ ചാനലിന്റെ ടോക് ഷോയിൽ ഞാൻ, ജീവൻ തോമസ് തൃശൂർനിന്നും ഒരു മാഡം, പിന്നെ ഒരു ക്രിസ്തീയ പുരോഹിതൻ എന്നി വർ പങ്കെടുത്തു. ക്രിസ്തീയ പുരോഹിതൻ ഞങ്ങളെപ്പോലുള്ളവരെ അംഗീകരിച്ചാൽ അത് കുടുംബ ഭദ്രതയ്ക്ക് തടസ്സമാകുമെന്ന് വീറോടെ വാദിച്ചു. ആ ഒരു വേദിയിൽവെച്ച് എന്റെ കൂടെ ക്രിസ്തീയ പുരോഹി തന്മാർ കിടന്നിട്ടുണ്ട് എന്നു തുറന്നു പറയേണ്ടിവന്നു. അവരിലൊരാ ളെയും ഞാൻ പോയി തേടിപ്പിടിച്ചതല്ല. എന്റെ സെക്സിനുവേണ്ടി എന്നെ തേടിപ്പിടിച്ചുവന്നവരാണ്. കന്യാസ്ത്രീ മഠങ്ങളിലും സെമിനാരി കളിലും ധാരാളം സ്വവർഗ്ഗരതിബന്ധങ്ങളുണ്ട്. അതൊക്കെയറിഞ്ഞിട്ടും പൊതുസമൂഹത്തിന്റെ മുമ്പിൽ അവ മറച്ചു പിടിക്കുന്ന ക്രിസ്തീയ പുരോഹിതരാണ് ഞങ്ങളെപ്പോലുള്ളവരെ പരിഹസിക്കുന്നത്. ക്രൈസ്തവ വിഭാഗത്തിൽപ്പെട്ടവർ മാത്രമല്ല ഹൈന്ദവ- ഇസ്ലാം വിഭാഗ ത്തിൽപ്പെട്ടവരും ഞങ്ങളെപ്പോലുള്ളവരെ ഉപദ്രവിക്കുകയും ലൈംഗിക മായി ചൂഷണം ചെയ്യുകയും ചെയ്തിട്ടുണ്ട്. സ്വവർഗ്ഗരതിയിൽ താല്പര്യം കൂടുതലുള്ള മുസ്ലീങ്ങൾക്ക് ഞങ്ങളെപ്പോലുള്ളവർ ഹറാമാണ്. സ്വന്തം ഭാര്യയെ അടുത്തു നിർത്തി എന്നെ ഉപയോഗിച്ച നിരവധി മുസ്ലീം പുരു ഷന്മാരുണ്ട്. സ്വന്തം ലൈംഗികാവശ്യത്തിനു രഹസ്യമായി ഉപയോഗി ക്കുകയും പരസ്യമായി അവഹേളിക്കുകയും ചെയ്യുന്നവരാണ് കേരളീയ സമൂഹത്തിൽ കൂടുതലുള്ളത്. സദാചാര പ്രസംഗങ്ങൾ നടത്തുന്ന ഇവർ തന്നെയാണ് രഹസ്യമായി ഞങ്ങളെപ്പോലുള്ളവരുടെ അടുത്ത് എത്തു ന്നതും.

കേരളത്തിൽ ട്രാൻസ്ജന്ററുകൾക്കുവേണ്ടി പ്രവർത്തിക്കുന്ന സംഘങ്ങൾ/ സംഘടനകൾ ഏതൊക്കെയാണ്? അവരുടെ പ്രവർത്തന രീതികൾ എന്തൊക്കെയാണ്?

എം എസ് എം കാർക്ക്, ട്രാൻസ്ജന്ററുകൾക്ക് ഒക്കെ വേണ്ടി പ്രവർത്തിക്കുന്ന സംഘടനകൾ ഉണ്ട്. പക്ഷേ, അവയൊക്കെയും എച്ച് ഐ വി പ്രിവൻഷനുവേണ്ടി മാത്രമാണ് പ്രവർത്തിക്കുന്നത്. കോണ്ടം ഡിസ്ട്രിബ്യൂഷൻ, പഠനക്ലാസുകൾ തുടങ്ങിയവയൊക്കെ നടത്തി എയ്ഡ്സിനെ പ്രതിരോധിക്കണമെന്ന നിലപാട് എടുക്കുമ്പോൾ അടിസ്ഥാനപരമായി ഞങ്ങളുടെ സംരക്ഷണങ്ങൾ സംഘടനകൾ ലക്ഷ്യമിടാതെ പോകുന്നു.

രേവതി ആക്ടിവിസ്റ്റ് കൂടിയായിരുന്നു. ഇപ്പോൾ അവർ ആക്ടിവിസമെല്ലാം ഉപേക്ഷിച്ച്, സംഘടനാ പ്രവർത്തനങ്ങൾ നിർത്തി ഒഴിഞ്ഞുമാറി ജീവിക്കുന്നു. സൂര്യ പറഞ്ഞതുപോലെയുള്ള പ്രശ്നങ്ങൾ ആയിരിക്കുമല്ലോ രേവതിയൊക്കെ പിന്മാറുവാനുള്ള കാരണം.

സംഘടനകളുടെ ലക്ഷ്യബോധമില്ലാത്ത പ്രവർത്തനങ്ങളാവാം രേവതിയെപ്പോലുള്ളവർ പിന്മാറുവാനുള്ള കാരണം. എയ്ഡ്സ് പ്രതിരോധ പ്രവർത്തനങ്ങൾ മാത്രം നടത്തുന്നതിനോട് എനിക്കു താല്പര്യമില്ല. ട്രാൻസ്ജന്ററുകളുടെ അവകാശങ്ങൾ സംരക്ഷിക്കുവാൻ സംഘടനകൾ തയ്യാറാകേണ്ടതുണ്ട്. ദൗർഭാഗ്യവശാൽ കേരളത്തിൽ അത്തരം ലക്ഷ്യത്തിൽ പ്രവർത്തിക്കുന്ന ഒരു സംഘടനയുമില്ല. പെഹ്ചാൻ പ്രോജക്ടിന്റെ മാനേജരായി എന്നെ വിളിച്ചപ്പോൾ അതു പറ്റില്ലായെന്നും പറഞ്ഞ് ഞാൻ ഒഴിവാക്കി. പതിനാറായിരത്തിലധികം രൂപകിട്ടുമായിരുന്ന ജോലി ഞാൻ കളഞ്ഞത് ഒരു യന്ത്രംപോലെ, അടിമയെപ്പോലെ പ്രവർത്തിക്കുവാൻ താല്പര്യമില്ലാത്തതുകൊണ്ടാണ്. എന്റെ വിഭാഗത്തിലുള്ളവരുടെ സംരക്ഷണത്തിനായി എന്നെക്കൊണ്ടു കഴിയുന്ന എല്ലാവിധ സഹായങ്ങളും ഞാൻ ചെയ്തുകൊടുക്കാറുണ്ട്. അത് എന്റെ കടമതന്നെയാണ്. പക്ഷേ, ഒരു സംഘടനയുടെ കീഴിൽനിന്നു പ്രവർത്തിക്കാൻ എനിക്കു താല്പര്യമില്ല.

സൂര്യ ട്രാൻസ്ജന്ററുകളുടെ ജീവിതം പറഞ്ഞ അർദ്ധനാരി ഉൾപ്പെടെയുള്ള ചിത്രങ്ങളിൽ അഭിനയിച്ചിട്ടുണ്ട്. ചലച്ചിത്രരംഗത്ത് എത്തപ്പെട്ടത് എങ്ങനെ ആയിരുന്നു?

സ്റ്റേജ് പ്രോഗ്രാമുകളിലൂടെയാണ് ഞാൻ ചാനലിൽ എത്തുന്നത്. ആദ്യ പ്രോഗ്രാം കൈരളിചാനലിലായിരുന്നു. കൂടുതൽ പ്രശസ്തി നേടിത്തന്നത് ഏഷ്യാനെറ്റിന്റെ വോഡഫോൺ കോമഡി സ്റ്റാർസ് ആണ്. അതിലൂടെയാണ് ഞാൻ സിനിമയിലെത്തുന്നത്. എന്റെ ആദ്യത്തെ സിനിമയായിരുന്നു സന്തോഷ് സൗപർണ്ണികയുടെ *അർദ്ധനാരി*. സന്തോഷ് ചേട്ടന്റെ സിനിമയായ *അർദ്ധനാരി*യിൽ തിലകൻസാർ, മനോജ് കെ ജയൻ, സുകുമാരി എന്നിവരോടൊപ്പം അഭിനയിക്കുവാൻ കഴിഞ്ഞത് വലിയ ഭാഗ്യമാണ്. തിലകൻസാറിനൊപ്പം ഒരു കോമ്പിനേഷൻ സീനിൽ അഭിനയിക്കുവാൻ കഴിഞ്ഞത് വലിയ ഭാഗ്യമായാണ് ഞാൻ കാണുന്ന

ത്. മറ്റൊന്ന് ചിത്രത്തിലെ നായിക മഹാലക്ഷ്മിക്കുവേണ്ടി ശബ്ദം നല്കിയതും ഞാനാണ്. മനോജേട്ടനൊക്കെ സെറ്റിൽവെച്ച് നല്ലതായി സംസാരിക്കുമായിരുന്നു. ചിത്രത്തിലെ കഥാപാത്രത്തിന്റെ മാനറിസങ്ങൾ എന്റെ പെരുമാറ്റരീതികൾ വീക്ഷിച്ചതിൽനിന്നും രൂപപ്പെടുത്തിയതാണെന്ന് മനോജേട്ടൻ പറഞ്ഞിട്ടുണ്ട്.

അർദ്ധനാരി ട്രാൻസ്ജന്റർ ജീവിതത്തെ ആവിഷ്കരിച്ചുവെങ്കിലും അത് പൂർണ്ണമായി ചിത്രത്തിൽ അവതരിപ്പിക്കുവാൻ കഴിഞ്ഞിട്ടില്ല.

സന്തോഷ് ചേട്ടൻ ഒരുപാട് റിസർച്ച് ചെയ്തിട്ടാണ് ചിത്രമൊരുക്കിയത്. ചിത്രത്തിൽ എല്ലാകാര്യങ്ങളും പച്ചയ്ക്കു കാണിക്കുവാൻ കഴിയില്ല. അതിനു പരിമിതികളുണ്ട്. പക്ഷേ, സാമാന്യമായി ട്രാൻസ്ജന്ററുകളുടെ ജീവിതത്തെ മലയാള സിനിമാപ്രേക്ഷകർക്കു പരിചയപ്പെടുത്തിക്കൊടുക്കുവാൻ *അർദ്ധനാരിക്കു* കഴിഞ്ഞിട്ടുണ്ട്.

ലോഹിതദാസിന്റെ സൂത്രധാരൻ എന്ന ചിത്രത്തിൽ സലിംകുമാറിന്റെ കഥാപാത്രം ട്രാൻസ്ജന്ററുകളുടെ ഒപ്പം ചേരുന്നതായി അവതരിപ്പിക്കുന്നുണ്ട്. പൊതുജനത്തിനു ഒരു ശല്യമെന്ന രീതിയിലാണ് ചിത്രത്തിൽ അവതരിപ്പിക്കപ്പെട്ടിരിക്കുന്നത്.

സൂത്രധാരനിൽ മോശമായി ചിത്രീകരിച്ചിരിക്കുന്നതായി എനിക്കു തോന്നിയിട്ടില്ല. ജീവിക്കുവാൻ ഒരു ഗതിയുമില്ലാത്തവരാണ് പിച്ച തെണ്ടുവാൻ ഇറങ്ങുന്നത്. ആരും പൈസ കൊടുക്കാതെ വരുമ്പോഴാണ് അവർ ശല്യം ചെയ്യുന്നത്. പട്ടിണികൊണ്ട് വലയുമ്പോൾ ജീവൻ നിലനിർത്താനായി കുറച്ച് ചില്ലറത്തുട്ടുകൾ എങ്കിലും വേണ്ടേ? പൊതുസമൂഹം ഒരിക്കലും ഒരു ട്രാൻസ്ജന്ററോടും മര്യാദ കാട്ടാറില്ലെന്നുമാത്രമല്ല പരമാവധി ഉപദ്രവിക്കുകയും ചെയ്യുന്നു. അതുകൊണ്ടാണ് പലരും ആത്മഹത്യ ചെയ്യുന്നത്.

അർദ്ധനാരിക്കു ശേഷം ചലച്ചിത്രങ്ങളിൽ നിന്നു ലഭിച്ച ഓഫറുകൾ എന്തൊക്കെയാണ്?

അർദ്ധനാരിക്കുശേഷം *ലിപ്സ്റ്റിക്* എന്ന ഷോർട്ട് ഫിലിം ചെയ്തു. ഖയിസ് മിലൻ സംവിധാനം ചെയ്ത *ലിപ്സ്റ്റിക്കിൽ* ഒരു ട്രാൻസ്ജന്ററിന്റെ വേഷമാണ് ഞാൻ അവതരിപ്പിച്ചത്. ഡബ്ബിങ് സമയത്ത് ഞാൻ അഭിനയിച്ച ഭാഗങ്ങൾ അല്ലാതെ ചിത്രം പൂർണ്ണമായി ഇതുവരെ കാണുവാൻ എനിക്കു കഴിഞ്ഞിട്ടില്ല. *റമ്മി* എന്ന ചിത്രത്തിലും ഒരു ട്രാൻസ്ജന്ററിന്റെ വേഷം അവതരിപ്പിക്കുകയുണ്ടായി. ഇപ്പോൾ നിരവധി ഓഫറുകൾ വരുന്നുണ്ടെങ്കിലും ഒന്നും ഞാൻ സ്വീകരിക്കുന്നില്ല. കാരണം ഞാൻ ഒരു സ്ത്രീയായി ജീവിക്കുവാൻ ആഗ്രഹിക്കുന്ന വ്യക്തിയാണ്. സ്ത്രീയെയോ ട്രാൻസ്ജന്ററിനെയോ അപമാനിക്കുന്ന, അവഹേളിക്കുന്ന ചിത്രങ്ങളിലെ അത്തരം രംഗങ്ങളിൽ അഭിനയിക്കുവാൻ മാനസികമായി

എനിക്കു ബുദ്ധിമുട്ടുണ്ട്. പെൺവേഷം കെട്ടിനില്ക്കുന്ന, പുരുഷന്മാരെ പറ്റിക്കുന്ന ഒരു കഥാപാത്രമായി അഭിനയിക്കുവാൻ വിളിക്കുന്നതുകൊണ്ടാണ് എനിക്കു വരുന്ന ഓഫറുകൾ ഞാൻ തിരസ്കരിക്കുന്നത്.

ചലച്ചിത്രങ്ങളിലെ ദളിത് വിരുദ്ധത, സ്ത്രീവിരുദ്ധത തുടങ്ങിയവ ആധികാരികമായി വിലയിരുത്തപ്പെടുകയും വിമർശിക്കപ്പെടുകയും ചെയ്യാറുണ്ട്. പക്ഷേ, ചിത്രങ്ങളിലെ ട്രാൻസ്ജെന്റർ വിരുദ്ധതകൾ ചോദ്യം ചെയ്യപ്പെടാതെ പോകുന്നു?

എന്നെപ്പോലുള്ളവരുടെ പ്രശ്നങ്ങൾ ഉയർന്നുവന്നാൽ അതിനെ ഒതുക്കിത്തീർക്കുവാനേ ഭരണകൂടവും രാഷ്ട്രീയ പാർട്ടികളും ശ്രമിക്കുകയുള്ളു. ട്രാൻസ്ജന്ററുകളുടെ പ്രശ്നങ്ങൾ കേരളീയ സമൂഹത്തിൽ ശക്തമായി ഉയർന്നു വന്നിട്ടില്ല. 2013 ലെ ട്രാൻസ്ജന്റർ ഫെസ്റ്റിനുവന്ന മനുഷ്യാവകാശ കമീഷൻ രഞ്ജിത് സാർ പറഞ്ഞത് മനുഷ്യാവകാശ ലംഘനത്തിന്റെ ഒരു പരാതിപോലും ഇതുവരെ ട്രാൻസ്ജന്ററുകളുമായി ബന്ധപ്പെട്ട് മനുഷ്യാവകാശകമീഷനു ലഭിച്ചിട്ടില്ലായെന്നാണ്. അപ്പോൾ പിന്നെ ചിത്രങ്ങളിലെ ട്രാൻസ്ജന്റർ വിരുദ്ധതകൾ എങ്ങനെ ചോദ്യം ചെയ്യപ്പെടാനാണ്?

ചലച്ചിത്രാഭിനയത്തെ മൊത്തത്തിൽ എങ്ങനെ വിലയിരുത്തുന്നു.

ഫീമെയിൽ ആർട്ടിസ്റ്റായി അഭിനയിക്കുന്നതുകൊണ്ടാണ് *അർദ്ധനാരിയിൽ* അഭിനയിക്കാൻ വിളിക്കുന്നത്. ചിത്രത്തിന്റെ എല്ലാ മേഖലകളിലും ഞാൻ സഹകരിച്ചിരുന്നു. ചിത്രത്തിന്റെ സെറ്റിൽ ഒരു ഫീമെയിൽ ആർട്ടിസ്റ്റ് എന്ന നിലയിൽ നല്ല പരിഗണനകൾ ലഭിച്ചിരുന്നു. ചിത്രത്തിനു നല്ല സാമ്പത്തികവും ലഭിച്ചു. ചിത്രത്തിന്റെ പ്രചരണാർത്ഥം കേരളം മുഴുവൻ ഞങ്ങൾ സ്ത്രീവേഷത്തിൽ സഞ്ചരിച്ച് ഒരു പബ്ലിസിറ്റി കൊടുത്തിരുന്നു. ആ ചിത്രത്തിനു ശേഷം കേരളത്തിലെ ധാരാളം ആളുകൾ തിരിച്ചറിഞ്ഞത് വളരെ വലിയ സന്തോഷം നല്കിയ കാര്യമാണ്.

പൊതുവേ ട്രാൻസ്ജന്ററുകൾ സമൂഹത്തിന്റെ മുഖ്യധാരയിൽ കടന്നുവരാറില്ല. അതിനുള്ള അവസരങ്ങൾ നമ്മുടെ കപടസദാചാരവാദികൾ നല്കാറില്ല. പക്ഷേ, സൂര്യ മുഖ്യധാരയിൽ കടന്നുവരികയും ഒരു കലാകാരനായി കഴിവുതെളിയിക്കുകയും ചെയ്തു. സ്റ്റേജ് ഷോകളിലേക്ക് എത്തപ്പെട്ടത് എങ്ങനെയായിരുന്നു?

എന്റെ അച്ഛനും അമ്മയും ചേട്ടനും എന്റെ കലാപ്രവർത്തനത്തിൽ വലിയ പിൻതുണയാണ് നല്കിയത്. അതുകൊണ്ടുതന്നെ ഞാൻ കഷ്ടപ്പെട്ട് എന്റെ കുടുംബത്തെ സംരക്ഷിക്കുന്നുണ്ട്. സ്കൂളിൽ പഠിക്കുന്ന കാലത്തേ കലാരംഗത്ത് സജീവമായിരുന്നു. ഫീമെയിൽ ആർട്ടിസ്റ്റിന്റെ വേഷം കെട്ടാൻ സ്റ്റേജ് പ്രോഗ്രാമിന് ആളെ ആവശ്യമുണ്ടെന്നു പറഞ്ഞ് രാജ്കുമാർ എന്ന ആൾ വിളിച്ചു. അങ്ങനെ തിരുമല ചന്ദ്രന്റെ

ഷോഗൺസ് എന്ന സമിതിയിലൂടെ എന്റെ സ്റ്റേജ് പ്രോഗ്രാമിന്റെ അരങ്ങേറ്റം നടന്നു. നിരവധി സ്റ്റേജ് ഷോകൾക്കിടയിൽ സുരാജ് ചേട്ടന്റെ അനുജനായ അരുൺ വെഞ്ഞാറമൂട് എന്നെ കൈരളി ടിവിയിൽ പരിചയപ്പെടുത്തുകയുണ്ടായി. അതുവഴി കെ എസ് പ്രസാദ് ചേട്ടന്റെ 'കോമഡിയും മിമിക്സും പിന്നെ ഞാനും' എന്ന പ്രോഗ്രാമിൽ ആർട്ടിസ്റ്റായി നിരവധി ഷോകൾ ചെയ്തു. ഏറ്റവും കൂടുതൽ പ്രശസ്തി നേടിത്തന്നത് ഏഷ്യാനെറ്റിന്റെ 'കോമഡി സ്റ്റാർസ്' എന്ന പ്രോഗ്രാമാണ്. ഏതാണ്ട് അഞ്ചുവർഷത്തോളമായി അതിൽ പങ്കെടുത്തുവരുന്നു. ഒരു സ്റ്റേജ് ആർട്ടിസ്റ്റായതിലൂടെ എനിക്കു സ്വപ്നം കാണുവാൻ പോലും കഴിയാത്ത സ്ഥലങ്ങളിലൂടെ സഞ്ചരിക്കുവാൻ കഴിഞ്ഞിട്ടുണ്ട്. ഉഗാണ്ടയിൽ വരെ പ്രോഗ്രാം അവതരിപ്പിക്കുവാൻ കഴിഞ്ഞു. സ്റ്റേജ് പ്രോഗ്രാമുകളിലൂടെ നല്ല ഒരു ആത്മവിശ്വാസം ഞാൻ നേടിയെടുത്തിയിട്ടുണ്ട്. ഇതുവരെ ഒരു ഷോയും മോശമാക്കിയിട്ടില്ല. സൂര്യ അത് നന്നായി ചെയ്തു എന്നു പറയിപ്പിക്കുവാൻ എനിക്കു കഴിയുന്നുണ്ട്. നിരവധി ഗൾഫ് പ്രോഗ്രാമുകൾക്കും സ്റ്റേജ് ഷോകളിലൂടെ അവസരമുണ്ടായി. കുട്ടിക്കാലത്ത് എന്നെക്കൊണ്ട് എന്റെ വീട്ടുകാർക്ക് നാണക്കേട് ഉണ്ടായെങ്കിൽ അത് ഞാൻ തന്നെ കഷ്ടപ്പെട്ട് മാറ്റുകയുണ്ടായി. ഒരു ആർട്ടിസ്റ്റ് ആയതിലൂടെ ഒരു പൊതുസ്വീകാര്യത കുടുംബക്കാർക്കിടയിലും ബന്ധുക്കൾക്കിടയിലും ലഭിക്കുകയുണ്ടായി. പിന്നെ എന്നെപ്പോലുള്ളവർക്ക് ഒരു ധൈര്യം കൊടുക്കുവാൻ എനിക്കു കഴിഞ്ഞിട്ടുണ്ട്. ആത്മഹത്യ ചെയ്യാതെ, ഒളിച്ചോടാതെ ധൈര്യപൂർവ്വം സമൂഹത്തിൽ ജീവിക്കുവാൻ തീരുമാനിച്ച വ്യക്തിയാണ് ഞാൻ. എനിക്കറിയാവുന്ന കല ഉപയോഗിച്ച് വളരെ മാന്യമായി ജീവിക്കുന്നു. പ്രതിസന്ധികളും ദുരനുഭവങ്ങളും ഉണ്ടായാലും അവയെ അതിജീവിച്ചുകൊണ്ട് സ്വതന്ത്രമായി ജീവിക്കണം എന്നതാണ് എന്റെ ആഗ്രഹം.

ഫീമെയിൽ ആർട്ടിസ്റ്റായ സൂര്യയെ കേരളത്തിലെ പലരും സ്ത്രീയെന്ന് തെറ്റിദ്ധരിച്ചു. 2015 ൽ ലിംഗമാറ്റ ശസ്ത്രക്രിയയിലൂടെ സ്ത്രീയായി മാറിയ താങ്കൾ എപ്പോഴാണ് സ്ത്രീയായി മാറണമെന്ന ഉറച്ച തീരുമാനത്തിൽ എത്തിയത്?

എന്നെത്തിരിച്ചറിഞ്ഞ കുട്ടിക്കാലം മുതൽക്കേ ഞാൻ ഒരു പെണ്ണായി മാറണമെന്നു ആഗ്രഹിച്ചിരുന്നു. സമൂഹമാണ് അത്തരമൊരു തീരുമാനത്തിലെത്താൻ എന്നെ പ്രേരിപ്പിച്ചത്. സമൂഹം ആൺ അല്ലെങ്കിൽ പെൺ എന്ന ഏതെങ്കിലും കള്ളിയിൽ ഒതുങ്ങുവാൻ നിർബ്ബന്ധിച്ചുകൊണ്ടിരുന്നു. ശസ്ത്രക്രിയയ്ക്ക് കുടുംബമൊന്നും എന്നെ സഹായിച്ചിട്ടില്ല. ഞാൻ സ്റ്റേജ്ഷോകൾ ചെയ്ത് കിട്ടിയ കാശുകൊണ്ടാണ് എന്റെ ലിംഗമാറ്റ ശസ്ത്രക്രിയ നടത്തിയത്. പിന്നെ എന്റെ ഭർത്താവായ അഭിലാഷിന്റെ സഹായ സഹകരണങ്ങളുമുണ്ടായിരുന്നു. ഭർത്താവല്ലാതെ മറ്റാരും എന്നെ ഇക്കാര്യത്തിൽ പിന്തുണച്ചിരുന്നില്ല. സർജറി കഴിഞ്ഞുവന്നപ്പോൾ

അമ്മ വല്ലാതെ കരച്ചിലായിരുന്നു. അച്ഛനും ചേട്ടനും സംസാരിക്കാൻപോലും തയ്യാറായില്ല. ശസ്ത്രക്രിയ കഴിഞ്ഞ് ഒരുപാട് സംരക്ഷണവും പരിചരണവും വേണ്ട സന്ദർഭത്തിലാണ് എന്റെ വീട്ടുകാർ എന്നോടിങ്ങനെ ചെയ്തത്. ഞാൻ എന്റെ വീട്ടുകാർക്കു വേണ്ടിയാണ് ഇത്രനാളും ജീവിച്ചത്. ഇനി എനിക്കും ഒരു ജീവിതം വേണ്ടേ? ഞാനിത്തരമൊരു ശസ്ത്രക്രിയ നടത്തിയതിന് എന്റെ ഭർത്താവും ഒരുപാട് പഴികേൾക്കേണ്ടിവന്നു. അദ്ദേഹത്തിന്റെ നിർബ്ബന്ധത്തിനു വഴങ്ങിയാണ് ഞാൻ ശസ്ത്രക്രിയയ്ക്ക് വിധേയയായതെന്ന് വീട്ടുകാർ കുറ്റപ്പെടുത്തി. പക്ഷേ, സത്യം മറ്റൊന്നാണ്. എന്റെ സ്ത്രീയാകാനുള്ള അദമ്യമായ ആഗ്രഹത്തിന്റെ പുറത്താണ് ഞാൻ ലിംഗമാറ്റ ശസ്ത്രക്രിയ ചെയ്തത്. ആണിന്റെ ശരീരവും സ്ത്രീയുടെ മനസ്സുമായി ജീവിക്കുവാൻ അല്ല പൂർണ്ണ സ്ത്രീയാകുവാൻ ഞാൻ ഒരുപാട് ആഗ്രഹിച്ചു. ആ ജീവിതമാണ് ഞാനിപ്പോൾ നേടിയത്. മുമ്പത്തേക്കാൾ മനസ്സുകൊണ്ടും ശരീരം കൊണ്ടും ഞാൻ സ്ത്രീയെ, സ്ത്രീത്വത്തെ ഇപ്പോൾ കൂടുതലറിയുന്നു. അതിൽ ഞാൻ സന്തോഷിക്കുന്നു.

ലിംഗമാറ്റ ശസ്ത്രക്രിയ അതിസങ്കീർണ്ണവും ചെലവേറിയതുമായ ഒന്നാണ്. അതിനായി സൂര്യ ചെയ്ത നടത്തിയ തയ്യാറെടുപ്പുകൾ എന്തെല്ലാമാണ്?

ഇതിനെക്കുറിച്ച് വിശദമായി അന്വേഷിക്കുകയും കാര്യങ്ങൾ മനസ്സിലാക്കുകയും പഠിക്കുകയും ചെയ്തതിനുശേഷമാണ് ലിംഗമാറ്റ ശസ്ത്രക്രിയയ്ക്കായി തയ്യാറായത്. ധാരാളം പഠനങ്ങൾ വായിക്കുന്നതിനോടൊപ്പം മുമ്പ് ശസ്ത്രക്രിയ ചെയ്തവരെ കണ്ട് കാര്യങ്ങൾ മനസ്സിലാക്കാൻ ശ്രമിച്ചു. പിന്നെ ഏറ്റവും ആവശ്യം ശസ്ത്രക്രിയ നടത്തുവാൻ തയ്യാറായ മനസ്സും ആരോഗ്യവുമാണ്. ശസ്ത്രക്രിയ നടത്തിയത് കോയമ്പത്തൂരിലെ മോത്തി ഹോസ്പിറ്റലിലാണ്. ശസ്ത്രക്രിയയ്ക്കു മുമ്പ് ആറു പ്രാവശ്യത്തെ കൗൺസലിങ്ങുകൾ ഉണ്ട്. ഹിപ്പ്നോട്ടിസത്തിലൂടെയുള്ള കൗൺസലിങ്ങും ഇതിന്റെ ഭാഗമായുണ്ട്. മറ്റാരുടേയും നിർബ്ബന്ധപ്രകാരമല്ലാതെ സ്വമേധയാലുള്ള ഇഷ്ടപ്രകാരമാണ് ഇതിനു ഒരുങ്ങിയതെന്നു ബോദ്ധ്യപ്പെട്ടാൽ മാത്രമേ ഹോസ്പിറ്റൽ അധികാരികൾ ചികിത്സയുടെ ഘട്ടത്തിലേക്ക് കടക്കൂ. എട്ടു മണിക്കൂറോളം നീളുന്ന സർജറിയാണ് നടത്തുക. നട്ടെല്ലിന്റെ ഇരുവശത്തും അനസ്തേഷ്യ നല്കി മയക്കിയാണ് സർജറി. ഓപ്പറേഷൻ കഴിഞ്ഞ് ആറുമാസത്തോളം റെസ്റ്റും പരിചരണവും ചിട്ടയായ എക്സർസൈസുമൊക്കെ ആവശ്യമാണ്. പക്ഷേ, എന്റെ സാമ്പത്തിക പ്രതിസന്ധികൾ മൂലം ശസ്ത്രക്രിയ കഴിഞ്ഞ് മൂന്നാം മാസംമുതൽ എനിക്ക് സ്റ്റേജ് പ്രോഗ്രാമുകൾക്ക് പോകേണ്ടി വന്നു. എസ് ആർ എസ് ട്രീറ്റ്മെന്റ് കേരളത്തിൽ ഇല്ലാത്തതിനാലും സാമ്പത്തിക പ്രതിസന്ധികൾ കാരണവും ശസ്ത്രക്രിയയ്ക്കു ശേഷമുള്ള പല ട്രീറ്റ്മെന്റുകളും എനിക്ക് ചെയ്യുവാൻ കഴിഞ്ഞിട്ടില്ല.

ശസ്ത്രക്രിയ കഴിഞ്ഞ് കുറച്ച് നാളുകഴിഞ്ഞാണ് സ്വാഭാവിക ജീവിതത്തിലേക്ക് തിരിച്ചു വരുന്നത്. ട്രാൻസ്ജന്റർ സമൂഹത്തിന്റെ ഭാഗമായുള്ള ജീവിതത്തിൽ ലിംഗമാറ്റശസ്ത്രക്രിയ നടത്തിയാൽ (നിർവ്വാൺ) നാല്പതുനാൾ നീണ്ടു നില്ക്കുന്ന ചടങ്ങുകളുണ്ട്. അതിൽ ഈ കമ്മ്യൂണിറ്റിയിലുള്ളവർ പങ്കെടുക്കും. 'പാൽ ചടങ്ങുകൾ' നിർവ്വഹിച്ച ശേഷം ലിംഗമാറ്റ ശസ്ത്രക്രിയ കഴിഞ്ഞ ഒരാൾക്ക് അവർ ആഗ്രഹിച്ച തരത്തിലുള്ള ഒരു ജീവിതം ലഭിക്കുകയാണ്. എന്റെ ശസ്ത്രക്രിയ കഴിഞ്ഞ് മുപ്പതുനാളുകൾക്ക് ശേഷം ഞാൻ പുറത്തൊക്കെ സഞ്ചരിക്കുവാൻ തുടങ്ങി. അമ്പതു ദിവസമായപ്പോഴേക്കും സ്റ്റേജ് പ്രോഗ്രാമുകൾക്കു പോയിത്തുടങ്ങി.

സ്ത്രീയായി മാറുകയെന്നത് പല ട്രാൻസ്ജന്ററുകളുടേയും അതിതീവ്രമായ അഭിലാഷമാണ്. ഇത്തരമൊരു ആഗ്രഹം പൂർത്തീകരിച്ച സൂര്യക്കുണ്ടായ അനുഭവങ്ങൾ എന്തെല്ലാമായിരുന്നു?

ഞാൻ മനസ്സിൽ കണ്ടെതിനുമപ്പുറത്താണ് സ്ത്രീജീവിതം. കേവലം വേഷംകെട്ടുന്നതിനുമപ്പുറത്ത് സ്ത്രീയായി മാറിയപ്പോൾ ഒരു സ്ത്രീയുടെ സ്ഥാനവും പദവിയും കൂടുതൽ തിരിച്ചറിഞ്ഞു. ഒപ്പം സ്ത്രീകൾ നേരിടുന്ന പ്രതിസന്ധികളും. ഇന്നു ഞാൻ സ്ത്രീയായതിൽ ഒരുപാട് അഭിമാനിക്കുന്നു. കൂടുതൽ അംഗീകരിക്കപ്പെടുന്നു. 2016 ലെ വനിതാ പാർലമെന്റ് അവാർഡ് എനിക്ക് ലഭിച്ചു. മൂന്ന് കോടി സ്ത്രീകളുള്ള കേരളത്തിൽ അവാർഡിനു എന്നെ പരിഗണിക്കുകയും ആ അവാർഡ് എനിക്ക് തന്നെ ലഭിക്കുകയും ചെയ്തപ്പോൾ ഏറ്റവും വലിയ ഒരംഗീകാരം ലഭിച്ചതായാണ് എനിക്ക് അനുഭവപ്പെട്ടത്. ഞാനാ അവാർഡിനെ ഓസ്ക്കാറിനേക്കാൾ വിലമതിക്കുന്നു. എന്നേക്കാൾ പ്രശസ്തരും സാമൂഹ്യസാംസ്കാരിക മേഖലയിൽ കഴിവു തെളിച്ചവർക്കുമൊപ്പമാണ് അവിടെ ഞാൻ പരിഗണിക്കപ്പെട്ടതും വിജയിച്ചതും. 2016 ലെ വനിതാ ദിനത്തിൽ ഏറ്റവുമധികം ആദരിച്ചത് എന്നെയാണ്. പല സ്ഥലങ്ങളിലും ഒരുപാടുപേർ എന്റെ വാക്കുകൾക്ക് കാതോർത്തു. കൊല്ലം വനിതാ കോളേജ് ഫങ്ഷനിൽ 'നിഴലിൽ നിന്നും നക്ഷത്രങ്ങളിലേക്ക്' എന്നാണ് എഴുതിയിരുന്നത്. ആ വിദ്യാർത്ഥികളോട് ഞാൻ പറഞ്ഞു ഈ വാചകം ഏറ്റവുമധികം യോജിക്കുന്നത് എനിക്കാണ്. കാരണം ഞാൻ ഇത്രനാളും നിഴലായിരുന്നു. ഇപ്പോഴാണ് സ്ത്രീയെന്ന നക്ഷത്രലോകത്ത് എത്തിയത്. ഈ കോളേജിലെ ഫങ്ഷൻ കണ്ട് ഇഷ്ടപ്പെട്ട ഫാത്തിമ മാതാ കോളേജിലെ കുട്ടികൾ അടുത്ത ദിവസം അവിടെ ഒരു പരിപാടിക്കു ക്ഷണിച്ചു. മമ്മൂട്ടിക്കും മോഹൻലാലിനും ലഭിക്കാത്ത സ്വീകാര്യതയാണ് എനിക്ക് ലഭിച്ചതെന്ന് അവിടത്തെ കുട്ടികൾ പറയുകയുണ്ടായി. ഒരു ആർട്ടിസ്റ്റെന്ന നിലയിൽ വർഷങ്ങൾക്കു മുമ്പേ ഞാൻ ഇവിടെയുണ്ട്. എന്റെ ഐഡന്റിറ്റി വെളിപ്പെടുത്തിയിട്ടുണ്ട്. ഇപ്പോൾ അത് സ്ത്രീയെന്ന നിലയിൽ പൂർണ്ണതനേടിയെന്നുമാത്രം. സ്ത്രീയായി മാറിയതിൽ

അഭിമാനിക്കുമ്പോൾ തന്നെ കേരളീയ സമൂഹത്തിന്റെ അവസ്ഥകളെ യോർത്ത് ഞാൻ പരിതപിക്കുന്നു. കാരണം സ്ത്രീയായി മാറിയവരെ അംഗീകരിക്കുവാൻ മലയാളികൾക്കു കഴിഞ്ഞിട്ടില്ല. സ്ത്രീയായി മാറിയവരിൽ എന്താണ് അവശേഷിക്കുന്നതെന്നറിയാനുള്ള കൗതുക മാണ് പൊതുസമൂഹത്തിലെ ഭൂരിപക്ഷം പേർക്കുമുള്ളത്. അതുകൊണ്ടുതന്നെ എന്റെ തുണി അഴിച്ച് കാണാനാണ് പലരും ആഗ്രഹിക്കുന്നത്. ഞാൻ ഒരു മനുഷ്യജീവിയാണ്. ആ പരിഗണനപോലും ആരും നല്കുന്നില്ല. ഈ ഭൂമിയിൽ എനിക്കും ജീവിക്കുവാൻ അവകാശമുണ്ട്.

2015, 2016 വർഷങ്ങളിൽ കേരളീയ സമൂഹത്തിൽ ട്രാൻസ്ജന്ററുകൾക്ക് പ്രതീക്ഷാവഹമായ ഒരുപിടി കാര്യങ്ങൾ അരങ്ങേറുകയുണ്ടായി. കമ്യൂണിറ്റിക്കുള്ളിൽ നില്ക്കുന്ന സൂര്യ ഇതിനെ എങ്ങനെ വിലയിരുത്തുന്നു?

നമ്മുടെ കേരളീയ സമൂഹം ഏറെ മാറിത്തുടങ്ങിയിരിക്കുന്നു. സി പി എമ്മിന്റെ പഠനകോൺഗ്രസിൽ ലൈംഗികന്യൂനപക്ഷങ്ങളെക്കുറിച്ച് ചർച്ചകൾ നടത്തുന്നു. ഇടതുപക്ഷത്തിന്റെ 2016 മേയിലെ തിരഞ്ഞെടുപ്പ് പ്രകടന പത്രികയിൽ പ്രസ്തുത വിഷയം ഉൾപ്പെടുത്തിയിട്ടുണ്ട്. മുഖ്യധാരാ മാധ്യമങ്ങൾ ചർച്ചചെയ്യുന്നു. ട്രാൻസ്ജന്റർ പോളിസി രൂപീകരിക്കപ്പെടുന്നു. ഇവയൊക്കെ എത്രത്തോളം ഗുണപ്പെടുമെന്ന് കാത്തിരുന്നുകാണേണ്ടിവരും. കാരണം നമ്മുടെ ഇവിടെ ഒരുപാട് നിയമങ്ങളും ആനുകൂല്യവും ഉണ്ടെങ്കിൽ തന്നെയും പലതും കടലാസിൽ മാത്രമായി ചുരുങ്ങുന്നു. പാലിക്കപ്പെടേണ്ടതും അർഹതപ്പെട്ടതുമായ ആനുകൂല്യങ്ങൾ ലഭിക്കുവാൻ പ്രതിഷേധസമരങ്ങൾ നടത്തിയും സ്ഥാനമാനങ്ങളിലുള്ളവരെ കണ്ടിട്ടും സാധിക്കാത്ത ഈ കാലത്ത് ഞങ്ങളുടെ അവസ്ഥയെന്താകും. സർക്കാരിന്റെ ചുവപ്പുനാടയ്ക്കുള്ളിലും ഉദ്യോഗസ്ഥരുടെ മുഷ്കുകളിലും കുരുങ്ങിക്കിടക്കാതെ ഞങ്ങളുടെ അവകാശങ്ങൾ ലഭിക്കുമെന്ന് ഞാൻ വിശ്വസിക്കുന്നില്ല. ഞങ്ങളുടെ പ്രതിഷേധം രേഖപ്പെടുത്തുന്നതിലൂടെ ഇനിവരുന്ന ട്രാൻസ്ജന്ററുകൾക്കെങ്കിലും ഇവിടെ ജീവിക്കുവാൻ കഴിയണം. സാക്ഷരതയുടെ കാര്യത്തിൽ ഒന്നാമത് നില്ക്കുന്ന മലയാളികളാണ് ട്രാൻസ്ജന്ററുകളെ കൂടുതൽ ഉപദ്രവിച്ചിട്ടുള്ളതും പരിഹസിച്ചിട്ടുള്ളതും. ഞങ്ങളോട് കാട്ടുന്ന വേർതിരിവാണ് അടിസ്ഥാനപരമായി ഇവിടെ മാറേണ്ടത്. കവലപ്രസംഗങ്ങളും ഫീച്ചറെഴുത്തുകൊണ്ടും ഇത് മാറില്ല. ഇവിടെ ഒരാൾപ്പോലും ട്രാൻസ്ജന്ററുകളെ സഹായിക്കുകയോ ഒരുനേരത്തെ ഭക്ഷണം നല്കുകയോ ചെയ്യുന്നില്ല. നിങ്ങളുടേതുപോലെ ഞങ്ങളുടെയും സിരകളിൽ ഒഴുകുന്ന രക്തത്തിന്റെ നിറം ചുവപ്പുതന്നെയാണ്. സാധാരണ മനുഷ്യരാണ് ഞങ്ങളെന്ന ബോധം നിങ്ങൾക്കാണുണ്ടാകേണ്ടത്.

പൊതുസമൂഹത്തിന്റെ വ്യവസ്ഥാപിത സ്ത്രീപുരുഷ ശരീരശാസ്ത്രത്തെ സംബന്ധിച്ചുള്ള ധാരണകളാണ് ട്രാൻസ്ജന്ററുകളുടെ ജീവിതത്തിലേക്ക് എത്തിനോക്കാൻ പ്രേരിപ്പിക്കുന്നത്.?

ഇവിടെയെന്തു വ്യവസ്ഥാപിത സ്ത്രീപുരുഷ സങ്കല്പമാണുള്ളത്? പുരാണങ്ങളിലും മതഗ്രന്ഥങ്ങളിലും ഞങ്ങളുടെ ജീവിതത്തിന്റെ സൂചനകളുണ്ട്. ഇതൊന്നും ആർക്കും അറിയാത്ത കാര്യങ്ങളല്ല. ഭർത്താവിന് കാഴ്ചയില്ലന്നറിയുമ്പോൾ കാഴ്ചകളേ കാണണ്ടാന്നു വച്ച് കണ്ണടച്ചുമൂടിയ ഗാന്ധാരിയെപ്പോലെയാണ് ഇവിടെയുള്ളവർ. വിദ്യാസമ്പന്നരായ നിങ്ങൾക്കു കൃത്യമായി അറിയാത്ത ഭരണഘടനയെയും പീനൽ കോഡുകളെക്കുറിച്ചും പത്താംക്ലാസ് വിദ്യാഭ്യാസം പോലുമില്ലാത്ത ട്രാൻസ്ജന്ററുകൾക്ക് വ്യക്തമായ ധാരണയുണ്ട്. ഐ പി സി 377 സ്വവർഗ്ഗരതിയെ ക്രിമിനൽകുറ്റമായി വിധിക്കുന്നുവെന്ന് പലരും വിശ്വസിക്കുന്നു. യഥാർത്ഥത്തിൽ പ്രത്യുല്പാദനത്തിനായല്ലാതെയുള്ള ഏതൊരു ലൈംഗികവേഴ്ചയും കുറ്റകരമാണെന്നാണ് 377 പ്രതിപാദിക്കുന്നത്. അല്ലാതെ സ്വവർഗ്ഗരതിക്കാർക്കും ട്രാൻസ്ജന്ററുകൾക്കും മാത്രമായി രൂപപ്പെടുത്തിയതല്ല ഐപിസി 377. ഇതൊന്നും ഞങ്ങളെയല്ല ബോധവല്ക്കരിക്കേണ്ടത്. ഇവിടത്തെ വിദ്യാസമ്പന്നരെയാണ്. ഞങ്ങളോട് വിവേചനം കാണിക്കാതെയിരിക്കുക.

കേരള ഗവൺമെന്റ് ട്രാൻസ്ജന്റർ പോളിസി രൂപീകരിച്ചിട്ടുണ്ടല്ലോ. ഇത്തരം പ്രവർത്തനങ്ങൾ ടി ജികൾക്ക് ഗുണകരമാകില്ലേ?

സർക്കാർ തീരുമാനങ്ങളും പ്രവൃത്തികളും കാത്തിരുന്നു കാണേണ്ടതാണ്. ഞങ്ങൾ ജീവിച്ചിരിക്കുന്നുവെന്ന തെളിവിനായിട്ട് ഒരു ഐഡി കാർഡ് പോലും ഇത്രയും വർഷങ്ങളായിട്ട് ഞങ്ങൾക്കു കിട്ടിയിട്ടില്ല. ഭൂമിയിൽ ഞങ്ങളെപ്പോലുള്ളവരുണ്ടെന്ന സത്യത്തെ അംഗീകരിക്കുവാൻ കഴിയാത്തവരാണ് ഇത്രനാളും നമ്മളെ ഭരിച്ചത്. ട്രാൻസ്ജന്റർ പോളിസി രൂപീകരിച്ചെങ്കിലും ഫലപ്രദമായി അതു നടപ്പിലാക്കാൻ ഇതുവരെ ഗവൺമെന്റിനു കഴിഞ്ഞിട്ടില്ല. എനിക്ക് സ്ത്രീ ഐ ഡി ലഭിക്കുവാൻ ഞാൻ കുറേ കഷ്ടപ്പെട്ടു. ജീവിച്ചിരിക്കുന്നുവെന്ന തെളിവ്, സ്ത്രീയാണെന്ന ഡോക്ടറുടെ സർട്ടിഫിക്കറ്റ് അങ്ങനെ നിരന്തരപ്രയത്നത്തിലൂടെ ഞാൻ ഐ ഡി നേടിയെടുത്തു. ഒരു ട്രാൻസ്ജന്ററിനെ സംബന്ധിച്ചിടത്തോളം താൻ ടി ജി ആണെന്നതിനു ഡോക്ടറുടെ സർട്ടിഫിക്കറ്റ് അല്ല വേണ്ടത്. സെൽഫ് എക്സ്പ്രഷൻ തന്നെ ധാരാളമാണ്.

ടി ജികളെ അംഗീകരിക്കാത്ത കേരളത്തിൽ ഹോസ്പിറ്റലുകളിൽ ചികിത്സ നിഷേധിക്കുന്ന സംഭവങ്ങൾ ധാരാളമായി നടക്കുന്നു. അത്തരത്തിലുള്ള അനുഭവം സൂര്യക്കുണ്ടായിട്ടുണ്ടോ?

എസ് ആർ എസ് കഴിഞ്ഞ് വീട്ടിൽ വന്ന് കുറച്ചു നാൾ കഴിഞ്ഞ് എനിക്ക് പനി വന്നു. മെഡിസിൻ വാങ്ങാൻ തിരുവനന്തപുരം ജനറൽ ആശുപത്രിയിൽ ചെന്നപ്പോൾ ഒ പി ടിക്കറ്റിൽ മെയിൽ എന്നു എഴുതി. ഞാനതിനെ വെട്ടി ടി ജി എന്നെഴുതി. ഡോക്ടറോട് ഞാൻ ടി ജിയാണെന്ന് തുറന്നു പറഞ്ഞപ്പോൾ പരിശോധിക്കുക കൂടി ചെയ്യാതെ അയാൾ

എന്നെ ഇറക്കിവിട്ടു. മെഡിസിൻ പഠിച്ച ഒരാൾ ഇങ്ങനെയാണ് പെരുമാറുന്നതെങ്കിൽ സാധാരണ മനുഷ്യരുടെ കാര്യം പറയാനുണ്ടോ? അയാൾക്ക് എന്നെ മനുഷ്യനായി കണ്ടുകൂടെ? അയാൾക്ക് എന്റെ ലിംഗത്വമാണോ പ്രശ്നം. ആ ഡോക്ടറോട് താൻ എന്തിനാണ് പഠിച്ചതെന്നു എനിക്ക് ചോദിക്കേണ്ടിവന്നു. രോഗാവസ്ഥയിൽ പോലും അല്പം മനുഷ്യത്വം ഇവിടെ ആരും കാട്ടുന്നില്ലായെന്നതിന്റെ തെളിവാണ് എനിക്കുണ്ടായ അനുഭവം. പിന്നീട് സ്വകാര്യ ഹോസ്പിറ്റലിലാണ് എനിക്ക് ചികിത്സ ലഭിക്കുന്നത്.

ലിംഗമാറ്റ ശസ്ത്രക്രിയ ചെയ്ത ഭൂരിപക്ഷം പേരും അന്യ സംസ്ഥാനങ്ങളിലേക്ക് മാറി താമസിക്കുന്നു. സൂര്യ എന്നാൽ ലിംഗമാറ്റ ശസ്ത്രക്രിയയ്ക്കു മുമ്പും ശേഷവും നാട്ടിൽ തന്നെ ജീവിക്കുന്നു. ഇത്തരമൊരു തീരുമാനത്തിനു പിന്നിലുള്ള അടിസ്ഥാനമെന്താണ്?

എനിക്കറിയാവുന്ന ഭൂരിപക്ഷം പേരും എസ് ആർ എസിനു ശേഷം മറ്റു സംസ്ഥാനങ്ങളിൽ ഒളിച്ചുകഴിയുകയാണ്. ആളുകളുടെ ചൂഷണങ്ങൾ കാരണമാണ് എല്ലാവരും മറ്റു സംസ്ഥാനങ്ങളിലേക്ക് പലായനം ചെയ്യുന്നത്. അതേ സമയം തമിഴ്നാട്ടിലും കർണ്ണാടകത്തിലും സ്വതന്ത്രമായി ഇഷ്ടമുള്ള വസ്ത്രങ്ങൾ ധരിച്ചു സഞ്ചരിക്കുവാനും ഇഷ്ടമുള്ള ഭക്ഷണം വാങ്ങിക്കഴിക്കുവാനും കഴിയും. കേരളത്തിൽ സ്വതന്ത്രമായി നടക്കുവാനോ ഭക്ഷണം കഴിക്കുവാനോ കഴിയില്ല. ഒരു കടയിൽ ഭക്ഷണം കഴിക്കാൻ ചെന്നാൽ ഒരുപാട് പരിഹാസങ്ങൾ കേൾക്കേണ്ടിവരുന്നു എന്നതുകൊണ്ട് അന്യനാട്ടിൽ പോയി ജീവിക്കുവാൻ എനിക്ക് കഴിയില്ല. എനിക്ക് എന്റെ നാട്ടിൽ തന്നെ ജീവിക്കണം. അതുകൊണ്ട് തന്നെയാണ് എസ് ആർ എസ് കഴിഞ്ഞതിനുശേഷം നാട്ടിലേക്കുതന്നെ തിരിച്ച് വന്നത്. ഞങ്ങൾക്ക് വാടകയ്ക്ക് ഒരു വീട് ലഭിക്കാൻ വളരെ പ്രയാസമായിരുന്നു. ഫോണിൽ വിളിക്കുമ്പോൾ വീടുണ്ടെന്ന് പറഞ്ഞവർ നേരിട്ട് കാണുമ്പോൾ വീടില്ലായെന്ന് പറഞ്ഞ് ഒഴിവാക്കുന്നു. ഞങ്ങളെപ്പോലെയുള്ളവരെ വിശ്വസിക്കുവാൻ ആരും തയ്യാറല്ല. എയ്ഡ്സ് കൺട്രോൾ സൊസൈറ്റിയിൽ പ്രവർത്തിച്ച ഒരാളിൽ നിന്നുമാണ് ഇപ്പോൾ കാര്യവട്ടത്ത് താമസിക്കുന്ന വീട് ലഭിച്ചത്. അയൽക്കാരുടെ പരിഹാസമോ എത്തിനോട്ടമോ ഇല്ലാതെ സന്തോഷപ്രദമായ ജീവിതം. ഇവിടെ ട്രാൻസ്ജന്റർ കുടുംബമാണ് താമസിക്കുന്നതെന്ന് എല്ലാവർക്കുമറിയാം. ഞങ്ങൾ ആരെയും പറ്റിക്കുവാൻ ശ്രമിച്ചിട്ടില്ല. ഞങ്ങളുടെ ഐ ഡി തുറന്ന് പറഞ്ഞു ജീവിക്കുവാനാണ് ഞങ്ങൾ ആഗ്രഹിക്കുന്നത്. ഈ നാട്ടിവുള്ളവർ ഞങ്ങളോട് നല്ല രീതിയിൽ സഹകരിക്കുന്നു. പരിഹാസവും കുത്തുവാക്കും കേൾക്കണ്ടിവരുന്നില്ല. ഞങ്ങളോട് ആത്മാർത്ഥത കാണിക്കുന്നവർക്ക് ഞങ്ങളുടെ ആത്മാർത്ഥത തിരിച്ചറിയാൻ കഴിയും.

സുര്യയുടെ ശസ്ത്രക്രിയയ്ക്ക് ടി ജി കമ്മ്യൂണിറ്റിയിൽപെട്ടവരുടെ സഹായങ്ങളോ പിന്തുണകളോ ലഭിച്ചിരുന്നോ?

അത്തരത്തിലുള്ള പിന്തുണ എനിക്ക് ആരിൽനിന്നും ലഭിച്ചില്ല. "ഓ സൂര്യ അത് ചെയ്യുമെന്ന് ഞങ്ങൾക്ക് അറിയാം" എന്നുതുടങ്ങിയ കമന്റുകൾ പറഞ്ഞതല്ലാതെ ആരും സ്നേഹത്തോടെ വന്നു കാണുകയോ ഒന്നും ചെയ്തിരുന്നില്ല. പലരും എന്നെ എന്റെ മുമ്പിൽ വച്ചു തന്നെ തള്ളിപ്പറഞ്ഞിട്ടുണ്ട്. സൂര്യക്ക് പണമുള്ളതുകൊണ്ട് ചെയ്തുവെന്നു പറഞ്ഞ് ഞങ്ങളും അങ്ങനെ ചെയ്യണമെന്നുണ്ടോ? അതു ചെയ്യാതെ തന്നെ ട്രാൻസ്ജന്ററുകളായി കഴിഞ്ഞോളാമെന്ന് ഞാൻകൂടി പങ്കെടുത്ത പ്രോഗ്രാമിൽ എന്റെ വിഭാഗത്തിലുള്ളവർ പറഞ്ഞു. അതു സാരമില്ല. ആരൊക്കെ കുറ്റം പറഞ്ഞാലും ഞാൻ എന്റെ വിഭാഗത്തിലുള്ളവർക്കു വേണ്ടി ഞാൻ എന്നെക്കൊണ്ട് ആകുന്ന സഹായങ്ങൾ ചെയ്യാൻ ശ്രമിക്കും. ഞാൻ ഭക്ഷണം കഴിക്കുന്നതിനു മുമ്പ് ഒരു ട്രാൻസ്ജന്ററിനെങ്കിലും ഭക്ഷണം നല്കണമെന്നതാണ് എന്റെ ആഗ്രഹം. അതിനായി ഞാൻ പരമാവധി ശ്രമിക്കുന്നു.

ശസ്ത്രക്രിയയ്ക്ക് വിധേയരാകുന്നവർക്ക് നടത്തുന്ന ഹോർമോൺ ട്രീറ്റ്മെന്റ് ശരീരത്തിൽ പ്രശ്നങ്ങൾ പിന്നീട് ഉണ്ടാക്കുകയില്ലേ?

സ്വാഭാവികമായും പ്രശ്നങ്ങളുണ്ടാകും. ലിംഗമാറ്റ ശസ്ത്രക്രിയ ഞങ്ങളെ സംബന്ധിച്ചിടത്തോളം പൂർണ്ണത തേടലാണ്. അതിതീവ്രമായ ആഗ്രഹവും അഭിനിവേശവുമാണ് സ്ത്രീയായി മാറുന്നതിനു പിന്നിലുള്ളത്. അതിനുവേണ്ടി എത്രവേദനകൾ സഹിക്കാനും ഞങ്ങൾ തയ്യാറാണ്. പഴയകാലത്ത് ലിംഗമാറ്റ ശസ്ത്രക്രിയ ചെയ്യുവാൻ ശേഷിയില്ലാത്ത ട്രാൻസ്ജന്ററുകൾ മാലാ–ടി ഗുളികകൾ വാങ്ങിക്കഴിച്ചിരുന്നു. രണ്ടുരൂപയിൽത്താഴെ മാത്രം വിലയുള്ള മാലാ–ടി യെന്ന ഗർഭ നിരോധന ഗുളികകൾ അവർ കഴിക്കുന്നത് സ്ത്രൈണഭാവം ഉണ്ടാകാനാണ്. ആ ഗുളികയിൽ സ്ത്രീ ഹോർമോൺ ആയ ഈസ്ട്രജൻ അടങ്ങിയിരിക്കുന്നു. ഇത് അമിതമായി കഴിക്കുന്നതിലൂടെ ശരീരം സോഫ്റ്റ് ആയി മാറുന്നു. ഇതിനുവേണ്ടിമാത്രം ഒരാഴ്ചകൊണ്ട് രണ്ടായിരത്തിലധികം ഗുളികകൾ കഴിച്ച ട്രാൻസ്ജന്ററുകളുണ്ട്. എന്നാൽ ഇത്തരം ഗുളികകൾ കഴിക്കുമ്പോൾ അത് ആദ്യം കിഡ്നിയെയും കരളിനെയും ആമാശയത്തെയുമാണ് ബാധിക്കുന്നത്. പണ്ട് പലരും രോഗബാധിതരായി മരണപ്പെട്ടിട്ടുണ്ട്. എസ് ആർ എസിനോട് അനുബന്ധിച്ചുള്ള ഹോർമോൺ ട്രീറ്റ്മെന്റ് അധികമായാൽ അപകടമാണ്. ഒരു പ്രായം കഴിഞ്ഞാൽ ആയുസ്സുണ്ടാകില്ല. മറ്റുതരത്തിലുള്ള അസുഖങ്ങൾ വന്നുപെടാം. ഇതൊന്നും അറിയാതെയല്ല ഞങ്ങൾ എസ് ആർ എസ് നടത്തുന്നത്. ശരീരത്തിലെ രക്തക്കുഴലുകൾ എല്ലാം വന്നുചേരുന്ന മർമ്മഭാഗത്താണ് ഓപ്പറേഷൻ നടത്തുന്നത്. ആ സമയത്തും അതിനുശേഷവും അനുഭവിക്കുന്ന വേദനകൾ പറഞ്ഞു ഫലിപ്പിക്കാൻ പറ്റില്ല. ഞങ്ങൾ അനുഭവിക്കുന്ന വേദനകളെ പരിഹസിക്കുന്നവർ, ഞങ്ങളെ തിരസ്കരിക്കുന്നവർ ഞങ്ങളുടെ ഈ വേദനകൾ മനസ്സിലാക്കുന്നില്ല. ഞങ്ങളെ

മനസ്സിലാക്കാത്ത സമൂഹത്തോട് ഞങ്ങൾക്ക് പുച്ഛമാണ്. ഞങ്ങളോട് മര്യാദകാട്ടാത്ത സമൂഹത്തെ ഞങ്ങൾ എന്തിനു ബഹുമാനിക്കണം.

ട്രാൻസ്ജന്ററുകളെ ആക്ഷേപിക്കുന്ന പദങ്ങളാണ് കേരളത്തിൽ പൊതുവേ ഉള്ളത്. അതിനെക്കുറിച്ച് എന്ത് പറയുന്നു?

ഭിന്നലിംഗക്കാർ, മൂന്നാംലിംഗക്കാർ എന്നിങ്ങനെയുള്ള പദങ്ങളാണ് പൊതുസമൂഹത്തിൽ ധാരാളമായി ഉപയോഗിക്കുന്നത്. ഞങ്ങളെ അഭിമാനത്തോടെ വിളിക്കുവാൻ പറ്റുന്ന ഒരു പദവും മലയാളികൾക്കില്ല. സാംസ്കാരികമായും വിദ്യാഭ്യാസപരമായും ഏറെ മുൻപന്തിയിൽ നില്ക്കുന്ന മലയാളിയുടെ അവസ്ഥയാണിത്. ഒമ്പത്, ചാന്ത്പൊട്ട് തുടങ്ങി ആക്ഷേപകരമായ പദങ്ങൾ ഇവർ ഉപയോഗിക്കുന്നു. ഞങ്ങളെ സൂചിപ്പിക്കാൻ ഒരു നല്ലപദം ഇനിയും ഉണ്ടാകേണ്ടിയിരിക്കുന്നു.

ഏഷ്യാനെറ്റിന്റെ അവാർഡ് സൂര്യക്ക് ലഭിച്ചത് ട്രാൻസ്ജന്റർ സമൂഹത്തിനു തന്നെ അഭിമാനകരമായ ഒന്നല്ലേ?

തീർച്ചയായും അഭിമാനകരമാണ്. ഞാൻ അവാർഡ് വാങ്ങുന്നത്, സ്റ്റേജ് ഷോ ചെയ്യുന്നത് എല്ലാം കണ്ടിട്ട് ഞങ്ങൾക്കും ഇതു സാധിക്കുമെന്ന് എന്റെ സമൂഹം മനസ്സിലാക്കണം. അവർ അതിനായി ശ്രമിക്കണം. എന്റെ നാട്ടിൽ പ്രതികരിച്ചും പ്രതിഷേധിച്ചും ഞാൻ നിലനില്ക്കുന്നു. അതുപോലെ ഒളിച്ച് കഴിയാതെ, അന്യനാടുകളിലേക്ക് പലായനം ചെയ്യാതെ സ്വന്തം നാട്ടിൽ നിലനില്ക്കാൻ എന്നെപ്പോലുള്ളവർക്ക് കഴിയണം. അതിനായി ഞാൻ ശ്രമിക്കുന്നു. ഞങ്ങളോട് വെറുപ്പും പുച്ഛവും കാണിക്കാൻ ഞങ്ങൾ ആരെയും പറ്റിക്കാനോ ഉപദ്രവിക്കാനോ ചെല്ലുന്നില്ല. നിങ്ങളെപ്പോലെ ഒരു മനുഷ്യനായി കാണണമെന്നതാണ് ഞങ്ങളുടെ അപേക്ഷ. ഇതിലൂടെ ഇനി വരുന്നവർക്കെങ്കിലും സ്വന്തം നാട്ടിൽ ധൈര്യസമേതം ജീവിക്കുവാൻ അവസരങ്ങളുണ്ടാകട്ടെ.

(ഏഷ്യാനെറ്റ് വോഡഫോൺ കോമഡിസ്റ്റാർസിലെ ഫീമെയിൽ ആർട്ടിസ്റ്റ്, ചലച്ചിത്ര നടി)

ജീവിച്ചിരിക്കുന്നുവെന്ന തെളിവില്ലാത്ത വ്യക്തിയാണ് ഞാൻ

ഹരിണി (ട്രാൻസ്‌വുമൺ)

ഹരിണി എപ്പോഴാണ് ഒരു ട്രാൻസ്ജന്ററാണ് എന്ന് തിരിച്ചറിഞ്ഞത്?

എന്റെ യഥാർത്ഥ പേര് വിപിനെന്നാണ്. എറണാകുളം കുമ്പളങ്ങി സ്വദേശിയാണ്. ഞാൻ നാലാം ക്ലാസിൽ പഠിക്കുമ്പോഴാണ് എന്റെ മാറ്റങ്ങൾ തിരിച്ചറിയുന്നത്. എന്റെ കുടുംബത്തിൽ തന്നെയുള്ള ഒരു പയ്യനാണ് എന്നെ ആദ്യം ചൂഷണം ചെയ്തത്. എന്റെ ഭയം നിമിത്തം എനിക്കത് ആരോടും പറയുവാൻ കഴിഞ്ഞില്ല. പിന്നെ അവനോട് എനിക്കു പ്രണയമായി. അപ്പോൾ നാലാം ക്ലാസിൽ പഠിക്കുകയാണെന്നോർമ്മ വേണം. ആ സമയത്ത് എന്നെ പെണ്ണായി/പെണ്ണാച്ചി എന്നിങ്ങനെയൊക്കെയാണ് വീട്ടിൽ വിളിച്ചിരുന്നത്. യു പി സ്കൂൾ കടന്ന് ഒമ്പതാം ക്ലാസിൽ എത്തിയപ്പോൾ എനിക്കു വീണ്ടും ഒരു പ്രണയമുണ്ടായി. ക്ലാസിലെ ഒരു പയ്യൻ എന്നെ ചുണ്ടിൽ ചുംബിച്ചു. ഞാൻ രൂപത്തിൽ ആൺകുട്ടിയാണെങ്കിലും ഉള്ളിൽ പെൺകുട്ടി ആയതിനാൽ ഇവനെ കല്യാണം കഴിക്കണം ഇവന്റെ കൂടെ ജീവിക്കണം എന്നെല്ലാം ഞാൻ ആഗ്രഹിച്ചു. അത്തരത്തിൽ മനസ്സിലുണ്ടായ സംഘർഷങ്ങൾ എന്റെ പഠനത്തെ ബാധിച്ചു. വലിയ ശതമാനം മാർക്കു കിട്ടുമെന്ന് വീട്ടുകാർ വിശ്വസിച്ചിരുന്നെങ്കിലും പത്താംക്ലാസിലെ പരീക്ഷയിൽ എനിക്കു 247 മാർക്കു മാത്രമാണ് ലഭിച്ചത്. ആ സമയമാകുമ്പോഴേക്കും എന്റെ ഫാദർ എന്റെ മാറ്റങ്ങൾ തിരിച്ചറിഞ്ഞു. അദ്ദേഹം മുംബൈയിലൊക്കെ താമസിക്കുകയും സഞ്ചരിക്കുകയും ചെയ്തിട്ടുള്ളയാളാണ്. എന്നെ ആൺകുട്ടി ആക്കുന്നതിനുവേണ്ടി എന്റെ പതിനാലാമത്തെ വയസ്സിൽ എനിക്കു ബിയർ വാങ്ങിതന്നിട്ടുണ്ട്. സിഗററ്റു വാങ്ങിതന്നിട്ടുണ്ട്. താടിയും മീശയും വളർന്നുവരുന്നതിനായി എന്നെ ഷേവു ചെയ്യാൻ എന്റെ ഫാദർ പഠിപ്പിച്ചിട്ടുണ്ട്. പത്തിലെ പരീക്ഷയ്ക്കു മാർക്കു കുറഞ്ഞപ്പോൾ ഫാദർ ആക്കുന്നതിനായി എന്നെ ഒരു ക്രിസ്ത്യൻ സെമിനാരിയിൽ കൊണ്ടു ചേർത്തു. ഒരു മാസ

ത്തോളമേ ഞാൻ അവിടെ നിന്നുള്ളൂ. അവിടുത്തെ നില്പ് അസ്സഹനീയമായപ്പോൾ അവിടെ നിന്നും ചാടി. ഇനി പഠിക്കാൻ വിട്ടാൽ കാര്യമില്ലായെന്നതുകൊണ്ട് വീട്ടുകാർ എന്നെ ജോലിക്കു വിട്ടു. ഒരു ടൈൽ ഫാക്ടറിയിലായിരുന്നു ജോലി. അവിടുത്തെ ജോലിക്കാർ എനിക്ക് ഹാൻസ് തന്നു. അതുപയോഗിച്ചപ്പോൾ എനിക്ക് ആകെ തലകറങ്ങി. അവിടെയുള്ളവർക്കും എന്റെ സ്ത്രൈണതയുള്ള നടപ്പ് തിരിച്ചറിയുവാൻ കഴിഞ്ഞു. തുടർന്ന് അവർ എന്നെ ചൂഷണം ചെയ്യുവാൻ തുടങ്ങി. ആദ്യം എന്റെ വീട്ടിൽ നിന്നും ചൂഷണമുണ്ടായി പിന്നെ സ്കൂളിൽ നിന്നും ജോലിസ്ഥലത്തുനിന്നും. ഇത്തരമൊരവസ്ഥയിൽ മടുപ്പുതോന്നിയപ്പോൾ രക്ഷപ്പെടുന്നതിനുവേണ്ടി കോഴിക്കോട്ടേക്ക് ഞാൻ ഒളിച്ചോടി. എറണാകുളത്തുള്ള എന്റെ ഫ്രണ്ട്സ് എന്നെ ഇതിനു സഹായിച്ചിരുന്നു. കോഴിക്കോട്ടെ പുതിയ സുഹൃത്തുക്കൾ കിടക്കാൻ സൗകര്യമില്ലാത്തതുകൊണ്ട് അവരുടെ ഹോസ്റ്റലുകളിലേക്ക് ഒളിച്ച് കൊണ്ടുപോകുമായിരുന്നു. പകൽ അവിടെ കഴിയാൻ പറ്റില്ലായിരുന്നു. യഥാർത്ഥത്തിൽ അവന്മാരെന്നെ സഹായിച്ചിരുന്നുവെങ്കിലും അവരും എന്നെ ചൂഷണം ചെയ്തിരുന്നു. അവർ അവരുടെ ലാഭമാണ് അവിടെ നോക്കിയത്. കോഴിക്കോട് ജീവിക്കുന്നതിനു വേണ്ടി സെക്സ് വർക്ക് ചെയ്യാൻ തുടങ്ങി. അവിടെ രാത്രി താമസിച്ചിരുന്നത് ഒരു ഡോർമിറ്ററിയിലായിരുന്നു. ഇരുപത്തിയഞ്ചു രൂപയായിരുന്നു അതിനു നല്കേണ്ടിയിരുന്നത്. കൊലപാതകികളും കള്ളൻമാരും പിടിച്ചുപറിക്കാരും എന്നു തുടങ്ങി അപകടം പിടിച്ച ആളുകളോടൊപ്പമാണ് ഡോർമിറ്ററിയിൽ കഴിഞ്ഞിരുന്നത്. രാത്രിയിൽ കള്ളന്മാരെത്തേടി പൊലീസ് എത്തി പരിശോധിക്കാറുണ്ട്. അപ്പോഴൊക്കെ ഭയത്തോടുകൂടി ഞാൻ ഒരു ഭാഗത്തേക്കു മാറിക്കിടക്കും. കാരണം പകൽ സെക്സ് ചെയ്ത് ക്ഷീണിച്ചു വന്നു കിടക്കുകയാണ്. രാത്രിയിൽ അവരാരെങ്കിലും പിടിച്ചോണ്ടു പോയാൽ സെക്സ് ചെയ്യേണ്ടി വരും. അത്തരം ഭീതിയിൽ ഒരുപാടു രാത്രികൾ ഞാൻ കഴിച്ചുകൂട്ടിയിട്ടുണ്ട്. പിന്നീട് എന്റെ മാനസികാവസ്ഥകൾക്കും ധാരണകൾക്കും മാറ്റമുണ്ടാകുന്നത് മൈസൂറിലെ സമ്മേളനത്തിൽ വെച്ചാണ്. കോഴിക്കോട്ടുനിന്നും ഒരുപാടാളുകൾ ആ സമ്മേളനത്തിൽ പങ്കെടുത്തിരുന്നു. ഹിജഡ എന്നു വിളിക്കുന്നതിന് പലരും ദേഷ്യപ്പെടുന്നത് കണ്ടു. പെണ്ണിന്റെ രൂപവും ആണിന്റെ ശബ്ദവുമുള്ള സുന്ദരമായ രൂപത്തെ കണ്ടപ്പോൾ ഞാനൊക്കെ ഓപ്പറേഷൻ നടത്തിയാൽ എന്തു ഭംഗിയുണ്ടാകുമെന്നു വിചാരിച്ചു. കോഴിക്കോട്ടെ എം എസ് എം ഗ്രൂപ്പിന്റെ കൂടെയിരിക്കാതെ മൈസൂറിലെ ആളുകളുടെ കൂടെയിരിക്കുകയും സൗഹൃദത്തിലാവുകയും ചെയ്തു. പക്ഷേ, അവരുമായി സഹകരിക്കുവാനോ സൗഹൃദത്തിലാകുവാനോ കോഴിക്കോട്ടെ എം എസ് എം ഗ്രൂപ്പുകൾ സമ്മതിച്ചില്ല. അങ്ങനെ കോഴിക്കോട്ടേക്കു തിരിച്ചു പോന്നു.

കോഴിക്കോട്ടേക്കു തിരിച്ചുവന്ന താങ്കൾ പിന്നീട് എപ്പോഴാണ് ട്രാൻസ്ജന്ററുകളുടെ ഗ്രൂപ്പിലേക്ക് എത്തുന്നത്?

കോഴിക്കോട് തിരിച്ചെത്തിയിട്ട് പഴയപോലെ സെക്സ് വർക്ക് തുടങ്ങി. അന്ന് മാനാഞ്ചിറ ബസ്സ്റ്റാന്റിൽ ഓരോ തൂണും ഓരോ ആളുകൾക്കായി പറഞ്ഞുവെച്ചിരിക്കും. അന്നു എന്റെ കൂടെ അലി, ഷിഹാബ് എന്നിങ്ങനെ കുറേ കൂട്ടുകാരുണ്ടായിരുന്നു. ഒരു ദിവസം തൂണിന്റെ ചുവട്ടിൽ നില്ക്കുമ്പോൾ ഞാൻ മാത്രമേ അവിടെയുള്ളൂ എന്നു ഞാൻ തിരിച്ചറിഞ്ഞു. അന്വേഷിച്ചപ്പോൾ അലിയുൾപ്പെടെ എല്ലാവരും ഗൾഫിലേക്കു പോയതായി അറിഞ്ഞു. ആകപ്പാടെ ഞാൻ ഒരു ഒറ്റപ്പെട്ട അവസ്ഥയിലായി. പിന്നെ ഞാൻ ബാംഗ്ലൂരിലേക്കു പോയി ഒരു ലോഡ്ജിൽ മുറിയെടുത്ത് താമസിച്ചു. അവിടെ വെച്ച് ട്രാൻസ്ജന്റർ ആയ ആളുകളെ, ഗ്രൂപ്പുകളെ പരിചയപ്പെട്ടു. അവരോടൊപ്പം ചേർന്നു എനിക്കും ഗുരുവുണ്ടായി. നന്ദിനിയമ്മയായിരുന്നു ഗുരു. അവരോടൊപ്പം ചേർന്നു. ജീവിച്ചുവെങ്കിലും അവർ വിശ്വസിക്കുവാൻ തയ്യാറായില്ല. കാരണം മലയാളികളെ അവർ പൊതുവേ വിശ്വസിക്കാറില്ല. എന്റെ ലിംഗമാറ്റ ശസ്ത്രക്രിയയുടെ കാര്യം പറഞ്ഞപ്പോൾ അവർ അത് നീട്ടിനീട്ടിക്കൊണ്ടുപോയി. ഞാൻ കൈയിൽ ബ്ലെയ്ഡും പിടിച്ചുനിന്ന് എന്റെ ആവശ്യങ്ങൾ പറഞ്ഞിട്ടുണ്ട്. അതിനിടയിൽ എനിക്കു മഞ്ഞപ്പിത്തം വന്നപ്പോൾ എന്നെ നാട്ടിലേക്കു കയറ്റി അയച്ചു. വീട്ടുകാർ എന്നെ ചികിത്സിക്കുകയും അസുഖം മാറുകയും ചെയ്തപ്പോൾ ഞാൻ തിരിച്ച് എന്റെ പഴയ ആളുകളുടെ അടുത്തേക്കു തന്നെ തിരിച്ചെത്തി.

പിന്നീട് എപ്പോഴാണ് ലിംഗമാറ്റ ശസ്ത്രക്രിയ നടത്തുന്നത്?

നമ്മൾ ഹിജഡ ഗ്രൂപ്പിൽ വന്നുചേർന്നാലുടനെയൊന്നും അവർ ലിംഗമാറ്റ ശസ്ത്രക്രിയ നടത്തിത്തരില്ല. നമ്മൾ മലയാളികൾ അവരെ വിട്ടു പെട്ടെന്നു പൊയ്ക്കളയുമെന്ന ധാരണയാണ് അവർക്കുള്ളത്. ഒരു അടിമയെപ്പോലെ പണികൾ എല്ലാം ചെയ്യണം. അതിനിടയിൽ നമ്മളെ പരീക്ഷിക്കാൻ അവർ പലതും നടത്തും. ഒടുവിൽ നന്ദിനിയമ്മ എനിക്കു ഓപ്പറേഷൻ നടത്തിതരില്ലായെന്നുറപ്പായപ്പോൾ ഞാൻ അവിടെനിന്നും ചാടി. ലൗലിയമ്മയുടെ അടുത്തെത്തി. നന്ദിനിയമ്മയും ലൗലിയമ്മയും തമ്മിൽ ചെറിയ പിണക്കങ്ങൾ ഉണ്ടായിരുന്നു. എന്റെ ആവശ്യങ്ങളറിഞ്ഞ ലൗലിയമ്മ എന്നെ റീത്തിട്ടു സ്വീകരിച്ചു. ലിംഗമാറ്റ ശസ്ത്രക്രിയ നടത്താൻ തീരുമാനിച്ചപ്പോൾ വീണ്ടും മഞ്ഞപ്പിത്തം വന്നു. ഞാനാകെ വിഷമത്തിലായി എന്നാലും പറഞ്ഞു ചാകുന്നെങ്കിൽ ചാകട്ടെ. ചത്താലും ആ സമയത്ത് എന്റെ ശരീരം പെൺ ശരീരമായിരിക്കണം എന്നു ഞാൻ ഉറപ്പിച്ചു പറഞ്ഞു. മൈസൂരിൽ വെച്ചാണ് എന്റെ ലിംഗമാറ്റ ശസ്ത്രക്രിയ നടക്കുന്നത്. കാളിയമ്മ എന്നൊരു സ്ത്രീ സഹായത്തിനുണ്ടായിരുന്നു.

ട്രാൻസ്ജെന്ററുകളുടെ ഗ്രൂപ്പിൽ ചെന്നുപെട്ടാൽ ജീവിതം വളരെ ദുഷ്കരമാണെന്നാണ് പൊതുവേ പലരും പറഞ്ഞിട്ടുള്ളത്?

ട്രാൻസ്ജന്ററിന്റെ ഗ്രൂപ്പുകൾക്കിടയിൽ പിടിച്ചുനില്ക്കാൻ വലിയ

ബുദ്ധിമുട്ടാണ്. ഞാൻ തന്നെ പലയിടങ്ങളിലായി പന്ത്രണ്ടുകൊല്ലത്തോളം നിന്നു. തീരെ സഹിക്കാൻ പറ്റാതായപ്പോഴാണ് അതിൽ നിന്നും ഇറങ്ങിയത്. അടിമയെപ്പോലെ പണിയെടുക്കണം. നമ്മൾ സെക്സ് വർക്ക് ചെയ്തുകിട്ടുന്ന കാശിൽ ഭൂരിപക്ഷവും ഗുരുവിനുള്ളതാണ്. പിന്നെ താമസസ്ഥലത്തെ പണികളും ചെയ്യണം. ഏതെങ്കിലും തെറ്റിയാൽ പിന്നെ 'ജമാത്ത്' വിളിക്കും അതിൽ 'ദണ്ഡ്' കെട്ടണം അങ്ങനെ പ്രശ്നങ്ങൾ. എന്റെ ഗുരു ലൗലിയമ്മയെ ഉപേക്ഷിച്ച് ഞാൻ പഴയ ഗുരു നന്ദിനിയമ്മയുടെ അടുത്തെത്തി. വീണ്ടും അവരെ ഉപേക്ഷിച്ചിട്ട് മറ്റൊരാളെ ഗുരുവായി തേടി ഞാൻ പോയി. എല്ലാവർക്കും എന്നെക്കൊണ്ട് പണിയെടുപ്പിച്ച് കാശുണ്ടാക്കണമെന്നല്ലാതെ എന്നെ സ്നേഹിക്കാൻ താല്പര്യമില്ലായിരുന്നു. അതുകൊണ്ടാണ് ഞാൻ പലപ്പോഴും എന്റെ ഗുരുവിനെ വിട്ട് മറ്റൊരാളെ തേടി ഞാൻ പോയത്.

ഈ കമ്യൂണിറ്റിക്കിടയിൽ ജീവിക്കുന്നതിനിടയിലാണ് മിസ് കൂവാഗം ആകുന്നത് അല്ലേ?

രണ്ടായിരത്തിപന്ത്രണ്ടിലാണ് ഞാൻ മിസ് കൂവാഗത്തിൽ പങ്കെടുക്കുന്നത്. അതിലേക്കായി ഭാരതിയമ്മ എന്ന ഗുരുവിനെ ഞാൻ സ്വീകരിക്കുന്നുണ്ട്. തിരുവണ്ണാമലൈ ബ്യൂട്ടി ഹരിണി എന്ന പേരിലാണ് ആ സമയത്ത് ഞാൻ അറിയപ്പെടുന്നത്. കൂവാഗം ആയപ്പോൾ ഞാൻ മലയാളപത്രങ്ങൾക്ക് ഇന്റർവ്യൂ കൊടുത്തില്ല. തമിഴ് പത്രങ്ങൾക്ക് ഇന്റർവ്യൂ കൊടുത്തിരുന്നു. കാരണം മലയാളികൾ എന്നെ സ്വീകരിച്ചിട്ടില്ല. എന്നെ സ്വീകരിച്ചത് തമിഴ്നാട്ടിലുള്ളവരാണ്.

മിസ് കൂവാഗം ആകുന്നതിന് പ്രത്യേക തയ്യാറെടുപ്പുകൾ ഒക്കെ നടത്തിയിരുന്നോ?

തീർച്ചയായും നടത്തിയിരുന്നു. അതിനായി നല്ല ഫുഡ് വങ്ങിക്കഴിച്ചിരുന്നു. എ സി റൂമിൽ താമസിച്ചിരുന്നു. ആ വഴിക്ക് കൈയിലെ ഒരുപാടു കാശ് ചെലവായി. രണ്ടായിരത്തി ഏഴിലാണ് എനിക്ക് കൂവാഗം മത്സരത്തിൽ പങ്കെടുക്കണമെന്നും അതിൽ വിജയിക്കണമെന്നും ആഗ്രഹമുണ്ടായത്. പിന്നെ അത് വാശിയും ലക്ഷ്യവുമായി മാറി. ഈ ലോകത്ത് ഞാൻ ജീവിച്ചിരുന്നു എന്നതിനു തെളിവുമില്ല. ഞാനിതുവരെ ഒരിടത്തും അംഗീകരിക്കപ്പെട്ടിട്ടില്ല. അതിനൊക്കെ ഒരു പ്രതിവിധി കൂവാഗം മത്സരത്തിൽ വിജയിക്കുകയെന്നുള്ളതാണ്. രണ്ടായിരത്തിപന്ത്രണ്ടിൽ മിസ് കൂവാഗമായി തെരഞ്ഞെടുക്കപ്പെട്ടപ്പോൾ എന്റെ ജീവിതത്തിലെ ഏറ്റവും വലിയ നേട്ടമായിരുന്നു. ഈ ഭൂമിയിൽ ഞാൻ ജീവിച്ചിരുന്നു എന്നതിനു തെളിവായി. നെറ്റിൽ സേർച്ചു ചെയ്താൽ 2012 ലെ മിസ് കൂവാഗം ഹരിണി എന്ന് തെളിഞ്ഞുവരും. ഇപ്പോൾ വളരെ ലാഘവത്തോടെ അതിനെക്കുറിച്ചു പറയുന്നുവെങ്കിലും മത്സരസമയത്ത് ഭയങ്കര ടെൻഷനിലായിരുന്നു ഞാൻ. നൂറ്റിയൊമ്പത് പേർ മത്സരിച്ചതിൽ

നിന്നുമാണ് എന്നെ തിരഞ്ഞെടുത്തത്. തമിഴ് വേണ്ടത്ര അറിയാത്തതി നാൽ ചോദ്യോത്തര സെഷനിൽ ഏഴുമാർക്കേ ലഭിച്ചുള്ളൂ. ബ്യൂട്ടി ഉൾപ്പെ ടെയുള്ള സെഷനിൽ ഒമ്പത്, ഒമ്പതര മാർക്കു വീതം ലഭിച്ചു. ഞാൻ ആകെ ടെൻഷനടിച്ചു നിന്നപ്പം രണ്ടായിരത്തി ഏഴിലെ മിസ് കൂവാഗം ആയ രസിക വന്ന് ഇത്തവണ നിനക്കു തന്നെയാണെന്ന് ഉറപ്പായി പറഞ്ഞു. അപ്പോഴാണ് എനിക്ക് ആശ്വാസമായത്.

മിസ് കൂവാഗം ആയതിനുശേഷം പിന്നീട് കൂവാഗത്തേക്ക് തിരിച്ച് പോയോ?

കൂവാഗം ആയതിനുശേഷം ഒരുവട്ടം അവിടെ തിരിച്ചുപോയിട്ടുണ്ട്. ആ സമയത്ത് പലരും ഫോട്ടോസ് എടുത്തിരുന്നു. അതൊന്നും ഞാൻ അറിഞ്ഞില്ല. പിന്നെ കൂവാഗം ആകുന്നത് വലിയ കാര്യമാണെങ്കിലും അതിനടുത്തുള്ള വർഷം ജീവിതത്തിൽ ദുരന്തമായിരിക്കും ഫലം. ഇത് പലരും പറഞ്ഞെങ്കിലും എനിക്കു വിശ്വാസമായില്ല. പക്ഷേ, അനുഭവ ത്തിൽ വന്നപ്പോൾ വിശ്വസിച്ചു. രണ്ടായിരത്തി പതിമൂന്നിൽ ഒരുപാടു കഷ്ടപ്പാടുകളുണ്ടായി. എനിക്കു ഭക്ഷണം കിട്ടാതായി. ഞാൻ സ്നേ ഹിച്ച എന്റെ ഭർത്താവ് എന്നെ ഉപേക്ഷിച്ചു പോയി. എന്റെ ആടുകളും നൂറുപവൻ സ്വർണ്ണവും നഷ്ടപ്പെട്ടു. എനിക്ക് ഏറ്റവും അടുപ്പമുണ്ടായി രുന്ന ഒരു സ്ത്രീ മരിച്ചുപോയി. ശരിക്കും ഇപ്പോൾ മിസ് കൂവാഗമായി തെരഞ്ഞെടുക്കപ്പെട്ടവരിൽ നാലുപേർ മാത്രമേ ജീവനോടെയുള്ളൂ. ഏഴു പേർ മരിച്ചുപോയി. അതെല്ലാം ദുർമ്മരണങ്ങളായിരുന്നു. ചിലർ ആത്മ ഹത്യ ചെയ്തു. ചിലർ അപകടങ്ങളിൽ കൊല്ലപ്പെട്ടു ഇതാണവസ്ഥ. ജീവിതത്തിൽ നമ്മൾ ഏതെങ്കിലും സന്തോഷങ്ങൾ നേടിയാലും അതിനു പിന്നാലെ ദുരന്തങ്ങളുമെത്തും.

മിസ് കൂവാഗം ആയതിനുശേഷമുള്ള ജീവിതം എങ്ങനെ ആയിരുന്നു.

മിസ് കൂവാഗം ആയതിനുശേഷം ബാംഗ്ലൂർ എത്തിയ ഞാൻ പഴയ തൊഴിലിലേക്കു തന്നെ തിരിച്ചുപോയി. കൂവാഗം ആയതുകൊണ്ട് എനിക്കു ഭയങ്കര തിരക്കായി. ഒരുപാട് കസ്റ്റമേഴ്സ് എന്നെ തേടിവന്നു. ബാംഗ്ലൂരിലുള്ള കൗൺസിലേഴ്സ്, പൊലീസ് ഓഫീസേഴ്സ് ഒക്കെ വന്നു. നിലനില്പിനെ കരുതി ആരേയും പിണക്കാതിരിക്കുവാൻ വേണ്ടി അവരുടെ ഓരോരുത്തരുടേയും കൂടെ ചെല്ലാൻ ഗുരു നിർബ്ബന്ധിക്കും. ഗുരുവിനെ സംബന്ധിച്ചിടത്തോളം കാശ് സമ്പാദിക്കുന്നതിനുള്ള ഒരാൾ മാത്രമായിരുന്നു ഞാൻ. ഒരാളുടെ കൂടെ ചിലപ്പോ രണ്ടു മണിക്കൂറോ ഒരു ഫുൾ നൈറ്റോ ഒക്കെ കഴിയേണ്ടിവരും. കഷ്ടപ്പാടെല്ലാം കഴിഞ്ഞ് വരുമ്പോൾ ഗുരു പറയും ആയിരമേ കിട്ടിയുള്ളൂ. അതിൽ അഞ്ഞൂറ് അവർ എടുക്കും. യഥാർത്ഥത്തിൽ അയ്യായിരമാകും ലഭിക്കുക നാലാ യിരത്തി അഞ്ഞൂറും അങ്ങനെ ഗുരു സ്വന്തമാക്കും ഇതാണവസ്ഥ. എല്ലാ യിടത്തുനിന്നും ചൂഷണം തന്നെയാണ്. പക്ഷേ, ഭക്ഷണം കഴിക്കാൻ,

ജീവിക്കാൻ ആ സാഹചര്യമാവശ്യമാണ്. അതുകൊണ്ട് എല്ലാം സഹിച്ച് പിടിച്ചു നില്ക്കുന്നു.

സെക്സ് വർക്കറായി ജീവിക്കുന്ന സമയത്ത് എപ്പോഴെങ്കിലും പൊലീസ് അറസ്റ്റു ചെയ്തിട്ടുണ്ടോ?

സെക്സ് വർക്കിനിടയിൽ അറസ്റ്റ് ചെയ്തിട്ടില്ല. ഒരു പരാതി കൊടുക്കാൻ ചെന്നപ്പോൾ എന്നെയും ചോദ്യം ചെയ്തിട്ടുണ്ട്. അന്ന് ഒരു ഡോക്ടർ എന്തിനാ ഇങ്ങനെയെല്ലാം ജീവിക്കുന്നത്. എന്തെങ്കിലും ജോലി ചെയ്തു ജീവിച്ചു കൂടെ എന്നു ചോദിച്ചു. ഈ പൊലീസ് സ്റ്റേഷൻ തൂത്തു തുടയ്ക്കുന്ന ജോലി എനിക്കു തരാമോ അതുകൊണ്ടു ഞാൻ ജീവിച്ചോളാമെന്നു പറഞ്ഞപ്പോൾ നീ പോടാ എന്നാണവർ പറഞ്ഞത്. ആരും ഞങ്ങൾക്കു ജോലി തരില്ല അതുകൊണ്ടു മാത്രമാണ് ഞങ്ങൾ സെക്സ് വർക്കിന് ഇറങ്ങുന്നത്. ഇടയ്ക്കു ഞാൻ ബാംഗ്ലൂരിൽനിന്നും തമിഴ്നാട്ടിലെത്തി. ബാംഗ്ലൂരിൽ വർക്കിനു അയ്യായിരം രൂപ കിട്ടുമ്പോൾ തമിഴ്നാട്ടിൽ മുന്നൂറു രൂപയേ ലഭിക്കത്തുള്ളൂ. പത്തു പേരായാൽ മൂവായിരമാകുമല്ലോ എന്നു കരുതി വർക്കു ചെയ്തിട്ടുണ്ട്. അവിടെയും ചൂഷണമായിരുന്നു. കിട്ടുന്നതിൽ പകുതിയും ഗുരു എടുത്തുകളയും. അതിനു ശേഷം ഞാൻ ബാംഗ്ലൂരിലേക്ക് തിരിച്ചുപോയി. അക്കാലത്ത് തെരുവിൽ നില്ക്കുമ്പോൾ പുരുഷന്മാർ ബ്ലെയ്ഡുകൊണ്ട് ഉപദ്രവിക്കുമായിരുന്നു. ലോക്കൽ റൗഡികളുടെ ശല്യങ്ങൾ വേറെയും. അതുകൊണ്ട് ഹമാമുകളിലേക്കു ഞാൻ മാറി നിന്നിട്ടുണ്ട്. എന്റെ സുന്ദരമായ മുഖത്ത് ഒരു പോറൽ പോലും വീഴുന്നത് എനിക്കു ഭയമായിരുന്നു.

ഇത്തരമൊരു ജീവിതത്തിനിടയിലെപ്പോഴാണ് കേരളത്തിലേക്കു തിരിച്ചെത്തുന്നത്?

ഹമാമിലെ ജീവിതത്തിനിടയിലാണ് എനിക്കു ഏഷ്യാനെറ്റിന്റെ നമ്പർ കിട്ടുന്നത്. അതിൽ വിളിച്ച് ബൈജു ചന്ദ്രനെ പരിചയപ്പെട്ടു. അദ്ദേഹം തിരക്കിലായതുകൊണ്ട് അസിസ്റ്റന്റിനെ പറഞ്ഞ് ഏല്പിച്ചിരുന്നു. അങ്ങനെ ഞാൻ ഏഷ്യാനെറ്റിലെത്തി ആറുമാസക്കാലം അവിടെ പ്രോഗ്രാം ചെയ്തു. അപ്പോൾ കേരളത്തിലെ താമസം വലിയ പ്രശ്നമായി. കാരണം ആ സമയത്ത് ഞങ്ങളുടെ കൂടെ ഓപ്പറേഷൻ കഴിഞ്ഞ ആരും ഉണ്ടായിരുന്നില്ല. കൂടെ ഒരു പെണ്ണ് താമസിക്കുന്നുവെന്നത് പലർക്കും പ്രശ്നമായി. ഒപ്പം ഈഗോയും ഉണ്ട്. ആ സമയത്താണ് സൂര്യയുമായി അടുപ്പത്തിലാകുന്നത്. സൂര്യ എന്റെ ചേലയാണ്. ഇവിടെ താമസസ്ഥലത്ത് പ്രശ്നമായപ്പോൾ ഞാൻ തിരിച്ചു ബാംഗ്ലൂർക്കു പോയി. ഇവിടെ വീടെടുക്കാമെന്നു പറഞ്ഞ് സൂര്യ നിർബ്ബന്ധിച്ചിരുന്നതാണ്. ഞാൻ ബാംഗ്ലൂരിൽ തിരിച്ചെത്തിയ പുറകേ സൂര്യയും എത്തി. അവിടെ ഞങ്ങൾ ഒരുമിച്ച് കുറേക്കാലം കഴിഞ്ഞു. അവിടുത്തെ ചൂഷണങ്ങൾ സഹിക്കവയ്യാതെയാണ് കേരളത്തിലേക്കു മടങ്ങിയത്. സൂര്യയെ പരിച

യപ്പെട്ട് നല്ല അടുപ്പത്തിലായതിനു ശേഷം അവൾ അമ്മായെന്നു വിളിച്ചോട്ടെയെന്നു ചോദിച്ചു. ഞാൻ വിളിച്ചോളൂയെന്നു പറഞ്ഞു. പിന്നെ അന്നു മുതലിന്നോളം അമ്മയ്ക്കുള്ള സ്നേഹവും ബഹുമാനവും എനിക്കു നല്കുന്നുണ്ട്. പിന്നെ ഇതൊരു നിമിത്തമായിരുന്നു. സൂര്യയുടെ അടുത്തുതന്നെ തിരിച്ചെത്തണമെന്നുള്ള ദൈവനിശ്ചയമുണ്ടായിരുന്നു.

ബാംഗ്ലൂർ ഉൾപ്പെടെയുള്ള സ്ഥലങ്ങളിൽ കമ്യൂണിറ്റികൾക്കിടയിൽ ജീവിക്കുന്നത് വലിയ ദുഷ്കരമാണ്. കേരളത്തിൽ തിരിച്ചുവന്നപ്പോൾ പ്രശ്നങ്ങൾ നേരിടേണ്ടി വന്നിരുന്നോ?

പ്രശ്നങ്ങൾ ഉണ്ടായിരുന്നു. കൊല്ലം പാരിപ്പള്ളിയിലാണ് തിരിച്ചു വന്നപ്പോൾ താമസിച്ചത്. അവിടെ താമസിക്കുന്നവർക്ക് അസ്വസ്ഥതയും മുറുമുറുപ്പും. അവരുടെ കൂട്ടത്തിലാരും ഓപ്പറേഷൻ നടത്തിയിരുന്നില്ല. ഞാൻ ഒരു പെണ്ണായതുകൊണ്ട് പുറത്താരും അറിയാതെ മുറിയടച്ചിട്ട് താമസിക്കേണ്ടിവന്നു. നാട്ടുകാരറിഞ്ഞാൽ തല്ലുമെന്നുള്ള ഭയവും മറ്റൊരു വീട് കിട്ടുകയുമില്ലെന്ന വിശ്വാസവും അവിടെ എന്റെ ഒപ്പം താമസിച്ചവർക്കുണ്ടായിരുന്നു. അവർ പല പരിപാടികൾക്കു പോകുമ്പോഴും നീ വരണ്ട എന്നു പറഞ്ഞ് എന്നെ ഒഴിവാക്കിയിരുന്നു. യഥാർത്ഥത്തിൽ ആ സ്ഥലത്തെ വീട് എടുക്കുന്നതിന് അഡ്വാൻസ് കൊടുക്കുന്നതുപോലും ഞാനാണ്. ആകെ വിഷമിച്ച അവസ്ഥയിൽ സൂര്യയാണ് സഹായിച്ചത്. സൂര്യയും ഭർത്താവും കാര്യവട്ടത്ത് വീടെടുത്തപ്പോൾ കൂടെ താമസിക്കാൻ എന്നെയും വിളിച്ചു. ഇപ്പോൾ ഞാൻ കോട്ടയം കലാഭാവന എന്ന സമിതിയുടെ കൂടെ പ്രോഗ്രാമുകൾക്കു പോകുന്നു.

സ്റ്റേജ് പ്രോഗ്രാമുകൾ അല്ലാതെ ചലച്ചിത്രം, സീരിയൽ തുടങ്ങിയ മേഖലകളിൽ ശ്രമിച്ചിരുന്നോ?

ഇടയ്ക്ക് ഒരു ബാത്ത്റൂം ഫിറ്റിങ്സിന്റെ പരസ്യത്തിൽ അഭിനയിച്ചു. അഭിനയിക്കുമ്പോൾ ഞാൻ ട്രാൻസ്ജന്ററാണെന്ന് പരസ്യത്തിന്റെ പിന്നണിയിലുള്ളവർ അറിഞ്ഞിരുന്നില്ല. യഥാർത്ഥത്തിൽ അത് ഇടനിലക്കാരൻ കളിച്ചതാണ്. ഞാൻ പറഞ്ഞ കാര്യങ്ങൾ അയാൾ അവരോടു പറഞ്ഞിരുന്നില്ല. പരസ്യം ഷൂട്ടുചെയ്തു. ഇരുപത്തയ്യായിരത്തിനാണ് വർക്ക് പറഞ്ഞിരുന്നത്. വർക്ക് കഴിഞ്ഞപ്പോൾ അഡ്ജസ്റ്റ്മെന്റ് ഉണ്ടെന്നു പറഞ്ഞു. ബാംഗ്ലൂരിലെ സെക്സ് വർക്ക് മടുത്തിട്ടാണ് ഞാൻ കേരളത്തിലെത്തിയത്. വീണ്ടും അതേ വഴിയിലേക്കിറക്കുവാൻ ഇവിടെയുള്ളവർ നോക്കുന്നു. എനിക്കു പതിനയ്യായിരം മതി ബാക്കി തന്റെ കൂടെ കിടക്കുന്നതിന്റെ കൂലിയായ പതിനായിരമെടുത്തോളാൻ പറഞ്ഞു. ഞാനൊരു ട്രാൻസ്ജന്ററാണെന്നു പറഞ്ഞപ്പോൾ അവർ ഞെട്ടി വാപൊളിച്ചു പോയി. ഇത് എന്റെ തെറ്റല്ല. ഇടനിലക്കാരൻ കാണിച്ച കുഴപ്പമാണിത്. പിന്നീട് സീരിയലുകളിലേക്കു ഓഫർ വന്നു. എല്ലാവരും പറ

യുന്നത് സ്ത്രീയാണെന്നു പറഞ്ഞാൽ മതി. ട്രാൻസ്ജന്റർ ആണെന്നു പറയണ്ടാ. അത് ഞാൻ ഒരിക്കലും സമ്മതിച്ചില്ല. നമ്മൾ ആരേയും പറ്റിക്കേണ്ട കാര്യമില്ല. സ്ത്രീയാണെന്നു പറഞ്ഞ് അഭിനയിക്കുകയും ട്രാൻസ്ജന്റർ ആണെന്നുള്ളത് മറച്ചുവെയ്ക്കുന്നതും ഒരു വലിയ സമൂഹത്തെ തന്നെ പറ്റിക്കുന്നതാണ്. അങ്ങനെചെയ്യാൻ എനിക്കു താല്പര്യമില്ല. അഭിനയിക്കാൻ ഇപ്പോഴും താല്പര്യമുണ്ട്. പക്ഷേ, അഡ്ജസ്റ്റ്മെന്റ് ഇല്ലാത്ത ട്രാൻസ്ജന്റർ ഐഡന്റിറ്റിയെ അംഗീകരിക്കുന്ന സംവിധായകൻ വന്നാൽ തീർച്ചയായും അഭിനയിക്കും.

കേരളത്തിൽ തിരിച്ചുവന്നതിനു ശേഷം എപ്പോഴെങ്കിലും എറണാകുളത്തെ വീട്ടിൽ ചെന്നിരുന്നോ?

ഇല്ല വീട്ടിൽ ചെന്നില്ല. വീട്ടിലേക്കു വിളിച്ചപ്പോൾ അവർ ചോദിക്കുന്നത് നീയെന്റെ മോളാണെന്ന് ആരാ പറഞ്ഞതെന്ന്. ഞാൻ ജീവിച്ചിരുന്നു എന്നതിന്റെ എല്ലാ തെളിവുകളും അവർ നശിപ്പിച്ചു കളഞ്ഞു. എന്റെ എസ് എസ് എൽ സി ബുക്ക് അവർ കീറിക്കളഞ്ഞു. റേഷൻ കാർഡിലെ പേരുപോലും നീക്കം ചെയ്തു. ഒരിക്കൽപോലും അവർ എന്നെ അന്വേഷിച്ചിട്ടില്ല. എന്റെ ഫാദറിന് നട്ടെല്ലു തകർന്ന് ചികിത്സയ്ക്കായി ബാംഗ്ലൂരിൽ വന്നപ്പോൾ ഞാനാണ് അവരെ സഹായിച്ചത്. എന്റെ ഗുരുവിന്റെ ആഭരണങ്ങൾ പണയപ്പെടുത്തി ഇരുപത്തി അയ്യായിരം രൂപ ഞാൻ കൊടുത്തു. ആ കാശ് ഞാൻ വല്ലവന്റേയും കൂടെക്കിടന്ന് ഞാൻ എന്റെ ഗുരുവിനു തിരിച്ചുകൊടുക്കണം. ഹോസ്പിറ്റലിലെ താമസ സമയത്ത് എന്റെ ഗുരു അമ്മയോട് അവളുടെ പേര് ഒരു വട്ടമെങ്കിലും വിളിക്കാൻ പറഞ്ഞു. അന്ന് എന്റെ പേര് അജിതയെന്നായിരുന്നു. അമ്മ ആ പേര് എന്നെ വിളിക്കുകയും ചെയ്തു. പക്ഷേ, അവരാണ് ഇപ്പോൾ എന്നെ അറിയില്ലെന്നു പറയുന്നത്. ബാംഗ്ലൂരിലെ ഹോസ്പിറ്റൽ വാസ സമയത്ത് ഞാൻ വല്ലവന്റെയും കൂടെ കിടന്നുണ്ടാക്കിയ കാശ് അവർക്കു വേണമായിരുന്നു. ഞാൻ എന്റെ വീട്ടുകാരോട് പറഞ്ഞത് പത്തുവർഷം സമയം നിങ്ങൾക്കു തരാം അതിനുള്ളിൽ നിങ്ങൾക്കു എന്നെ തേടിവരാം. പത്തുവർഷം കഴിഞ്ഞാൽ ഞാൻ നിങ്ങളെത്തേടി ഒരിക്കലും പിന്നെ വരില്ല. പക്ഷേ, ഞാൻ കുമ്പളങ്ങിയിൽ ജനിച്ചുവളർന്ന ആളാണെന്നു എല്ലാവരേയും അറിയിക്കും. ഒരു കുഞ്ഞ് വികലാംഗയോ മന്ദബുദ്ധിയോ ആയാൽപോലും അതിനെ അതിന്റെ അമ്മ കളയില്ല. പക്ഷേ, എന്റെ അമ്മ എന്നെ കളഞ്ഞു. ഒരിക്കൽ പോലും അന്വേഷിക്കുവാൻ ആ സ്ത്രീ തയ്യാറായില്ല. ഞാൻ ഇപ്പോഴാണ് എറണാകുളം സ്വദേശിയാണെന്നുള്ള കാര്യം തുറന്നു പറയുന്നത്. അതും കൈരളി ചാനലിന്റെ സെൽഫി എന്ന പ്രോഗ്രാമിൽ. അതുകണ്ടിട്ട് എന്റെ പഴയ സുഹൃത്തുക്കൾ എന്നെ വിളിച്ചു. ഞാൻ അനുഭവിച്ച പ്രതിസന്ധികൾ അവരെല്ലാവരും അറിഞ്ഞ് എന്നെ മനസ്സിലാക്കിത്തുടങ്ങിയിരിക്കുന്നു. എന്റെ കുടുംബക്കാർ എല്ലാവർക്കും എന്നെ ഇപ്പോഴും സ്വീകരിക്കുമെന്ന്

എനിക്ക് ഒരു വിശ്വാസവുമില്ല. ലോകം ഇത്രയേറെ പുരോഗമിച്ചിട്ടും പുതിയ കാലത്തിന്റെ മാറ്റങ്ങൾ അറിഞ്ഞിട്ടും ട്രാൻസ്ജന്ററുകളായ ഞങ്ങളെ അംഗീകരിക്കുവാൻ തയ്യാറല്ല. പോപ്പ് ലൈംഗിക ന്യൂനപക്ഷ ങ്ങൾക്കനുകൂലമായ അഭിപ്രായ പ്രകടനങ്ങൾ നടത്തിയപ്പോഴും അതിനെ അംഗീകരിക്കുവാൻ കേരളത്തിലെ സഭകൾ തയ്യാറല്ല. അത്തരമൊരു ഇടപെടലുണ്ടായാൽ തങ്ങൾ സഭ ഉപേക്ഷിച്ചുകളയുമെന്നാണ് ആളുകൾ പറയുന്നത്. പക്ഷേ, ലോകത്തിനു മുമ്പിൽ ഞങ്ങൾ ഞങ്ങളുടെ പ്രതി സന്ധികൾ വിളിച്ചു പറയും. ഞാൻ എന്തു വസ്ത്രം ധരിക്കണം, ഞാൻ എന്തു ഭക്ഷണം കഴിക്കണം, ഞാൻ എങ്ങനെ ജീവിക്കണം, ആരെ പങ്കാ ളിയാക്കണം എന്നുള്ളതെല്ലാം എന്റെ സ്വാതന്ത്ര്യമാണ്. നിങ്ങൾ പറ യുന്ന പോലെ ഞാൻ ജീവിക്കണമെന്നു പറയാൻ നിങ്ങൾക്ക് എന്തവ കാശം? എന്റെ ജീവിതത്തിലേക്കു കടന്നു കയറുവാൻ നിങ്ങൾക്ക് ആര് അധികാരം തന്നു? ഞങ്ങളും നിങ്ങളെപ്പോലെ തന്നെ മനുഷ്യരാണ്. ഞങ്ങളെ സഹായിച്ചില്ലെങ്കിലും ഉപദ്രവിക്കാതിരിക്കുക ഒരു നേരം ഭക്ഷണം തന്നില്ലെങ്കിൽ പോലും ഒന്നു കാണുമ്പോൾ പുഞ്ചിരിക്കുക, പുച്ഛത്തോടെയും വെറുപ്പോടെയുമുള്ള നോട്ടങ്ങളും മുഖം ചുളിക്കലു കളും അവസാനിപ്പിക്കൂ. ഞങ്ങളും മനുഷ്യർ തന്നെയാണ്.

മതസ്ഥാപനങ്ങൾ ട്രാൻസ്ജന്ററുകളോട് വിവേചനമാണ് സാധാരണ ഗതിയിൽ കാട്ടാറുള്ളത്. താങ്കൾക്കെപ്പോഴെങ്കിലും അത്തരം അനുഭവങ്ങ ളുണ്ടായിട്ടുണ്ടോ?

മതസ്ഥാപനങ്ങളിലെ ആളുകൾ എല്ലാം വിവേചനം കാട്ടുന്നു, പരി ഹസിക്കുന്നു, ഉപദ്രവിക്കുന്നു എന്നു പൂർണ്ണമായി പറയുവാൻ കഴിയില്ല. അവർക്കിടയിലും നല്ലവരുണ്ട്. ബാംഗ്ലൂരിൽനിന്നും കേരളത്തിലേയ്ക്കുള്ള ട്രെയിൻ യാത്രയ്ക്കിടയിൽ കന്യാസ്ത്രീകളെ കണ്ടുമുട്ടാറുണ്ട്. ഞാൻ എന്റെ അവസ്ഥകൾ യാത്രയ്ക്കിടയിൽ അവരോട് പറയാറുണ്ട്. അപ്പോൾ അവർ എനിക്കുവേണ്ടി പ്രാർത്ഥിക്കും. പുച്ഛവും വെറുപ്പും കാണിക്കുന്ന വർക്കിടയിൽ ഞങ്ങളെപ്പോലുള്ളവരെ മനസ്സിലാക്കാൻ കഴിയുന്നവരുമു ണ്ട്. ഇത്തരത്തിൽ ഞങ്ങളെ മനസ്സിലാക്കാൻ കഴിയുന്നവരുടെ എണ്ണം കൂടട്ടെ എന്നാണ് ഞങ്ങൾ ആഗ്രഹിക്കുന്നത്.

ചാനലുകളിൽ വരുന്ന ചർച്ചകൾ പ്രോഗ്രാമുകൾ നിങ്ങളുടെ ജീവിത ത്തിനു മാറ്റങ്ങൾ കൊണ്ടുവരാൻ/പൊതു സമൂഹത്തിൽ മാറ്റങ്ങൾ വരുത്തുവാൻ കഴിഞ്ഞിട്ടുണ്ടോ?

സംഘടനകൾ, പ്രോഗ്രാമുകൾ ടി ജികൾക്ക് അത്രയ്ക്ക് ഗുണ കരമായി എന്നു പറയുവാൻ കഴിയില്ല. പലതും ആളെക്കൂട്ടുവാനും ആളെ തികയ്ക്കുവാനും വേണ്ടിയുള്ളതു മാത്രമുള്ളതുമാകുന്നു. പൊലീസ് സെൻസിറ്റേഷൻ പ്രോഗ്രാമുകളിൽ ട്രാൻസ്ജന്ററുകളുടെ പ്രശ്നങ്ങൾ ചർച്ചചെയ്യാതെ ഇവരിവിടെയൊക്കെയുണ്ട് എന്ന മട്ടിൽ മാത്രം സംസാ

രിച്ചുവിടുന്ന അവസ്ഥകളുണ്ട്. ട്രാൻസ്ജന്ററുകളുടെ പ്രതിനിധിയാണെന്നും പറഞ്ഞ് പലരും പല യോഗങ്ങളിലും സംസാരിക്കാറുണ്ട്. അവരെ ആരാണ് ട്രാൻസ്ജന്ററുകളുടെ പ്രതിനിധിയാക്കിയത്. ടി ജി സർവ്വേയിൽ നാലായിരത്തോളം ആളുകളുണ്ടെന്നു പറയുന്നു. ഇത്തരമൊരു സർവ്വേയെക്കുറിച്ച് എന്നെ ആരും അറിയിച്ചിരുന്നില്ല. ട്രാൻസ്ജന്ററുകൾക്കുവേണ്ടി നിലകൊള്ളുന്ന ഗ്രൂപ്പുകൾ അവരുടെ ജീവിതാവസ്ഥകളെ മെച്ചപ്പെടുത്തുന്ന കാര്യങ്ങൾ ചെയ്യാറില്ല. അതുപോലെ തന്നെ ട്രാൻസ്ജന്ററുകളുടെ പ്രശ്നങ്ങൾ ചർച്ച ചെയ്യുമ്പോൾ ട്രാൻസ് സെക്ഷ്വലുകളുടെ പ്രശ്നങ്ങൾ ചർച്ചചെയ്യപ്പെടാതെ പോകുന്നു. പലരും ഞങ്ങളെ അവഗണിക്കുന്നു. ലിംഗമാറ്റ ശസ്ത്രക്രിയ നടത്തിയതിന്റെ പേരിൽ പോലും ഞങ്ങളോടു വിവേചനം കാട്ടുന്നവർ ഞങ്ങൾക്കിടയിലുണ്ട്.

ട്രാൻസ്സെക്ഷ്വൽസ് നേരിടുന്ന പ്രധാന വെല്ലുവിളികൾ എന്തെല്ലാമാണ്?

ട്രാൻസ്സെക്ഷ്വൽസ് നേരിടുന്ന വെല്ലുവിളികൾ അനവധിയുണ്ട്. ചെലവേറിയ ലിംഗമാറ്റ ശസ്ത്രക്രിയ നടത്തുക, അതിനുശേഷമുള്ള ട്രീറ്റ്മെന്റുകൾ നടത്തുക എന്നിവയെല്ലാം സാമ്പത്തികമായി പിന്നോക്കം നില്ക്കുന്ന ട്രാൻസ്ജന്ററുകൾക്ക് കഴിയാറില്ല. എന്നെപ്പോലുള്ളവർ ഒരുപാടു കഷ്ടപ്പെട്ടിട്ടാണ് ശസ്ത്രക്രിയ നടത്തിയത്. അതുകഴിഞ്ഞാലും ഞങ്ങളെ അംഗീകരിക്കുവാൻ പൊതു സമൂഹത്തിനു മടിയാണ്. ട്രാൻസ്സെക്ഷ്വൽസ് നേരിടുന്ന ശാരീരിക മാനസിക പ്രശ്നങ്ങളെക്കുറിച്ച് അന്വേഷിക്കാനോ ചർച്ചചെയ്യുവാനോ ഇവിടെ ആർക്കും സമയമില്ല. ശസ്ത്രക്രിയയിലൂടെ ബ്രസ്റ്റ് വച്ചു പിടിപ്പിക്കുമ്പോൾ അതിനുള്ളിൽ സിലിക്കൺ ഇംപ്ലാന്റ് ആണു നിക്ഷേപിക്കുന്നത്. അതിനു ഒരു ഗാരന്റിയുമില്ല. എപ്പോൾ വേണമെങ്കിലും അതുപൊട്ടിപ്പോകാവുന്നതാണ്. എനിക്ക് സിലിക്കൺ ഇംപ്ലാന്റ് വെച്ചിട്ട് ഇപ്പോൾ 12 വർഷമായി. ഇതുവരെ പൊട്ടിയില്ല. അത് എന്റെ ഭാഗ്യം. എന്നെ ഏറ്റവും കൂടുതൽ വേദനിപ്പിക്കുന്നത് ഞങ്ങളുടെ കമ്യൂണിറ്റിയിലുള്ളവർ തന്നെ ഞങ്ങളെ തള്ളിപ്പറയുന്നു. അപ്പോൾ പിന്നെ പൊതുസമൂഹം എങ്ങനെ അംഗീകരിക്കുവാനാണ്. ഞങ്ങളുടെ പ്രശ്നങ്ങൾ ട്രാൻസ്ജന്ററുകളുടെ പ്രശ്നങ്ങളിൽ മാത്രമായി ഒതുക്കാറുണ്ട് പലരും. അതിനപ്പുറത്തേക്ക് ട്രാൻസ്സെക്ഷ്വൽസിന്റെ പ്രശ്നങ്ങൾ ചർച്ചചെയ്യപ്പെടണം.

(മിസ് കൂവാഗം (2012), ഫീമെയിൽ ആർട്ടിസ്റ്റ്)

ഒന്നുകിൽ ആത്മഹത്യ ചെയ്യുക അല്ലെങ്കിൽ ജീവിക്കുക

മായ (തൃശൂർ)

മായയുടെ ജീവിതപശ്ചാത്തലമെന്താണ്?

ഞാൻ ജനിച്ചുവളർന്നത് തൃശൂരിലാണ്. ഇപ്പോൾ ഒരു കമ്പനിയിൽ വർക്കു ചെയ്യുന്നു. വീട്ടിൽനിന്നും മാറിയാണ് താമസിക്കുന്നത്. എന്റെ ഐഡന്റിറ്റി വീട്ടുകാർ ഏകദേശം അറിഞ്ഞുകഴിഞ്ഞു. വീട്ടുകാരുടെ താല്പര്യത്തിനു വഴങ്ങി കഴിക്കേണ്ടി വന്ന വിവാഹബന്ധം പരാജയമായിരുന്നു. ഇപ്പോൾ ഡൈവോഴ്സ് കേസ് നടന്നുകൊണ്ടിരിക്കുകയാണ്. അതിന്റെ കുറച്ചു പ്രശ്നങ്ങളുണ്ട്. ഇത്തരം ഐഡന്റിറ്റികൾ ഉണ്ടെന്നു പറഞ്ഞിട്ടും അവർക്ക് അത് സ്വീകാര്യമായില്ല.

ചെറുപ്പത്തിലേ തന്നെ മറ്റു പെൺകുട്ടികളോടുള്ള താല്പര്യങ്ങൾ ഉണ്ടായിരുന്നോ?

ചെറുപ്പത്തിലേ എന്നെ ഒരു ബോയ് സ്റ്റൈലിലാണ് വീട്ടുകാർ വളർത്തിയത്. ആൺകുട്ടികളോട് കൂട്ടുകൂടാനായിരുന്നു താല്പര്യം. പെൺകുട്ടികളോട് അത്രയ്ക്ക് അങ്ങ് കൂട്ടുകൂടുവാൻ കഴിഞ്ഞിരുന്നില്ല. ഒരു പെൺകുട്ടി പ്രായപൂർത്തിയാകുന്ന ഘട്ടത്തിലാണ് ഞാൻ എന്റെ മാറ്റങ്ങൾ തിരിച്ചറിഞ്ഞത്. കൂടെ പഠിച്ചിരുന്ന ഒരു കുട്ടിയോട് ഇഷ്ടം തോന്നി. അവൾ അടുത്തുവരുമ്പോൾ എനിക്ക് ശാരീരികമായും മാനസികമായും മാറ്റങ്ങളുണ്ടാകുന്നത് മനസ്സിലായി. പ്ലസ് ടു കഴിയുമ്പോഴാണ് അവളെ ഞാൻ ഗാഢമായി സ്നേഹിച്ചിരുന്നുവെന്ന് തിരിച്ചറിഞ്ഞത്.

ആ പെൺകുട്ടിയുമായുള്ള സൗഹൃദം സുഹൃത്തുക്കൾ അറിഞ്ഞിരുന്നോ?

അറിഞ്ഞിരുന്നു. ക്ലാസിൽ ഏറ്റവും തന്റേടിയായ കുട്ടി ഞാനായിരുന്നു. അതുകൊണ്ടു തന്നെ ഭൂരിപക്ഷം കുട്ടികൾക്കും എന്നോടു വലിയ

താല്പര്യമായിരുന്നു. ഒരുപാടുപേർ എന്നോട് കൂട്ടുകൂടാനായി വന്നിരുന്നു. പ്ലസ് ടു കഴിഞ്ഞ് ആ സുഹൃത്തിനോട് പിരിയേണ്ടി വന്നത് എനിക്ക് ഒരു തരത്തിലും സ്വീകരിക്കുവാൻ പറ്റിയില്ല. പക്ഷേ, അവൾ വളരെ സാധാരണമായി അവളുടെ ചുറ്റുപാടുകളിലേക്കു പോയി. ഞാൻ വിഷമിച്ചു. അത് അവളെ അറിയിക്കുവാൻ കഴിഞ്ഞില്ല.

ആ ഒരു മാനസികാവസ്ഥയിൽ നിന്ന് രക്ഷപ്പെട്ടത് എങ്ങനെയാണ്?

പ്ലസ്ടു കഴിഞ്ഞ് മറ്റൊരു കോഴ്സിനു പോവുകയും അവിടെ വച്ചു കണ്ടുമുട്ടിയ കുട്ടിയുമായി അടുപ്പത്തിലാവുകയും ചെയ്തു. ആ ബന്ധം വളരെ പെട്ടെന്നു തന്നെ ഒരു ഫിസിക്കൽ റിലേഷനിലേക്ക് പോവുകയാണുണ്ടായത്. അപ്പോഴാണ് എന്റെ യഥാർത്ഥ പ്രശ്നം തിരിച്ചറിയുന്നത്. ഇന്നത്തെ പുതുതലമുറയ്ക്ക് വിഭിന്ന ലൈംഗിക വ്യക്തിത്വങ്ങളെക്കുറിച്ച് അറിയുവാൻ സാഹചര്യങ്ങളുണ്ട്, അതൊക്കെ പറഞ്ഞു തരുവാൻ ആളുകളുണ്ട്. പക്ഷേ, ഞാനൊക്കെ പഠിച്ചുവരുന്ന കാലത്ത് നവമാധ്യമങ്ങൾ ഉൾപ്പടെയുള്ള സൗകര്യങ്ങൾ ഇത്ര വ്യാപകമായിരുന്നില്ല. ഡിഗ്രിതൊട്ട് ആറുവർഷത്തോളം ഞങ്ങൾ ആഘോഷമായി നടന്നിരുന്നു. എല്ലാ അർത്ഥത്തിലുമുള്ള ബന്ധമായിരുന്നു അത്. രണ്ടുപേരും പരസ്പരം സംരക്ഷിച്ചിരുന്നു.

ഇത്തരമൊരു ബന്ധത്തെ വീട്ടുകാർ തിരിച്ചറിഞ്ഞിരുന്നില്ലേ?

എന്റേയും അവളുടെയും ബന്ധത്തെ ഞങ്ങൾ മറ്റുള്ളവരിൽ നിന്നും വീട്ടുകാരിൽ നിന്നും മറച്ചു പിടിച്ചിരുന്നു. പക്ഷേ, എന്റെ വീട്ടുകാർ അത് പെട്ടെന്നു തന്നെ കണ്ടു പിടിച്ചു. ഒരുപാടു നേരം അടുത്തിരിക്കുക, വീട്ടിൽ എത്തിയാലും കൂടുതൽ സമയം ഫോണിൽ സംസാരിക്കുക എന്നിങ്ങനെയുള്ള കാര്യങ്ങൾ വീട്ടുകാർ ശ്രദ്ധിച്ചു. ഞങ്ങളുടെ സൗഹൃദം നോർമൽ അല്ലായെന്ന് അവർ തിരിച്ചറിഞ്ഞു.

ഇത്തരം ബന്ധത്തെ വീട്ടുകാർ തിരിച്ചറിഞ്ഞതിന്റെ ഫലമായിട്ടാണോ വിവാഹം കഴിക്കേണ്ടി വന്നത്?

ഡിഗ്രിയൊക്കെ ആകുന്ന സമയം ഒരു പെൺകുട്ടിയുടെ കല്യാണപ്രായം ആണല്ലോ. എന്റെ വീട്ടിൽ സാമ്പത്തിക പ്രശ്നങ്ങളും മറ്റുമുണ്ടായിരുന്നു. വീട്ടുകാർ വിവാഹം കഴിക്കുവാൻ നിർബ്ബന്ധിച്ചു. അത് വലിയൊരു പ്രതിസന്ധിയായിരുന്നു. ഞാൻ എന്റെ കൂട്ടുകാരിയോട് സങ്കടം പറഞ്ഞപ്പോൾ അവൾ കൂടെ ഇറങ്ങിവരാമെന്ന് പറഞ്ഞു. പക്ഷേ, ആ സമയത്ത് എനിക്ക് ഒരു ജോലി പോലുമില്ല. ആ കുട്ടിയെക്കൊണ്ട് ഞാൻ എവിടെ പോകുവാനാണ്. എന്റെ വീട്ടുകാർ സ്വീകരിക്കില്ലായെന്നുള്ള കാര്യം ഉറപ്പാണ്. സമൂഹത്തിൽ ആർക്കും ഇത്തരം കാര്യങ്ങളെക്കുറിച്ച് അറിവോ ധാരണയോ ഇല്ലായിരുന്നു. എന്റെ പ്രശ്നം പറഞ്ഞപ്പോൾ അത് ഒക്കെ നിന്റെ തോന്നലാ, അങ്ങനെയുള്ള കാര്യങ്ങൾ ഒന്നുമില്ലാ

യെന്നെല്ലാം പറഞ്ഞപ്പോൾ ഞാൻ ആകെ കൺഫ്യൂഷനിലായി. ആ സാഹചര്യത്തിൽ വീട്ടുകാർ വിവാഹത്തിനു കൂടുതൽ സമ്മർദ്ദങ്ങൾ സൃഷ്ടിച്ചു. നിരന്തരമായി എന്നോടു സംസാരിച്ച് എന്നെ ബ്രെയിൻ വാഷ് ചെയ്യുവാൻ ശ്രമിച്ചു. ഒപ്പം വീടിന്റെ അവസ്ഥകൾ പറഞ്ഞ് സെന്റി മെന്റ്സും അവതരിപ്പിച്ചു. അങ്ങനെ ഞാൻ വിവാഹത്തിനു സമ്മതിച്ചു പോയി. എന്റെ പെണ്ണുകാണൽ ചടങ്ങു നടന്നതോ വിവാഹം കഴിഞ്ഞതോ ശരിക്കും ഞാൻ അറിഞ്ഞിട്ടു പോലുമില്ല. ശരിക്കും ഒരു യന്ത്രം കണക്കെ ഞാൻ വീട്ടുകാർക്കു വേണ്ടി പ്രവർത്തിക്കുകയായിരുന്നു. വിവാഹനിശ്ച യത്തിനു മുൻപും അതിനുശേഷവും എന്നെ ഒരു പെൺകുട്ടിയാക്കിയെ ടുക്കുവാൻ വീട്ടുകാർ കഠിനമായി പരിശ്രമിച്ചിരുന്നു. ഇനി മുതൽ ജീൻസ് ഇടരുത്. സാരിയുടുക്കണം, ചുരിദാറിടണം ആളുകളോട് സ്നേഹത്തോ ടെയും ബഹുമാനത്തോടെയും ഇടപെടണം എന്നു തുടങ്ങി നിരവധി നിർദ്ദേശങ്ങളുടെ ബഹളമായിരുന്നു. അവയൊന്നും എന്റെ ജീവിത രീതിക്കു പറ്റിയവയായിരുന്നില്ല. കാരണം ബോയ്സ് ലുക്കിൽ, ഡ്രസിൽ നടക്കുന്നതാണ് എനിക്ക് കോൺഫിഡൻസ് നല്കുന്നത്. അതിൽ നിന്നു മാറിയാൽ എന്റെ വ്യക്തിത്വം തന്നെ മാറിപ്പോകും.

മായയുടെ ഈ പ്രശ്നങ്ങളെ വിവാഹം കഴിഞ്ഞുള്ള ആദ്യത്തെ ആഴ്ച യിൽതന്നെ ഭർത്താവും വീട്ടുകാരും തിരിച്ചറിഞ്ഞിരുന്നോ?

വിവാഹത്തിനു മുമ്പുതന്നെ അറിഞ്ഞിരുന്നു. എൻഗേജ്മെന്റ് കഴിഞ്ഞ് ഞങ്ങൾ തമ്മിൽ ഫോണിൽ സംസാരിക്കുമായിരുന്നു. എന്റെ സംസാരം കേട്ടിട്ട് അയാൾ പറഞ്ഞു നിനക്കിത്തിരി അഹങ്കാരം കൂടുത ലാണല്ലോ. ഞാൻ പറഞ്ഞു അഹങ്കാരമൊന്നുമല്ല ഞാൻ എപ്പഴും സംസാ രിക്കുന്നതുപോലെ തന്നെയാണ് സംസാരിക്കുന്നതെന്ന്. നീ ഒരു പെൺകു ട്ടിയെപ്പോലെയല്ല സംസാരിക്കുന്നത്. ഞാൻ കല്യാണം കഴിക്കുന്നത് ഒരു പെൺകുട്ടിയെയാണെന്ന് അയാളും. ഒരുപക്ഷേ, അയാൾ ആഗ്രഹിക്കു ന്നതുപോലെ പെരുമാറുവാൻ എനിക്കു കഴിഞ്ഞിട്ടുണ്ടാകില്ല. ഒരിക്കൽ സെക്ഷ്വലായ എന്തോ കാര്യം പറഞ്ഞപ്പോൾ എനിക്കു ഭയങ്കര ഇറിറ്റേ ഷനായി. നമുക്ക് സംസാരിക്കണ്ട വേറെ എന്തേലും വിഷയം സംസാരി ക്കാമെന്നു പറഞ്ഞു. അത് വഴക്കായി. വിവാഹത്തിന്റെ അന്നുവരെയുള്ള ഒരാഴ്ച ഞങ്ങൾ തമ്മിൽ സംസാരിച്ചിട്ടില്ല. പക്ഷേ, സംസാരിക്കാതിരു ന്നത് എനിക്കു വിഷയമായിരുന്നില്ല. കാരണം ആ വ്യക്തിയോട് ഒരു ഇന്റിമസിയും എനിക്കു തോന്നിയിട്ടില്ല. വീട്ടുകാരുടെ നിർബ്ബന്ധത്തിനു വഴങ്ങി വിവാഹം കഴിച്ചുവെന്നു മാത്രം.

വിവാഹത്തിന്റെ കാര്യമറിഞ്ഞപ്പോൾ കൂട്ടുകാരിയുടെ പ്രതികരണം എന്താ യിരുന്നു?

വിവാഹ കാര്യം അറിഞ്ഞപ്പോഴാണ് കൂടെ വരാമെന്ന് അവൾ പറ ഞ്ഞത്. പക്ഷേ, ഞങ്ങളുടെ വീട്ടിലെ സാഹചര്യങ്ങൾ വല്ലാത്തതായി

രുന്നു. എന്നേക്കാൾ സാമ്പത്തികമായി വളരെയധികം ഉയർന്ന വീട്ടിലെ ഒറ്റമകൾ ആയിരുന്നു അവൾ. നമുക്ക് ഒന്നും താരതമ്യം പോലും ചെയ്യുവാൻ കഴിയാത്ത അത്രയ്ക്ക് സാമ്പത്തിക അന്തരമുണ്ടായിരുന്നു. അതിന്റെ കോംപ്ലക്സുകൾ എനിക്കുണ്ടായിരുന്നു. ഒരുപാട് പേർക്ക് എന്നോടു അസൂയയുണ്ടായിരുന്നു. ഞങ്ങളുടെ ബന്ധത്തെക്കുറിച്ച് കാമ്പസിലെ ചിലർക്ക് അറിയാമായിരുന്നെങ്കിലും ഞങ്ങൾ തമ്മിൽ ഫിസിക്കൽ റിലേഷൻ ഉണ്ടായിരുന്നുവെന്ന കാര്യം ആർക്കും അറിയില്ലായിരുന്നു. വീട്ടിൽ പ്രശ്നമായിത്തുടങ്ങിയപ്പോൾ ഞങ്ങൾ രണ്ടുപേരും പരസ്പരം കാണാതിരുന്നു നോക്കി. അതു കഴിഞ്ഞിട്ട് രണ്ടാൾക്കും വേറെ വിവാഹം കഴിച്ചു പോകാം എന്നിട്ടു പഴയ ബന്ധം നിലനിർത്താമെന്നു തീരുമാനിച്ചു. അതിന്റെയടിസ്ഥാനത്തിലാണ് ഞാൻ വിവാഹത്തിനു സമ്മതിക്കുന്നത്. അവൾക്കു കല്യാണാലോചനകൾ നടക്കുമ്പോൾ എന്റേത് ഉറപ്പിച്ചു. കല്യാണത്തിനു മുമ്പ് ഞാൻ അവളെ വിളിച്ചു കല്യാണത്തിന് വരണമെന്ന്. അവൾ വരില്ലാന്നു പറഞ്ഞപ്പോൾ നീ വന്നില്ലെങ്കിൽ ഞാൻ മണ്ഡപത്തിൽ കയറില്ലായെന്നു തീർത്തു പറഞ്ഞു. കല്യാണദിവസം പുലർച്ചെ അവൾ വിളിക്കുകയാണ് എനിക്ക് ഇതു പറ്റുന്നില്ല. ഇത്രയ്ക്കു സീരിയസാണെന്ന് ഞാൻ തിരിച്ചറിഞ്ഞിരുന്നില്ല. ഞാൻ ഇപ്പോൾതന്നെ ഇറങ്ങിവരാം നമുക്ക് എവിടെയെങ്കിലും പോകാം. ഞാൻ ആകെ വിറച്ചു പോയി. എന്തുചെയ്യണമെന്നറിയാത്ത അവസ്ഥ. വിവാഹത്തിനെത്തിയ ബന്ധുക്കൾ ഒരുങ്ങിക്കൊണ്ടിരിക്കുന്നു. ഞാൻ റെഡിയാകുവാൻ അവർ വിളിച്ചുപറയുകയാണ്. ആ സമയം ഞാൻ അനുഭവിച്ച അവസ്ഥ പറഞ്ഞു ഫലിപ്പിക്കുവാൻ കഴിയില്ല. വല്ലാത്തൊരു സംഘർഷാവസ്ഥ. ഞാൻ മണ്ഡപത്തിലേക്കിറങ്ങി. വിവാഹസമയത്തൊന്നും അവളെ കണ്ടില്ല. അച്ഛന്റെ കൂടെ വന്നിരുന്നു. ഭയങ്കര കരച്ചിലായിരുന്നുവെന്ന് പിന്നീടറിഞ്ഞു.

ആ കുട്ടിയുടെ വീട്ടുകാർക്ക് നിങ്ങൾ തമ്മിലുള്ള ബന്ധം അറിയാമായിരുന്നോ?

അതിനെക്കുറിച്ച് എനിക്ക് വ്യക്തമായ അറിവില്ല. എന്റെ വീട്ടുകാർക്ക് അറിയാമായിരുന്നു. വിവാഹത്തിനെത്തിയ സമയം അവർ ആ കുട്ടിയെ തടഞ്ഞു പറഞ്ഞു വിട്ടിരുന്നു.

ഭർത്തൃവീട്ടിലെ അന്തരീക്ഷം എങ്ങിനെയായിരുന്നു?

അവരെ സംബന്ധിച്ചിടത്തോളം ഞാൻ ഒരു പുതുപ്പെണ്ണായിരുന്നു. സാരിയുടുത്ത്, സിന്ദൂരം ചാർത്തി, താലിയൊക്കെയിട്ട് വിനയത്തോടെ നടക്കുന്ന ഒരു പെൺകുട്ടിയായിട്ടാണ് ആ കുടുംബം എന്നോട് പെരുമാറുവാൻ ആവശ്യപ്പെടുന്നത്. എന്റെ വീട്ടിൽ സർവ്വവിധ സ്വാതന്ത്ര്യങ്ങളോടെയും നടന്നിട്ട് മറ്റൊരു വീട്ടിൽ ചെല്ലുമ്പോൾ കുറേ നിയന്ത്രണങ്ങളുടെ മുമ്പിൽ എനിക്ക് ആകെ വീർപ്പുമുട്ടലായിരുന്നു. അതിനേക്കാൾ

എനിക്ക് ഒട്ടും പറ്റാതിരുന്നത് ഫിസിക്കൽ റിലേഷനാണ്. ബെഡ്റൂമിൽ ആ വ്യക്തിയെ എനിക്കു സ്വീകരിക്കുവാൻ കഴിഞ്ഞില്ല. എന്റെ മനസ്സിൽ അവൾ മാത്രമാണുണ്ടായിരുന്നത്. ഞാനും അവളും തമ്മിലുള്ള ബന്ധത്തിൽ ഞാൻ ഡോമിന്റ് ആയിരുന്നു. രണ്ടു ലെസ്ബിയനുകൾ തമ്മിൽ ഇടപെടുന്നതു പോലെയല്ല. ഭാര്യയും ഭർത്താവും തമ്മിൽ ഇടപെടുന്ന രീതിയിലായിരുന്നു ഞങ്ങളുടെ ബന്ധം. അതുകൊണ്ടുതന്നെ അയാളെ സ്വീകരിക്കുവാൻ എനിക്ക് കഴിഞ്ഞില്ല. അത് പ്രശ്നങ്ങളായി ഇപ്പോ ഡൈവോഴ്സിന്റെ വക്കിലാണ്. കേസ് നടന്നുകൊണ്ടിരിക്കുന്നു. താമസിയാതെ ഡൈവോഴ്സ് ലഭിക്കും.

മായയുടെ യഥാർത്ഥ പ്രശ്നം അയാൾ തിരിച്ചറിഞ്ഞിരുന്നോ?

അയാൾക്ക് യഥാർത്ഥ പ്രശ്നം അറിയില്ല. ഇപ്പോൾ കൗൺസലിങ് നടന്നുകൊണ്ടിരിക്കുന്നു. പക്ഷേ, എന്റെ അമ്മ ഇപ്പോൾ കാര്യങ്ങൾ വ്യക്തമായി തിരിച്ചറിഞ്ഞു. പണ്ട് എനിക്ക് അത് തുറന്നു പറയുവാനുള്ള അവസരങ്ങളില്ലായിരുന്നു. ഞങ്ങളെപ്പോലുള്ളവരുടെ ജീവിതത്തെക്കുറിച്ചുള്ള ഒരു ടോക് ഷോ അമ്മ ചാനലിൽ കണ്ടപ്പോൾ എന്നോട് ചോദിച്ചു നിനക്ക് ഇങ്ങനെ ഒരു പ്രശ്നമുണ്ടായിരുന്നോ എന്ന്. അപ്പോൾ ഞാൻ എല്ലാം തുറന്നു പറഞ്ഞു. ആ പെൺകുട്ടിയുമായുള്ള ഫിസിക്കൽ റിലേഷൻ തുറന്നു പറഞ്ഞില്ലെങ്കിലും അമ്മ അതും മനസ്സിലാക്കി. ഇതുപോലൊരു സംഭാഷണം ഞാനും അമ്മയും തമ്മിൽ നേരത്തെ നടന്നിരുന്നുവെങ്കിൽ ഇത്രയധികം പ്രശ്നങ്ങൾ ഉണ്ടാകുമായിരുന്നില്ല. അന്ന് നിന്നോട് ഞാൻ എങ്ങനെ ചോദിക്കുമായിരുന്നു ഞാൻ നിന്റെ അമ്മയല്ലേ, ഇത്തരം രീതികൾ പ്രകൃതിവിരുദ്ധമല്ലേ എന്ന് അമ്മ എന്നോടു ചോദിച്ചു. എന്റേത് ഒരു സാഹചര്യത്തിൽ സംഭവിച്ച അവസ്ഥയല്ല. സ്വാഭാവികമായ എന്റെ അവസ്ഥയാണിത്. എന്റെ മനസ്സ് അങ്ങനെയാണ്. ഈ സംസാരത്തിനു ശേഷം അമ്മ അയൽപക്കത്തുള്ള പരിചയക്കാർ വഴി സൈക്കോളജിസ്റ്റിനെ കണ്ടു. ഞാൻ എല്ലാം ഡോക്ടറോടു തുറന്നു പറഞ്ഞു. ഡോക്ടറും അമ്മയും തമ്മിൽ സംസാരിച്ചതിനു ശേഷം അമ്മ കാര്യങ്ങളെയെല്ലാം തിരിച്ചറിഞ്ഞു.

പഴയ കൂട്ടുകാരിയുടെ അവസ്ഥയെന്താണ്?

ഇത്രേം നാളുകളായിട്ട് എന്നെ ഒന്ന് അന്വേഷിക്കുക പോലുമുണ്ടായിട്ടില്ല. ഫെയ്സ് ബുക്കിൽ എന്നെ ഒരു ഫ്രണ്ട് ആയിട്ട് നിലനിറുത്തിയിട്ടുണ്ട്. ഞാനിടുന്ന പോസ്റ്റുകൾ അവൾ അപ്ഡേറ്റ് ചെയ്യാറുണ്ട്. പക്ഷേ, എന്നോടു കമ്യൂണിക്കേറ്റു ചെയ്യാറില്ല. ഞാൻ കമ്യൂണിക്കേറ്റു ചെയ്യുവാൻ ശ്രമിക്കുമ്പോഴൊന്നും അവൾ പ്രതികരിക്കാറില്ല. പണ്ട് അത്ര ഫ്രണ്ട്ലി അല്ലാതിരുന്നവരോടു പോലും അവൾ കമ്യൂണിക്കേറ്റ് ചെയ്യുന്നുണ്ട്. എന്നെ മനഃപൂർവം ഒഴിവാക്കുന്നതാണ്. സംസാരിച്ചുകഴിഞ്ഞാൽ വീണ്ടും പഴയതുപോലെ ആകുമെന്ന് അവൾ ഭയക്കുന്നുണ്ടാകും. അവൾ

വിവാഹം കഴിഞ്ഞ് വിദേശത്താണ് താമസിക്കുന്നത്. ഒരു കുട്ടിയുണ്ട്. അവൾ മനഃപൂർവ്വം വിദേശം തിരഞ്ഞെടുത്തതാണെന്നാണ് അറിയുവാൻ കഴിഞ്ഞത്. ഞാൻ നാട്ടിലുള്ളപ്പോൾ പരസ്പരം കാണുന്നത് ഒഴിവാക്കാമല്ലോ. ഞാൻ എവിടെയായിരുന്നാലും സന്തോഷമായിട്ടിരിക്കണമെന്നാണ് അവൾ ആഗ്രഹിക്കുന്നത്. പക്ഷേ, എന്നോടൊന്നു മിണ്ടുവാൻ പോലും അവൾ തയ്യാറല്ല.

കൂട്ടുകാരിയുടെ കുടുംബത്തിന്റെ അവസ്ഥയെന്താണ്?

അതിനെക്കുറിച്ച് എനിക്ക് കൃത്യമായി അറിയില്ല. പക്ഷേ, നന്നായിപ്പോകുന്നെന്നു വിശ്വസിക്കുന്നു. ഞാൻ ഇപ്പോഴും വിശ്വസിക്കുന്നു എന്നോട് സംസാരിച്ചാൽ അവൾ പഴയതുപോലെയാകും. അതാകാം അവൾ സംസാരിക്കാത്തതും. എന്തായാലും ഞാൻ ഇപ്പോൾ അവളെ പഴയ അവസ്ഥയിലേക്കു തിരിച്ചു വിളിക്കുവാൻ ആഗ്രഹിക്കുന്നില്ല. എനിക്ക് ഇപ്പോൾ ഒരു കൂട്ടുകാരിയുണ്ട്. ഞങ്ങൾ തമ്മിൽ അടുപ്പത്തിലാണ്. പുള്ളിക്കാരി ഡിവോഴ്സ് ആയ ആളാണ്. ഞാൻ എന്റെ പ്രശ്നങ്ങളെല്ലാം തുറന്നു പറഞ്ഞു. ഞങ്ങൾക്ക് പരസ്പരം മനസ്സിലാക്കുവാൻ പറ്റുന്നുണ്ട്. എന്റെ ഒരു ഐഡന്റിറ്റി എന്നു പറയുന്നത് ഞാൻ ഒരു ലെസ്ബിയൻ അല്ല. ഒരു ലെസ്ബിയനു ഉണ്ടാകുന്ന താല്പര്യങ്ങളുമല്ല എന്റേത്. ശാരീരികമായി ഞാൻ പെൺകുട്ടി ആയിരിക്കുമ്പോഴും മനസ്സുകൊണ്ട് ചിന്തകളും പ്രവൃത്തികളും കൊണ്ട് പുരുഷന്റെ താല്പര്യങ്ങളാണ് എനിക്കുള്ളത്. ജിജോയെപ്പോലുള്ള സുഹൃത്തുക്കളുടെ ഇടപെടലുകൾ കൊണ്ടാണ് എനിക്കു പല കാര്യങ്ങൾ തിരിച്ചറിയുവാനും തുറന്നു പറയുവാനും കഴിയുന്നത്. ഞാനൊരു ട്രാൻസ്സെക്ഷ്വൽ ആണ്.

സ്ത്രീ ശരീരവും പുരുഷ മനസ്സുമുള്ള അല്ലെങ്കിൽ പുരുഷ ശരീരവും സ്ത്രീ മനസ്സുമുള്ള വ്യക്തികൾ ലിംഗമാറ്റ ശസ്ത്രക്രിയയിലൂടെ പുരുഷനായോ സ്ത്രീയായോ മാറാറുണ്ട്. മായയ്ക്ക് അത്തരത്തിലുള്ള താല്പര്യങ്ങൾ ഉണ്ടോ?

എനിക്ക് അത്തരം താല്പര്യമുണ്ട്. അതിനുള്ള അവസരം ഇപ്പോഴാണ് ലഭിച്ചത്. എന്റെ അമ്മ കാര്യങ്ങൾ എല്ലാം വ്യക്തമായ രീതിയിൽ മനസ്സിലാക്കി. ചെറുപ്പം മുതലേ എന്റെ വീടിനോട് എനിക്കു വല്ലാത്ത അടുപ്പമുണ്ടായിരുന്നു. അമ്മ വളരെയധികം കഷ്ടപ്പെട്ടാണ് എന്നെ വളർത്തിയത്. അതുകൊണ്ട് അമ്മയെ വേദനിപ്പിക്കരുത് എന്ന് ഞാൻ ആഗ്രഹിച്ചിരുന്നു. ചെറുപ്പത്തിലേ ഞാൻ ആഗ്രഹിച്ചിരുന്നു ആൺകുട്ടിയാകുവാൻ. അമ്മ എന്റെ അവസ്ഥ മനസ്സിലാക്കിയപ്പോൾ ഞാൻ അമ്മയോടു പറഞ്ഞു എന്റെ മുടി മുറിക്കണം, ബ്രസ്റ്റ് റിമൂവ് ചെയ്യണം, ആൺ ആയിട്ട് നടക്കണം. നിന്റെ സന്തോഷം അതാണെങ്കിൽ അതു നടക്കട്ടെയെന്നു അമ്മ പറഞ്ഞു.

പുതിയ കാലഘട്ടത്തിൽ ലൈംഗിക ന്യൂനപക്ഷങ്ങളിൽ ഉൾപ്പെട്ടിരുന്നവർ തങ്ങളുടെ ഐഡന്റിറ്റികൾ വെളിപ്പെടുത്തുകയും കമ്യൂണിറ്റികൾ ശക്തിപ്പെടുകയും ചെയ്തിരുന്നു. അമ്മയുടെ തിരിച്ചറിവിനു പിന്നിൽ അവയുടെ സ്വാധീനമുണ്ടാകാം ?

തീർച്ചയായും. അമ്മ ചോദിക്കുന്നത് ഇനിയെങ്കിലും നിനക്ക് ജീവിതത്തിൽ സന്തോഷം വേണ്ടേയെന്നാണ്. അമ്മയ്ക്ക് അറിയാം ഒരു ചുരിദാർ ഇടുന്നതിനേക്കാൾ എനിക്കു സന്തോഷം ഒരു ത്രീഫോർത്ത് ഇടുന്നതാണ്. അമ്മ എന്റെ സന്തോഷം കണ്ടറിഞ്ഞിട്ടുണ്ട്. അമ്മ ഇപ്പോൾ പിന്തുണയ്ക്കുമ്പോഴും ബന്ധുക്കൾ എല്ലാം എതിരാണ്. നാട്ടിൽ പക്ഷേ, എന്റെ അവസ്ഥ ആർക്കും അറിയില്ല. ധൈര്യമുള്ള, തന്റേടിയായ പെൺകുട്ടി അത്രയേ അറിയുള്ളു. എന്റെ ഈ സ്വഭാവം കൊണ്ട് ഗുണങ്ങളേ ഉണ്ടായിട്ടുള്ളു. ആരും എന്നോട് ഇതുവരെ മോശമായി പെരുമാറിയിട്ടില്ല.

ഡൈവോഴ്സ് ഒക്കെ കിട്ടിയതിനുശേഷം സ്വതന്ത്രയാകുമ്പോൾ ഒരു പെൺകുട്ടിയെ കൂടെക്കൂട്ടി ജീവിതം നയിക്കുവാനുള്ള ആഗ്രഹമില്ലേ?

തീർച്ചയായും ഞാൻ ആഗ്രഹിക്കുന്നുണ്ട്. അത്തരമൊരു ജീവിതം തുടങ്ങും മുൻപ് എന്റെ കൂടെ ജീവിക്കുവാൻ വരുന്ന ആളോട് ഞാൻ എന്റെ അവസ്ഥകൾ എല്ലാം തുറന്നുപറയും. അത് സ്വീകരിക്കുമെങ്കിൽ മാത്രം മുൻപോട്ട് പോകും. കഴിഞ്ഞ ജീവിതത്തിലെപ്പോലെ ഇനിയൊരു പരാജയം ഉണ്ടാകരുത് എന്ന് എനിക്കാഗ്രഹമുണ്ട്. ഞാൻ ആദ്യം ഒരുപാടു സ്നേഹിച്ച പെൺകുട്ടി ഒരു ഹെറ്ററോ സെക്ഷ്വൽ ലൈഫ് ആഗ്രഹിച്ചിരുന്ന ആൾ തന്നെയായിരുന്നു. ഒരു ആണിനെ വിവാഹം കഴിച്ച് കുട്ടികളുടെ അമ്മയായി ജീവിക്കുവാൻ ആഗ്രഹിച്ചിരുന്നു. അതുകൊണ്ട് തന്നെയാണ് അവളുടെ ജീവിതം നല്ലതായി മുൻപോട്ടു പോകുന്നതും.

ഡൈവോഴ്സ് നേടുന്നതിലൂടെ ജീവിതത്തിൽ കുറേ പ്രശ്നങ്ങൾ അവസാനിക്കുമെന്നു വിശ്വസിക്കാം. പിന്തിരിഞ്ഞുനോക്കുമ്പോൾ സ്വന്തം ജീവിതത്തെക്കുറിച്ച് എന്തു തോന്നുന്നു?

എന്നെ വിവാഹം കഴിച്ച ആ വ്യക്തിയെ ഞാൻ ബഹുമാനിക്കുന്നുണ്ട്. ഒരു പുരുഷനാണ്, അയാൾക്കും വികാരങ്ങളും വിചാരങ്ങളുമുണ്ട്. ഒരു പുരുഷന്റെ ഫീലിങ്സും ആഗ്രഹങ്ങളും എനിക്കറിയാം. ഞാനും അയാളും ഒരുമിച്ച് താമസിക്കുമ്പോൾ ആകെ ഭ്രാന്തുപിടിക്കുന്ന അവസ്ഥയാണ്. രണ്ടുപേരും പരസ്പരം വെറുത്ത് ജീവിതം നശിപ്പിക്കുന്നതിലും നല്ലത് വേർപിരിയുന്നതാണ് എന്ന് ഞാൻ തിരിച്ചറിഞ്ഞു. ഒരു പെൺകുട്ടിയായി, ഭാര്യയായി എനിക്കു ജീവിക്കുവാൻ കഴിയാത്തപ്പോൾ ആ വ്യക്തിയും കുടുംബവും ഞാൻ ഒരു കുടുംബിനി ആയി മാറുവാനാണ് ആവശ്യപ്പെടുന്നത്. ആ സമയത്ത് ഞാൻ എന്നെത്തന്നെ വെറുക്കുകയായിരുന്നു. ഒന്നുകിൽ ആത്മഹത്യ ചെയ്യുക അല്ലെങ്കിൽ ജീവി

ക്കുക ഈ രണ്ടു ചോയ്സേ എന്റെ മുമ്പിലുണ്ടായിരുന്നുള്ളൂ. എനിക്കു ജീവിക്കുവാൻ വേണ്ടിയാണ് ഡൈവോഴ്സിനു ശ്രമിക്കുന്നത്. ആ വ്യക്തി യുടെ കൂടെ ജീവിതം ഞാനായിട്ട് നശിപ്പിക്കുന്നത് തെറ്റാണ്. ഡൈവോഴ്സ് കിട്ടിക്കഴിഞ്ഞാൽ ആ വ്യക്തിക്കും പുതിയൊരു ജീവിതം തുടങ്ങാവുന്നതേയുള്ളൂ. ഇന്നത്തെക്കാലത്ത് ആരും സ്വന്തം ജീവിതം നശിപ്പിക്കില്ല. പറ്റിയ ഒരു ഇണയെ കണ്ടെത്തി ജീവിതം മുമ്പോട്ടു കൊണ്ടു പോവുകതന്നെ ചെയ്യും.

(തൃശൂർ സ്വദേശി – സ്ത്രീയുടെ ശരീരവും പുരുഷന്റെ മാനസികാ വസ്ഥകളുമായി ജീവിക്കുന്നു. ലിംഗമാറ്റ ശസ്ത്രക്രിയയ്ക്ക് താല്പര്യ മുണ്ട്.)

കേരളം യാഥാസ്ഥിതികവാദികളുടെ ഭ്രാന്താലയമാണ്

സോനു (ബാംഗ്ലൂർ– ട്രാൻസ്മെൻ)

സോനുവിന്റെ വർത്തമാനകാല ഐഡന്റിറ്റി എന്താണ് ?

ഞാൻ ഇപ്പോൾ അറിയപ്പെടുന്നത് ട്രാൻസ്മെൻ എന്നാണ്. സ്ത്രീയിൽനിന്നും പുരുഷനിലേക്കു മാറിയ ആൾ ആണ്. കേരളത്തിലാണ് ജനിച്ചു വളർന്നത്. പെൺകുട്ടിയായിട്ടാണ് വളർന്നതെങ്കിലും ഉള്ളിൽ ആൺകുട്ടിയുടെ പെരുമാറ്റരീതികളായിരുന്നു. എന്റെ ഇത്തരം കാര്യങ്ങൾ പറയുവാനോ പങ്കുവയ്ക്കുവാനോ പറ്റിയ ആരും കേരളത്തിലുണ്ടായിരുന്നില്ല. ആ സാഹചര്യത്തിലാണ് ഞാൻ ബാംഗ്ലൂരിലേക്ക് താമസം മാറ്റിയത്.

പെൺകുട്ടിയായി ജനിച്ച് ആൺകുട്ടിയായി പെരുമാറുമ്പോൾ വീട്ടുകാർ അത് ശ്രദ്ധിച്ചിരുന്നില്ലേ?

അവർ ശ്രദ്ധിച്ചിരുന്നു. സാധാരണക്കാരായിരുന്നു അച്ഛനും അമ്മയും. അതുകൊണ്ടുതന്നെ സമൂഹത്തിന്റെ പരമ്പരാഗത ശീലങ്ങളെത്തന്നെ പിൻതുടരുവാൻ എന്നെ പ്രേരിപ്പിച്ചു. ഒരു പെൺകുട്ടി എന്തിനാണ് ആൺകുട്ടിയെപ്പോലെ പെരുമാറുന്നത് പെൺകുട്ടിയായിരുന്നു കൂടേ?. പാന്റ്സ് ഇടുമ്പോൾ എന്തിനാ പാന്റ്സ് ഇടുന്നത് ചുരിദാർ ഇട്ടുകൂടേ, ആറുമണിക്കുശേഷം വീടിനു പുറത്തുപോകാൻ പറ്റില്ല. ആൺകുട്ടികളുമായി ഫ്രണ്ട്ഷിപ്പ് പറ്റില്ല ഇങ്ങനെ നിരവധി കാര്യങ്ങൾ അവർ എന്റെ തലയിൽ കെട്ടിവെക്കുവാൻ ശ്രമിച്ചു. അത്തരം അടിച്ചേല്പിക്കലുകളെ എനിക്ക് അംഗീകരിക്കുവാൻ കഴിഞ്ഞില്ല.

സ്വാഭാവികമായും ഇത് ഒരു പ്രതിസന്ധി ഘട്ടമാണ്. അപ്പോളത് ആരോടെങ്കിലും ഷെയർ ചെയ്തിരുന്നോ?

ആദ്യം വിചാരിച്ചിരുന്നത് എന്നെപ്പോലെ ഞാൻ മാത്രമേയുള്ളു എന്നാണ്. പിന്നെ മനസ്സിലായി എന്നെപ്പോലെ ഞാൻ മാത്രമല്ല നിരവധി പേർ ഉണ്ടെന്നുള്ള കാര്യം. കേരളത്തിൽ വെച്ചുതന്നെ എനിക്കു രണ്ടു മൂന്നു ഫ്രണ്ട്സിനെ ലഭിച്ചിരുന്നു. അവരോട് ഞാൻ എന്റെ പ്രശ്നങ്ങൾ ഷെയർ ചെയ്തിരുന്നു. പക്ഷേ, ആൺകുട്ടിയായി ജീവിക്കുവാൻ കഴിയുമോ എന്നുള്ള കാര്യം അറിയില്ലായിരുന്നു. എന്റെ അമ്മ മരിച്ചതിനു ശേഷമാണ് ഞാൻ ബാംഗ്ലൂരിലേക്കു മാറുന്നത്. ആ സമയം വീട്ടിൽ നിന്നും ഭയങ്കര സമ്മർദ്ദങ്ങളുണ്ടായി. ഒരു പെൺകുട്ടിയെപ്പോലെ ജീവിക്കണം, വിവാഹം കഴിക്കണം. കുട്ടികളുടെ അമ്മയാകണം. ഭർത്താവ് പറയുന്നതെല്ലാം അനുസരിക്കണം. ആൺകുട്ടികളുടെ വേഷങ്ങൾ ഉപേക്ഷിക്കണം എന്നിങ്ങനെ നിരന്തരമായി ബന്ധുക്കൾ ഉപദേശിക്കുവാൻ തുടങ്ങി. എനിക്കത് സ്വീകരിക്കുവാൻ കഴിഞ്ഞില്ല. വിവാഹത്തോടു താല്പര്യമുണ്ടായിരുന്നു. ഒരു ആണിനെയല്ല. ഒരു പെൺകുട്ടിയെ വിവാഹം കഴിക്കുവാനായിരുന്നു എന്റെ താല്പര്യം. അത് വീട്ടുകാരോട് പറയാൻ പറ്റില്ല. രണ്ട് വഴികളേ എന്റെ മുൻപിലുണ്ടായിരുന്നുള്ളു. ഒന്നുകിൽ ആത്മഹത്യ ചെയ്യുക അല്ലെങ്കിൽ ഓടിപ്പോവുക. ഓടിപ്പോകുന്നുവെങ്കിൽ ആരോട് അത് പറയുമെന്നുള്ള ആശങ്കയുണ്ടായി. ആ സമയത്ത് സേലത്ത് ഒരു എം എസ് എം ഗ്രൂപ്പ് പ്രവർത്തിക്കുന്നുണ്ടായിരുന്നു. അവർ ബോംബെയിൽ നടത്തിയ പരിപാടിയിൽ പങ്കെടുത്തതു വഴി കൂടുതൽ ആളുകളെ പരിചയപ്പെട്ടു. ഗേ, ലെസ്ബിയൻ, ട്രാൻസ്ജന്റേഴ്സ് അങ്ങനെ പല ആളുകളെയും പരിചയപ്പെട്ടപ്പോൾ അത് വലിയൊരു സമാധാനമായി.

കേരളത്തിൽ ജീവിക്കുന്ന സമയത്ത് സോനു പെൺകുട്ടിയായിരുന്നു. പെൺകുട്ടിയെ വിവാഹം കഴിക്കാനാണ് താല്പര്യമെന്നും പറഞ്ഞു. സ്ത്രീ – സ്ത്രീ ബന്ധത്തെ ലെസ്ബിയൻ എന്നാണ് പറഞ്ഞുവരാറുള്ളത്.

അതേ. എനിക്കും ആദ്യം തോന്നിയത് ഞാൻ ഒരു ലെസ്ബിയൻ ആണെന്നാണ്. പിന്നീട് മനസ്സിലായി ഞാൻ അത് അല്ലായെന്ന്. എന്റെ പ്രശ്നം വേറെയാണ്. പുരുഷനെപ്പോലെ ജീവിക്കുവാനാണ് ഞാൻ ആഗ്രഹിക്കുന്നത്. ആ നിലയിലാണ് എനിക്ക് പെൺകുട്ടികളോട് താല്പര്യമുണ്ടാകുന്നത്.

ഒരു ആൺകുട്ടിയായി മാറണമെന്നു തോന്നിയത് എപ്പോഴാണ്?

മൂന്നാം ക്ലാസിൽ പഠിക്കുമ്പോഴേ പെൺകുട്ടികളോട് ആകർഷണമുണ്ടായിരുന്നു. കുട്ടിക്കാലത്ത് ഡ്രസ് വാങ്ങുമ്പോൾ എനിക്ക് ആൺകുട്ടികളുടെ വേഷങ്ങളോടായിരുന്നു താല്പര്യം. അമ്മയോടു പറയുമ്പോൾ

അമ്മ വഴക്കുപറയും. പെൺകുട്ടികളുടെ ഡ്രസ് വാങ്ങിത്തരും. വളരെ ചെറുപ്പത്തിലേ ഞാൻ എന്റെ പ്രശ്നങ്ങളെ തിരിച്ചറിഞ്ഞു തുടങ്ങിയിരുന്നു.

ആൺകുട്ടിയായി മാറുവാനുള്ള തീരുമാനത്തെ വീട്ടുകാർ അംഗീകരിച്ചിരുന്നോ?

അവർ അംഗീകരിച്ചിരുന്നില്ല. യഥാർത്ഥത്തിൽ ഞാൻ 'ട്രാൻസ്മെൻ' ആയത് എന്റെ കുടുംബത്തിൽ ഉള്ളവർക്ക് അറിയില്ല. അച്ഛനും അമ്മയും മരിച്ചുപോയി. ഇനിയുള്ളത് കുറച്ചു ബന്ധുക്കളേയുള്ളു. അവർക്ക് ഒരിക്കലും എന്റെ പ്രശ്നങ്ങൾ മനസ്സിലാക്കുവാൻ കഴിയില്ല. ചെറുപ്പം മുതലേ എന്നെ വഴക്കു പറയുവാനും പരിഹസിക്കുവാനും ബന്ധുക്കൾ ഉത്സാഹിച്ചിരുന്നു. അവരിൽനിന്നും വലിയ മാനസിക പീഡനങ്ങളാണ് ഞാൻ അനുഭവിച്ചത്. സ്കൂളിൽനിന്നും കോളേജിൽനിന്നും മാനസികമായി നിരവധി പ്രയാസങ്ങളനുഭവിച്ചിരുന്നു.

കോളേജ് പഠനകാലത്തെ അനുഭവങ്ങൾ എന്തൊക്കെയാണ്? കോളേജ് തലത്തിലാണ് ഇത്തരം വ്യക്തിത്വങ്ങൾ കൂടുതലായി പരിഹസിക്കപ്പെടാറുള്ളത്?

ഞാൻ പഠിച്ചത് വിമെൻസ് കോളേജിലാണ്. ആ സമയത്തുള്ള എന്റെ വേഷം പാന്റും ഷർട്ടുമായിരുന്നു. മുടി ബോയ്കട്ട് ചെയ്തിരുന്നു. ദൂരെനിന്നു നോക്കിയാൽ ഒരു ആൺകുട്ടിയെപ്പോലെയേ തോന്നുകയുള്ളു. എന്റെ ലുക്ക് കണ്ടിട്ട് അവിടെ പഠിക്കുന്ന പെൺകുട്ടികളുടെ മാതാപിതാക്കൾ പ്രിൻസിപ്പലിനോട് പരാതി പറഞ്ഞു. എന്തിനാണ് വിമെൻസ് കോളേജിൽ ആൺകുട്ടിക്ക് അഡ്മിഷൻ കൊടുത്തത് എന്ന രീതിയിൽ ചർച്ചകളായി. പ്രിൻസിപ്പൽ എന്നെ വിളിച്ചു സംസാരിച്ചു. 'താൻ ആണാണോ പെണ്ണാണോ, ഇവിടെ പഠിക്കുന്നത് പെൺകുട്ടികളാണ്. പെൺകുട്ടികളുടെ വേഷം ധരിച്ച് കോളേജിൽ വരണം' എന്നു തുടങ്ങി. പ്രിൻസിപ്പൽ വളരെ മോശമായി സംസാരിച്ചു. എനിക്ക് ഇഷ്ടപ്പെട്ട വേഷം ഞാൻ ധരിക്കുന്നു. അതിനു കുഴപ്പമെന്താ എന്നു ചോദിച്ചപ്പോൾ പ്രിൻസിപ്പലിനു ദേഷ്യമായി. വീട്ടിൽനിന്നും അമ്മയെ വിളിച്ചുവരുത്തി അമ്മയോടും പ്രിൻസിപ്പൽ മോശമായി സംസാരിച്ചു. അതിനുശേഷം കോളേജിൽ അധികം പേരും എന്നോടു സംസാരിക്കില്ല. ഒരു വിചിത്രജീവിയെപ്പോലെ സൂക്ഷിച്ചു നോക്കും. ക്ലാസ് എടുക്കാൻ വരുന്ന പ്രൊഫസർമാർ എന്നെ ശ്രദ്ധിക്കുകയോ സംസാരിക്കുകയോ ചെയ്യില്ല, ആകെക്കൂടി കോളേജിലെ അന്തരീക്ഷം മാറി. മാനസികമായി പൊരുത്തപ്പെടുവാൻ കഴിഞ്ഞില്ല. ആ സമയത്ത് അമ്മയ്ക്ക് ആരോഗ്യപ്രശ്നങ്ങളുമുണ്ടായി. അതുകൊണ്ട് പഠിത്തത്തിൽ ശ്രദ്ധിക്കുവാൻ കഴിഞ്ഞില്ല.

ഫീമെയിൽ ടു മെയിൽ ആയി മാറുന്നത് ബാംഗ്ലൂരിൽ എത്തിയിട്ടാണോ?

അതെ, ബാംഗ്ലൂരിൽ എത്തിയതിനു ശേഷമാണ് ഞാൻ ലിംഗമാറ്റ ശസ്ത്രക്രിയ നടത്തുന്നത്. ബാംഗ്ലൂരിലെ ജാമിയ ഹോസ്പിറ്റലിൽ വെച്ചാണ് അത് നടന്നത്. പല ഹോസ്പിറ്റലുകളിലും ഇത്തരം ശസ്ത്ര ക്രിയകൾ ഇല്ല. ഫീമെയിൽ ടു മെയിൽ ആകുന്നവർ കുറവാണ്. ഇന്ത്യ യിലെ ഭൂരിപക്ഷം ഹോസ്പിറ്റലുകളിലും ഇത്തരം ശസ്ത്രക്രിയകളെ ക്കുറിച്ച് ഡോക്ടേഴ്സിന് അറിവില്ല. ഇപ്പോൾ ചെറിയ ധാരണകൾ ഒക്കെ യുണ്ട്. സ്ത്രീയിൽനിന്നും പുരുഷനായി മാറുന്നതിന് കൂടുതൽ ശസ്ത്ര ക്രിയകൾ വേണ്ടിവരും. ആദ്യഘട്ടത്തിൽ ബ്രസ്റ്റ് റിമൂവ് ചെയ്യും. അടു ത്തഘട്ടത്തിലാണ് യൂട്രസ് റിമൂവ് ചെയ്യുന്നത്. എനിക്ക് ഇപ്പോൾ ബ്രസ്റ്റ് മാത്രമേ മാറ്റിയിട്ടുള്ളു. അടുത്ത ഓപ്പറേഷനായി വെയ്റ്റ് ചെയ്യുകയാണ്.

ഫീമെയിൽ ടു മെയിൽ ചെയ്ഞ്ച് അതീവ സങ്കീർണ്ണവും അപകടകരവു മായ ശസ്ത്രക്രിയയാണ്. ലിംഗമാറ്റ ശസ്ത്രക്രിയയുടെ പ്രൊസീജ്യറു കൾ എന്തൊക്കെയാണ്?

രണ്ടു വർഷത്തോളം കൗൺസലിങ് ഉണ്ട്. അതിനുശേഷം ഡോക്ടർമാർ സർട്ടിഫൈ ചെയ്യണം ഈ ആൾ ട്രാൻസ്ജന്റർ ആണെന്ന്. അതിൽനിന്നും മാറില്ലായെന്ന് ഡോക്ടർമാരുടെ തീരുമാനം ഉണ്ടായിക്ക ഴിഞ്ഞാൽ പിന്നെ ഹോർമോൺ ട്രീറ്റ്മെന്റാണ്. അത് ആറുമാസത്തോള മുണ്ടാകും. അതിനുശേഷം ബ്രസ്റ്റ് റിമൂവ് ചെയ്യുന്നു. എനിക്ക് ചില സാമ്പ ത്തിക പ്രയാസങ്ങൾ ഉണ്ടായതുകൊണ്ട് ഒരു വർഷം താമസിച്ചാണ് ബ്രസ്റ്റ് റിമൂവിങ് നടത്തിയത്. അതിനു മാത്രം എൺപതിനായിരത്തോളം രൂപ ചെലവായി. ഇപ്പോൾ ബാംഗ്ലൂരിലെ ഗവൺമെന്റ് വിക്ടോറിയ ഹോസ്പിറ്റലിലും മറ്റും ഇത്തരം ശസ്ത്രക്രിയകൾ നടത്തുന്നുണ്ട്. അതിന് ഏതാണ്ട് നാല്പത് അമ്പതു രൂപയോടടുത്ത് ചെലവു വരുന്നുള്ളു. എന്റെ യൂട്രസ് റിമൂവിങ് ചെയ്യാനുണ്ട്. ഡോക്ടർമാരുടെ അഭിപ്രായവ്യത്യാസങ്ങൾമൂലം അത് നീണ്ടുപോവുകയാണ്. ചില ഡോക്ടർമാർ അതിനെ അനുകൂലിക്കുമ്പോൾ ചിലർ അനുകൂലിക്കാതെ നില്ക്കുന്നു. അവർ തമ്മിലുള്ള അഭിപ്രായസമന്വയമില്ലായ്മയാണ് താമ സിക്കാൻ കാരണം.

എസ് ആർ എസ് (sexual reassignment surgery) ചെയ്യുവാനുള്ള സാമ്പത്തികം കണ്ടെത്തിയത് എങ്ങനെയാണ്?.

സാമ്പത്തിക പ്രയാസങ്ങളുണ്ടായിരുന്നു. ഞാൻ ജോലി ചെയ്യുന്ന സ്ഥാപനത്തിൽ നിന്നും ചെറിയ ലോൺ എടുത്തിരുന്നു. പിന്നെ എന്റെ സുഹൃത്തുക്കൾ ധാരാളമായി സഹായിച്ചു. അങ്ങനെയാണ് ഒന്നാംഘട്ട ഓപ്പറേഷൻ പൂർത്തിയാക്കിയത്.

ബാംഗ്ലൂരിൽ ഇപ്പോൾ ലെസ്ബിയൻസ്, ട്രാൻസ്ജന്റേഴ്സ് ഉൾപ്പെടെ യുള്ള ലൈംഗിക ന്യൂനപക്ഷങ്ങൾ ധാരാളമുണ്ടല്ലോ. ഇത്തരക്കാർക്കായി

സർക്കാരിന്റെ ഭാഗത്തുനിന്നും എന്തെങ്കിലും പരിഗണകൾ ലഭിക്കുന്നുണ്ടോ?

തമിഴ്നാട്ടിൽ ട്രാൻസ്ജന്റർ വെൽഫെയർ ഉണ്ട്. അതിൽ പക്ഷേ, അറവാണികൾ (മെയിൽ ടു ഫീമെയിൽ ആയവർ) മാത്രമേ ഉൾപ്പെടുന്നുള്ളു. അവർക്കായി ക്ഷേമപദ്ധതികൾ നടത്തപ്പെടുന്നു. കർണ്ണാടകയിൽ പക്ഷേ, ട്രാൻസ് വിഭാഗത്തിൽപ്പെട്ട എല്ലാവരെയും ഒന്നുപോലെ പരിഗണിക്കുന്നു.

ലിംഗമാറ്റ ശസ്ത്രക്രിയയ്ക്കുശേഷം ബോധം വന്നപ്പോൾ ആദ്യം തോന്നിയതെന്താണ്?

ഞാൻ വളരെ സന്തോഷത്തിലായിരുന്നു. മരിക്കുന്നതിനുമുമ്പുള്ള എന്റെ ആഗ്രഹങ്ങൾ സാധിച്ചു. ഒരു പുരുഷനെപ്പോലെ ആയി മാറുവാൻ എനിക്കു കഴിഞ്ഞു. ഹോസ്പിറ്റലിലേക്കു പോകുമ്പോൾ പലരും എന്നോട് ഭയമുണ്ടോയെന്നു ചോദിച്ചിരുന്നു. എനിക്കു ഭയമില്ലായിരുന്നു. പുതിയൊരു വ്യക്തിയായി മാറുവാൻ പോകുന്നതിന്റെ പ്രതീക്ഷയിലായിരുന്നു ഞാൻ. മീശയും താടിയും ഇല്ലെങ്കിലും എനിക്കു പുരുഷനായി മാറണമെന്നു തീരുമാനിച്ചിരുന്നു. ഹോർമോൺ ചികിത്സകൊണ്ട് ഫീമെയിൽ ആയിട്ടുള്ള ശബ്ദം പുരുഷന്റേതുപോലെയായി. ഞാനിപ്പോൾ വളരെ സന്തോഷമായിക്കഴിയുന്നു.

സോനുവിന്റെ ഇപ്പോഴത്തെ പ്രവർത്തനമേഖലകൾ എന്തൊക്കെയാണ്?

ഞാനിപ്പോൾ സംഗമയിൽ പ്രവർത്തിക്കുന്നു. പ്രോഗ്രാം ഓഫീസറായിട്ടാണ് പ്രവർത്തിക്കുന്നത്. കമ്യൂണിറ്റികളുടെ പ്രവർത്തനങ്ങളെ ഏകോപിപ്പിക്കുന്നു. അവർക്കുള്ള ബോധവല്കരണത്തിനുള്ള പ്രവർത്തനങ്ങൾ അറേഞ്ച് ചെയ്യുന്നു. സംഗമയുടെ പ്രവർത്തനങ്ങളുമായി സഹകരിക്കുന്നതിനുമുമ്പ് സുരക്ഷയെന്ന പ്രോജക്ടിൽ പ്രവർത്തിച്ചിരുന്നു.

ഫീമെയിൽ ടു മെയിൽ ആയതിനു ശേഷം കാഴ്ചപ്പാടിൽ വന്ന മാറ്റങ്ങൾ എന്തൊക്കെയാണ്?

ആദ്യം പൊതുസമൂഹത്തിലേക്കിറങ്ങുവാൻ എനിക്കു ഭയമുണ്ടായിരുന്നു. ആളുകളുടെ പ്രതികരണങ്ങൾ എങ്ങനെയാണ് എന്നു പറയുവാൻ പറ്റില്ലല്ലോ. വഴിയിലൂടെ നടന്നുപോകുമ്പോൾ പലരും എന്റെ ശബ്ദം കേട്ട് തിരിഞ്ഞുനോക്കിയിട്ടുണ്ട്. ചിലർ അടുത്തുവന്നിട്ട് ആണാണോ പെണ്ണാണോ എന്ന് അന്വേഷിച്ചിക്കുന്നുണ്ട്. പുറത്തുപോകുമ്പോൾ ഏത് ബാത്ത്റും – സ്ത്രീക്കുള്ളതോ പുരുഷനുള്ളതോ തിരഞ്ഞെടുക്കണമെന്നുള്ള കാര്യത്തിൽ ഒരു കൺഫ്യൂഷൻ ഉണ്ടായിട്ടുണ്ട്. സ്ത്രീകൾക്കു വേണ്ടിയുള്ളതിൽ കയറിയാൽ, അവർ എന്തുവിചാരിക്കും എന്നു ചിന്തി

ച്ചിട്ടുണ്ട്. അതുപോലെ ജോലിതേടി ഓരോ സ്ഥലങ്ങളിൽ പോകുമ്പോൾ അവിടെ എന്തു പറയുമെന്ന് സ്ത്രീയാണെന്നു പറഞ്ഞാൽ പിന്നീട് അതല്ലാന്നറിഞ്ഞാൽ കുഴപ്പമാകും. പുരുഷനാണെന്നുപറയുമ്പോൾ അതല്ലന്നറിയുമ്പോൾ പിന്നീടു കുഴപ്പമാകും. അതുകൊണ്ട് ട്രാൻസ്മെൻ എന്ന ഐഡന്റിറ്റിയാണ് ഞാൻ പറയുന്നത്. ഇടയ്ക്ക് ജോലി കിട്ടിയ സ്ഥാപനത്തിൽ വളരെക്കുറച്ചുനാൾ മാത്രമേ ജോലി ചെയ്തിരുന്നുള്ളു. അവർ എന്നെ 'ഷീ' എന്നാണ് പറഞ്ഞിരുന്നത്. അത് എനിക്കു വലിയ ബുദ്ധിമുട്ടായിരുന്നു. ഇപ്പോൾ വർക്കു ചെയ്യുന്നിടത്ത് അത്തരത്തിലുള്ള പ്രശ്നങ്ങൾ ഒന്നുമില്ല. എല്ലാവരും വാടാ – പോടാ വിളികൾ ഒക്കെയാണുള്ളത്. കൂടുതൽ കംഫർട്ടബിൾ ആയി അനുഭവപ്പെടുന്നു.

സോനു ബാംഗ്ലൂരിൽ നിന്നും കേരളത്തിലേക്ക് മടങ്ങിയെത്തുമോ?

കേരളത്തിൽ സ്ഥിരമായി നില്ക്കുവാൻ താല്പര്യമില്ല. ഞങ്ങളെപ്പോലുള്ളവർക്ക് ജീവിക്കുവാൻ പറ്റിയ സാഹചര്യം കേരളത്തിലില്ല. പൊതുസമൂഹത്തിനു ഞങ്ങളെപ്പോലുള്ളവരെ അംഗീകരിക്കുവാൻ മടിയാണെന്നുമാത്രമല്ല മാനസികമായും ശാരീരികമായും ആക്രമിക്കുകയും ചെയ്യാറുണ്ട്. പഴയ പത്രങ്ങൾ എടുത്തു പരിശോധിച്ചാൽ ഞെട്ടിക്കുന്ന വാർത്തകൾ കാണുവാൻ കഴിയും. ലെസ്ബിയനുകൾ, ട്രാൻസ്ജന്ററുകൾ ജീവിക്കുവാൻ നിവൃത്തിയില്ലാതെ ആത്മഹത്യ ചെയ്തിരുന്നു. സാമൂഹ്യമായും സാംസ്കാരികമായും ഒരുപാട് ഉയരങ്ങളിൽ നില്ക്കുന്നുവെന്നു പറയുന്ന കേരളത്തിന് പരമ്പരാഗത രീതിയിലുള്ള സ്ത്രീ – പുരുഷ ബന്ധങ്ങൾക്കപ്പുറത്തുള്ള വ്യക്തികളെ ഉൾക്കൊള്ളുവാൻ കഴിയുന്നില്ല. ട്രാൻസ്ജന്ററായ, ഗേയായ ലെസ്ബിയൻ ആയ ആളുകൾക്ക് ജെന്റർ ഐഡന്റിറ്റി വെളിപ്പെടുത്താനുള്ള സ്പെയ്സ് ഇല്ല. ബാംഗ്ലൂരിലാണെങ്കിൽ ലൈംഗിക ന്യൂനപക്ഷങ്ങൾക്ക് പൊതുസമൂഹത്തിൽ നിന്നും ഭീഷണികളോ ആക്രമണങ്ങളോ ഒന്നും തന്നെയില്ല. വളരെ കംഫർട്ടബിൾ ആയ അന്തരീക്ഷമാണ് ബാംഗ്ലൂരിലുള്ളത്. അതുകൊണ്ടുതന്നെയാണ് കേരളമുൾപ്പെടെയുള്ള സംസ്ഥാനങ്ങളിൽ നിന്നും പലരും ബാംഗ്ലൂരിലേക്കു മാറിത്താമസിക്കുന്നത്. കുറച്ചുനാൾ കഴിഞ്ഞ് കേരളത്തിലേക്കു തിരിച്ചുവന്നിട്ട് എന്റെ ഐഡന്റിറ്റി വെളിപ്പെടുത്തണമെന്ന് എനിക്ക് ഒരു ആഗ്രഹമുണ്ട്.

ഭാഗം മൂന്ന്
ബൈസെക്ഷ്വൽസ്

1

ബൈസെക്ഷ്വൽസ് – ചരിത്രം, സിദ്ധാന്തം

ഒരു വ്യക്തിക്ക് ഒരേ സമയം സ്ത്രീയോടും പുരുഷനോടും പ്രണയം, രതി തുടങ്ങി ശാരീരികാകർഷണങ്ങൾ പ്രകടമാകുന്നുവെങ്കിൽ അത്തരം വ്യക്തിത്വങ്ങളെ ഉഭയലിംഗപരത(Bisexuals)യുള്ളവർ എന്നു വിശേഷിപ്പിക്കുന്നു. ലിംഗവ്യക്തിത്വത്തിലെ ഒരു സവിശേഷ ഭാഗമാണിത്. ഒരേ സമയം ഭിന്നവർഗ്ഗലൈംഗികതയുടെയും സ്വവർഗ്ഗലൈംഗികതയുടെയും ഭാഗമായിത്തീരുവാൻ ഇവർക്ക് കഴിയുന്നു. ഉഭയലിംഗപരതയുള്ള ഒരു വ്യക്തി തന്റെ ശാരീരിക മാനസിക വളർച്ചയുടെ ഘട്ടങ്ങളിൽ തന്റെ വ്യക്തിത്വം കൃത്യമായി തിരിച്ചറിയുന്നില്ല. മാറിമാറി വരുന്ന ലൈംഗികാഭിരുചികൾ മൂലം കടുത്ത മാനസിക സമ്മർദ്ദത്തിനടിമയാകുന്ന ഇക്കൂട്ടരിൽ ചിലർ മനോരോഗികളായി മാറുകയോ ആത്മഹത്യ ചെയ്യുകയോ ചെയ്യാറുണ്ട്. ഏതെങ്കിലുമൊരു പ്രത്യേക സന്ദർഭത്തിലാണ് ഓരോരുത്തരും ഉഭയലിംഗപരത തിരിച്ചറിയുന്നത്.

സ്വവർഗ്ഗാനുരാഗത്തെപ്പോലെ ഉഭയലിംഗപരതയ്ക്കും ജനിതകമായ കാരണമാണുള്ളത്. പ്രാചീന ഗ്രീക്ക്, റോമൻ സമൂഹങ്ങളിൽ ബൈസെക്ഷ്വലുകൾ ധാരാളമുണ്ടായിരുന്നു. ആ കാലഘട്ടത്തിൽ വ്യക്തികൾ കൂടുതലായി അംഗീകരിക്കപ്പെട്ടിരുന്നത് ബന്ധങ്ങളുടെ അടിസ്ഥാനത്തിലായിരുന്നു.

ബൈസെക്ഷ്വൽസിനെ സംബന്ധിച്ചിടത്തോളം സ്വവർഗ്ഗാനുരാഗികളെപ്പോലെ തന്നെ പ്രണയവും രതിയും പ്രാധാന്യത്തോടെ കൈകാര്യം ചെയ്യപ്പെടുന്ന വിഷയമാണ്. ലൈംഗികതയിൽ ഉഭയലിംഗപരതയുള്ളവർ ആധിപത്യവിധേയത്വ സ്വഭാവങ്ങൾ മാറിമാറി പരീക്ഷിക്കുന്നു. സ്ത്രീയുമായുള്ള ബന്ധത്തിൽ ഇവർ ആധിപത്യ സ്വഭാവമാണ് പുലർത്തുന്നതെങ്കിൽ പുരുഷനുമായുള്ള ബന്ധത്തിൽ വിധേയത്വ ഭാവം പുലർത്തുന്നു. ഇത്തരമൊരു വിശദീകരണം ആപേക്ഷികമാണ്. വ്യക്തിയുടെ ശാരീരി

കഘടന, മനോനില, ലൈംഗികാഭിരുചികൾ തുടങ്ങിയവയനുസരിച്ച് ബൈസെക്ഷ്വൽസിൽ ആധിപത്യവിധേയത്വ സ്വഭാവങ്ങൾക്കു മാറ്റങ്ങൾ വരാവുന്നതാണ്.

ബൈസെക്ഷ്വൽസ് നേരിടുന്ന വെല്ലുവിളികൾ നിരവധിയാണ്. സാമൂഹ്യസദാചാരത്തിന്റെ, കുടുംബ – സംവിധാനങ്ങളുടെ ഭാഗമായി ജീവിക്കുവാൻ ഇവർ പലപ്പോഴും നിർബ്ബന്ധിതരാകാറുണ്ട്. സ്ത്രീയും പുരുഷനും ഹെട്രോസെക്ഷ്വലായിരിക്കുമ്പോൾതന്നെ ഹോമോസെക്ഷ്വൽ ബന്ധത്തിലേക്കു പോകുന്നത് പങ്കാളിക്ക് അംഗീകരിക്കുവാൻ കഴിയുകയില്ല. തന്റെ ബൈസെക്ഷ്വൽ ആഭിമുഖ്യം വെളിപ്പെടുത്തിയാൽ സ്വവർഗ്ഗരതിക്കാരനായി/സ്വവർഗ്ഗരതിക്കാരിയായി മുദ്രകുത്തപ്പെടുമെന്നു ഭയക്കുന്ന പലരും ഒളിച്ചു കഴിയുവാനാണ് താല്പര്യം പ്രകടിപ്പിക്കുന്നത്. ബൈസെക്ഷ്വലായ ഒരു വ്യക്തിക്ക് തന്റെ ഐഡന്റിറ്റി യഥാസമയം തിരിച്ചറിയുവാനോ മാതാപിതാക്കളെ ബോദ്ധ്യപ്പെടുത്തുവാനോ കഴിയില്ല. വിവാഹമെന്ന പ്രക്രിയയിലേക്കു നിർബ്ബന്ധിതമായി നയിക്കപ്പെടുമ്പോഴാണ് ഇവർ പ്രതിസന്ധിയിലാകുന്നത്. ചിലർ തന്ത്രപരമായി ഹെറ്ററോസെക്ഷ്വലായി മാറിക്കൊണ്ട് തങ്ങളുടെ സാമൂഹ്യപദവി ഭദ്രമാക്കുന്നു. വിവാഹത്തിലൂടെ സംതൃപ്ത ദാമ്പത്യജീവിതവും വംശവർദ്ധനവും ചില ബൈസെക്ഷ്വൽസിനു ലഭിക്കുമ്പോൾ നാല്പതുശതമാനത്തിലധികം പേർ പരാജിതരായി മാറുന്നു.

കേരളീയ സമൂഹത്തിൽ പ്രത്യക്ഷതലത്തിൽ ബൈസെക്ഷ്വൽ ഐഡന്റിറ്റി വെളിപ്പെടുത്തിയവർ ആരും തന്നെയില്ല. കമ്യൂണിറ്റിക്കുള്ളിൽ പലരും തുറന്നു പറയുമെങ്കിലും പൊതുസമൂഹത്തിൽ വെളിപ്പെടാൻ ആരും തയ്യാറല്ലെന്ന് സോഷ്യൽവർക്കറായ അജയ് അഭിപ്രായപ്പെടുന്നു. വർത്തമാനകാല സമൂഹത്തിൽ സെലിബ്രിറ്റികളായ ആഞ്ജലീന ജോളി, സണ്ണിലിയോൺ തുടങ്ങിയവർ തങ്ങളുടെ ബൈസെക്ഷ്വാലിറ്റിയെപ്പറ്റി തുറന്നു പറയുകയുണ്ടായി.

മനുഷ്യനെ സംബന്ധിച്ചിടത്തോളം സുപരിചിതമായ സ്ത്രീ–പുരുഷ ബന്ധത്തിനപ്പുറത്തുള്ള ചില മാതൃകകളാണ് ഉഭയലിംഗപരതയുള്ളവരടക്കമുള്ള ലൈംഗിക ന്യൂനപക്ഷങ്ങൾ. പരമ്പരാഗത നിലപാടുകളെ പിൻതുടരുന്നവരെ സംബന്ധിച്ചിടത്തോളം ട്രാൻസ്ജന്റേഴ്സും ബൈസെക്ഷ്വൽസും സ്വവർഗ്ഗാനുരാഗികളാണ്. യാഥാർത്ഥത്തിൽ ബൈസെക്ഷ്വൽസ് എന്നൊരു വിഭാഗത്തെക്കുറിച്ച് കേരളീയ സമൂഹത്തിന് വ്യക്തമായ ധാരണകൾ ഇല്ലായെന്നതാണ് വാസ്തവം. എന്നാൽ ബൈസെക്ഷ്വൽസിൽപ്പെട്ടവരുണ്ടെന്നത് യാഥാർത്ഥ്യമാണുതാനും. ഹെട്രോസെക്ഷ്വൽ ബന്ധങ്ങളും എം എസ് എം ബന്ധങ്ങളും ഒരുപോലെ നിലനിർത്തുന്ന ഇത്തരക്കാരാണ് വടക്കൻ കേരളത്തിൽ 'ആജ്യാർ' എന്ന് പരിഹസിക്കപ്പെടുന്നത്.

അനുഭവം/ ജീവിതം

വ്യവസ്ഥാപിതമായ ലിംഗധാരണകളെ മറികടക്കുന്ന വ്യക്തിത്വങ്ങളായ ബൈസെക്ഷ്വൽസ് മുഖ്യധാരാ സമൂഹത്തിന്റെ പ്രകടനപരതകൾക്കുള്ളിൽ സാഹസികമായി കഴിയുന്നവരാണ്. ലൈംഗികാഭിലാഷങ്ങൾ സ്ത്രീയോടും പുരുഷനോടും പ്രകടിപ്പിക്കുന്ന ഇക്കൂട്ടരിൽ ഭൂരിപക്ഷത്തിനും സമൂഹനിർമ്മിതമായ പുരുഷവേഷം നിർബ്ബന്ധിതമായി എടുത്തണിയേണ്ടിവരുന്നു. ബൈസെക്ഷ്വൽസിൽ പലരും കുടുംബ - ദാമ്പത്യബന്ധങ്ങളുമായി കഴിയുന്നവരും സ്വതന്ത്രമായി ജീവിക്കുന്നവരുമാണ്. ചിലരാകട്ടെ ശാരീരിക - മാനസിക സമ്മർദ്ദങ്ങൾ അനുഭവിക്കുമ്പോഴും 'സ്വയം തിരിച്ചറിയപ്പെടാത്തവരായി' നില്ക്കേണ്ടിവരുന്നു. തിരിച്ചറിവുണ്ടായവരാകട്ടെ ഭിന്നവർഗ്ഗലൈംഗികതയുടെ അധീശത്വ പ്രമാണങ്ങൾക്കു വിധേയരായും കഴിയുന്നു. സമൂഹം തിരിച്ചറിയുന്നവരെ മാനസിക - ശാരീരിക പീഡനങ്ങൾ കൊണ്ട് അടിച്ചമർത്തുമെന്ന് മനസ്സിലാക്കുന്ന ഇവർ തങ്ങളുടെ ധാരണകളെ/നിലപാടുകളെ കമ്യൂണിറ്റിക്കുവേണ്ടി പങ്കുവെക്കുന്നു. പ്രകൃതിയിലെ മനുഷ്യനിർമ്മിതമായ സദാചാരസങ്കല്പങ്ങളെ മാറ്റി നിർത്തി വൈവിദ്ധ്യങ്ങൾ എന്നെങ്കിലും അംഗീകരിക്കപ്പെടുമെന്ന വിശ്വാസത്തോടെ...

സങ്കീർണ്ണമാണ് ഈ ജീവിതം

അജയ് (കൊല്ലം)

അജയ്‌യുടെ ബാല്യകാലം?

ഞാൻ കൊല്ലത്താണ് ജനിച്ചുവളർന്നത്. സ്കൂൾ തലത്തിലേ എന്റെയൊരു വ്യത്യാസത്തെ തിരിച്ചറിഞ്ഞു. കലോത്സവത്തിന്റെയും മറ്റുമുള്ള സമയത്ത് പല കുട്ടികളും അടിച്ചമർത്തപ്പെടുന്നത് ഞാൻ കണ്ടിട്ടുണ്ട്.

ലൈംഗിക ന്യൂനപക്ഷങ്ങളുമായുള്ള സംഭാഷണത്തിൽനിന്ന് നമുക്കു മനസ്സിലാക്കുവാൻ കഴിയുന്ന ഒരു കാര്യം അവരിൽ ഭൂരിപക്ഷവും സ്കൂൾ കാലഘട്ടത്തിലേ ലൈംഗികമായി ചൂഷണം ചെയ്യപ്പെട്ടിരുന്നു. താങ്കൾക്ക് അത്തരത്തിലുള്ള എന്തെങ്കിലും അനുഭവങ്ങൾ ഉണ്ടായിട്ടുണ്ടോ?

അത്തരമൊരു അനുഭവം എനിക്കുണ്ടായിട്ടില്ല. ഞാനിപ്പോൾ കൊല്ലത്ത് പെഹ്ചാൻ പ്രോജക്ട് തലത്തിൽ കമ്യൂണിറ്റിക്ക് വേണ്ടി പ്രവർത്തിക്കുന്നു. ഇവിടെ എത്തിച്ചേരുന്ന ഭൂരിപക്ഷവും അവരുടെ ബാല്യകൗമാര അനുഭവങ്ങളെയാണ് കൂടുതലായി പങ്കുവെക്കുന്നത്. കൂടുതൽപേരും സ്കൂളിൽവെച്ച് ലൈംഗിക ചൂഷണങ്ങൾക്ക് ഇരയായിത്തീർന്നവരാണ്.

കുട്ടികളുടെ കൗമാരകാലഘട്ടം പലകാര്യങ്ങളുടേയും തിരിച്ചറിവിന്റെ കാലമാണ്. ആ ഒരു സമയത്ത് സ്വവർഗ്ഗരതി താല്പര്യങ്ങൾ കൃത്യമായി പ്രകടമാകുകയില്ലേ?

ഗേ, ലെസ്ബിയൻ, ട്രാൻസ്ജന്റേഴ്സിന്റെ മാറ്റങ്ങൾ അഞ്ചാം ക്ലാസു മുതലേ പ്രകടമാകും. ആ സമയം കൂടുതലും അവർക്ക് ഓപ്പോസിറ്റ് സെക്സിനോടായിരിക്കും താല്പര്യം. അത് പ്രത്യക്ഷതലത്തിലുള്ള

ലൈംഗികതയല്ലെങ്കിൽപ്പോലും വളരെ ആഴത്തിലുള്ള അടുപ്പവും ഇടപെടലുകളും കുട്ടികൾ തമ്മിൽ ഉണ്ടാകും. ഇത്തരം വിഷയങ്ങളെക്കുറിച്ച് അറിയാവുന്നവർ ശ്രദ്ധിച്ചാൽ അത്തരം കുട്ടികളെ വളരെപ്പെട്ടെന്നുതന്നെ തിരിച്ചറിയുവാൻ കഴിയും.

ഇത്തരമൊരു മാറ്റം കുടുംബത്തിനുള്ളിൽ തിരിച്ചറിയപ്പെട്ടിട്ടുണ്ടാകില്ലേ?

ഇവിടെ കൗൺസലിങ്ങിനു എത്തിയവരിൽ പലരും വിഷമത്തോടെ പറഞ്ഞിട്ടുള്ളത് അവരുടെ കുടുംബത്തിനുള്ളിൽ നിന്നുണ്ടാകുന്ന പരിഹാസങ്ങളാണ് അവരെ ഏറ്റവുമധികം വേദനിപ്പിച്ചിട്ടുള്ളതെന്നാണ്. സ്വന്തം അമ്മ പോലും അംഗീകരിക്കാത്ത അവസ്ഥയാണ് അവർക്ക് വിഷമം നല്കുന്നത്.

താങ്കളുടെ ഇത്തരമൊരു വ്യക്തിത്വത്തെ എപ്പോഴെങ്കിലും സമൂഹത്തിൽ വെളിപ്പെടുത്തിയിട്ടുണ്ടോ?

അത്തരത്തിലൊരു വെളിപ്പെടുത്തൽ ഞാനിതുവരെ നടത്തിയിട്ടില്ല. അതിനൊരു താല്പര്യം വന്നിട്ടില്ല.

താങ്കൾ അപ്പോൾ ആദൃശ്യനായി നില്ക്കുകയാണ്?

അതേ അദൃശ്യനായി നില്ക്കുന്നു. പൊതുസമൂഹത്തിന്റെ നിലപാടുകൾ ഭയാനകമാണ്. എന്റെ ഐഡന്റിറ്റി വെളിപ്പെടുത്തിയാൽ അത് കൂടുതൽ പ്രശ്നങ്ങൾ സൃഷ്ടിക്കുകയേയുള്ളൂ. കേരളത്തിലെയും ഇന്ത്യയിലെയും സാമൂഹ്യ, നിയമ, ഭരണസംവിധാനങ്ങൾ ഞങ്ങൾക്ക് വേണ്ടി നിലകൊള്ളുന്നില്ല. അതുകൊണ്ടുതന്നെ ബഹുഭൂരിപക്ഷവും ഐഡന്റിറ്റി വെളിപ്പെടുത്താതെ നില്ക്കുന്നവരാണ്.

താങ്കൾ സാമൂഹിക/സംഘടനാപ്രവർത്തനങ്ങൾ തുടങ്ങുന്നതെങ്ങനെയാണ്?

ചെന്നൈയിൽ നിന്നാണ് എന്റെ സാമൂഹ്യ പ്രവർത്തനം ആരംഭിക്കുന്നത്. 1998 ൽ ചെന്നൈയിലെ സഹോദരൻ എന്ന സംഘടനയ്ക്കു വേണ്ടി പ്രവർത്തിച്ചത് വലിയൊരു അനുഭവമായിരുന്നു. പ്രമുഖ ഫാഷൻ ഡിസൈനറായ സുനിൽ മേനോന്റെ കൂടെ പ്രവർത്തിക്കുവാൻ കഴിഞ്ഞത് വലിയൊരു ഭാഗ്യമാണ്. പാർശ്വവല്ക്കരിക്കപ്പെട്ടു പോകുന്ന സമൂഹത്തിനുവേണ്ടി പ്രവർത്തിക്കുവാൻ കഴിയുന്ന സാഹചര്യങ്ങളൊന്നും കേരളീയ സമൂഹത്തിലില്ല. ഒരുപാടു പരിമിതികൾക്കുള്ളിൽനിന്നാണ് എന്നെപ്പോലുള്ളവർ പ്രവർത്തിക്കുന്നത്. ബാംഗ്ലൂർ പോലെയുള്ള സ്ഥലങ്ങളിൽ സംഘടനാപ്രവർത്തനങ്ങൾ കുറെക്കൂടി സുഗമമാണ്.

നിലവിൽ താങ്കൾ പ്രവർത്തിക്കുന്ന സംഘടനയേതാണ്?

കൊല്ലം അടിസ്ഥാനമായ പെഹ്ചാൻ പ്രോജക്ടിലാണ് ഇപ്പോൾ

പ്രവർത്തിക്കുന്നത്. ഈ ഒരു സംഘടന പ്രവർത്തിക്കുന്നത് ലൗ ലാൻഡ് ആർട്സ് ക്ലബ് എന്ന പേരിലാണ്. കൊല്ലം ജില്ലയിൽ മാത്രം രജിസ്റ്റർ ചെയ്ത ആയിരത്തി അറുനൂറോളം പുരുഷസ്വവർഗ്ഗരതിക്കാരുണ്ട്. 2003 ലാണ് സംഘടന രൂപീകരിക്കുന്നത്. പ്രധാനമായും സ്വവർഗ്ഗരതിക്കാരുടെ സാമൂഹ്യ പ്രശ്നങ്ങൾക്കുവേണ്ടിയാണ് ലൗലാൻഡ് നിലകൊള്ളുന്നത്.

ലൗ ലാൻഡിന്റെ നിലപാടുകളും ലക്ഷ്യങ്ങളും എന്തൊക്കെയാണ്?

പ്രധാനമായും കമ്മ്യൂണിറ്റിയെ ശാക്തീകരിക്കുവാനുള്ള ശ്രമങ്ങളാണ് നടത്തുന്നത്. പിന്നെ എയ്ഡ്സ് പ്രതിരോധ പ്രവർത്തനങ്ങൾ നടത്തുക. ബോധവല്ക്കരണ ക്ലാസുകളും സെമിനാറുകളും നടത്തുക തുടങ്ങിയവയെല്ലാം സംഘടനയുടെ ലക്ഷ്യങ്ങളാണ്. സ്വവർഗ്ഗരതിക്കാരായുള്ള വ്യക്തികളെ മുഖ്യധാരാസമൂഹത്തിന്റെ ഭാഗമാക്കുവാനുള്ള പ്രവർത്തനങ്ങളും ലൗലാൻഡിന്റെ ലക്ഷ്യങ്ങളാണ്.

സ്വവർഗ്ഗരതിക്കാരായിട്ടുള്ള സാമൂഹ്യവിവേചനങ്ങൾ അവസാനിപ്പിക്കുന്നതിനുള്ള പ്രവർത്തനങ്ങളും സംഘടനയുടെ ഭാഗമായിട്ടുണ്ടാകുമല്ലോ?

സാമൂഹ്യ വിവേചനങ്ങൾ അവസാനിപ്പിക്കുന്നതിനുള്ള സെൻസിറ്റിസൈസേഷൻ പ്രോഗ്രാമുകൾ പൊലീസ് സ്റ്റേഷനുകളുമായി ബന്ധപ്പെട്ട് സംഘടിപ്പിക്കാറുണ്ട്. സ്വവർഗ്ഗരതിക്കാർക്ക് ഏറ്റവും കൂടുതൽ പ്രശ്നങ്ങളുണ്ടാകുന്നത് പൊലീസിന്റെ ഭാഗത്തുനിന്നുമാണല്ലോ. പ്രോഗ്രാമിന്റെ സമയത്തു പോസിറ്റീവായ പ്രതികരണങ്ങൾ ഉണ്ടാകുമെങ്കിലും പിന്നീട് ഓരോ പ്രശ്നമുണ്ടാകുമ്പോൾ പൊലീസുകാർ സ്വവർഗ്ഗരതിക്കാർക്ക് അനുകൂലമല്ലാത്ത നിലപാടുകളാണ് സ്വീകരിക്കാറുള്ളത്. ഇത്തരം പ്രോഗ്രാമുകൾ കൂടാതെ പഞ്ചായത്തുകളിലും ഹോസ്പിറ്റലുകളിലും ഒക്കെ ബന്ധപ്പെട്ടുകൊണ്ട് അഡ്വക്കസി പ്രോഗ്രാമുകൾ നടത്താറുണ്ട്. ഇപ്പോൾ പ്രകടമായ മാറ്റങ്ങൾ സമൂഹത്തിൽ ഉണ്ടാകുന്നു.

കേരളത്തിലുള്ള മറ്റു സംഘടനകൾ ഏതൊക്കെയാണ്.?

കേരളത്തിൽ ഏതാണ്ട് പത്തോളം സി ബി ഒകൾ (community based organisation) പ്രവർത്തിക്കുന്നുണ്ട്. ഇത്തരം സംഘടനകൾ സ്വവർഗ്ഗരതിക്കാരുടെ പ്രശ്നങ്ങളിൽ മാത്രമല്ല സാധാരണക്കാരുടെ പ്രശ്നങ്ങളിലും ഇടപെടാറുണ്ട്. പകർച്ചവ്യാധികൾ, മഴക്കാലജന്യരോഗങ്ങൾ എന്നിവയ്ക്കെതിരെ കൂട്ടായ്മകളും ബോധവല്ക്കരണ പ്രവർത്തനങ്ങളും നടത്താറുണ്ട്.

പഞ്ചായത്തു തലങ്ങളിലെ, അയൽക്കൂട്ടങ്ങളുമായിട്ടൊക്കെ സഹകരിച്ചുകൊണ്ടുള്ള പ്രവർത്തനങ്ങൾ, പ്രത്യേകിച്ചും സ്വവർഗ്ഗരതിയെപ്പോലുള്ള വിഷയങ്ങൾ താഴേതട്ടിലുള്ള സ്ത്രീകളെ ബോധവല്ക്കരിക്കാൻ കഴിയുമോ?

താഴേതട്ടിലുള്ള സ്ത്രീകളുടെ അറിവുകളെയും ധാരണകളെയും കുറിച്ച് സമൂഹത്തിനുള്ള മുൻവിധികളാണ് ഇത്തരമൊരു അഭിപ്രായത്തിനു പിന്നിലുള്ളത്. എന്റെ അറിവിൽ കോളനികളിലും ചേരികളിലുമുള്ള സ്ത്രീകൾ തങ്ങളുടെ ആൺകുട്ടിയെ പെൺകുട്ടിയായും പെൺകുട്ടിയെ ആൺകുട്ടിയായും വളർത്താറുണ്ട്. ഇത്തരക്കാർ കുട്ടികളുടെ മാറ്റങ്ങളെ ഒളിച്ചുവെക്കുവാൻ ശ്രമിക്കാറില്ല. അതേസമയം സാമ്പത്തികമായും സാമൂഹ്യമായും ഉന്നതിയിൽ നില്ക്കുന്ന സ്ത്രീകൾ തങ്ങളുടെ കുട്ടികൾക്കുണ്ടാകുന്ന മാറ്റങ്ങളെ ഒളിച്ചു പിടിക്കുവാനോ അല്ലെങ്കിൽ ചികിത്സയ്ക്കു വിധേയമാക്കുവാനോ ആണ് ശ്രമിക്കുക.

കേരളീയ സാഹചര്യത്തിൽ ലൈംഗികന്യൂനപക്ഷങ്ങൾക്ക് വെല്ലുവിളികൾ നേരിടേണ്ടിവരുന്നുണ്ട്. താങ്കളുടെ മുമ്പിലെത്തിയ പ്രശ്നങ്ങൾ എന്തൊക്കെയാണ്?

ലൈംഗിക ന്യൂനപക്ഷങ്ങൾക്ക് നിയമപരമായ യാതൊരു സംരക്ഷണങ്ങളും ലഭിക്കുന്നില്ല. കേരളത്തിന്റെയൊരു അവസ്ഥ അത്ഭുതപ്പെടുത്തുന്നതാണ്. ലൈംഗിക ന്യൂനപക്ഷത്തിന്റെ ഒരു കേസുപോലും ചാർജ്ജ് ചെയ്യപ്പെടുന്നില്ല. ഗേ/ലെസ്ബിയൻ/ട്രാൻസ്ജന്ററുകൾ ഒരു പരാതിയും കൊടുക്കുവാൻ തയ്യാറാവുന്നില്ല. അതാണ് കാരണം. തങ്ങളുടെ ഐഡന്റിറ്റി വെളിപ്പെട്ടുപോകുമെന്ന ഭയമാണ് അവരെ അതിൽ നിന്നും പിന്തിരിപ്പിക്കുന്നത്. എന്നാൽ വർത്തമാനകാലത്ത് കൊല്ലത്ത് ഒന്നുരണ്ടു കേസുകൾ ചർച്ച ചെയ്യപ്പെട്ടിട്ടുണ്ട്.

ഏതൊക്കെയാണ് ആ കേസുകൾ? അതിന്റെ വിശദാംശങ്ങൾ ഒന്നു പറയാമോ?

ഒരു കേസ് നടന്നത് കൊല്ലം ജില്ലയിലാണ്. കൊല്ലം ചവറയിലെ ഒരു സ്ഥാപനത്തിൽ ജോലി ചെയ്യുന്ന പയ്യനാണ് പീഡനത്തിന് ഇരയായത്. ഒരു വിവാഹത്തിന്റെ പാർട്ടിക്കു പോയിട്ട് രാത്രി കാറിൽ തിരിച്ചു വരുമ്പോൾ അവന്റെ ഓഫീസിലെ സഹപ്രവർത്തകർ തന്നെ അവനെ ആക്രമിച്ചു. നിവൃത്തിയില്ലാതെ അവൻ ഓടി രക്ഷപ്പെടുകയാണുണ്ടായത്. ആ രാത്രിയിൽ പത്തുമണിക്ക് അവൻ എന്നെ വിളിച്ചു. സാറേ ഇങ്ങനെയൊരു പ്രശ്നമുണ്ട് എന്നു പറഞ്ഞു. നാളെ രാവിലെ വാ നമുക്ക് പരാതി കൊടുക്കാമെന്നു പറഞ്ഞു. പക്ഷേ, ആ പയ്യൻ വരികയോ പിന്നീട് അതു കഴിഞ്ഞ് വിളിക്കുകയോ ചെയ്തില്ല, തന്റെ ഐഡന്റിറ്റി വെളിപ്പെടുമെന്നുള്ള ഭയമായിരിക്കാം അവനെ അതിൽനിന്നും പിന്തിരിയാൻ പ്രേരിപ്പിച്ച ഘടകം. മറ്റൊരു കേസ് ഉണ്ടാകുന്നത് ആലുവയിലാണ്. ഒരു ട്രാൻസ്ജന്ററായ വ്യക്തിയുടെ ബെർത്ത്ഡേ ആഘോഷിക്കുന്നതിനെ തടയുവാൻ അയൽക്കാരൻ ശ്രമിച്ചു. തന്റെ സ്വാതന്ത്ര്യത്തിനുവേണ്ടി ട്രാൻസ്ജന്ററും നിന്നപ്പോൾ അതു കൂടുതൽ പ്രശ്നമായി.

സ്വവർഗ്ഗരതി കമ്യൂണിറ്റിയിൽപെട്ടവർക്ക് ഒരു പങ്കാളി അവരുടെ ജീവിതത്തിലുണ്ടാകും. താങ്കൾക്ക് അത്തരമൊരു പങ്കാളിയുണ്ടോ ?

എനിക്ക് ഒരു പങ്കാളിയില്ല. സ്വതന്ത്രമായി ജീവിക്കുവാനാണ് ഞാനാഗ്രഹിക്കുന്നത്. കമ്മ്യൂണിറ്റിയെ ബഹുമാനിക്കുന്ന ഞാൻ കമ്യൂണിറ്റിക്കുവേണ്ടി സദാ പ്രവർത്തിക്കുവാൻ തയ്യാറാണ്.

കമ്യൂണിറ്റിക്കുവേണ്ടി പ്രവർത്തിക്കുന്ന സംഘടനകളിൽ പ്രവർത്തനങ്ങൾ നടത്തുന്നവർ ആ കമ്യൂണിറ്റികളിൽപെട്ടവരാണോ ?

അത്തരത്തിലുള്ള നിർബ്ബന്ധങ്ങളൊന്നുമില്ല. ഓഫീസിൽ കമ്യൂണിറ്റിയിൽപെട്ടവരല്ലാത്തവരും പ്രവർത്തിക്കുന്നുണ്ട്. ജോലിക്കായി വരുന്നവരോട് ആദ്യമേ കമ്യൂണിറ്റിയുടെ പ്രവർത്തനങ്ങളും നിലപാടുകളും വ്യക്തമാക്കാറുണ്ട്. അതിനോടു പൊരുത്തപ്പെടുന്നവരെയാണ് സ്റ്റാഫായി തെരഞ്ഞെടുക്കുക.

ഗേ, ലെസ്ബിയൻ ട്രാൻസ്ജന്ററുകളുടെ ബന്ധത്തെ പൊതുസമൂഹം വളരെ മുൻവിധിയോടെ പറഞ്ഞുവെക്കുകയാണ് ചെയ്യുന്നത്. ഇതുമാറേണ്ടതല്ലേ?

ഗേയ്സ് സുരക്ഷിതമായ തലത്തിലാണ് നമ്മുടെ സമൂഹത്തിൽ നില്ക്കുന്നത്. ഭൂരിപക്ഷം പേരും സാമ്പത്തിക ഭദ്രതയുള്ളവരും ഉയർന്ന ഉദ്യോഗങ്ങൾ വഹിക്കുന്നവരുമാണ്. അവരെ പൊതുസമൂഹം തിരിച്ചറിയുകയോ അവർ തങ്ങളുടെ ഐഡന്റിറ്റി വെളിപ്പെടുത്തുകയോ ചെയ്യാറില്ല. നമ്മുടെ സമൂഹത്തിലെ ട്രാൻസ്ജന്റേഴ്സിന്റെ അവസ്ഥയാണ് പരിതാപകരം. സാമ്പത്തികശേഷിയോ സാമൂഹ്യമായ പിന്തുണകളോ ഇല്ലാതെ കഷ്ടപ്പെടുന്ന നിരവധി പേരുണ്ട്. അവരെ സഹായിക്കുവാനുള്ള ശ്രമങ്ങളാണ് കമ്യൂണിറ്റി സംഘടനകൾ നടത്തുന്നത്. പകുതിയിലേറെപ്പേരും അടിച്ചമർത്തലുകളും ചൂഷണങ്ങളും നേരിടുമ്പോഴും അത് പുറത്തു പറയുവാൻ പോലും തയ്യാറാകുന്നില്ല. ക്വീയർ പ്രൈഡ് വന്നതിനു ശേഷം ഗേ-കളുടെ നിലപാടിന് മാറ്റമുണ്ട്. പെൺവേഷത്തിൽ നടക്കുന്നവരാണ് അവർ എന്ന പൊതുസമൂഹത്തിന്റെ നിലപാടുകൾ മാറി. ട്രാൻസ്ജന്റേഴ്സാണ് എന്നു അംഗീകരിക്കുവാൻ കഴിയുന്നുണ്ട്.

സുപ്രീം കോടതി വിധി വന്നപ്പോൾ കൊല്ലത്തെ കമ്യൂണിറ്റിക്കാർ നടത്തിയ പ്രതികരണങ്ങൾ എന്തൊക്കെയായിരുന്നു ?

കൊല്ലത്ത് ഒരു പ്രകടനം നടത്തുകയുണ്ടായി. അതിനോടൊപ്പം തന്നെ സ്വവർഗ്ഗരതിക്കാർക്കു വേണ്ടി ഒരു കൺവെൻഷനും നടത്തുകയുണ്ടായി. പലർക്കും 377 നെക്കുറിച്ച് വ്യക്തമായ ധാരണകൾ ഇല്ലായിരുന്നു. അതിന്റെ നിയമപരമായ പ്രശ്നങ്ങൾ, ലൈംഗിക ന്യൂനപക്ഷങ്ങൾക്കു ലഭിക്കേണ്ട അവകാശങ്ങൾ എന്നിവയെക്കുറിച്ച് കൺവെൻഷനിലൂടെ ബോധവല്ക്കരണം നടത്തി.

ലൈംഗിക ന്യൂനപക്ഷങ്ങളുടെ നിലപാടുകളോട് പൊതുസമൂഹത്തിലെ പല തരക്കാരായ വ്യക്തികൾ എതിർപ്പ് പ്രകടിപ്പിക്കാറുണ്ട്. ലൗ ലാൻഡിനോട് മതസ്ഥാപനങ്ങളുടെ പ്രതിഷേധങ്ങൾ ഉണ്ടായിട്ടുണ്ടോ?

ഒരിക്കലുമില്ല. ഇവിടെ നല്ല ഗ്രൗണ്ട് സപ്പോർട്ട് ലഭിക്കുന്നുണ്ട്. സംഘടനയുടെ പ്രധാന പ്രവർത്തനമേഖല രാമൻകുളങ്ങര മുതൽ ചവറ വരെയാണ്. ഗേ/ലെസ്ബിയൻ/ട്രാൻസ്ജൻഡേഴ്സ് യഥാർത്ഥത്തിലുണ്ട് എന്നത് സമൂഹത്തിനു ബോദ്ധ്യപ്പെട്ടിട്ടുണ്ട്. അതുകൊണ്ടുതന്നെ പ്രോജക്ടിന്റെ പ്രവർത്തനങ്ങളോട് ആരും പ്രത്യേകിച്ച് എതിർപ്പുകൾ ഒന്നും പ്രകടിപ്പിച്ചിട്ടില്ല.

ഗേ/ലെസ്ബിയനുകളുടെ ആത്മഹത്യകൾ നടന്നിട്ടുള്ള നാടാണ് കേരളം. സ്വവർഗ്ഗരതിക്കാരുടെ സംഘടനകൾ സജീവമായപ്പോൾ ആത്മഹത്യാ പ്രവണതകൾ കുറഞ്ഞിട്ടില്ലേ?

തീർച്ചയായും കുറഞ്ഞിട്ടുണ്ട്. ഒരു വ്യക്തിയിലുണ്ടാകുന്ന മാറ്റങ്ങൾ അയാൾതന്നെ തിരിച്ചറിയുമ്പോൾ ഉള്ളിൽ ഒരു സംഘർഷമുണ്ടാകുന്നുണ്ട്. അതിനേക്കാൾ ഭീകരമായ അവസ്ഥ ആ വ്യക്തിയുടെ അദ്ധ്യാപകരും മാതാപിതാക്കളും പരിഹസിക്കുകയും അപമാനിക്കുകയും ചെയ്യുമ്പോഴാണ്. ഞാൻ ഇപ്പോ ആത്മഹത്യ ചെയ്യും എന്നു പറഞ്ഞുവന്ന പല വ്യക്തികളെയും കൗൺസലിങ്ങിലൂടെ ജീവിതത്തിലേക്കു തിരിച്ചുകൊണ്ടുവരുവാൻ ഞങ്ങളുടെ പ്രവർത്തനങ്ങൾക്കു കഴിഞ്ഞിട്ടുണ്ട്.

ഗേ/ലെസ്ബിയൻസ് തന്റെ പങ്കാളിയോടൊത്ത് ഇപ്പോൾ പലയിടത്തും ജീവിച്ചുവരുന്നുണ്ട്. പക്ഷേ, അത്തരം ബന്ധങ്ങൾക്ക് പൊതുവേ ആയുസ്സ് കുറവാണ്. പലകാരണങ്ങൾകൊണ്ടും പെട്ടെന്ന് ബന്ധങ്ങൾ അവസാനിക്കുന്നു. താങ്കൾക്ക് എന്തു കാരണങ്ങളാണ് പറയുവാനുള്ളത്.

പ്രധാനമായും പൊസസീവ്നെസ് ആണ് പ്രധാനകാര്യമായി വരുന്നത്. ഇത്തരക്കാർ പെട്ടെന്ന് വയലന്റാകും. ഗേയിസിനെക്കാൾ ഇത്തരത്തിലുള്ള പ്രശ്നം കൂടുതലുള്ളത് ലെസ്ബിയൻസിനിടയിലാണ്. കേരളത്തിൽനിന്നും മൈഗ്രേറ്റ് ചെയ്ത് പോകുന്നവർക്കിടയിലും ഇത്തരം പ്രശ്നങ്ങളുണ്ട്.

ഗേയിസിനെക്കാൾ ലെസ്ബിയൻസിനേക്കാൾ കൂടുതൽ പ്രശ്നങ്ങൾ അനുഭവിക്കുന്നത് ബൈസെക്ഷ്വൽസ് അല്ലേ?

സങ്കീർണ്ണമായൊരു ജീവിതമാണ് ബൈസെക്ഷ്വൽസിനുള്ളത്. ഇത്തരം വ്യക്തികളെ അവരുടെ ഐഡന്റിറ്റിയെ അംഗീകരിക്കാതെ ചില കുടുംബക്കാർ വിവാഹം കഴിപ്പിക്കും. അവർക്ക് നിർബ്ബന്ധിതമായ ഒരു കുടുംബജീവിതം നയിക്കേണ്ടിവരുന്നു. ഒരുപാടുനാൾ തങ്ങളുടെ ഐഡന്റിറ്റിയെ ഒളിച്ചുവെക്കുവാൻ അവർക്ക് കഴിയില്ല. പക്ഷേ, അതു

വെളിപ്പെടുത്തിയാൽ അവരുടെ കുടുംബജീവിതം തകരും. സമൂഹത്തിലെ മാന്യത നഷ്ടപ്പെടും. ഇത്തരം സന്ദർഭത്തിൽ തങ്ങളുടെ ഐഡന്റിറ്റിയെയും കുടുംബ ജീവിതത്തെയും സംരക്ഷിച്ചു പിടിക്കുവാൻ അവർ ശ്രമിക്കും. ചിലതൊക്കെ അതിൽ വിജയിക്കാറുണ്ട്. മറ്റു ചിലർ പരാജയപ്പെട്ടു പോവുന്നു. കുടുംബജീവിതം പൊരുത്തപ്പെടാത്തവരാണ് പരാജയത്തിലേക്കു വീഴുന്നത്.

സ്വവർഗ്ഗരതിക്കിടയിൽ അങ്ങനെയല്ലാത്തവർ പലതരത്തിലുള്ള മുതലെടുപ്പുകൾക്കായിട്ട് കമ്യൂണിറ്റികൾക്കിടയിൽ കടന്നുകൂടാറുണ്ടോ?

രതിയുടെ വ്യത്യസ്തതകൾ തേടി എത്തുന്നവരുണ്ടാകാം. പക്ഷേ, കമ്യൂണിറ്റിയിലുള്ള ഭൂരിപക്ഷം പേരും വ്യാജന്മാരല്ല, യഥാർത്ഥ ഐഡന്റിറ്റി ഉള്ളവർ തന്നെയാണ്.

കമ്യൂണിറ്റിക്കിടയിൽ പ്രശ്നങ്ങൾ ഉണ്ടാകാറുണ്ടോ ?

തീർച്ചയായും ധാരാളം പ്രശ്നങ്ങളുണ്ട്. ട്രാൻസ്ജന്റേഴ്സിനിടയിലാണ് പ്രശ്നങ്ങൾ കൂടുതൽ. ഏതെങ്കിലും ഒരു ക്ലൈന്റ് നിലവിലുള്ള ആളെവിട്ട് പുതിയ ഒരാളുടെ അടുത്തേക്ക് പോയാൽ അവരിരുവരും തമ്മിൽ അടിയാകും. പിന്നെ വലിയ പ്രശ്നമാകും. കമ്യൂണിറ്റിയിലുള്ളവരുടെ ഈഗോകളും വഴക്കിനു കാരണമാകാറുണ്ട്.

സെക്ഷ്വൽ മൈനോറിറ്റി ഫോറത്തിന്റെ പ്രവർത്തനങ്ങൾകൊണ്ട് കമ്യൂണിറ്റികൾക്ക് മെച്ചപ്പെട്ട അവസ്ഥകൾ ഉണ്ടായി എന്നു താങ്കൾ വിശ്വസിക്കുന്നുണ്ടോ?

തീർച്ചയായും നിരവധി മാറ്റങ്ങൾ ഉണ്ടായിട്ടുണ്ട്. സെക്ഷ്വൽ മൈനോറിറ്റി ഫോറം പ്രവർത്തനം തുടങ്ങിയിട്ട് ഇപ്പോൾ ഒന്നരക്കൊല്ലമായി. പ്രതിസന്ധികൾ അനുഭവിച്ചിരുന്ന നിരവധി അദൃശ്യർ സംഘടനയോടു ചേരുകയും തങ്ങളുടെ ഐഡന്റിറ്റി തുറന്നുപറഞ്ഞ് പ്രവർത്തിക്കുകയും സമൂഹത്തിനു മുമ്പിൽ ധൈര്യത്തോടെ നില്ക്കുകയും ചെയ്തു. കമ്യൂണിറ്റിയെ ശാക്തീകരിക്കുവാനും സാമൂഹ്യമായി ഉയർത്തുവാനും കഴിഞ്ഞു.

നീതിലഭിക്കാത്ത വർഗ്ഗമാണ് ഞങ്ങൾ

നവാസ് (എറണാകുളം)

നവാസിന്റെ സ്വദേശം എവിടെയാണ്

ഞാൻ ജനിച്ചു വളർന്നത് കൊച്ചിയിലാണ്. പഠിച്ചതും അവിടെത്ത ന്നെയാണ് എനിക്ക് ഒട്ടും ഇഷ്ടമല്ല കൊച്ചി. ഇപ്പോൾ താമസിക്കുന്നത് തോപ്പുംപടിയിലാണ്. കൊച്ചിയിലേക്കു തിരിച്ചുപോകുവാനോ അവിടത്തെ ജീവിതത്തെക്കുറിച്ച് ഓർക്കുവാനോ എനിക്ക് താല്പര്യമില്ല. അത്രയ്ക്ക് പരിഹാസങ്ങൾ, അപമാനങ്ങൾ ഒക്കെ നേരിട്ടിട്ടുണ്ട്. എനിക്കിപ്പോൾ നാല്പത്തിരണ്ടു വയസ്സായി. എല്ലാവരും അവരവരുടെ നാടിനെക്കുറിച്ച് നല്ലതു പറയുമ്പോൾ എനിക്കു പറയുവാൻ നല്ലതൊന്നുമില്ല. കുറേ വേദ നകൾ മാത്രം. അതുകൊണ്ട് ഞാൻ കൊച്ചിയിലേക്കു പോകാറില്ല.

തോപ്പുംപടിയിലെ ജീവിതത്തിനിടയ്ക്ക് എപ്പോഴെങ്കിലും പഴയ ആളു കളെ കണ്ടുമുട്ടിയിട്ടുണ്ടോ?

പഴയ ആളുകളെ അധികം കണ്ടുമുട്ടിയിട്ടില്ല. ഇപ്പോഴത്തെക്കാലത്ത് ഇത്തരം ആളുകളെക്കുറിച്ച് പൊതുസമൂഹത്തിനൊരു ധാരണയുള്ളതു കൊണ്ട് വളരെക്കുറച്ചു പേരെങ്കിലും ഞങ്ങളെപ്പോലുള്ളവരെ അംഗീക രിക്കുന്നുണ്ട്. അതേ സമയം യഥാസ്ഥിതികരായ നിരവധി പേർ ഇപ്പോഴും ഞങ്ങളെ അംഗീകരിച്ചിട്ടില്ല. കഴിഞ്ഞയിടയ്ക്ക് ഒരു സംഭവമുണ്ടായി. ഇവിടെ നാട്ടിൽ ഞാൻ എന്റെ സുഹൃത്തിന്റെ ചേട്ടനെ കണ്ടു ചിരിച്ചു കാണിച്ചു. അത് ആകെ കുഴപ്പമായി. അയാൾ എന്റെ അടുത്തുവന്നു ദേഷ്യപ്പെട്ടു. "നീ എന്തിനാണ് എന്നെ നോക്കിച്ചിരിച്ചത്." അയാൾ പള്ളി യിലെ ഏതോ ഒരു കമ്മിറ്റിയിലെ മെമ്പറാണ്. എന്റെ കൂട്ടുകാരനോടുള്ള അടുപ്പം വെച്ചാണ് അയാളെ നോക്കി ചിരിച്ചത്. നീ എന്നെ നോക്കി ചിരി ക്കേണ്ട നീ ആളു ശരിയല്ല എന്നാണ് അയാൾ പറഞ്ഞത്. ഞാൻ എന്താ

ശരിയല്ലാത്തത് എന്നു ചോദിച്ചപ്പോൾ അതിനു മറുപടിയുമില്ല. പലരീതിയിലാണ് ആളുകൾ ഇടപെടുന്നത്. എന്റെ പരിചയത്തിലുള്ള ഒരു പൊലീസ് ഓഫീസർ അദ്ദേഹത്തിന്റെ പേരും സ്ഥലവും വെളിപ്പെടുത്തുന്നില്ല. ഞങ്ങളുടെ പ്രവർത്തനങ്ങളിൽ സഹായിക്കുകയും കമ്യൂണിറ്റിയുടെ പ്രശ്നങ്ങൾ പരിഹരിക്കുവാനും നില്ക്കുന്ന ഒരു നല്ല വ്യക്തിയാണ്. അദ്ദേഹം താമസം മാറി എന്റെ നാട്ടിലെത്തിയപ്പോൾ എന്നെ മൈൻഡ് ചെയ്തില്ല. എന്നാൽ ഒരു ദിവസം എന്നെ കാറിൽ കയറ്റി വീടിന്റെ അടുത്ത് വരെ കൊണ്ടുവിട്ടു. നമ്മൾ തമ്മിലുള്ള പരസ്യമായ അടുപ്പം കണ്ടാൽ സുഹൃത്തുക്കൾ കളിയാക്കുമെന്ന് അദ്ദേഹം പറഞ്ഞു. അവന്റെ വ്യക്തിത്വം അങ്ങനെയാണ്. അവൻ അങ്ങനെ ജീവിച്ചോട്ടേ എന്നു പറയുവാൻ ഒരു പൊലീസ് ഉദ്യോഗസ്ഥനു പോലും കഴിയുന്നില്ല.

സമൂഹത്തിന്റെ നിയമസംവിധാനങ്ങളുടെ ഭാഗമായുള്ള പൊലീസുകാർക്കു പോലും പരസ്യമായി ലൈംഗിക ന്യൂനപക്ഷങ്ങളെ അംഗീകരിക്കുവാൻ കഴിയുന്നില്ല.

അംഗീകരിക്കുവാൻ കഴിയുന്നവരുമുണ്ട്. അല്ലാത്തവരുമുണ്ട്. എന്നെ ഏറ്റവുമധികം വേദനിപ്പിച്ചത് കഴിഞ്ഞയിടയ്ക്കുണ്ടായ സംഭവമാണ്. സംഘടനയുടെ ഒരു പ്രോഗ്രാമിന് സ്ഥലത്തെ എസ് ഐ യെ വിളിച്ചു. അദ്ദേഹത്തിന്റെ പേര് ഇവിടെ വെളിപ്പെടുത്തുന്നില്ല. പ്രോഗ്രാം തുടങ്ങുന്നതിനുമുമ്പ് അവിടെ എത്തിയ അദ്ദേഹം ഞങ്ങളെപ്പോലുള്ളവരെ അവിടെ കണ്ടപ്പോൾ എനിക്ക് ചില അത്യാവശ്യകാര്യങ്ങളുണ്ട് എന്നു പറഞ്ഞ് പെട്ടെന്നു വണ്ടിയിൽ കയറി പോവുകയാണുണ്ടായത്. ആ ഒരു സംഭവം എന്നെ വളരെയധികം വേദനിപ്പിച്ചു. എന്നാൽ നല്ലരീതിയിൽ ഇടപെടുകയും ഞങ്ങളുടെ കമ്യൂണിറ്റിക്ക് പ്രത്യേക പരിഗണനകൾ നല്കുകയും ചെയ്യുന്ന പൊലീസ് ഉദ്യോഗസ്ഥരുമുണ്ട്.

വർത്തമാനകാലത്ത് എന്ത് ഐഡന്റിറ്റിയിലാണ് നവാസ് അറിയപ്പെടുന്നത് ?

വർത്തമാനകാലത്ത് ഞാൻ ഒരു കുടുംബനാഥനാണ്. ഭാര്യയും രണ്ടു കുട്ടികളുമുണ്ട്. ലൈംഗികന്യൂനപക്ഷങ്ങൾക്കു വേണ്ടിയുള്ള പ്രോജക്റ്റിന്റെ ഭാഗമായി പ്രവർത്തിക്കുന്നു.

പൂർവ്വകാലജീവിതം എങ്ങിനെയായിരുന്നു?

സ്കൂളിലൊക്കെ പഠിക്കുന്ന കാലത്ത് എല്ലാവരും ഒരുപാടു കളിയാക്കിയിരുന്നു. എന്താണ് എന്റെ പ്രശ്നം എന്നു എനിക്കു തിരിച്ചറിയുവാൻ കഴിഞ്ഞിരുന്നില്ല. എല്ലാം തുറന്നു പറയുവാൻ ഇന്നത്തെപ്പോലെ കമ്യൂണിറ്റികളോ ഗ്രൂപ്പുകളോ ഒന്നും തന്നെയില്ലായിരുന്നു. നാല്പത് വർഷങ്ങൾക്കുമുമ്പ് എല്ലാവരുടെ മുമ്പിലും വ്യത്യസ്തമായ രീതിയിൽ പെരുമാറുമ്പോൾ ആകെ കൺഫ്യൂഷനായിരുന്നു. സ്കൂളിൽനിന്നും

കോളേജിൽ എത്തിയപ്പോഴും കളിയാക്കലുകൾക്കും പരിഹാസങ്ങൾക്കും കുറവുകളില്ലായിരുന്നു. ഒട്ടനവധി പ്രശ്നങ്ങളും മാനസിക സംഘർഷങ്ങളും നിമിത്തം പഠനം പൂർത്തിയാക്കുവാൻ കഴിഞ്ഞില്ല.

പൊതുസമൂഹത്തിൽനിന്നും പീഡനങ്ങൾ ഉണ്ടായിട്ടുണ്ടോ?

പൊലീസിന്റെ ഭാഗത്തുനിന്നും നിരവധി ഉപദ്രവങ്ങളുണ്ടായിട്ടുണ്ട്. വെറുതേ വഴിയിലൂടെ നടന്നാൽപോലും പിടിച്ചുകൊണ്ടുപോയി ഉപദ്രവിക്കുകയും പരിഹസിക്കുകയും ചെയ്യുമായിരുന്നു. ലൈംഗികമായ ആവശ്യങ്ങൾക്കുവേണ്ടി വിളിച്ചു കൊണ്ടു പോകുന്നവർ നമ്മുടെ കൈയിലുള്ള പൈസയും മറ്റും പിടിച്ചുവാങ്ങുകയും ഉപദ്രവിക്കുകയും ചെയ്യും. അതൊന്നും ആരുടെയടുത്തും പരാതി പറയുവാൻ കഴിഞ്ഞിരുന്നില്ല. എന്തിനുമേതിനും പൊതുസമൂഹം ഒരു നിയന്ത്രണവുമില്ലാതെ പരിഹസിച്ചിരുന്നു.

സ്വഭാവങ്ങളിലും പെരുമാറ്റങ്ങളിലുമുള്ള വ്യതിയാനങ്ങളെ വീട്ടിലുള്ളവർ ശ്രദ്ധിച്ചിരുന്നില്ലേ?

വീട്ടുകാർ ശ്രദ്ധിച്ചിരുന്നു. എന്നെ നന്നാക്കിയെടുക്കുവാൻ അവർ ശ്രമിച്ചിരുന്നു. പല കാര്യങ്ങൾക്കും കുടുംബത്തിനുള്ളിൽനിന്നും നിയന്ത്രണങ്ങളുണ്ടായി. വീട്ടിൽനിന്നും ഒളിച്ചോടുവാനുള്ള ധൈര്യം അക്കാലത്ത് എനിക്കുണ്ടായിരുന്നില്ല.

ലൈംഗികന്യൂനപക്ഷങ്ങൾക്കായി ഇന്നും നിരവധി സംഘടനകളും ഗ്രൂപ്പുകളും പ്രവർത്തിക്കുന്നുണ്ട്. അവയോടു താങ്കൾ സഹകരിക്കുന്നുണ്ടോ?

സഹകരിക്കുന്നുണ്ട്. പന്ത്രണ്ടു വർഷമായി ഞാനീ മേഖലയിൽ നില്ക്കുന്നു. ഞാൻ ഇപ്പോൾ പ്രവർത്തിക്കുന്നത് കമ്യൂണിറ്റി സംഘടനയായ മാർവലിലാണ്. ലൈംഗിക ന്യൂനപക്ഷങ്ങളുടെ പ്രശ്നങ്ങളിൽ ഇടപെടുകയും ചെയ്യുന്നു.

സംഘടനകളുടെ പ്രവർത്തനങ്ങൾക്കിടയിൽ ഉണ്ടായ മറക്കാൻ പറ്റാത്ത അനുഭവങ്ങൾ എന്തൊക്കെയാണ്?

ലൈംഗികന്യൂനപക്ഷങ്ങളോട്, അവരുടെ പ്രവർത്തനങ്ങളോട് അനുഭാവം പ്രകടിപ്പിച്ചു വരുന്ന നിരവധി പേരുണ്ട്. ചിലർക്ക് പൊതുസമൂഹത്തിനുമുമ്പിൽ അതു പ്രകടിപ്പിക്കുവാൻ ഭയമാണ്. കാരണം അനുഭാവം പ്രകടിപ്പിക്കുന്നവരെയും ലൈംഗികന്യൂനപക്ഷമായി വിലയിരുത്തിക്കളയും. കമ്യൂണിറ്റിയിൽപെട്ട ഒരു പയ്യനെ പൊലീസ് പിടിച്ചപ്പോൾ അവനെ ഇറക്കുന്നതിനായി ഞങ്ങൾ സ്റ്റേഷനിലെത്തി എസ് ഐ യുമായി സംസാരിച്ചു. അപ്പോൾ ആ ഉദ്യോഗസ്ഥൻ "ട്രാൻസ്ജന്റേഴ്സിനും മറ്റും ഇവിടെ കഴിയാൻ പറ്റില്ല. വേറേ ദൂരെയെവിടെയെങ്കിലും പോയി ജീവിച്ചോണം"

എന്നു രൂക്ഷമായി പറഞ്ഞു. നിയമസംവിധാനത്തിന്റെ ഭാഗമായ പൊലീസുകാരൻ തന്നെ ഇങ്ങനെ പറയുമ്പോൾ നമുക്ക്, പിന്നെ എവിടെ നിന്നു നീതി ലഭിക്കുവാനാണ്?

377-ാം വകുപ്പ് നിലനില്ക്കുന്നിടത്തോളം കാലം ലൈംഗിക ന്യൂനപക്ഷങ്ങൾ ക്രിമിനൽ കുറ്റത്തിന്റെ പരിധിയിലാണ് വരുന്നത്. അതിനെതിരെ നിങ്ങൾ നടത്തിയ കാമ്പയ്നുകൾ എന്തൊക്കെയാണ്?

സ്റ്റേറ്റ് ലെവൽ, ഡിസ്ട്രിക്ട് ലെവലിൽ നിരവധി പ്രോഗ്രാമുകൾ നടത്തിയിട്ടുണ്ട്. എസ് എം എഫ് കെയും ക്വീയർ പ്രൈഡുമൊക്കെ 377 നെതിരെ പ്രതിഷേധങ്ങൾ സൃഷ്ടിക്കുന്നവയാണ്.

വർത്തമാനകാലത്ത് ഭിന്നവർഗ്ഗ ലൈംഗികതയുടെ ഭാഗമായുള്ള നവാസിനു വിവാഹം കഴിക്കേണ്ടിവന്ന സാഹചര്യമെന്താണ് ?

വീട്ടുകാരുടെ ഭാഗത്തുനിന്നും ആലോചനകൾ നടന്നിരുന്നു. അത് വലിയ സമ്മർദ്ദങ്ങൾ ഒന്നും എന്നിൽ സൃഷ്ടിച്ചിരുന്നില്ല. എനിക്കിപ്പോൾ 42 വയസുണ്ട്. പതിനെട്ടുവർഷം മുമ്പാണ് ഞാൻ വിവാഹം കഴിക്കുന്നത്. അന്ന് എന്റെ വിഭാഗത്തിൽപ്പെട്ട ആളുകളെയോ ഗ്രൂപ്പുകളെയോ എനിക്കറിയില്ലായിരുന്നു. ജീവിതത്തിൽ ഒരുപാട് അപമാനങ്ങളും ഒറ്റപ്പെടലുകളും സഹിച്ചാണ് ജീവിച്ചത്. വീട്ടുകാർ വിവാഹത്തെക്കുറിച്ചു പറഞ്ഞപ്പോൾ ഞാൻ എന്റെ ജീവിതത്തെക്കുറിച്ച് കൂടുതൽ ആലോചിച്ചു. ഒറ്റയ്ക്കു ജീവിച്ചിട്ട് കാര്യമില്ലായെന്നു മനസ്സിലായി. അതേത്തുടർന്ന് മനസ്സ് വിവാഹത്തിനായി ഒരുക്കിയെടുക്കുകയാണ് ചെയ്തത്.

നവാസിന്റെ വിവാഹം മതപരമായ ചടങ്ങുകളോടെയായിരുന്നുവോ? അതോ രജിസ്റ്റർ മാര്യേജ് ആയിരുന്നുവോ?

മതപരമായ ചടങ്ങുകളോടെ നടന്ന വിവാഹത്തിൽ കുടുംബങ്ങൾ പങ്കെടുത്തിരുന്നു.

നവാസിന്റെ ഒരു ഐഡന്റിറ്റി വിവാഹം കഴിച്ച സ്ത്രീക്ക് അറിയാമോ?

അറിയില്ലായിരുന്നുവെന്നാണ് തോന്നുന്നത്. ഒരുവേള ഇപ്പോൾ എന്റെ ബോഡിലാംഗ്വേജിൽനിന്നും മറ്റും തിരിച്ചറിഞ്ഞിട്ടുണ്ടാവാം. ഒരു കല്യാണവീട്ടിൽവെച്ചാണ് അവളെ പരിചയപ്പെടുന്നത്. അതിനു കാരണം പരിചയത്തിലുള്ള സ്ത്രീയായിരുന്നു. അവൾ അന്ന് നല്ല സാരിയാണ് ഉടുത്തിരുന്നത്. പക്ഷേ, ശരിയായില്ല. അപ്പോൾ ആ സ്ത്രീ നിനക്ക് ഇത്രനാളായിട്ടും സാരിയുടുക്കാനറിയില്ലേ നവാസ് നന്നായി സാരിയുടുക്കുമല്ലോ എന്നു പറഞ്ഞു. 'ഇങ്ങള് സാരിയുടുക്കുമോ' എന്ന് അവൾ ചോദിച്ചു. അന്ന് ഞാൻ ഇത്തരമൊരു കമ്യൂണിറ്റിയുടെ ഭാഗമായുള്ള ആൾ ആണെന്നു തിരിച്ചറിയപ്പെട്ടിരുന്നില്ല.

ഇത്തരം വ്യക്തിത്വങ്ങൾ വിവാഹം കഴിഞ്ഞ് കുടുംബമായി ജീവിതം നയിക്കുന്നത് അത്ഭുതകരമാണ്. ഇതുവരെ കുടുംബ - ദാമ്പത്യ ബന്ധത്തിൽ പ്രതിസന്ധികൾ ഒന്നുമുണ്ടായിട്ടില്ലേ?

ഇതുവരെ പ്രശ്നങ്ങൾ ഒന്നുമുണ്ടായിട്ടില്ല. വളരെ നല്ല രീതിയിലാണ് കുടുംബം മുൻപോട്ട് പോകുന്നത്. ഞാൻ അതു വളരെ ആസ്വദിക്കുന്നുമുണ്ട്. ഒരു ഭർത്താവ് - പിതാവ് എന്നീ നിലകളിൽ ഞാൻ എന്റെ കടമകൾ നിറവേറ്റുന്നുണ്ട്. അവർ അതിൽ സംതൃപ്തരുമാണ്.

ഭാഗം നാല്
ഇന്റർസെക്ഷ്വൽസ്

1

ഇന്റർസെക്ഷ്വൽസ്-ചരിത്രം, സിദ്ധാന്തം

സ്ത്രീ, പുരുഷൻ എന്നിങ്ങനെ കള്ളികൾ സൃഷ്ടിച്ച് അധികാര കേന്ദ്രിതമായ പദവികൾ സൃഷ്ടിച്ചെടുത്തിരിക്കുന്ന സമൂഹത്തിൽ സ്ത്രീയെന്നോ പുരുഷനെന്നോ ആത്യന്തികമായി തീർപ്പുകല്പിക്കുവാൻ കഴിയാത്ത വിഭാഗങ്ങളെക്കുറിക്കുന്നതാണ് ഇന്റർസെക്സ് എന്ന പദം. ഇന്റർസെക്സ് എന്നു പറഞ്ഞാൽ ജനിതകപരമായോ ശാരീരികമായോ ലൈംഗികാഭിരുചിയിൽ മാറ്റങ്ങൾ ഉള്ള വ്യക്തികളാണ്. ഇന്റർസെക്ഷ്വൽസിന് ശാരീരികമായ ചില വ്യതിയാനങ്ങളുണ്ടാകും. ക്രോമസോമിന്റെ എണ്ണത്തിൽ വ്യത്യാസങ്ങളുണ്ടാകും. XX സ്ത്രീയെയും xy പുരുഷനെയും സൂചിപ്പിക്കുന്ന ക്രോമസോമുകളാണ്. y ക്രോമസോമാണ് പുരുഷ ലക്ഷണങ്ങളെ നിർവ്വചിക്കുന്നത്. ഇത്തരത്തിലുള്ള പൊതുസ്വഭാവത്തിൽ നിന്നു വ്യത്യസ്തമായി ഒരു x കൂടിയോ y കൂടിയോ വരാം. അതായത് xxy, xyy എന്നിങ്ങനെ നിരവധി മാറ്റങ്ങളുണ്ടാകാം. അതിൽത്തന്നെ എന്തെങ്കിലും കേടുപാടുകൾ സംഭവിച്ചാൽ, ക്രോമസോമിൽ എന്തെങ്കിലും മാറ്റങ്ങൾ ഉണ്ടായാൽ മനുഷ്യശരീരത്തിൽ ലൈംഗിക ഹോർമോണുകൾ ഉല്പാദിപ്പിക്കുന്ന അവയവങ്ങൾ ആയ ഓവറി, ടെസ്റ്റിസ് തുടങ്ങിയവയിൽ ജന്മനായുള്ള തകരാറുകൾ, പ്രവർത്തനക്ഷമതയില്ലായ്മകൾ എന്നിവയുണ്ടാകാം. സെക്സ് ഹോർമോണുകളുടെ അളവിൽത്തന്നെ മാറ്റങ്ങളുണ്ടാകാം. ചിലപ്പോൾ ഫീമെയിൽ ഹോർമോൺസ് കൂടുതൽ ഉല്പാദിപ്പിക്കപ്പെടാം. യൂട്രസ് പോലെയുള്ള ഇന്റേണൽ റീപ്രൊഡക്ടീവ് ഓർഗാൻസ് (ആന്തരിക പ്രത്യുല്പാദന അവയവങ്ങൾ) ഇല്ലാതിരിക്കാം. ആണുങ്ങളാണെങ്കിൽപ്പോലും ലിംഗം ഇല്ലാതിരിക്കാം. ഇത്തരത്തിൽ ജീവശാസ്ത്ര പരമായി ഉണ്ടാകുന്ന പ്രശ്നങ്ങളും വ്യത്യസ്തതകളുമാണ് ഇൻർസെക്ഷ്വൽസ് എന്ന വിഭാഗം കൊണ്ടുദ്ദേശിക്കുന്നത്.

പണ്ടുകാലത്ത് ഹെർമാഫ്രോഡൈറ്റുകൾ എന്നു വിശേഷിപ്പിക്ക

പ്പെട്ടിരുന്നവരാണ് വർത്തമാനകാലത്ത് ഇന്റർസെക്ഷ്വൽസ് എന്ന് അറിയപ്പെടുന്നത്. ആൺശരീരത്തിലെ സ്ത്രീലിംഗാവയവങ്ങളും സ്ത്രീ ശരീരത്തിലെ പുരുഷലിംഗാവയവങ്ങളും ഉള്ളവരാണ് ഇന്റർസെക്സ് എന്നു കേരളത്തിലെ ഒരു വിഭാഗം ആളുകൾ ചിന്തിക്കുന്നു. ഇന്റർ സെക്ഷ്വൽസ് എന്ന വിഭാഗത്തിൽ ഉൾപ്പെടുന്ന വ്യക്തികളെക്കുറിച്ച് വ്യക്തമായ ധാരണ കേരളീയസമൂഹത്തിൽ രൂപപ്പെട്ടിട്ടില്ലായിരുന്നുവെന്ന് പൊതുവേ പറയാം. ട്രാൻസ്ജന്ററുകളുടെ ചർച്ചകളിൽ ബൈസെ ക്ഷ്വൽസ് എന്ന വിഭാഗത്തെക്കുറിച്ച് പറയാറുണ്ടെങ്കിലും ഇന്റർസെ ക്ഷ്വൽസ് എന്ന വിഭാഗം പൊതുസമൂഹത്തിൽ ദൃശ്യമല്ലായിരുന്നതിനാൽ അത്തരമൊരു വിഭാഗത്തെക്കുറിച്ച് ചർച്ചകൾ നടന്നിരുന്നില്ല. ഈ വിഭാഗത്തിൽപ്പെടുന്നവർ സാമൂഹ്യമായും സാംസ്കാരികമായും വിദ്യാ ഭ്യാസപരമായും പിന്നോക്കം നില്ക്കുന്നവരായതിനാൽ ശരീരശാസ്ത്ര സംബന്ധിയായ വൈകല്യമെന്തോ തങ്ങൾക്കുണ്ടെന്ന തിരിച്ചറിവിനു മപ്പുറം തങ്ങളുടെ സ്വത്വാവസ്ഥയെ പൂർണ്ണമായും മനസ്സിലാക്കാൻ അവർക്കും കഴിഞ്ഞിരുന്നില്ല. അത്തരം തിരിച്ചറിവുകൾ ഇല്ലാതിരുന്നതു കൊണ്ട് തന്നെ ജീവിതം വലിയ ദുരന്തമായി മാറും. അതിന്റെ ഏറ്റവും വലിയ തെളിവാണ് ആദിവാസിയായ രാജുവിന്റ ജീവിതം. അറനാടൻ ഗോത്രത്തിൽപ്പെട്ട അയ്യയുടെയും ചാത്തൂട്ടിയുടെയും മകനായ രാജു വിന്റെ പുരുഷ ശരീരത്തിനുള്ളിൽ ഗർഭപാത്രമുള്ളതിനാൽ സാഹസിക ജീവിതം നയിക്കേണ്ടിവരുന്നു. 'ഗർഭപാത്രമുള്ള പുരുഷൻ' അത്യപൂർവ്വ ങ്ങളിൽ അപൂർവ്വമായ സംഭവമാണ് രാജുവിന്റെ ജീവിതത്തിലൂടെ ചരി ത്രമാക്കപ്പെട്ടത്.

തീക്കടി കോളനിയിൽ ജനിച്ച രാജുവിന്റെ ജീവിതം ദുരിതപൂർണ്ണ മായിരുന്നു. എട്ടാംവയസ്സിൽ അമ്മ മരിക്കുകയും അച്ഛൻ വേറെ സ്ത്രീയെ വിവാഹം കഴിക്കുകയും ചെയ്തപ്പോൾ ഒറ്റപ്പെട്ടുപോയ രാജു സഹോദര ങ്ങളുടെയൊപ്പം കാട്ടിൽ നിന്നും വിറകും കിഴങ്ങുകളും ശേഖരിച്ചു കഴിഞ്ഞുകൂടി. നിലമ്പൂര് അങ്ങാടിയിൽ ഹോട്ടൽ തൊഴിലാളിയായ രാജു വിനു തന്റെ പതിനെട്ടാമത്തെ വയസ്സിലാണ് ശാരീരികമായ അസ്വസ്ഥ തകൾ തുടങ്ങുന്നത്. ശരീരത്തിൽ നിന്നും രക്തം പോകുവാൻ തുടങ്ങിയപ്പോൾ ഭയന്ന രാജു എല്ലാവരിൽനിന്നും അക്കാര്യം മറച്ചുവെ ച്ചുവെങ്കിലും ഹോട്ടൽ മുതലാളി കണ്ടുപിടിച്ചു. നിലമ്പൂർ സർക്കാർ ഹോസ്പിറ്റൽ, മഞ്ചേരി ഹോസ്പിറ്റൽ എന്നിവിടങ്ങളിലെ പരിശോധന കൾക്കു ശേഷം കോഴിക്കോട് മെഡിക്കൽ കോളേജിൽവെച്ചുള്ള പരി ശോധനകളിൽ രാജുവിന്റെ ശരീരത്തിനുള്ളിൽ ഗർഭപാത്രമുണ്ടെന്നു സ്ഥിരീകരിക്കപ്പെട്ടു.

ഹോട്ടലിലെ തൊഴിൽ നഷ്ടപ്പെട്ടതിനെത്തുടർന്ന് ചില ചെറുകിട പണികൾ ചെയ്തുവെങ്കിലും അവ ഉപജീവനത്തിനു തികയാതെ വന്നു. ഗർഭപാത്രമുള്ള പുരുഷനെ ഗർഭപാത്രം നീക്കം ചെയ്ത് പൂർണ്ണനായ പുരുഷനാക്കാതെ സ്ത്രീയായി മാറ്റിക്കളയാമെന്നു തീരുമാനിച്ച വ്യക്തി കളും ഡോക്ടർമാരുംകൂടി ഒന്നാംഘട്ട ഓപ്പറേഷൻ നടത്തിവിടുകയും

രണ്ടാംഘട്ട ഓപ്പറേഷൻ തീരുമാനം പറഞ്ഞുറപ്പിച്ച് രാജുവിനെ പറഞ്ഞയയ്ക്കുകയും ചെയ്തു. ഓപ്പറേഷന്റെ കെടുതികൾ അലട്ടുന്ന ശരീരം കൊണ്ട് ഭാരപ്പെട്ട പണികൾ ഒന്നും ചെയ്യുവാൻ സാധിക്കാതെ രാജു ഉപജീവനത്തിനായി ഭിക്ഷാടനത്തിനിറങ്ങി ജീവിതം കഴിച്ചുകൂട്ടുന്നു.

സാമൂഹ്യവും സാംസ്കാരികവും അക്കാദമികവുമായി വലിയ പുരോഗതികൾ നേടിയെന്നഭിമാനിക്കുന്ന കേരളീയ സമൂഹത്തിലാണ് ഇത്തരം ദുരന്തങ്ങൾ ഉണ്ടാകുന്നത്, ഇന്റർ സെക്സുകാർ ആത്മഹത്യയോ പലായനമോ ചെയ്യുന്നത് ഒഴിവാക്കാനായി സമഗ്രമായ ബോധവല്കരണം അനിവാര്യമാണ്. കോടതിവിധികളും ഗവൺമെന്റ് ഉത്തരവുകളും ഒരു ഭാഗത്ത് നില്ക്കുമ്പോൾ തന്നെ മറുഭാഗത്ത് അവയെ ചവിട്ടിയരയ്ക്കുന്ന നിലപാടുകൾ പുലർത്തുന്ന പൊതുസമൂഹത്തെയും കാണാം. അതുകൊണ്ട്തന്നെ ഉത്തരവുകളോടൊപ്പം സമഗ്രമായ ബോധവല്കരണങ്ങൾ നിർവ്വഹിക്കപ്പെടേണ്ടതുണ്ട്. എങ്കിൽ മാത്രമേ ഇത്തരക്കാർക്കും സമൂഹത്തിൽ മാന്യമായി ജീവിക്കുവാൻ കഴിയുകയുള്ളു.

ഇന്റർസെക്സ് ആയിട്ടുള്ള വ്യക്തികൾ ഇമോഷണൽ ഇംബാലൻസ് ഇല്ലാത്തവരാണ്. വളരെ വൈകാരികമായി ഇടപെടുന്ന ഇവർക്ക് അമിതമായ ദേഷ്യം, അമിത സന്തോഷം, അമിത രതി താല്പര്യങ്ങൾ എന്നിവയുണ്ടാകും. ഇവരുടെ പ്രണയ രതിബന്ധങ്ങൾ പലപ്പോഴും പൊതുസമൂഹത്തിനു സ്വീകരിക്കാൻ ബുദ്ധിമുട്ടുള്ളവയായി മാറുന്നത് ആണിന്റെ അധീശത്വമേൽക്കോയ്മ നിലപാടുകൾ സമൂഹത്തിൽ നിലനില്ക്കുന്നതുകൊണ്ടാണ്. പ്രത്യക്ഷത്തിൽ സ്ത്രീരൂപമെന്നു തോന്നിപ്പിക്കുമ്പോൾ തന്നെ ലൈംഗിക താല്പര്യം പുരുഷന്റേതായി നിലകൊള്ളുമ്പോൾ എതിർലിംഗ വിഭാഗത്തിൽപ്പെട്ട സ്ത്രീയോടാവും ആകർഷണമുണ്ടാവുക. ഇതുതിരിച്ചും സംഭവിക്കുന്നതാണ്. പുരുഷരൂപമെന്നു പ്രത്യക്ഷത്തിൽ തോന്നിപ്പിക്കുമെങ്കിലും ലൈംഗികതാല്പര്യം സ്ത്രീയുടേതാകുമ്പോൾ അതിന്റെ പ്രതികരണമായി പുരുഷനോടാണ് അഭിനിവേശമുണ്ടാകുക. ഗേ/ലെസ്ബിയൻ പ്രണയത്തിന്റെ പരിധിയിലേക്ക് ഇന്റർസെക്സിന്റെ പ്രശ്നം എത്തുമ്പോൾ പ്രണയം ഒരു രാഷ്ട്രീയ പ്രശ്നമായി ഇന്ത്യൻ സമൂഹത്തിൽ ചോദ്യം ചെയ്യപ്പെടുന്നു. വിക്ടോറിയൻ സദാചാര ഭാവനയുടെ പരിപാലനത്തിനായി 1861 ൽ ബ്രിട്ടീഷുകാർ രൂപകല്പന ചെയ്ത 377–ാം ഇന്ത്യൻ സമൂഹത്തിലെപ്പോഴും നിലനില്ക്കുന്നു. 2009 ൽ ഡൽഹി ഹൈക്കോടതി ഇന്ത്യൻ ശിക്ഷാനിയമത്തിലെ 377–ാം വകുപ്പ് ഭരണഘടനാ വിരുദ്ധമാണെന്ന അഭിപ്രായം പ്രകടിപ്പിച്ച് ഉഭയസമ്മത പ്രകാരമുള്ള സ്വവർഗ്ഗരതി ക്രിമിനൽ കുറ്റമല്ലായെന്നു വിധിച്ചു. ഇന്ത്യയിലെ യാഥാസ്ഥിതികരായ ക്രിസ്ത്യൻ, മുസ്ലീം മത സംഘടനകളുടെ ഹർജിയെത്തുടർന്ന് 2013 ഡിസംബർ 11 നു സുപ്രീം കോടതി സ്വവർഗ്ഗരതി ക്രിമിനൽ കുറ്റമായി വിധിച്ചു. ജസ്റ്റിസ് ജി എസ് സിംഘ്വി, ജെ എസ് മുഖോപാധ്യായ എന്നിവരടങ്ങിയ ബഞ്ചിന്റെ പ്രസ്തുത വിധി ലോകരാഷ്ട്രങ്ങൾക്കു മുമ്പിൽ ഇന്ത്യയുടെ യാഥാസ്ഥിതിക മുഖത്തെ വെളിപ്പെടുത്തുകയാണുണ്ടായത്.

2

ഇന്റർസെക്ഷ്വൽസ് നേരിടുന്ന വെല്ലുവിളികൾ

ട്രാൻസ്ജന്ററുകൾ നേരിടുന്ന പൊതുവായ എല്ലാപ്രശ്നങ്ങളും ഇൻർസെക്ഷ്വൽസ് ആയിട്ടുള്ളവരും നേരിടേണ്ടിവരുന്നു. ആൺ ശരീരത്തിലെ പെണ്ണിനെയും പെൺ ശരീരത്തിലെ ആണിനെയും കണ്ടെത്തുന്ന പൊതു സമൂഹം ഇക്കൂട്ടരുടെ ജീവിക്കാനുള്ള മൗലിക അവകാശങ്ങളെയും ഹനിക്കുന്നു. തിരസ്കൃത വിഭാഗങ്ങളായതുകൊണ്ട് തന്നെ ഭരണകൂട – നിയമ സംവിധാനങ്ങളുടെ പിന്തുണയില്ലെന്നു തിരിച്ചറിയുന്നവർ ഇക്കൂട്ടരെ ലൈംഗികമായും പീഡിപ്പിക്കുന്നു. സൗന്ദര്യമില്ലാത്ത, ശാരീരികമായി അവശതകൾ അനുഭവിക്കുന്ന തീക്കടി കോളനിയിലെ രാജുവിനെ നിരവധി സ്വവർഗ്ഗരതിക്കാർ ക്രൂരമായ വിധത്തിൽ പീഡിപ്പിച്ച് തങ്ങളുടെ സംതൃപ്തികൾ പൂർത്തീകരിച്ചിട്ടുണ്ട്. നിസ്സഹായനായ ആദിവാസിയെ സഹായിക്കുവാൻ ഒരു വ്യക്തിയുമില്ലാതിരുന്നത് സാംസ്കാരിക കേരളത്തിന്റെ അപചയമാണ് തുറന്നുകാട്ടുന്നത്.

> കുണ്ടന്മാര് വിളിച്ച് കൂട്ടിക്കോണ്ടോയിറ്റ് ഏതെങ്കിലും ഒയിഞ്ഞ സ്കൂളിന്റെ കെട്ടിടത്തിലോ ആരും ബരാത്ത പറമ്പിലോ, ഒയിച്ചിട്ട പീടികസ്ഥലത്തോ ഒക്കെയാ കെടത്ത്ന്നത്. ഒരാളൊന്നുമല്ല. കൊറേ ആള്ക്കാര് കൂട്ടായിറ്റാ ബര്ന്നത്. എല്ലാരും തീർന്നത് വരെ ഞാൻ കെടന്ന് സയിക്കണം.

തന്റെ വീടും പണിസ്ഥലങ്ങളും സുരക്ഷിതമല്ലാത്തതിനാൽ മടിക്കുത്ത് അഴിക്കാൻ വരുന്നവരിൽനിന്നും രക്ഷപ്പെടുന്നതിനായി തെരുവിൽ അഭയം തേടിയ രാജു ദയാദാക്ഷിണ്യരഹിതമായ കേരളീയ സമൂഹത്തിന്റെ ഇരയാണ്. ലൈംഗികന്യൂനപക്ഷങ്ങളുടെ അവകാശങ്ങൾക്കായി അരയും തലയും മുറുക്കി ജീവിക്കുന്നവർ രാജുവെന്ന ഗർഭ

പാത്രമുള്ള പുരുഷന്റെ ദയനീയാവസ്ഥകളെ കണ്ടറിഞ്ഞില്ല. സംരക്ഷിക്കാനാരുമില്ലാത്തതിന്റെ പേരിൽ ഭിക്ഷക്കാരനായി മാറേണ്ടിവന്ന, തന്റെ ആഗ്രഹപൂർത്തീകരണത്തിനായി അവശേഷിക്കുന്ന ശസ്ത്രക്രിയ നടത്തുവാൻ കഴിയാത്ത രാജുവിനു വേണ്ടി ശബ്ദിക്കുവാൻ പ്രബുദ്ധ കേരളത്തിലെ മനുഷ്യാവകാശ പ്രവർത്തകരെയും കണ്ടില്ല.

ഇത്തരത്തിലുള്ള പീഡനങ്ങൾ, സാമൂഹ്യമായ തിരസ്കാരങ്ങൾ തുടങ്ങിയവ ഇന്റർസെക്ഷ്വൽസുകളെ ആത്മഹത്യയിലേക്ക് നയിക്കുന്നു. ആത്മഹത്യ ചെയ്ത വ്യക്തി ഇൻർസെക്ഷ്വലാണെന്നുപോലും കുടുംബം വെളിപ്പെടുത്താത്തതിനാൽ മാധ്യമങ്ങൾ ആരും അത് ചർച്ചചെയ്യുന്നില്ല. ഇൻർസെക്ഷ്വലാണ് തന്റെ ലിംഗബോധമെന്ന് തുറന്നു പറഞ്ഞ് ജീവിക്കുവാൻ മുൻകാലങ്ങളിൽ ആരും തയ്യാറല്ലായിരുന്നു. ആൺ/പെൺ എന്ന സുരക്ഷിത ഇടത്തിലേക്ക് കുടുംബക്കാർ തന്നെ വളർത്തി ഒതുക്കി കൊണ്ടുവരുന്നതിനാൽ ലൈംഗികതയെക്കുറിച്ച് അറിവു ലഭിച്ചുതുടങ്ങുന്നതുമുതൽ തന്റെ ശാരീരികഘടനയിലെ വ്യത്യസ്തത ഓരോ ഇന്റർസെക്ഷ്വൽസിനും മാനസികമായ ബുദ്ധിമുട്ട് സൃഷ്ടിക്കുന്നു. എന്നാൽ ക്വിയർ ആക്ടിവിസത്തിന്റെ ഭാഗമായി ജന്റർ ഐഡന്റിറ്റി പലരും തുറന്നു പറഞ്ഞുതുടങ്ങിയതോടെ കേരളത്തിൽ അങ്കമാലി സ്വദേശി ചിഞ്ചു താൻ ഇന്റർസെക്ഷ്വലാണെന്ന വെളിപ്പെടുത്തൽ നടത്തി.

ലൈംഗിക ന്യൂനപക്ഷങ്ങളുടെ വെളിപ്പെടുത്തലുകളെ ആഘോഷമാക്കുന്ന മാധ്യമങ്ങൾ കേവലം സെൻസേഷണൽ ന്യൂസ് മാത്രം ലക്ഷ്യമിടുന്നു. ഇന്റർസെക്ഷ്വൽസ് ഉൾപ്പെടെയുള്ള ന്യൂനപക്ഷങ്ങൾ നേരിടുന്ന പ്രതിസന്ധികളെ, മനുഷ്യാവകാശ ലംഘനങ്ങളെ ഇതേ മാധ്യമങ്ങൾ കണ്ടില്ലെന്നു നടിക്കുമ്പോഴാണ് മാധ്യമങ്ങളുടെ മാധ്യമ പാപ്പരത്തം ബോദ്ധ്യപ്പെടുന്നത്. നാലാം കിട വായനക്കാരന്റെ രതികൗതുകങ്ങളെ, നയനനാന്ദകരമായ ചർച്ചകൾക്കു കണ്ണും നട്ടിരിക്കുന്ന പുരുഷ കൗതുകങ്ങളെ തൃപ്തിപ്പെടുത്തുകയെന്ന ധർമ്മം നിറവേറ്റുന്ന മാധ്യമങ്ങൾ പിന്നീട് ലൈംഗികന്യൂനപക്ഷങ്ങളുടെ ജീവിതത്തെ അന്വേഷിക്കുന്നില്ല.

കേരളത്തിലെ പല ഹോസ്പിറ്റലുകളിലും ട്രാൻസ്ജന്ററുകൾക്ക് ചികിത്സ നിഷേധിക്കുന്നത് സൂര്യ ഉൾപ്പെടെയുള്ളവർ തുറന്നു പറഞ്ഞിട്ടുണ്ട്. പരമ്പരാഗത മൂല്യങ്ങളും മതബോധങ്ങളുമാണ് ഡോക്ടർമാർ ഉൾപ്പെടെയുള്ള വിദ്യഭ്യാസരംഗത്തു നില്ക്കുന്നവരുടേയും ചിന്തകളിൽ നിറഞ്ഞു നില്ക്കുന്നത്. ട്രാൻസ്ജന്ററുകളെ എങ്ങനെ ട്രീറ്റ്മെന്റ് നടത്തണമെന്ന കൃത്യമായ അറിവ് ഇവർക്കു പലർക്കുമില്ലായെന്നത് ഒരു സത്യമാണ്. ഇതേ അവസ്ഥതന്നെയാണ് ഇന്റർസെക്ഷ്വൽസുകാരും നേരിടുന്നത്. ഒരു വ്യക്തിയുടെ വേഷവിധാനങ്ങളിലൂടെ അവന്റെ/അവളുടെ ലിംഗാവസ്ഥ നോക്കുന്ന ഡോക്ടർ ആ വ്യക്തിയുടെ ശാരീരിക മാനസിക അവസ്ഥകൾ അറിഞ്ഞ് കൃത്യമായ മെഡിസിൻ നല്കാൻ തയ്യാറാകേണ്ടതുണ്ട്.

വിഭിന്നമായ ഒരു ലൈംഗിക സ്വത്വത്തെ കാണുമ്പോൾ അയാളുടെ ശരീരശാസ്ത്രസംബന്ധമായ കൗതുകങ്ങളിലേക്ക് ഒളിഞ്ഞുനോക്കുവാനാണ് പൊതുസമൂഹത്തിനു താല്പര്യം. പുല്ലിംഗത്തെയും സ്ത്രീലിംഗത്തെയും കുറിച്ച് ധാരണയുള്ളവർക്ക് ഇൻർസെക്ഷൽസ് അല്ലെങ്കിൽ ട്രാൻസ്ജന്റർ എന്നിവരുടെ ലൈംഗികാവയവങ്ങളുടെ കാര്യമെങ്ങനെ എന്നറിയുവാനാണ് കൗതുകം. അവയുടെ വലുപ്പം, രൂപം, പ്രവർത്തനം എന്നിങ്ങനെ സ്വകാര്യമായ പലകാര്യങ്ങളിലും ഉദ്വേഗം കാട്ടുന്ന സമൂഹം അവരുടെ സങ്കീർണ്ണമായ ശാരീരികമാനസിക വെല്ലുവിളികളെക്കുറിച്ച് ചിന്തിക്കുന്നില്ല. ഏത് ലിംഗാവസ്ഥ സ്വീകരിക്കണം എന്ന ചോദ്യം സമൂഹം അടിച്ചേല്പിച്ചുകൊണ്ടിരിക്കുമ്പോൾ തന്നെ കുടുംബക്കാരുടെ മാനസികാവസ്ഥകളിൽ അസ്വസ്ഥരാകുന്ന ഇവർ സുസ്ഥിരമായ ഒരു തീരുമാനം എടുക്കുവാൻ കഴിയാതെ ഉൾവലിയേണ്ടിവരുന്നു. തുറന്നു പറഞ്ഞാൽ കുടുംബത്തിനുണ്ടാകുന്ന മാനക്കേട്, ഇല്ലെങ്കിൽ വീട്ടുകാരുടെ നിർബ്ബന്ധത്തിലൂടെ സ്വന്തം ജീവിതത്തിന്റ പരിവർത്തനങ്ങൾ എന്നിങ്ങനെ പല ചിന്തകൾ ഇവരുടെ മാനസിക സമ്മർദ്ദങ്ങളെ വലുതാക്കുന്നു.

കുടുംബത്തിന്റെ താല്പര്യത്തെ മാനിച്ച് ലിംഗമാറ്റ ശസ്ത്രക്രിയ ചെയ്യുന്നവരും ഇന്റർസെക്ഷൽസ് ഗ്രൂപ്പിലുണ്ട്. എന്നാൽ കൂടുതൽ ഇന്റർ സെക്ഷൽസ് ആയി ജനിക്കുന്നവരും ജനനസമയത്തെ ആ അവസ്ഥ മനസ്സിലാക്കുന്ന വീട്ടുകാരും ബാല്യത്തിൽ തന്നെ ശസ്ത്രക്രിയയ്ക്ക് വിധേയമാക്കി ഏതെങ്കിലും ഒരു ലിംഗാവസ്ഥയിലേക്ക് മാറ്റുന്നു. അതുകൊണ്ടു തന്നെ ലൈംഗികമായ പരിവർത്തനങ്ങളുണ്ടാകുന്ന സമയം നിശ്ചിത ലിംഗാവസ്ഥയിലേക്ക് മാറിയവർ ആ ലിംഗാവസ്ഥയ്ക്ക് അനുയോജ്യമായി പെരുമാറുന്നു. എന്നാൽ ചില വ്യക്തികൾ കുടുംബത്തിന്റെ താല്പര്യത്തിന്റെ പുറത്ത് പുരുഷനായി മാറുന്നുവെങ്കിൽ കുറച്ച് കാലത്തിനുശേഷം സ്ത്രീലിംഗാവസ്ഥയിലേക്ക് മാറാൻ ആഗ്രഹിക്കുമ്പോൾ അത് വലിയ ദുരന്തത്തിൽ എത്തുന്നു. ഏത് ലിംഗാവസ്ഥയിൽ ജീവിക്കണമെന്നത് ഇന്റർസെക്ഷ്വൽസുകളുടെ താല്പര്യവും തീരുമാനവുമാണ്. സ്ത്രീയായിട്ടു ജീവിക്കണോ, പുരുഷനായിട്ടു ജീവിക്കണോ അതോ ഇന്റർസെക്സ് ആയിത്തന്നെ നിലനില്ക്കണോ എന്നുള്ള തീരുമാനം തീർത്തും സ്വകാര്യമാണ്. പ്രായപൂർത്തിയായതിനുശേഷം ആ തീരുമാനം നടപ്പിലാക്കാനുള്ള സ്വാതന്ത്ര്യം ഇവർക്കു ലഭിക്കേണ്ടതുണ്ട്. ഇന്റർസെക്ഷ്വലായിട്ടുള്ള ഒരു വ്യക്തി വ്യവസ്ഥാപിത സ്ത്രീ പുരുഷ മാതൃകയിലേക്കു മാറേണ്ടതുണ്ടോ എന്നൊരു ചോദ്യം ഇവിടെ ബാക്കിയാവുന്നുണ്ട്. വൈവിദ്ധ്യങ്ങളുടെ ലോകത്ത് 'പൊളിറ്റിക്കലി കറക്റ്റ്' എന്നു പറയാവുന്ന ഐഡന്റിറ്റിയാണ് ഇന്റർസെക്ഷൽസ്. ഒരു നിർദ്ദിഷ്ടരൂപ മാതൃകയിലേക്കു പരിവർത്തിപ്പിക്കാതെ അവരുടെ തനിമയിൽ നിലനില്ക്കുവാൻ അവരെ പ്രാപ്തരാക്കുന്നതല്ലേ കൂടുതൽ നല്ലതാകുന്നത്?

പൊതുസമൂഹത്തിനു അസ്വീകാര്യരാകുന്ന ഇൻർസെക്ഷ്വൽസ് ഉൾപ്പെടെയുള്ളയവർ വിദ്യാഭ്യാസ രംഗത്ത് വളർച്ച നേടാൻ കഴിയാതെ പോകുന്നതിനുള്ള കാരണം ബാല്യംമുതൽ അവർ അനുഭവിക്കുന്ന ചൂഷണങ്ങളും സാമൂഹ്യസമ്മർദ്ദങ്ങളുമാണ്. ആവേശോജ്ജ്വലമായ പ്രസംഗങ്ങൾക്കും ലേഖനങ്ങൾക്കുമപ്പുറത്ത് ജന്റർ/ലൈംഗിക ന്യൂനപക്ഷങ്ങൾക്ക് ജീവിക്കാനുള്ള സ്വാതന്ത്ര്യവും അവസരവും കൊടുക്കാൻ പൊതുസമൂഹം തയ്യാറാകണം. ക്വീയർ പ്രൈഡ് മാർച്ചു കളുടെയും മാധ്യമ സംവാദങ്ങളുടെയും ഫലമായി കേരളത്തിലെ അക്കാദമിക് മേഖലയിൽ ജന്റർ/ലൈംഗിക ന്യൂനപക്ഷങ്ങളെക്കുറിച്ച് അന്വേഷണങ്ങളും പഠനങ്ങളും നടക്കുന്നുവെന്നത് സ്വാഗതാർഹമാണ്. അക്കാദമിക് രംഗത്തിനുമപ്പുറം പൊതുസമൂഹം കൂടി ഇവരെ അംഗീകരിക്കുവാൻ തയ്യാറായാൽ കേരളീയ സമൂഹം പുതിയൊരു ചരിത്രം സൃഷ്ടിക്കും. ലിംഗപദവിയെക്കുറിച്ചുള്ള ചർച്ചകൾക്ക് വിശാലമായൊരു ഭൂമിക തയ്യാറാകുന്നതിലൂടെ അതിനു തുടക്കം ആരംഭിക്കും. ഏതൊരു മാറ്റത്തെയും സ്തംഭിപ്പിക്കാൻ നിലനില്ക്കുന്ന വ്യവസ്ഥിതികൾക്ക് കഴിയുമെങ്കിലും ലൈംഗികന്യൂനപക്ഷങ്ങളുടെ രാഷ്ട്രീയ സമരത്തിന്റെ വേഗത കൊണ്ട് ഇന്ത്യൻ സാമൂഹ്യ ബോധത്തിൽ അടിസ്ഥാന ചലനങ്ങൾ ഉണ്ടാകുക തന്നെ ചെയ്യും.

3

ഇന്റർസെക്ഷ്വൽ ചലച്ചിത്രം

ഇന്റർസെക്ഷ്വൽ വിഭാഗത്തിൽപെട്ടവരെ അഭിസംബോധന ചെയ്തുകൊണ്ട് ചുരുക്കം ചില ചിത്രങ്ങളേ നിർമ്മിക്കപ്പെട്ടിട്ടുള്ളൂ. ഇന്ത്യൻ സിനിമയെ സംബന്ധിച്ചിടത്തോളം ഇത്തരമൊരു ചിത്രത്തെക്കുറിച്ച് ചിന്തിക്കുവാൻ കഴിയില്ല. അർജന്റീനിയൻ സിനിമയായ xxy ഇന്റർസെക്ഷ്വൽസ് വിഭാഗത്തിൽപ്പെട്ട ഒരു കുട്ടിയുടെ കഥപറയുന്നു. ലൂസിയ പ്യുൻസോ സംവിധാനം ചെയ്ത xxy തന്റെ ലിംഗ വിഭാഗമേതെന്നു തിരിച്ചറിയാൻ കഴിയാത്ത അലക്സ് എന്ന കുട്ടിയുടെ വൈകാരികാവസ്ഥകളെ മനോഹരമായി ആലേഖനം ചെയ്യുന്നു. കുടുംബസുഹൃത്തിന്റെ മകന്റെ ലൈംഗികാഭിനിവേശം ലൈംഗികാതിക്രമമായി മാറുന്നത് അലക്സിന്റെ പിതാവിന്റെ കണ്ണിൽപെടുന്നുണ്ട്. അനിയത്തിയോടൊപ്പം ബാത്ത്റൂമിൽ ഒരുമിച്ച് കുളിക്കുന്ന അലക്സ് തന്റെ ഐഡന്റിറ്റിയെ സംബന്ധിച്ചുള്ള അനിശ്ചിതത്വത്തിൽ അവൾ പെണ്ണല്ല ആണാണ് എന്നു തിരിച്ചറിഞ്ഞ് പരിഹസിക്കുന്നു. സുഹൃത്തിന്റെ ഇടപെടലിലൂടെയാണ് അലക്സ് രക്ഷപ്പെടുന്നത്. പിന്നീട് സുഹൃത്തുക്കൾക്കൊപ്പം സിഗരറ്റ് വലിക്കുന്ന അലക്സ് ആൺകുട്ടികളെപ്പോലെ നിന്നുകൊണ്ട് മൂത്രം ഒഴിക്കുന്നുണ്ട്. അലക്സിന്റെ യഥാർത്ഥ അവസ്ഥകൾ അറിയുന്ന മാതാപിതാക്കൾ പൂർണ്ണമായ പിന്തുണകൾ നല്കി ആ കുട്ടിയെ ആശ്വസിപ്പിക്കുന്നയിടത്ത് ചിത്രം പൂർണ്ണമാകുന്നു.

ലൈംഗിക ന്യൂനപക്ഷങ്ങളുടെ സ്വത്വപ്രതിസന്ധികളെ അതിന്റെ തീവ്രതയിൽ ആവിഷ്കരിക്കുവാൻ എപ്പോഴും പാശ്ചാത്യസിനിമകൾക്കേ കഴിഞ്ഞിട്ടുള്ളൂ. അതിനുള്ള കാരണം അവരുടെ ഉയർന്ന ചിന്തകളും നിയന്ത്രണങ്ങളില്ലാത്ത ആവിഷ്കാര സ്വാതന്ത്ര്യങ്ങളുമാണ്. ഇന്ത്യപോലൊരു യാഥാസ്ഥിതിക രാജ്യത്ത് സ്വതന്ത്രമായ ആവിഷ്കാരങ്ങൾക്കു ബഹുഭൂരിപക്ഷം സംവിധായകർക്കും താല്പര്യമില്ലാത്ത അവ

സ്ഥയാണ്. സെൻസർബോർഡിന്റെ കർശനനിയമങ്ങൾ പലപ്പോഴും സിനിമകളെ കീറിമുറിച്ച് വികൃതമാക്കിയിട്ടുണ്ട്. ഇന്ത്യൻ സിനിമയെ സംബന്ധിച്ചിടത്തോളം കമ്പോള താല്പര്യങ്ങളെ മുൻനിർത്തിയുള്ള ഇതിവൃത്തങ്ങളെയാണ് എപ്പോഴും പരിഗണിച്ചിരുന്നത്.

യാഥാസ്ഥിതികതയുടെ ചട്ടക്കൂടുകൾക്കുള്ളിൽ നിന്നിരുന്നതു കൊണ്ടുതന്നെ ഭിന്നവർഗ്ഗലൈംഗികതയുടെ വ്യത്യസ്ത ധാരകളെ അവതരിപ്പിച്ച ഇന്ത്യൻ സിനിമയിൽ ചില സംവിധായകർ നടത്തിയ കുതറിമാറലുകളാണ് താരതമ്യേന എണ്ണത്തിൽ ചെറുതെങ്കിലും ഉള്ള ലെസ്ബിയൻ/ഗേ/ട്രാൻസ്ജന്റർ സിനിമകൾ സാദ്ധ്യമാക്കിയത്. ഇൻർസെക്ഷ്വൽസ് ഉൾപ്പെടെയുള്ള വിഭാഗങ്ങളെക്കുറിച്ച് അറിവോ ധാരണയോ ഇല്ലാതിരുന്ന പൊതുസമൂഹത്തിൽ സമീപകാലത്ത് ഈ വിഭാഗങ്ങളെക്കുറിച്ച് വ്യാപക ചർച്ചകൾ നടക്കുന്നു. പാരമ്പര്യവ്യവസ്ഥിതികൾക്കു കീഴടങ്ങാതെ സ്വതന്ത്രമായ ഒരു ചിത്രം ചെയ്യുവാൻ നമ്മുടെ ചലച്ചിത്രകാരന്മാർ താല്പര്യപ്പെട്ടാൽ ബൈസെക്ഷ്വൽസ്/ഇൻർസെക്ഷ്വൽസ് വിഭാഗങ്ങളുടെ ജീവിതം വെള്ളിത്തിരയിൽ വിദൂരഭാവിയിൽ സാദ്ധ്യമായേക്കും.

അനുഭവം/ജീവിതം

വൈവിദ്ധ്യങ്ങളുടെ വിശാലഭൂമികയിൽ സാധാരണമനുഷ്യന്റെ ശരാശരി ബോധങ്ങൾക്കുമപ്പുറത്ത് നിലനില്ക്കുന്ന ധാരാളം ഐഡന്റിറ്റികൾ സമൂഹത്തിലുണ്ട്. ആണിനെയും പെണ്ണിനെയും മാത്രം കണ്ടുശീലിച്ചതിന്റെ പേരിൽ ജന്മംകൊണ്ട് വ്യത്യസ്തരായവരെ അംഗീകരിക്കുവാൻ തയ്യാറല്ലാത്ത സമൂഹം ഒന്നുകിൽ നീ ആണാകൂ അല്ലെങ്കിൽ പെണ്ണാകൂ എന്നാവശ്യപ്പെടുന്നു. ഒരു വ്യക്തിയുടെ മേൽ മറ്റൊരു വ്യക്തിയുടേയോ പ്രത്യയശാസ്ത്രസ്ഥാപനങ്ങളുടേയോ കടന്നുകയറ്റങ്ങൾ ഉണ്ടാകുമ്പോൾ അധിനിവേശം, ഫാസിസം എന്നൊക്കെ പറയുവാൻ ഒട്ടനവധി പ്രത്യയശാസ്ത്രവിശാരദന്മാർ ഉള്ളയിടത്തിൽ തന്നെയാണ് ട്രാൻസ്ജന്ററുകളുടെ, ബൈസെക്ഷലുകളുടെ, ഇന്റർസെക്ഷലുകളുടെ മേൽ കടന്നുകയറ്റങ്ങൾ ഉണ്ടാകുന്നത്. തങ്ങളുടെ മനോധൈര്യം ഒന്നുകൊണ്ടുമാത്രം ജീവിതത്തിൽ പിടിച്ചുനില്ക്കുന്ന ഇക്കൂട്ടർ നിലനില്പിനായുള്ള സമരത്തിലാണ്. നാലുലക്ഷത്തിൽ ഒരാൾമാത്രം എന്ന അപൂർവ്വ പ്രത്യേകത നേടിയ ഇൻർസെക്ഷൽസ് വിഭാഗത്തെ പ്രതിനിധീകരിക്കുന്ന വ്യക്തിയാണ് അങ്കമാലി സ്വദേശി ചിഞ്ചു അശ്വതി. സ്ത്രീപുരുഷശരീരത്തിന്റെ ലാവണ്യയുക്തികളെ മറികടന്നുകൊണ്ട് വൈവിദ്ധ്യങ്ങളുടെ പ്രതിനിധാനത്തിൽ അഭിമാനിക്കുന്ന ചിഞ്ചു ഒരേസമയം ദളിതയായിരിക്കുന്നതിന്റെയും ക്യൂർ ആയിരിക്കുന്നതിന്റെയും പൊതുപ്ലാറ്റ്ഫോമിനെ പൊളിറ്റിക്കലായി അഡ്രസ് ചെയ്യുന്നു. കുടുംബമെന്ന സാമൂഹ്യ സ്ഥാപനങ്ങളുടെ തിരസ്കാരങ്ങളേറ്റുവാങ്ങി അടിസ്ഥാനമില്ലാതെ ജീവിക്കുന്ന ജന്റർ ന്യൂനപക്ഷങ്ങളുടെ ഇടയിൽ കുടുംബത്തിന്റെ പിന്തുണ, ഉന്നത വിദ്യാഭ്യാസം എന്നിവ നേടി ചിഞ്ചു വ്യത്യസ്തമാകുന്നു. ലൈംഗികത, ലിംഗബോധം എന്നിവയുടെ പരമ്പരാഗത പൊതുബോധങ്ങളെ അട്ടിമറിക്കുന്ന ഇന്റർസെക്ഷൽസ് വിഭാഗത്തിന്റെ യാഥാർത്ഥ്യങ്ങളിലേക്കുള്ള വീഥിയാണ് ചിഞ്ചുവിന്റെ ജീവിതം.

വൈവിദ്ധ്യങ്ങൾ അംഗീകരിക്കപ്പെടുന്നതുവരെയും പോരാട്ടങ്ങൾ തുടരും

ചിഞ്ചു അശ്വതി

സങ്കീർണ്ണവും വൈവിദ്ധ്യപൂർണ്ണവുമായ ജീവിതമാണ് മനുഷ്യരുടേത്. ഒരു വേള ഭൂമിയിൽ അപൂർവ്വങ്ങളിലൊന്നായ ഇന്റർസെക്ഷൽസ് എന്ന വിഭാഗത്തിൽ പെട്ട വ്യക്തിയാണ് ചിഞ്ചു അശ്വതി. സ്വയം ഒന്നുപരിച യപ്പെടുത്താമോ ?

ഞാൻ ചിഞ്ചു അശ്വതി. അങ്കമാലിയാണ് സ്വദേശം. ഞാൻ ഇന്റർ സെക്ഷൽസ് ആണെന്നു തിരിച്ചറിഞ്ഞത് 2015 ലാണ്. ചെറുപ്പത്തിലേ എന്തോ പ്രശ്നമുണ്ടെന്നു തോന്നിയിരുന്നു. പക്ഷേ, അത് എന്താണെന്നു തിരിച്ചറിയാൻ കഴിഞ്ഞിട്ടില്ല. ഇത് എന്തോ രോഗമാണന്നോ ജീവിതത്തിൽ ഏതേ ശാപം കിട്ടിയ സമയത്തു സംഭവിച്ചതാണെന്നോ ഒക്കെയാണ് കരുതിയിരുന്നത്. കുട്ടിക്കാലത്ത് ഞാനൊരുപാട് സ്ട്രഗിൾ ചെയ്താണു പഠിച്ചിരുന്നത്. ആ സമയത്തൊക്കെ എന്റെ കുടുംബം എന്നെ പരമാവധി പിന്തുണച്ചിരുന്നു. എന്റെ കുട്ടിക്കാലത്ത് നാട്ടുകാരും ബന്ധുക്കളും പറഞ്ഞിട്ടുണ്ട് ഇവൾ ഓപ്പറേഷൻ ചെയ്തു ഏതെങ്കിലുമൊരു ലിംഗത്തിലേക്കു മാറുമെന്ന്. ഞാൻ പത്താം ക്ലാസ് കഴിഞ്ഞ് പ്ലസ്ടുവിനു പഠിക്കുമ്പോൾ ഓപ്പറേഷൻ നടത്തി പെൺകുട്ടിയാകാമെന്ന് പറഞ്ഞു. ഇപ്പോൾ വേണ്ട എനിക്കു പഠിക്കണമെന്നു ഞാൻ അമ്മയോടു പറഞ്ഞു. എല്ലാ കാര്യത്തിനും എനിക്കു സ്വാതന്ത്ര്യങ്ങളുണ്ടായിരുന്നു. ഒന്നും എന്റെ വീട്ടുകാർ അടിച്ചേല്പിച്ചിരുന്നില്ല. അതുകഴിഞ്ഞ് ഡിഗ്രി ബി എസ് സി ഇലക്ട്രോണിക്സ് പഠിച്ചു. നല്ല ഒരു ജോലി അന്വേഷിച്ച് നടന്നു. ഒന്നും കിട്ടാതെ വന്നപ്പോൾ ചെറിയ ശമ്പളത്തിനു ചെറുകിട ജോലികൾക്കു കയറേണ്ടിവന്നു. അത്തരമൊരു സന്ദർഭത്തിൽ അമ്മ നിർബ്ബന്ധിച്ച് എം എസ് സിക്കു പഠിക്കാനയച്ചു. എം എസ് സി കഴിഞ്ഞ് ജോലിക്കു ശ്രമിച്ചപ്പോൾ പല ഇന്റർവ്യൂ വേദികളിലും ഞാൻ തിരസ്കരിക്കപ്പെട്ടു. എന്റെ മുഴക്കമുള്ള ശബ്ദം അവർക്കു പ്രശ്നമായി. അതിനേക്കാൾ എന്റെ

കറുപ്പുനിറം അവർക്കു പ്രശ്നമായിരുന്നു. എനിക്കു നേരേ ഉണ്ടായ പ്രതികരണങ്ങൾ എന്നെ വല്ലാത്ത മാനസിക സമ്മർദ്ദങ്ങളിലെത്തിച്ചു. എനിക്കുള്ളിൽ മറ്റൊരു അപരൻ/അപര ഉണ്ടെന്നു എനിക്കറിയാമായിരുന്നെങ്കിലും അത് ഇത്രത്തോളം പ്രശ്നമാണെന്ന് അത്തരം സാഹചര്യങ്ങളിലാണ് എനിക്കു കൂടുതൽ ബോദ്ധ്യപ്പെട്ടത്.

ഇത്തരം പ്രതിസന്ധികൾക്കിടയിൽ സ്വയം തിരിച്ചറിയുവാനും പ്രതിസന്ധികളെ അതിജീവിക്കുവാനും കഴിഞ്ഞതെങ്ങനെയാണ് ?

സതി അങ്കമാലിയെന്ന എഴുത്തുകാരിയും ദളിത് ആക്ടിവിസ്റ്റും ആയ ചേച്ചി എന്റെ റിലേറ്റീവ് ആയിരുന്നു. എന്റെ ലിംഗത്വത്തെ സംബന്ധിച്ചുള്ള പ്രശ്നങ്ങൾ സതിച്ചേച്ചിക്കറിയാമായിരുന്നു. കൊച്ചിയിൽ നടന്ന ക്വീയർ പ്രൈഡ് മാർച്ചിൽ പങ്കെടുത്ത ചേച്ചി എന്റെ അവസ്ഥയിൽ പരിഭ്രമിക്കേണ്ടെന്നും ഇത്തരത്തിലുള്ളവർ നിരവധിപേരുണ്ടെന്നും പറഞ്ഞ് എന്നെ ആശ്വസിപ്പിക്കുകയും ദളിത് ആക്ടിവിസ്റ്റായ രേഖാരാജിന്റെ അടുത്ത് എന്നെ കൊണ്ടുപോകുകയും ചെയ്തു. 2015 ഫെബ്രുവരിയിലാണ് രേഖച്ചേച്ചിയെ കാണുന്നത്. വൈവിദ്ധ്യങ്ങളുടെ ലോകത്തെക്കുറിച്ചും ഇത്തരമൊരു ഐഡന്റിറ്റിയിൽ ചൂളിച്ചുരുങ്ങിയിരിക്കാതെ അഭിമാനിക്കുവാനും പറഞ്ഞത് രേഖച്ചേച്ചിയാണ്. ചേച്ചിയുമായുള്ള സംഭാഷണങ്ങൾക്കുശേഷം ഞാൻ കൂടുതൽ പുസ്തകങ്ങൾ അന്വേഷിച്ചു കണ്ടെത്തുകയും വായിക്കുകയും നെറ്റിൽ സെർച്ചുചെയ്ത് കൂടുതൽ വിവരങ്ങൾ കണ്ടെത്തുകയും ചെയ്തു. നാലുലക്ഷം പേരിൽ ഒരാളാണു ഞാൻ. ഇന്റർസെക്ഷ്വൽസ് വിഭാഗത്തിൽ പെടുന്ന ഒരാളാണു ഞാൻ എന്നു പറയുന്നതിൽ എനിക്കഭിമാനമുണ്ട്.

ഇന്റർസെക്ഷ്വൽസ് വിഭാഗത്തിൽ ഉൾപ്പെടുന്ന ആളുകൾ കേരളത്തിൽ ഉള്ളതായി തിരിച്ചറിവുണ്ടോ?

തീർച്ചയായും. രണ്ടായിരത്തിപ്പതിനാറ് ഫെബ്രുവരിയിലാണ് ഞാൻ എന്റെ ഐഡന്റിറ്റിയുടെ വെളിപ്പെടുത്തൽ നടത്തിയത്. അതിനുശേഷം ഒട്ടനവധി പ്രോഗ്രാമുകളിൽ പങ്കെടുത്തു. എറണാകുളത്തെയും തൃശൂരിലേയും മനുഷ്യസംഗമത്തിൽ പങ്കെടുത്ത ഞാൻ തൃശൂരിലെ വേദിയിൽ സാമൂഹ്യ നീതിയെപ്പറ്റി സംസാരിച്ചു. പിന്നീട് നിരവധി കോളേജുകളിൽ ഇത്തരം വിഷയങ്ങൾ സംസാരിക്കാൻ പോയി. പലയിടത്തും മീറ്റിങ് കഴിഞ്ഞ് കുട്ടികൾ എന്റെ അടുത്തുവന്ന് ഇത്തരത്തിൽപെട്ട വ്യക്തികൾ അവരുടെ നാട്ടിലുള്ളതായി എന്നോടു പറയുകയുണ്ടായിട്ടുണ്ട്. തൃശൂരിൽ തന്നെ സുജി എന്നു പറഞ്ഞുള്ള സ്ത്രീയെ അറിയാം. നേഴ്സിങ് പഠിച്ച് വിദേശത്തു ജോലി ചെയ്തിരുന്ന അവൾക്ക്, അവൾ ഇന്റർസെക്ഷ്വൽസ് ആയതിന്റെ പേരിൽ ജോലി നഷ്ടപ്പെട്ടു. നാട്ടിൽ തിരിച്ചുവന്ന അവൾ ജീവിക്കുവാൻ കഷ്ടപ്പെടുകയാണ്. ഒടുവിൽ ഉമ്മൻചാണ്ടി ഗവൺമെന്റിന് ഒന്നുകിൽ നിങ്ങൾ എന്നെ ജീവിക്കാനനുവദിക്കൂ. അല്ലെങ്കിൽ ദയാവധം എങ്കിലും അനുവദിക്കൂവെന്നു പറഞ്ഞ് കത്ത് എഴുതുകയുണ്ടായി.

ഇന്ത്യൻ സമൂഹത്തിൽ ദളിത് ആയിരിക്കുക എന്നത് വലിയൊരു രാഷ്ട്രീയ പ്രശ്നമാണ്. ജൻഡർ ന്യൂനപക്ഷമായിരിക്കുക എന്നത് അതിനേക്കാൾ വലിയൊരു പ്രശ്നമാണ്. ഇത്തരമൊരു സാഹചര്യത്തെ മറികടക്കുവാൻ കഴിഞ്ഞതെങ്ങനെയാണ്?

എങ്ങനെ കഴിഞ്ഞു എന്നു ചോദിച്ചാൽ യഥാർത്ഥത്തിൽ അത്ര വലിയ ഭീകര പ്രശ്നങ്ങൾ ഒന്നും തന്നെ എനിക്കുണ്ടായിട്ടില്ല. ഞാൻ പഠിച്ച സ്കൂളിൽ നിന്നും ദളിതായതിന്റെ പേരിൽ വിവേചനങ്ങൾ നേരിടേണ്ടി വന്നിട്ടില്ല. അതേ സമയം 'ക്യൂർ' ആയതിന്റെ പേരിൽ വിവേചനം നേരിടേണ്ടി വന്നിട്ടുണ്ട്. ഇന്റർവ്യൂ ബോർഡിന്റെ മുമ്പിലൊക്കെ ചെല്ലുമ്പോൾ എന്റെ തൊലിയുടെ കറുത്തനിറം, പരുക്കൻ ശബ്ദം, രൂപം എന്നിവ അവർക്കു സ്വീകാര്യമായിരുന്നില്ല. സൊസൈറ്റിയിൽനിന്നും ദളിതായതിന്റെ പേരിലല്ല മറിച്ച് ക്യൂർ ആയതിന്റെ പേരിൽ ഒട്ടനവധി അധിക്ഷേപങ്ങൾ കേൾക്കേണ്ടിവന്നിട്ടുണ്ട്. ഒരു പക്ഷേ, എന്റെ ഉയർന്ന വിദ്യാഭ്യാസമാകാം എന്റെ പ്രതിസന്ധികളെ അതിജീവിക്കുവാൻ എനിക്കു ധൈര്യം നല്കിയത്.

ജൻഡർ ന്യൂനപക്ഷങ്ങൾക്കിടയിൽനിന്നും ഉന്നതവിദ്യാഭ്യാസം നേടിയ വ്യക്തികൾ അപൂർവ്വമാണ്. സാമൂഹിക സമ്മർദ്ദങ്ങൾ നിമിത്തം പലരും പഠനം പാതിവഴിയിൽ അവസാനിപ്പിക്കുകയാണു പതിവ്. കോളേജ് വിദ്യാഭ്യാസ കാലത്തു സഹചാരികൾ, അദ്ധ്യാപകർ എന്നിവരിൽനിന്നും അവഹേളനങ്ങൾ വന്നിട്ടുണ്ടോ?

എന്റെ കുടുംബം എനിക്കു ഭയങ്കര സപ്പോർട്ടായിരുന്നു. ഞാൻ ജനിച്ചപ്പോഴേ അച്ഛനും അമ്മയും ഞാൻ വ്യത്യസ്തയാണെന്നു തിരിച്ചറിഞ്ഞു. സൊസൈറ്റിയിൽ നിന്നു വലിയ പ്രശ്നങ്ങൾ ഉണ്ടായിട്ടില്ല. അതിനുകാരണം ഞാൻ വളരെ വ്യാപകമായ, വലിയ വെളിപ്പെടുത്തലുകളൊന്നും നടത്തിയിട്ടില്ല. ഞങ്ങളുടെ കമ്യൂണിറ്റിയിൽപെട്ടവരും ചുരുക്കം ചില സുഹൃത്തുക്കൾക്കുമേ ഞാൻ ഇന്റർസെക്ഷ്വൽസ് ആണെന്നു ഇപ്പോൾ അറിയുകയുള്ളു. ഞാൻ പി ജിക്കു കോളേജിൽ പഠിക്കുന്ന സമയത്തു എന്റെ ക്ലാസിലെ ആൺകുട്ടികൾ ഞാൻ ആണും പെണ്ണും കെട്ടതാണ്, ശിഖണ്ഡിയാണ് എന്നു പറഞ്ഞാക്ഷേപിക്കുകയും കോളേജിൽ നിന്നും പുറത്താക്കുവാൻ പരാതി നല്കുകയും ചെയ്തു. പക്ഷേ, ആ സമയത്ത് വകുപ്പദ്ധ്യക്ഷനും പ്രിൻസിപ്പലും എന്നെ പിന്തുണച്ചു. അവൾ മറ്റാർക്കും ശല്യമൊന്നുമുണ്ടാക്കുന്നില്ലല്ലോ. അവൾ പഠിക്കാൻ വന്നതല്ലേ. പഠിച്ചിട്ടുപൊയ്ക്കോട്ടെ എന്നു പറഞ്ഞാണ് അവർ എന്നെ പിന്തുണച്ചത്. ആ സമയത്ത് ഇതു വലിയ പ്രശ്നമാണെന്നോ ആരോടെങ്കിലും പറയണമോയെന്നുള്ളതൊന്നും എനിക്കറിയില്ലായിരുന്നു. പിന്നെ പരമാവധി പ്രശ്നങ്ങളിൽ നിന്നും ഒഴിഞ്ഞുനിന്നിരുന്നു.

പൊതുസമൂഹം എങ്ങനെയാണ് ചിഞ്ചുവിനെ നോക്കിയിരുന്നതും പരിഗണിച്ചിരുന്നതും?

സമൂഹം എപ്പോഴും എന്നെ തുറിച്ചുനോക്കിയിരുന്നു. പലരും കണ്ണു കൊണ്ടല്ല, പുരികം കൊണ്ടാണ് എന്നെ നോക്കിയിട്ടുള്ളത്. ഞാൻ ആണാണോ പെണ്ണാണോ എന്നു തീർപ്പുകല്പിക്കുവാനവർക്കു കഴിഞ്ഞിരുന്നില്ല. അതുകൊണ്ടുതന്നെ പല സന്ദർഭങ്ങളിലും പലരും എന്റെ അടുത്ത് ചോദ്യങ്ങൾ ചോദിച്ചിട്ടുണ്ട്. എറണാകുളത്ത് മറൈൻഡ്രൈവിൽ ഞാനും എന്റെ സുഹൃത്തുക്കളും കൂടി സംസാരിച്ചിരിക്കുമ്പോൾ തുറിച്ചു നോക്കിയിരുന്ന ചിലർ ഞങ്ങളുടെ അടുത്തേക്കുവന്ന് നിങ്ങൾ ആണാണോ പെണ്ണാണോ എന്നു ചോദിച്ചിട്ടുണ്ട്. തൃശൂർ സാഹിത്യ അക്കാദമിയുടെ മുറ്റത്തുവെച്ച് പ്രോജക്ടുചെയ്യുന്ന രണ്ടുകുട്ടികളുമായി ഞാൻ സംസാരിച്ചുകൊണ്ടു നിന്നപ്പോൾ ഫ്ളൂട്ടുവായിച്ച് പാട്ടുപാടി നടക്കുന്ന ഒരാൾ എന്റെ അടുത്തേക്കുവന്ന് നിങ്ങൾ ആണാണോ പെണ്ണാണോയെന്നു ആധികാരികമായി ചോദിച്ചു. ഞാൻ ഇതുരണ്ടുമാണ് എന്നു പറഞ്ഞപ്പോൾ ഒരാൾക്ക് അത് രണ്ടുമാകുവാൻ കഴിയുന്നതെങ്ങനെയെന്നു അയാൾക്ക് സംശയമായി.

നമ്മുടെ മലയാളികളുടെ പൊതുബോധത്തിന്റെ പ്രശ്നമാണിത്. ഒന്നുകിൽ ആണായിരിക്കുക അല്ലെങ്കിൽ പെണ്ണായിരിക്കുകയെന്നൊരു നിർബ്ബന്ധബുദ്ധി പൊതുസമൂഹത്തിനുണ്ട്.

നമ്മുടെ സമൂഹം വൈവിദ്ധ്യങ്ങളെ അംഗീകരിക്കുവാൻ തയ്യാറല്ല. ഒരു വ്യക്തി ആണായിട്ടോ പെണ്ണായിട്ടോ മാത്രമായിരിക്കണമെന്ന് വാശിപിടിക്കുന്നു. മലയാളികൾക്കു ആണും പെണ്ണും തമ്മിലുള്ള സെക്സു മാത്രമേ അറിയേണ്ടതുള്ളു.

പൊതുസമൂഹത്തിന് ട്രാൻസ്ജന്ററുകളുടെ ശരീരശാസ്ത്രത്തെ സംബന്ധിച്ച് ചില കൗതുകങ്ങളുണ്ട്. അതാണ് മലയാളിയുടെ കണ്ണുകളിലൂടെ പ്രതിഫലിക്കുന്നത്.

ശരിയായ നിരീക്ഷണമാണിത്. കഴിഞ്ഞയിടയ്ക്ക് ഒരു പത്രത്തിലെ ആൾ എന്റെ വിഭാഗത്തെക്കുറിച്ചറിഞ്ഞ് എന്നോടുവന്നു സംസാരിക്കുകയുണ്ടായി. ഞാൻ തുറന്ന മനസ്സോടുകൂടിതന്നെയാണ് അയാളോടു സംസാരിച്ചത്. സംഭാഷണത്തിന്റെ ഒരു ഘട്ടം കഴിഞ്ഞപ്പോൾ അയാൾ പറഞ്ഞത് എനിക്കു നിങ്ങളുടെ സെക്സ് അറിയണമെന്നാണ്. അതോടുകൂടി അയാളുമായുള്ള സംഭാഷണങ്ങൾ എനിക്കു നിർത്തേണ്ടിവന്നു. നമ്മുടെ മാധ്യമങ്ങൾ ട്രാൻസ്ജന്ററുകളെല്ലാം ലൈംഗികത്തൊഴിലാളികളാണെന്ന ഒരു ബോധം പൊതുജനങ്ങളിൽ സൃഷ്ടിച്ചെടുത്തിരിക്കുന്നു. ചിലർ ലൈംഗികത്തൊഴിൽ ചെയ്യുന്നുവെന്നുവെച്ച് എല്ലാവരും അത്തരത്തിൽ ജീവിക്കുന്നവരല്ല. ആൺ ആയിട്ട് ജീവിക്കുക അല്ലെങ്കിൽ പെണ്ണായിട്ടു ജീവിക്കുക എന്ന പൊതുബോധത്തെ ഏറ്റെടുക്കുന്ന മാധ്യമങ്ങൾ ട്രാൻസ്ജന്ററുകളെ വളരെ വികൃതമായി ചിത്രീകരിക്കുന്നു. മാധ്യമങ്ങളുടെ പൊതു സമൂഹത്തിന്റെ സവർണ്ണ കേന്ദ്രിതമായ സൗന്ദര്യസ

ങ്കല്പങ്ങൾ പ്രബലമായിരിക്കുന്നതിനാൽ എന്നെപ്പോലെയുള്ളവർക്ക് പൊതുസ്വീകാര്യത ലഭിക്കുകയില്ല. വലിയ മുലയും നീണ്ടമുടിയുമുള്ള സ്ത്രീരൂപത്തെ അംഗീകരിക്കുന്ന പൊതു സമൂഹത്തിന് എന്റെ കറുത്ത ശരീരം സ്വീകാര്യമല്ല. വലിയ മുലയും മുടിയുമുള്ളവരേ പെണ്ണാകൂ എന്നു പറയുന്ന സമൂഹത്തിന്റെ ശീലത്തിലേക്ക് എനിക്കു ഒരിക്കലും എത്താൻ പറ്റുകയില്ല. മുടിയും മുലയുമുള്ള, സ്ത്രീരൂപത്തിലായ ട്രാൻസ്ജന്ററുകളെ അംഗീകരിക്കുവാൻ പൊതുസമൂഹം തയ്യാറാവുന്നില്ലായെന്ന വിചിത്രമായ കാഴ്ചയും നമ്മുടെ സമൂഹത്തിലുണ്ട്.

മതത്തെ അന്ധമായി പിന്തുടരുന്ന ഒരു സമൂഹമാണ് നമ്മുടേത്. മതപുരാണ ഗ്രന്ഥങ്ങളിൽ കൃത്യമായ രീതിയിൽ ട്രാൻസ്ജന്ററുകളെക്കുറിച്ച് വിശദീകരണങ്ങളുണ്ട്. പക്ഷേ, നമ്മുടെ സമൂഹം അതിനെ തമസ്കരിക്കുന്നു?

മതപുരാണ ഗ്രന്ഥങ്ങളിൽ സവിശേഷമായ സ്ഥാനം ഹിജഡകൾക്കു ലഭിച്ചിരുന്നു. ശിഖണ്ഡിയെയും അർദ്ധനാരീശ്വരനെയുമൊക്കെ നമ്മൾ അംഗീകരിച്ചിരുന്നു. പിന്നീട് ഏതോ കാലത്ത് ആ സ്ഥാനം നഷ്ടപ്പെട്ടിരുന്നു. അതിനെക്കുറിച്ചുള്ള അന്വേഷണങ്ങളാണ് ഞങ്ങൾ നടത്തിക്കൊണ്ടിരിക്കുന്നത്. ഓരോ ജനവിഭാഗവും അവരവർക്ക് ആവശ്യമുള്ള കാര്യങ്ങളാണ് പുരാണ മതഗ്രന്ഥങ്ങളിൽ നിന്നും കണ്ടെത്തുന്നത്. അല്ലാതുള്ളവയെ പുറന്തള്ളുന്നു. അതിന്റെ പ്രശ്നങ്ങളുണ്ട്.

കോളേജിൽ പഠിക്കുന്ന സമയത്ത് ചെറിയ പ്രശ്നങ്ങൾ ഉണ്ടായത് പറഞ്ഞുവല്ലോ? സ്കൂൾ പഠന കാലയളവിൽ അത്തരത്തിലുള്ള പ്രശ്നങ്ങൾ ഉണ്ടായിരുന്നോ?

ഈ അടുത്ത കാലത്താണ് എന്റെ ശരീരത്തിനും ശബ്ദത്തിനും കൂടുതൽ ഫെമിനിറ്റി കൈവന്നത്. സ്കൂളിൽ പഠിക്കുന്ന സമയത്തു എന്നെ എല്ലാവരും ആണ് എന്നു പരിഗണിക്കുകയും ആണ് എന്നു വിളിക്കുകയും ചെയ്തിരുന്നു. സ്കൂൾ പഠനകാലയളവിൽ ഞാൻ പഠനത്തിൽ മിടുക്കിയായിരുന്നതുകൊണ്ടു അദ്ധ്യാപകർ വിവേചനം കാട്ടിയിരുന്നില്ല. സ്കൂളിലെ കലാ – കായിക മത്സരങ്ങളിലും ഞാൻ ഒന്നാമതായിരുന്നു. എല്ലാറ്റിനും ഒന്നാമതായി പ്രൈസ് വാങ്ങണമെന്നു ഞാനാഗ്രഹിച്ചിരുന്നു, വാശിയോടെ ശ്രമിച്ചിരുന്നു. ഒരു തവണ സ്കൂളിലെ സ്പോർട്സ് മീറ്റിൽ നൂറുമീറ്റർ ഓട്ടത്തിൽ പങ്കെടുക്കുന്നതിന് ഷോർട്ട്സ് ഇട്ട് ട്രാക്കിലേക്കിറങ്ങിയപ്പോൾ കായികാദ്ധ്യാപകൻ നിങ്ങൾ ഏതു കാറ്റഗറിയിലായാണ് മത്സരിക്കുന്നതെന്നു ചോദിച്ചപ്പോൾ പെൺകുട്ടികളുടെ വിഭാഗത്തിലാണെന്നു മറുപടി നല്കി. എങ്കിൽ നിങ്ങൾക്കൊരു ലിംഗപരിശോധന ആവശ്യമാണെന്നു കായികാദ്ധ്യാപകൻ പറഞ്ഞു. അത്തരമൊരു പറച്ചിൽ എന്നെ വല്ലാതെ അപമാനപ്പെടുത്തിക്കളഞ്ഞു. അന്ന് അദ്ധ്യാപകനു ഒരു വിശദീകരണം നല്കാതെ ഞാൻ നിശബ്ദയായി ട്രാക്കിൽനിന്നും ഇറ

ങ്ങിപ്പോന്നു. ഇന്നായിരുന്നെങ്കിൽ ഞാൻ കൃത്യമായ മറുപടി നല്കിയേനേ. ഞാനൊരു സ്ത്രീയാണെന്നു ഞാൻ പറഞ്ഞാൽ അതാണ് എന്റെ ഐഡന്റിറ്റി. അല്ലാതെ മറ്റൊരാൾ പരിശോധിച്ചു പറയേണ്ട ഒന്നല്ല അത്.

സേഫ് ആയൊരു സോണിൽ നില്ക്കുവാനാണ് ഭൂരിപക്ഷം പേരും ശ്രമിക്കാറുള്ളത്. ട്രാൻസ്ജന്റേഴ്സ് നേരിടുന്ന പ്രതിസന്ധികൾ കണ്ടറിഞ്ഞ ചിഞ്ചു ഇന്റർസെക്ഷ്വൽസ് ആണെന്നു വെളിപ്പെടുത്തിയതിനു പിന്നിലുള്ള ധൈര്യത്തെ ബലപ്പെടുത്തിയത് എന്താണ്? അതിന്റെ കാരണങ്ങൾ ?

ഞാൻ എഡ്യൂക്കേറ്റായ ഒരാളാണ്. എനിക്കു മുമ്പ് ജനിച്ചു മരിച്ച ഇന്റർസെക്ഷ്വൽസ് ആയ ആളുകളുണ്ട്. എനിക്കുശേഷം ഇന്റർസെക്ഷ്വൽസ് ആയി ജനിച്ചവരുമുണ്ട്. എന്റെ വിദ്യാഭ്യാസം കൊണ്ട് എനിക്കു മാത്രമല്ല എന്റെ വർഗ്ഗത്തിനും എന്റെ കമ്യൂണിറ്റിക്കും ഗുണകരമാകണം. ഞാൻ ക്യൂർ സംഘടനകളുടെ പ്രവർത്തനങ്ങൾക്കുമുമ്പ് ദളിത് സമൂഹത്തിനുവേണ്ടി പ്രവർത്തിക്കുന്ന ഒരാക്ടിവിസ്റ്റ് ആയിരുന്നു. അതിന്റെ പ്രവർത്തനാനുഭവത്തിൽ നിന്നാണ് ഇപ്പോഴത്തെ പ്രവർത്തനങ്ങളിലേക്ക് എത്തുന്നത്. എന്റെ അവസ്ഥ ഒരു വൈകല്യമല്ല, വൈവിദ്ധ്യമാണ് എന്നു തിരിച്ചറിഞ്ഞ് അതു തുറന്നു പ്രകടിപ്പിക്കുവാൻ ഞാൻ തയ്യാറായത് എന്നെപ്പോലെതന്നെ ഇന്റർസെക്ഷ്വൽസ് ആയ ആളുകൾക്കു ഒരു ധൈര്യം നല്കുന്നതിനാണ്. മനുഷ്യാവകാശങ്ങളെക്കുറിച്ച് എല്ലാവരുമിവിടെ സംസാരിക്കുമ്പോൾ ഇന്റർസെക്ഷ്വൽസുകാരുടെ അവകാശങ്ങളെക്കുറിച്ച് ആരും സംസാരിക്കാറില്ല. വ്യാപകമായി ഭ്രൂണഹത്യകൾ നടക്കുന്ന ഒരുനാടാണ് കേരളം. നിരവധി പെൺ ഭ്രൂണഹത്യകൾ നടക്കുന്നു. അതിന്റെ കണക്കുകൾ പല സംഘടനകളും നിരത്താറുണ്ട്. പക്ഷേ, ഇവിടെ നടക്കുന്ന ഇന്റർസെക്ഷ്വൽസ് ആളുകളുടെ ഭ്രൂണഹത്യയെക്കുറിച്ച് ഒരു വിവരവുമില്ല. എത്രപേർ ഇന്റർസെക്ഷ്വൽസ് ആയി ജനിച്ചു മരിച്ചു എന്നതിനൊന്നും ഒരു കണക്കും ഒരു രേഖയുമില്ല. ഒരു കുട്ടി ഇന്റർസെക്ഷ്വൽസ് ആണെന്നു സ്കാനിങ്ങിൽ അറിഞ്ഞാൽ ആ കുട്ടിയെ ഭ്രൂണഹത്യയിലൂടെ നശിപ്പിച്ചുകളയും. അല്ലെങ്കിൽ പ്രസവത്തിനുശേഷം ഏതെങ്കിലുമൊരു ലിംഗം വീട്ടുകാരുടെ അല്ലെങ്കിൽ ഡോക്ടറുടെ താല്പര്യത്തോടെ നീക്കം ചെയ്യുന്നു. ഇന്റർസെക്ഷ്വൽസ് ആയി ജനിക്കുന്ന ആളുടെ ചോയ്സ് ആണ് ഏതു ലിംഗത്തിൽ ജീവിക്കണമെന്നുള്ളത്. അതുതിരിച്ചറിവില്ലാത്ത പ്രായത്തിൽ വീട്ടുകാരോ ഡോക്ടറോ അടിച്ചേല്പിക്കേണ്ട ഒന്നല്ല. എന്റെ കാര്യത്തിൽ എനിക്കു ആവശ്യത്തിനു ഫ്രീഡമുണ്ടായിരുന്നു. ഒന്നും എന്റെ വീട്ടുകാർ അടിച്ചേല്പിച്ചിരുന്നില്ല. കേരളത്തിൽ ഇന്റർസെക്ഷ്വൽസ് ആയ ആളുകൾ ജീവിച്ചിരിപ്പുണ്ടെന്നോ അവരുടെ പ്രതിസന്ധികൾ എന്താണെന്നോ ഇതുവരെ കേരളീയ സമൂഹം ചർച്ച ചെയ്തിരുന്നില്ല. യാതൊരുവിധ പഠനങ്ങളും നിർവ്വഹിക്കപ്പെട്ടില്ല. ഇത്തരമൊരു സാഹചര്യത്തിലാണ് ഞാൻ എന്റെ വെളിപ്പെടുത്തൽ നട

ത്തിയത്. വൈദ്യശാസ്ത്രരംഗത്തിനും ആവശ്യമായ പിന്തുണകൾ ലഭിക്കുന്നില്ല. നമ്മുടെ ഇവിടെ ആണുങ്ങൾക്കും പെണ്ണുങ്ങൾക്കും പ്രത്യേക പരിശോധനകളും മരുന്നുകളുമുണ്ട്. എന്നാൽ ഇന്റർസെക്ഷ്വൽസ് ആയ ആളുകൾക്കുവേണ്ടിയുള്ള മരുന്നുകളോ ചികിത്സകളോ നമ്മുടെ നാട്ടിൽ ഇല്ല. എന്റെ ശരീരത്തിന്റെ അവസ്ഥയോ ഹോർമോൺ ലെവലിന്റെ അളവോ പരിശോധിച്ചിട്ടല്ല ഡോക്ടർമാർ മെഡിസിൻ നല്കുന്നത്. കാഴ്ചയിൽ ഞാൻ പെൺകുട്ടിയാണ്. അപ്പോൾ പെൺകുട്ടികൾക്കു നല്കുന്ന മരുന്നാണ് എനിക്കു നല്കുന്നത്. അല്ലാതെ ഇന്റർസെക്ഷ്വൽസ് ആയ ആളുകളുടെ ശാരീരിക മാനസികാവസ്ഥകൾ പരിഗണിച്ചിട്ടല്ല ആരും ഇവിടെ മെഡിസിൻ നല്കുന്നത്.

നമ്മുടെ കേരളത്തിൽ ട്രാൻസ്ജന്ററുകൾ ഉൾപ്പെടെയുള്ളവരെ എങ്ങനെ ട്രീറ്റ്മെന്റ് നടത്തണമെന്നു വൈദ്യശാസ്ത്രരംഗത്തുള്ളവർക്കറിയില്ല. തിരുവനന്തപുരത്ത് സൂര്യക്ക് ജനറൽ ഹോസ്പിറ്റലിലെ ഡോക്ടർ ചികിത്സ നിഷേധിച്ച സംഭവമുണ്ടായിട്ടുണ്ട്.

വൈദ്യശാസ്ത്രരംഗം ഞങ്ങളെപ്പോലുള്ളവരോടു ഒരു നീതിയും കാട്ടാറില്ല. എനിക്കു മരുന്നു വാങ്ങുവാൻ ഹോസ്പിറ്റലിൽ ചെന്നപ്പോൾ ഡോക്ടർ എനിക്കു പെൺകുട്ടിക്കുള്ള മരുന്നാണു നല്കിയത്. ഞാനൊരു ഇന്റർസെക്ഷ്വൽസ് ആണെന്നു തുറന്നു പറഞ്ഞപ്പോൾ ഡോക്ടർ പറഞ്ഞത് അയാൾക്ക് എന്റെ ശരീരം കാണണമെന്നാണ്. അങ്ങനെ അതു പ്രശ്നമായി. പതിനെട്ടുവയസ്സുകഴിഞ്ഞാൽ ഒരാൾക്കു സ്വയം തീരുമാനിക്കാം താൻ ഏതു ലിംഗവിഭാഗത്തിൽ ജീവിക്കണമെന്നുള്ളത്. പക്ഷേ, അത്തരത്തിലുള്ള തീരുമാനത്തെയോ തുറന്നു പറച്ചിലിനെയോ നമ്മുടെ സമൂഹം അംഗീകരിക്കില്ല. ഇന്റർസെക്ഷ്വൽസ് ആയ ആളുകളുടെ ഭ്രൂണഹത്യ അവസാനിപ്പിക്കേണ്ടതുണ്ട്. അതിനായി ഇവിടെ പുതിയ നിയമംകൊണ്ടു വരേണ്ടതുണ്ട്. മറ്റൊന്ന് ഇന്റർസെക്ഷ്വൽസ് ആയ ആളുടെ ചികിത്സയ്ക്കായുള്ള സൗകര്യങ്ങൾ ഒരുക്കപ്പെടേണ്ടതുണ്ട്. അവരുടെ പ്രശ്നങ്ങൾ ചർച്ചചെയ്യപ്പെടേണ്ടതുണ്ട്.

പൊതുസമൂഹത്തിൽ വെളിപ്പെടുത്തൽ നടത്തിയപ്പോൾ അതിനോടുള്ള പ്രതികരണങ്ങൾ എന്തായിരുന്നു?

ഇത്തരമൊരു വെളിപ്പെടുത്തൽ നടത്തുമ്പോൾ എന്റെ അമ്മയ്ക്കു ഭയമായിരുന്നു. കാരണം ട്രാൻസ്ജന്ററുകൾ ആയ ആളുകൾക്ക് ഒരുപാടു തല്ലുകിട്ടുന്നത് അമ്മ കണ്ടിട്ടുണ്ട്. മറ്റുള്ളവർ ഉപദ്രവിക്കുമെന്നും കളിയാക്കുമെന്നും ചൂഷണം ചെയ്യുമെന്നുമുള്ള ഭയം അമ്മയ്ക്കുണ്ട്. എന്റെ വെളിപ്പെടുത്തലാകട്ടെ, ഞാൻ ഈ പുസ്തകത്തിനു നല്കുന്ന അഭിമുഖമാകട്ടെ, അതും ഭയമാണ്. ഇത്രനാളും ഒന്നും പറയാതിരുന്നിട്ട് ഇപ്പോൾ എല്ലാം തുറന്നുപറഞ്ഞ് പ്രശ്നങ്ങൾ ഉണ്ടാക്കുന്നതെന്തിനാണ് എന്നാണ് അമ്മ ചോദിക്കുന്നത്. എന്റെയൊരു സോഷ്യൽലൈഫ് എന്റെ

വീട്ടുകാർ അംഗീകരിക്കുന്നുണ്ട്. അതുകൊണ്ടുതന്നെ എന്റെ വെളിപ്പെടുത്തലുകൾ, സംഭാഷണങ്ങൾ ഒന്നും വീട്ടുകാർക്ക് പ്രശ്നമില്ല. പക്ഷേ, എന്നെ ആരെങ്കിലും ആക്രമിക്കുമോ ഉപദ്രവിക്കുമോ എന്നുള്ള ഭയമെല്ലാം എന്റെ അമ്മയ്ക്കുണ്ട്.

ചിഞ്ചുവിന്റെ വെളിപ്പെടുത്തലുകളെ ലൈംഗിക ന്യൂനപക്ഷഗ്രൂപ്പുകളിൽ പെട്ടവർ എങ്ങനെയാണ് സ്വീകരിച്ചത്?

അവർ വളരെ നല്ല രീതിയിലാണ് സ്വീകരിച്ചത്. ഇതുവരെ കേരളത്തിൽ എൽ ജി ബി ടി ഗ്രൂപ്പേ ഉണ്ടായിരുന്നുള്ളു. അതിന്റെ കൂടെ ഐ ചേർത്തിരുന്നില്ല. എന്റെ വെളിപ്പെടുത്തലുകളോടുകൂടി എൽ ജി ബി റ്റി ഐ എന്നായി. സെക്ഷ്വൽ മൈനോറിറ്റി ഫോറം ഓഫ് കേരളയുടെ സെക്രട്ടറിയായ ശീതൾ, ഞാൻ ഇന്റർസെക്ഷ്വൽസ് ആയ ആളുകളുടെ ഒരു ഗ്രൂപ്പുണ്ടാക്കി അവർക്കുവേണ്ടി പ്രവർത്തിക്കുമെന്നു പറഞ്ഞു. കാരണം ക്യൂർ പൊളിറ്റിക്സിൽ ഇന്റർസെക്ഷ്വൽസ് ആയ ആളുകളുടെ പ്രതിനിധ്യം ഉണ്ടാകണം. ഗേ ആയിട്ടുള്ള ആളുകൾ അവരുടെ പ്രശ്നങ്ങൾ പറയുമ്പോൾ, ട്രാൻസ്ജന്ററുകൾ അവരുടെ പ്രശ്നങ്ങൾ പറയുമ്പോൾ ഇന്റർസെക്ഷ്വൽസ് ആയ ആളുകളുടെ പ്രശ്നങ്ങൾ നമ്മൾ പറയണം.

ചിഞ്ചു ദളിത് വിഭാഗത്തിൽപെട്ട ഒരു വ്യക്തിയാണ്. ദളിത് ആക്ടിവിസ്റ്റും കൂടിയാണ്. ദളിത് സംഘടനകൾ പുരോഗമന നിലപാടുകളിലൂടെ പലപ്പോഴും യാഥാസ്ഥിതികതയിലേക്കു കടന്നു കയറുകയാണ് പതിവ്. ചിഞ്ചുവിന്റെ വെളിപ്പെടുത്തലുകളോട് ദളിത് സംഘടനകളുടെ പ്രതികരണങ്ങൾ എങ്ങനെയായിരുന്നു.

അവരുടെ പ്രതികരണം വളരെ രസകരമായിരുന്നു. ഇതുവരെ പ്രശ്നങ്ങൾ ഒന്നും ഉണ്ടായിരുന്നില്ലല്ലോ. അപ്പോൾ പിന്നെ ഇനിയും തുറന്നു പറയാതെ ജീവിച്ചാമതിയല്ലോ എന്നാണു ചിലരുടെ നിലപാട്. മറ്റുചിലരാകട്ടെ ഇപ്പോൾ ഇതു പറയേണ്ട നീ ദളിത് വിഭാഗങ്ങൾക്കിടയിൽ പ്രവർത്തിക്ക്. ഒരു അടിത്തറയുണ്ടായതിനു ശേഷം ഇത് എല്ലാവരോടും തുറന്നു പറയുക. അതിനുശേഷം എല്ലാവരുടേയും പിന്തുണയിൽ നിന്നെ ഞങ്ങൾ കേരളത്തിലെ ആദ്യത്തെ ഇന്റർസെക്ഷ്വൽസ് മുഖ്യമന്ത്രിയാക്കാം എന്നാണു പറഞ്ഞത്. അത് ഒരു തരം ഉട്ടോപ്യൻ സങ്കല്പമാണ്. അത് അംഗീകരിക്കുവാൻ എനിക്കു കഴിയുകയില്ല.

ഗേ, ലെസ്ബിയൻ, ട്രാൻസ്ജന്റർ ഉൾപ്പെടെയുള്ളവരെക്കുറിച്ച് നിർമ്മിക്കപ്പെട്ടിരിക്കുന്ന ചലച്ചിത്രങ്ങൾ സാഹിത്യ സൃഷ്ടികൾ എന്നിവയെല്ലാം അവരെ അപഹസിക്കുന്നതിനു തുല്യമായിരുന്നു. ഇന്റർസെക്സുകാരെക്കുറിച്ച് അത്തരത്തിലുള്ള സൃഷ്ടികൾ ഉണ്ടായിട്ടുണ്ടോ?

മലയാളത്തിൽ ഇല്ല എന്നുതന്നെ പറയേണ്ടിവരും. കാരണം ഇന്റർസെക്ഷ്വൽസ് എന്ന വിഭാഗത്തെക്കുറിച്ചു ചർച്ചകൾ തുടങ്ങുന്നത

ല്ലേയുള്ളു. ഗേ, ലെസ്ബിയൻ, ട്രാൻസ്ജെന്റർ വിഭാഗങ്ങളെക്കുറിച്ച് ചില സിനിമകൾ വന്നിട്ടുണ്ട്. ജയൻ ചെറിയാൻ രണ്ടാമത്തെ ചിത്രമായ *കബഡി സ്കേപ്സിൽ* ഗേ കമ്യൂണിറ്റിയുടെ ഒരു റെപ്രെസന്റേഷൻ ഉണ്ടായിട്ടുണ്ട്. അതിനുമുമ്പുള്ള *പാപ്പിലിയോ ബുദ്ധയിൽ* ലെസ്ബിയൻ കമ്യൂണിറ്റിയുടെ റെപ്രസെന്റേഷനുണ്ടായിരുന്നു. തൃശൂരിലെ റാസി സംവിധാനം ചെയ്ത *വെളുത്ത രാത്രികൾ* എന്ന ചിത്രത്തിൽ ലെസ്ബിയൻസിന്റെ റെപ്രസെന്റേഷനുണ്ട്. അത് തൃശൂരിൽ മാത്രമാണ് റിലീസ് ചെയ്തത്. ഇത്തരം ചിത്രങ്ങളുടെ ഒരു പ്രധാന പ്രശ്നം അവ പുറത്തു വന്നത് ഒരു കൗതുകത്തിന്റെ പുറത്തുള്ള കാഴ്ചകളുമായാണ്. അതുകൊണ്ടുതന്നെ അവയോട് എനിക്ക് എതിർപ്പുകളുണ്ടായിട്ടുണ്ട്. പാടത്തു ചെളിയിൽ നില്ക്കുന്നവന്റെ അവസ്ഥകളെക്കുറിച്ച് വരമ്പത്തു നില്ക്കുന്നവൻ പറയുന്നതിൽ എന്ത് അർത്ഥമാണുള്ളത്. ഞങ്ങളുടെ ജീവിതത്തെക്കുറിച്ച് സത്യസന്ധമായി പറയുവാൻ ഞങ്ങൾക്കേ കഴിയുകയുള്ളു. അതുകൊണ്ടുതന്നെ ഞാനൊരു ഷോർട്ട് ഫിലിം ചെയ്യാനുള്ള തയ്യാറെടുപ്പിലാണ്. അതിനുവേണ്ട കാര്യങ്ങൾ ക്രമീകരിച്ചുവരുന്നു.

പൊതുവേ ട്രാൻസ്ജെന്ററുകൾ ലിംഗമാറ്റശസ്ത്രക്രിയ നടത്തി സ്ത്രീ/ പുരുഷൻ ആയി മാറാറുണ്ട്. ഇന്റർസെക്ഷ്വൽസ് വിഭാഗത്തിൽപെട്ടവരും ലിംഗമാറ്റ ശസ്ത്രക്രിയയ്ക്ക് താല്പര്യം പ്രകടിപ്പിക്കാറുണ്ടോ?

തീർച്ചയായും താല്പര്യമുണ്ട്. പക്ഷേ, പലരും പല പ്രായത്തിലും സമയത്തിലുമാണ് ഇന്റർസെക്ഷ്വൽസ് ആണെന്നു തിരിച്ചറിയുന്നത്. അതിന്റേതായ പ്രശ്നങ്ങളുമുണ്ട്. പലർക്കും ലിംഗമാറ്റ ശസ്ത്രക്രിയ വേണോ വേണ്ടയോ എന്നു തീരുമാനമെടുക്കാനാവുന്നില്ല. ചിലരുടെ വീട്ടുകാർ ഇത്തരമൊരു സാഹചര്യമറിഞ്ഞ് അവർക്കു താല്പര്യമുള്ള ലിംഗവിഭാഗത്തിലേക്കു മാറ്റാറുണ്ട്. അത് വലിയൊരു പ്രതിസന്ധിയും അപകടവുമാണ്. എന്റെയൊരു സുഹൃത്ത് പതിനഞ്ചാമത്തെ വയസ്സിലാണ് അവന്റെ അവസ്ഥ തിരിച്ചറിയുന്നത്. പതിനഞ്ചാം വയസ്സിൽ അവന്റെ ശരീരത്തിലുള്ള ഹോളിലൂടെ മെൻസസ് ആരംഭിച്ചു. വിവരങ്ങൾ അറിഞ്ഞ വീട്ടുകാർ അവനെ ഹോസ്പിറ്റലിൽ കൊണ്ടുപോയി ചികിത്സിച്ചു. ഗർഭപാത്രം നീക്കം ചെയ്തു. പിന്നീടു കുറേനാൾ കഴിഞ്ഞ് ഹോർമോൺ വളർച്ചയുടെ ഫലമായി അവനിൽ മാറ്റങ്ങളുണ്ടാകുവാൻ തുടങ്ങി. സ്ത്രീയായി മാറുവാനുള്ള ആഗ്രഹമുണ്ടായപ്പോൾ അവൻ ലിംഗമാറ്റശസ്ത്രക്രിയ നടത്തി. പക്ഷേ, ഗർഭപാത്രം വച്ചുപിടിപ്പിക്കുവാൻ കഴിയില്ലല്ലോ? ഉണ്ടായിരുന്നത് എടുത്തുകളയുകയും ചെയ്തു. എത്രയോ ഭീകരമായ ഒരു അവസ്ഥയാണിത്. വീട്ടുകാർ ഒരു വ്യക്തിയുടെ സ്വാതന്ത്ര്യത്തിൽ ഇടപെടേണ്ടതില്ല. സ്ത്രീയാവണോ പുരുഷനാവണോ അതോ നിലവിലുള്ള ഐഡന്റിറ്റിയിൽ നില നിൽക്കണോയെന്നുള്ള തീരുമാനം അയാൾക്കു വിട്ടുകൊടുക്കുക എന്നതാണ് എന്റെ നിലപാട്.

ട്രാൻസ്ജന്ററുകൾ അവർക്ക് പ്രത്യേക ചികിത്സ, പ്രത്യേക ബാത്ത്റൂം എന്നിങ്ങനെ നിരവധി ആവശ്യങ്ങൾ ഉന്നയിക്കുന്നുണ്ട്. ഇന്റർസെക്ഷൽ സിൽപെട്ടവർക്ക് പ്രത്യേക ആവശ്യങ്ങൾ എന്തൊക്കെയാണുള്ളത്?

ജീവിക്കാനുള്ള അവകാശം തന്നെയാണ് പരമ പ്രധാനം. അതു ലഭിക്കാതെ മറ്റുള്ള ആവശ്യങ്ങൾ ഉന്നയിച്ചിട്ട് എന്തുകാര്യം. നിലവിൽ ഈ സമൂഹത്തിൽ ജീവിക്കുവാനുള്ള സ്വാതന്ത്ര്യമോ അവകാശമോ ഇന്റർസെക്ഷൽസുകൾക്കില്ല.

ഗേ/ലെസ്ബിയനുകൾ, വെളിപ്പെടുത്തലുകൾ നടത്തിയെങ്കിൽ മാത്രമേ പൊതു സമൂഹത്തിനു തിരിച്ചറിയുവാൻ കഴിയുകയുള്ളൂ. ട്രാൻസ്ജന്ററുകൾ പൊതു സമൂഹത്തിൽ ദൃശ്യതയിൽ നില്ക്കുന്നവരുമാണ്. ഇന്റർസെക്സുകാരുടെ സാഹചര്യം, അവസ്ഥ എന്തൊക്കെയാണ്?

ഗേ/ലെസ്ബിയൻസിനെ അവരുടെ വെളിപ്പെടുത്തലുകളിൽക്കൂടി മാത്രമേ തിരിച്ചറിയുവാൻ കഴിയുകയുള്ളൂ. അതുകൊണ്ടുതന്നെ അവർ ഒരു തലത്തിൽ സേഫ് സോണിൽ ആണ്. പക്ഷേ, ട്രാൻസ്ജന്ററുകൾ സേഫ് സോണിൽ അല്ല നില്ക്കുന്നത്. ഇന്റർസെക്ഷൽസുകാരുടെ അവസ്ഥ പറഞ്ഞാൽ അതിലും അപകടകരമാണ്. ഇന്റർസെക്ഷൽസിൽ പ്രധാനമായും നാലു ഗ്രൂപ്പുകളാണുള്ളത്. ഒന്ന് രണ്ടു ലിംഗത്തോടും കൂടിയ ആൾ. രണ്ടും ആക്ടീവായിരിക്കും. രണ്ട് രണ്ടു ലിംഗത്തോടുകൂടി ജനിച്ചാലും രണ്ടു ലിംഗവും 'ഇനാക്ടീവ്' ആയിരിക്കും. മൂന്ന് രണ്ടു ലിംഗം ഉണ്ടായിരിക്കുകയും അതിൽ ഒന്നു പുറത്തും ഒന്ന് അകത്തും ആയിരിക്കും. ഇന്റർസെക്ഷൽസ് ആയ ഒരാൾക്ക് ഏതു ലിംഗമാണോ ആക്ടീവായിരിക്കുക അതിനനുസരിച്ചുള്ള ലൈംഗിക താല്പര്യങ്ങളാണ് മറ്റുള്ള വ്യക്തികളോടുണ്ടാകുക. ഇന്റർസെക്ഷൽസ് ആയ ഒരു വ്യക്തിയെ അയാളുടെ വെളിപ്പെടുത്തലിന്റെ അടിസ്ഥാനത്തിൽ മാത്രമേ പൊതു സമൂഹത്തിന് തിരിച്ചറിയുവാൻ കഴിയൂ. എന്റെ അവസ്ഥ പറയുകയാണെങ്കിൽ ഞാൻ ആണാണോ പെണ്ണാണോ എന്നുള്ള ചോദ്യങ്ങൾ ഒരുപാടുവട്ടം കേൾക്കേണ്ടിവന്നിട്ടുണ്ട്. എന്റെ ശബ്ദമാണ് എന്നെ മറ്റുള്ളവരിൽനിന്നും വേറിട്ടു നിറുത്തുന്നതും ശ്രദ്ധാകേന്ദ്രമാക്കുന്നതും.

ട്രാൻസ്ജന്റർ ആയ ആളുകളിൽ പലരും വിവാഹം കഴിച്ച് കുടുംബമായി ജീവിക്കുവാൻ താല്പര്യം പ്രകടിപ്പിക്കാറുണ്ട്. ചിഞ്ചുവിന്റെ വിഭാഗത്തിൽ പെട്ടവർ ഇത്തരത്തിൽ കുടുംബമായി കഴിയുവാൻ താല്പര്യം പ്രകടിപ്പിക്കാറുണ്ടോ?

വിവാഹത്തെപ്പറ്റി അത്ര നല്ല സങ്കല്പങ്ങളൊന്നും എനിക്കില്ല. രണ്ടു വ്യക്തികൾക്ക് ഒന്നിച്ചു ജീവിക്കുന്നതിന് വിവാഹം വേണമെന്ന അഭിപ്രായവും എനിക്കില്ല. എന്റെ അമ്മ എനിക്ക് ആരെ വിവാഹം കഴിക്കാനുമുള്ള സ്വാതന്ത്ര്യങ്ങൾ നല്കിയിട്ടുണ്ട്. ഇപ്പോൾ എന്റെ പരിചിതവലയത്തിലുള്ള പല പെൺകുട്ടികളും പല ആൺകുട്ടികളും എന്നോടു ഇഷ്ട

മാണെന്നു പറഞ്ഞിട്ടുണ്ട്. പക്ഷേ, അവരെ സ്വീകരിക്കുവാൻ എനിക്കു തോന്നിയിട്ടില്ല. കാരണം പിന്നീട് എന്റെ ശാരീരികമായ അവസ്ഥ അവർക്കു പ്രശ്നമായി മാറിയേക്കാം. എന്റെ അവസ്ഥ അറിയുകയും എന്നെ മനസ്സിലാക്കുകയും ചെയ്യുന്ന ഒരു പെൺകുട്ടിയോടൊത്തു ജീവിക്കുവാൻ എനിക്ക് ആഗ്രഹമുണ്ട്.

ചിഞ്ചുവിനെ മറ്റുള്ളവരിൽനിന്ന് വ്യത്യസ്തയാക്കുന്നത് ഉന്നത വിദ്യാഭ്യാസമാണ്. വിദ്യാഭ്യാസമേഖലയിൽനിന്നും പിന്തള്ളപ്പെട്ട ട്രാൻസ്ജന്ററുകൾ നമ്മുടെ സമൂഹത്തിലെ ഒരു വലിയ ചോദ്യചിഹ്നമാണ്?

എന്റെ വിദ്യാഭ്യാസത്തിന്റെ കാരണം എന്റെ അമ്മതന്നെയാണ്. അമ്മ ഒരു ദളിത് ആക്ടിവിസ്റ്റാണ്. അമ്മ ഒത്തിരി ട്രാൻസ്ജന്റേഴ്സിനെയും അവരുടെ പ്രശ്നങ്ങളെയും കണ്ടറിഞ്ഞിട്ടുണ്ട്. അതുപോലൊരു അവസ്ഥ എനിക്കുണ്ടാകരുതെന്നു അമ്മ വല്ലാതെ ആഗ്രഹിച്ചിരുന്നു. ഓരോ ദിവസവും സ്കൂളിൽ ചെന്നു ഒത്തിരി സമ്മർദ്ദങ്ങളുമായി തിരിച്ചു വീടെത്തുമ്പോൾ വീണ്ടും പഠിക്കുവാനുള്ള പ്രേരണ അമ്മ നല്കുമായിരുന്നു. പി ജി വരെ പഠിച്ചതിന്റെ അടിസ്ഥാനത്തിലാണ് എനിക്കു ജീവിതത്തെ നിർഭയമായി നോക്കിക്കാണുവാൻ കഴിഞ്ഞത്. ഒരു അക്കാദമിക് സമൂഹത്തിന്റെയും അതല്ലാത്ത പൊതുസമൂഹത്തിന്റെയും ഇടപെടലുകൾ വ്യത്യസ്തമായിരിക്കും. അതുകൊണ്ടുതന്നെയാണ് ചിന്ത പബ്ലിഷേഴ്സ് ഇത്തരത്തിലൊരു പുസ്തകമിറക്കുന്നുവെന്നറിഞ്ഞപ്പോൾ ഞാൻ എന്റെ അനുഭവങ്ങൾ തുറന്നു പറയുവാൻ തയ്യാറായത്. ഈ പുസ്തകം വിവരമുള്ള ആളുകളുടെ കൈയിൽ എത്തുമെന്നുള്ളതുകൊണ്ടാണ്. അക്കാദമികമായി സമീപിക്കുന്നവർക്കു ഞങ്ങളുടെ പ്രശ്നങ്ങളെ കൂടുതൽ യാഥാർത്ഥ്യബോധത്തോടെ ഉൾക്കൊള്ളുവാൻ കഴിയുന്നതാണ്. വിഷ്വൽമീഡിയ ഉൾപ്പെടെയുള്ളവർ കേവലം കൗതുകത്തിനുവേണ്ടി ഞങ്ങളുടെ ജീവിതത്തെ ആഘോഷമാക്കി ചർച്ച ചെയ്യുന്നു എന്നതിനപ്പുറം മറ്റൊന്നും നിർവ്വഹിക്കുന്നില്ല.

ട്രാൻസ്ജന്ററുകളുടെ മേലേ കടന്നുകയറ്റങ്ങൾ നടത്തുന്നവരാണ് നമ്മുടെ സമൂഹത്തിലുള്ള സദാചാര പൊലീസിങ് ഉൾപ്പെടെയുള്ളവർ. ചിഞ്ചുവിന് അത്തരക്കാരിൽനിന്നും പ്രശ്നങ്ങൾ നേരിടേണ്ടിവന്നിട്ടുണ്ടോ?

സദാചാര പൊലീസിന്റെ ഇടപെടലുകളെ നേരിടേണ്ടി വന്നിട്ടില്ല. പക്ഷേ, സാദാപൊലീസിന്റെ ഇടപെടലുകൾ ഒരു പാടുവട്ടം ഉണ്ടായിട്ടുണ്ട്. തൃശൂരിലെ വിബ്ജിയോർ ചലച്ചിത്രമേളയുടെ ആവശ്യങ്ങൾക്കായി നഗരത്തിലേക്കു യാത്രചെയ്ത എന്നേയും എന്റെ സുഹൃത്തിനേയും പൊലീസുകാർ ചോദ്യം ചെയ്തു. ഈ സംഭവത്തിൽ പ്രായമായ ഒരു പൊലീസുകാരനും ചെറുപ്പക്കാരനായ ഒരു ഇൻസ്പെക്ടറുമാണ് ഉണ്ടായിരുന്നത്. പ്രായമായ പൊലീസുകാരന് ഞാൻ ആണാണോ പെണ്ണാണോ

എന്നറിയണം. ഞാൻ ഒരു ട്രാൻസ്ജന്റർ ആണെന്നു പറഞ്ഞപ്പോൾ നിന്റെ ന്യൂജനറേഷൻ ഇംഗ്ലീഷ് ഒന്നും വേണ്ടായെന്നു അയാൾ എന്നോടു പറഞ്ഞു. അതേസമയം ചെറുപ്പക്കാരനായ ഇൻസ്പെക്ടർക്ക് കുറച്ച് കാര്യങ്ങൾ അറിയാമായിരുന്നു. നിങ്ങൾ ശസ്ത്രക്രിയ ചെയ്തതാണോയെന്നു അയാൾ തിരക്കിയപ്പോൾ ചെയ്തില്ലായെന്നു ഞാൻ മറുപടി. നിനക്ക് അച്ഛനും അമ്മയും ഇല്ലേയെന്നു പൊലീസുകാരന്റെ പതിവു ശൈലിയിൽ പ്രായമായ പൊലീസുകാരൻ ചൊറിഞ്ഞുനോക്കി. എനിക്ക് അച്ഛനും അമ്മയും ചേച്ചിയും അനിയനുമെല്ലാമുണ്ടെന്നും എന്നെ എന്റെ വീട്ടുകാർ തള്ളിക്കളഞ്ഞിട്ടില്ല എന്നെ പിന്തുണയ്ക്കുന്നു എന്നും പറഞ്ഞപ്പോൾ പൊലീസുകാരൻ ഒതുങ്ങി. വെറുതേ അറിയാൻ വേണ്ടി ചോദിച്ചതാണെന്നൊരു മറുപടിയും. തൃശൂർ നഗരത്തിൽ ഞാൻ യാത്ര ചെയ്യുമ്പോൾ പലരും എന്നെ തുറിച്ചുനോക്കുന്നുണ്ട്. ഞാൻ ആണാണോ പെണ്ണാണോയെന്ന നോട്ടവും ചോദ്യങ്ങളും കേട്ടുകേട്ടു ഞാൻ മടുത്തു. ഇപ്പോൾ എന്നെ സംബന്ധിച്ചിടത്തോളം ഇതൊന്നും പ്രശ്നമല്ലാതായി.

നമ്മുടെ ഭരണഘടനയും 'നിയമങ്ങളും' ട്രാൻസ്ജന്റേഴ്സുകൾക്ക് മതിയായ പരിരക്ഷ നല്കുന്നില്ല. മുഖ്യധാരയിലെ വ്യവഹാരഭാഷ ഈയൊരു വിഭാഗത്തെ അവഹേളിക്കുന്നു. ഇത്തരമൊരു പ്രതിസന്ധികളോട് ചിഞ്ചുവിന്റെ പ്രതികരണങ്ങൾ എന്തൊക്കെയാണ്?

നമ്മുടെ ഭരണഘടന വളരെ ന്യൂട്രൽ ആയിട്ടുള്ള ഒന്നാണ്. വ്യക്തികളുടെ സാമൂഹ്യ സുരക്ഷിതത്വത്തിനുള്ള നിയമങ്ങൾ അതിനുള്ളിൽ ഉണ്ടായിരിക്കുമ്പോൾ തന്നെ അവ പലപ്പോഴും ദുരുപയോഗപ്പെടുന്നു. ട്രാൻസ്ജന്ററുകൾ ഉൾപ്പെടെയുള്ളവർക്കു മാന്യമായി അംഗീകരിക്കപ്പെട്ട് ജീവിക്കുവാനുള്ള സാഹചര്യങ്ങൾ ഇവിടെയുണ്ടാകണം. അത്തരമൊരു തലത്തിലേക്ക് നമ്മുടെ ഭരണഘടനയും നിയമങ്ങളും മാറേണ്ടതുണ്ട്. നമ്മുടെ ഭാഷയിലും മാറ്റങ്ങൾ വരേണ്ടതുണ്ട്. ഞങ്ങളെ അപഹസിക്കുന്ന പദങ്ങൾക്കു പകരം നല്ല പദങ്ങൾ രൂപപ്പെടുത്തേണ്ടതുണ്ട്. നമ്മുടെ ഭാഷയിൽ 'എടാ'യെന്നും 'എടീ'യെന്നും സംബോധനകളുണ്ട്. അവയ്ക്കാണ് സർവ്വസ്വീകാര്യതയും. അതേസമയം 'എടോ'യെന്നുള്ള ന്യൂട്രലായ പദം ധാരാളമായി ഉപയോഗിക്കാവുന്നതാണ്. പക്ഷേ, അത്ര പോപ്പുലറായി അത് നമ്മുടെ ഇടയിൽ പ്രചരിക്കുന്നില്ല. ഇത്തരമൊരവസ്ഥയ്ക്ക് ഒക്കെ മാറ്റമുണ്ടാകും. ട്രാൻസ്ജന്ററുകൾ അംഗീകരിക്കപ്പെട്ടു തുടങ്ങിയിരിക്കുന്നു. കുറച്ചു നാളുകൾകൊണ്ട് വലിയൊരു പൊതു സ്വീകാര്യത ലഭിക്കുമെന്ന് ഞങ്ങൾ വിശ്വസിക്കുന്നു. അതിനായുള്ള ശ്രമങ്ങൾ നടന്നുവരുന്നു. സ്കൂൾ ഡ്രോപ്പ് ഔട്ടായവരെ ഞങ്ങൾ പഠിക്കാൻ പ്രോത്സാഹിപ്പിക്കുന്നുണ്ട്. ജോലി ഉൾപ്പെടെയുള്ള പുതിയ സാദ്ധ്യതകൾ അന്വേഷിക്കണം. വൈവിദ്ധ്യങ്ങളുടെ ഈ ഭൂമിയിൽ വ്യത്യസ്തരായ ഞങ്ങൾ അംഗീകരിക്കപ്പെടുംവരെ ഞങ്ങൾ ഞങ്ങളുടെ പോരാട്ടങ്ങൾ തുടർന്നുകൊണ്ടേയിരിക്കും.

ഹിജഡ സമൂഹത്തിലെ ബന്ധങ്ങൾ – പദങ്ങൾ

പൊതുസമൂഹത്തിലെ കുടുംബ സംവിധാനത്തിൽ നിയതമായ ബന്ധങ്ങളുടെ ഘടനയുണ്ട്. ഉദാ: മുത്തച്ഛൻ, അച്ഛൻ, മകൻ, ചെറുമകൻ, മുത്തശ്ശി, അമ്മ, മകൾ, ചെറുമകൾ എന്നിങ്ങനെ – ഹിജഡ സമൂഹത്തിലെ കുടുംബത്തിലും ക്രമീകൃതമായ ബന്ധങ്ങളുണ്ട്.

ബാബുദാദി	–	മുതു മുത്തശ്ശിയുടെ ഗുരു
ദാദാഗുരു	–	മുത്തശ്ശിയുടെ ഗുരു
നാനാഗുരു	–	ഗുരുവിന്റെ ഗുരു
ഗുരു	–	അമ്മ
കാലാഗുരു	–	ഗുരുവിന്റെ സഹോദരി
ഗുരുബായി	–	സഹോദരി
ബഡാഗുരുഭായി	–	മൂത്തസഹോദരി
ഛോട്ടാഗുരുഭായി	–	ഇളയ സഹോദരി
ചേല	–	മകൾ
നാട്ടിചേല	–	കൊച്ചുമകൾ
ചാന്ദി ചേല	–	കൊച്ചുമകളുടെ മകൾ
സാദക് നാട്ടി	–	കൊച്ചുമകളുടെ മകളുടെ മകൾ

Selected Bibiliography

1. Ainbey Rusa (Ed.) : *New Frontiers of space, bodies and gender,* Routledge, London 1998
2. Butler Judith : *Bodies that matter; or the discassive limits of sex,* Rolitledge, Newyork 1993
3. Cauffman India (Ed.) : *Feminism and Institutions Dialouge-of Feminist theory*, Bussl Blackwell, USA 1989
4. Donald E Hal : *Queer theories,* Palgrave macmillan Houndmills, Busingstoke, Newyork,2003
5. Kulkarni, Cloudette : *Lesbians and Lesbianisms,* Routledge, London 1997
6. Maggie Hummn : *The dictionary of feminist theory*, Edinburgh University press, 22 George Square, Edinburgh 2003
7. Maggie Maggee : *Lesbian lives - psychoanalysic narratives old & new,* The analytic press, hillsdale, london 1997
8. Meena kelkar & Deepti Gangavane (Ed) : *Feminism in search of an Identity,* The Indian context Rawat Publication, Jaipur, Jawaher Nager 2003
9. Nancy J Chodorow : *Feminism & psychoanalystic theory,* Yale University Press, New Heavn & london 1989
10. Teresa Brennan(Ed) : *Between Feminism & psychoanalystic,* Routledge, london 1993

മലയാളം

1. കെ ഇ എൻ (എ ഡി.) – *ലൈംഗിക ഉദാരീകരണം – പരിസരവും രാഷ്ട്രീയവും,* പ്രോഗ്രസ്സ് പബ്ലിക്കേഷൻസ്, കോഴിക്കോട്, ഡിസംബർ 2005
2. ഗീത പി – *പ്രണയം ലൈംഗികത അധികാരം,* കറന്റ് ബുക്സ്, തൃശൂർ 2006
3. ഗോകുൽ ദാസ് എൻ എൻ – *എയ്ഡ്സ് – രതിജന്യരോഗങ്ങളും പ്രശ്നങ്ങളും,* കറന്റ് ബുക്സ്, നവംബർ 2009
4. ചന്ദ്രിക സി എസ് – *ക്ലെപ്റ്റോമാനിയ,* ഡി സി ബുക്സ്, കോട്ടയം നവംബർ 2011
5. ജയൻ ജി (വിവർത്തനം) – *ലൈംഗിക മന:ശാസ്ത്രം, സിഗ്മണ്ട് ഫ്രോയ്ഡ്,* ഇന്ത്യൻ ഏതീസ്റ്റ് പബ്ലിഷേഴ്സ് 774/5, മയൂർ വിഹാർ, ന്യൂഡെൽഹി – 110 091
6. ജാനമ്മ കുഞ്ഞുണ്ണി – *സ്ത്രീ ജീവിതം സംസ്കാരം,* നാഷണൽ ബുക്സ്റ്റാൾ, കോട്ടയം 2008
7. ജെറീന – *ഒരു മലയാളി ഹിജഡയുടെ ആത്മകഥ,* പാപ്പിറസ് ബുക്സ്, കോട്ടയം, മാർച്ച് 2006
8. ജോജി കൂട്ടുമ്മൽ – *ലൈംഗികത – നിലപാടുകളുടെ രാഷ്ട്രീയം,* കേരളശാസ്ത്ര സാഹിത്യപരിഷത്ത്, തൃശൂർ
9. ജോൺസൺ എഴുമറ്റൂർ – *ഭക്തിയും കാമവും,* കറന്റ് ബുക്സ്, കോട്ടയം, ജനുവരി 1981
10. തോമസ് കാപ്പിൽ (എഡി.) – *വിവാഹവേദിയിലേക്ക്,* കെ ആർ എഫ് ഡി സെന്റർ ഫ്രണ്ട് ഷിപ്പ് ഹൗസ്, ആലുവ 683 101
11. പ്രശാന്ത് കുമാർ എൻ – *സ്ത്രീരചനയുടെ സൗന്ദര്യശാസ്ത്രം,* റെയിൻബോ പബ്ലീഷേഴ്സ്, ചെങ്ങന്നൂർ 2008
12. ബാലചന്ദ്രൻ വടക്കേടത്ത് – *ചെറുത്തുനില്പിന്റെ ദേശങ്ങൾ,* മാതൃഭൂമി, കോഴിക്കോട് 2011
13. മായ എസ് – *യുക്തിവാദവും സ്ത്രീപക്ഷവാദവും,* എതിർദിശ ബുക്സ് പയ്യന്നൂർ 2008
14. മിനിപ്രസാദ് – *മാധവിക്കുട്ടിക്കഥകൾ ഒരു പെൺവായന,* ഒലീവ്, കോഴിക്കോട്, 2011
15. രാമകൃഷ്ണൻ ഇ വി (എഡി.) – *മാധവിക്കുട്ടി പഠനങ്ങളും രചനകളും,* ഡി സി ബുക്സ് കോട്ടയം ജനുവരി 2011
16. രമേഷ് പെരുമ്പിലാവ് – *മണൽ–ജലം–കാലം,* പാപ്പിയോൺ, കോഴിക്കോട്, ജൂലൈ 2002
17. രവീന്ദ്രൻ എൻ കെ – *പെണ്ണെഴുതുന്ന ജീവിതം,* മാതൃഭൂമി ബുക്സ്, കോഴിക്കോട്
18. രാമകൃഷ്ണൻ എം കെ/വേണുഗോപാൽ കെ എം – *സ്ത്രീവിമോചനം – ചരിത്രം, സിദ്ധാന്തം, സമീപനം,* നയന ബുക്സ്, പയ്യന്നൂർ, നവംബർ 1989

19. രേഷ്മ ഭരദ്വാജ് (എഡി.) – *മിഥ്യകൾക്കപ്പുറം സ്വവർഗ്ഗലൈംഗികത കേരളത്തിൽ,* ഡി സി ബുക്സ്, കോട്ടയം, ജനുവരി 2004
20. വേണുഗോപാൽ കെ എം – *കേരളം–ലൈംഗികത–ലിംഗ നീതി,* സൈൻ ബുക്സ്, വികാസ് ഭവൻ, തിരുവനന്തപുരം, ആഗസ്റ്റ് 2006
21. ശാരദാമണി കെ – *സ്ത്രീ. സ്ത്രീവാദം. സ്ത്രീവിമോചനം,* ഡി സി ബുക്സ്, കോട്ടയം 1999
22. ശാന്തകുമാർ എസ് – *യൗവ്വനവും മാനസികപ്രശ്നങ്ങളും,* പൂർണ്ണ പബ്ലിക്കേഷൻസ്, കോഴിക്കോട്, ജനുവരി 1982
23. ശാന്തകുമാർ എസ് – *സ്ത്രീകളുടെ മനസ്സും –ജീവിതാഭിലാഷങ്ങളും,* നാഷണൽ ബുക് സ്റ്റാൾ, കോട്ടയം, ജനുവരി 1981
24. ശാന്തകുമാർ എസ് – *സ്ത്രീകളും ആധുനിക ലൈംഗിക പ്രവണതകളും,* നാഷണൽ ബുക് സ്റ്റാൾ, കോട്ടയം, ഫെബ്രുവരി 1983
25. ശ്രീജിത്ത് എസ് – *താരുണ്യത്തിന്റെ കഥാന്തരങ്ങൾ,* പാപ്പിറസ് ബുക്സ്, കോട്ടയം, 2007
26. ഷാജി ജോസഫ് (എഡി.) – *മൂന്നാംലിംഗം (ലിംഗനീതിക്കായുള്ള നിലവിളികൾ),* ചിന്ത പബ്ലിഷേഴ്സ്, തിരുവനന്തപുരം,2015
27. സത്യൻ പി പി – *ലൈംഗികതയുടെ ചരിത്രം,* ചിന്ത പബ്ലിഷേഴ്സ്, തിരുവനന്തപുരം,2014
28. സച്ചിദാനന്ദൻ – *സ്ത്രീപഠനങ്ങൾ,* ബോധി വിമൻസ് ലൈബ്രറി, ബോധി പബ്ലിഷിങ് ഹൗസ്, കോഴിക്കോട് 1990
29. സുകുമാരൻ വി – *സ്ത്രീ–എഴുത്തും വിമോചനവും, ഫെമിനിസ്റ്റ് സിദ്ധാന്ത ചരിത്രം,* ചിന്ത പബ്ലിഷേഴ്സ്, തിരുവനന്തപുരം, ജൂൺ 2011
30. സുരേന്ദ്രൻ പി – *ഹിജഡകളുടെ പൊരുൾ,* ഡി സി ബുക്സ്, കോട്ടയം, ഡിസംബർ 2008
31. സുരേന്ദ്രൻ പി – *ദേവദാസികളും ഹിജഡകളും,* ഡി സി ബുക്സ്, കോട്ടയം
32. സുരേന്ദ്രൻ പി – *ദേവദാസി തെരുവുകളിലൂടെ,* ഗ്രീൻബുക്സ്, തൃശ്ശൂർ, ഒക്ടോബർ 2005
33. സോമൻ പി – *മാർക്സിസം ലൈംഗികത സ്ത്രീപക്ഷം,* കറന്റ് ബുക്സ്, കോട്ടയം, ആഗസ്ത് 2014
34. റോസി തമ്പി – *സഹജീവനം,* ഡി സി ബുക്സ്, കോട്ടയം, ഫെബ്രുവരി 2012

ആനുകാലികങ്ങൾ

1. മൂന്നാംവർഗ്ഗത്തിന്റെ നേർകാഴ്ചകൾ – പി അഭിജിത്ത്/വിൻസെന്റ് പീറ്റർ, *പച്ചക്കുതിര,* 2014 ജനുവരി
2. അവൾ പുരുഷനോ സ്ത്രീയോ – സുജ സൂസൻ ജോർജ്, *ഭാഷാപോഷിണി,* 2012 സെപ്റ്റംബർ, പുസ്തകം 36, ലക്കം 9

3. മൂന്നാംലിംഗത്തിന്റെ പിറവി – എം അബ്ദുറഹിമാൻ, *പടയാളി സമയം* മാസിക, 2014 മെയ് 10
4. മനസ്സിനു ചേരാത്ത ശരീരങ്ങൾ– പി ടി മുഹമ്മദ് സാദിഖ്, *മാതൃഭൂമി* ആഴ്ചപ്പതിപ്പ്, 2010 ആഗസ്റ്റ് 8
5. ഇനിയും വരുമോ ഒരു ഹിജഡ വസന്തം – വിജയൻ കോടഞ്ചേരി, *ശാന്തം മാസിക*, 2016 ഏപ്രിൽ 8
6. ട്രാൻസ്ജന്ററുകൾ–അതിജീവനത്തിന്റെ ചരിത്രമെഴുതുമ്പോൾ –രശ്മി ജി, അനിൽകുമാർ കെ എസ്, *പ്രസാധകൻ*, 2015 ആഗസ്ത്, പുസ്തകം 2, ലക്കം 24
7. ഗർഭപാത്രമില്ലാത്ത സ്ത്രീ– ഖദീജ മുംതാസ്, *പച്ചക്കുതിര*, 2011 ജനുവരി
8. കളിയിൽപ്പെടാത്തവരോട് ഐക്യദാർഢ്യപ്പെടുന്നു – കെ ഇ എൻ, *ഷീ* എസ് എഫ് ഐ ത്രൈമാസിക, 2016 ഫെബ്രുവരി, പുസ്തകം 2, ലക്കം 6.
9. ട്രാൻസ്ജന്റർ: സ്വത്വവും എഴുത്തും, വി സുകുമാരൻ, *ദേശാഭിമാനി* വാരിക, 2016 ഏപ്രിൽ 3, ലക്കം 46
10. ആ മഴവില്ലുകൾ മാഞ്ഞുപോകരുത്– സിജോ പൊറത്തൂർ, *ദേശാഭിമാനി* വാരിക, 17 ഏപ്രിൽ 2016, ലക്കം 48
11. ജീവിച്ചിരിക്കൽ ഒരു മനുഷ്യാവകാശമാണ്– ശ്യാം, *മാതൃഭൂമി* 2016, ഏപ്രിൽ 17, ലക്കം 5
12. ജീവിക്കാനുള്ള അവകാശം പുസ്തകത്തിൽ മാത്രം പോരാ– സോനു നിരഞ്ജൻ/ഗീത, *മാതൃഭൂമി*, 2016 മെയ് 1, ലക്കം 7
13. സിംഹവാലന്മാരുടെ നീതിശാസ്ത്രം – വിജു വി നായർ, *പ്രസാധകൻ* മാസിക, ജനുവരി 2014.
14. സ്വവർഗ്ഗരതി ആശങ്കകളും യാഥാർത്ഥ്യങ്ങളും – രശ്മി ജി, അനിൽകുമാർ കെ എസ്, *ഒരുമ* മാസിക, മാർച്ച് 2014.

www.ingramcontent.com/pod-product-compliance
Lightning Source LLC
LaVergne TN
LVHW101420051026
849519LV00005BC/1819
* 9 7 8 9 3 8 6 1 1 2 5 7 6 *